பஷீர்

தனிவழியிலோர் ஞானி

பஷீர்

தனிவழியிலோர் ஞானி

பேரா. எம்.கே. ஸாநு

தமிழில்: யூமா. வாசுகி

பாரதி
புத்தகாலயம்

BASHEER: Thanivazhiyilor Gnani (in Tamil)

Original Malayalam Title: Basheer: Ekāntha Veedhiyile Avadhoothan

Professor M.K. SANOO

Translated by: **Yuma Vasuki**

wrapper Painting: Mano Shivan

First Published: December, 2013

Published by

BHARATHI PUTHAKALAYAM

7, Elango Salai, Teynampet, Chennai - 600 018
Email: thamizhbooks@gmail.com
www.thamizhbooks.com

பஷீர்: தனிவழியிலோர் ஞானி

பேரா. எம்.கே. ஸாநு

தமிழில்: யூமா வாசுகி

முதல் பதிப்பு: டிசம்பர், 2013

வெளியீடு:

பாரதி புத்தகாலயம்

7, இளங்கோ சாலை, தேனாம்பேட்டை, சென்னை - 600 018
தொலைபேசி : 044 24332424, 24332924, 24356935

விற்பனை நிலையம்

7, இளங்கோ சாலை, தேனாம்பேட்டை, சென்னை - 600 018

திருவல்லிக்கேணி: 48, தேரடி தெரு | **வடபழனி:** பேருந்து நிலையம் எதிரில் அடையார் ஆனந்தபவன் மாடியில் | **பெரம்பூர்:** 52, குக்ஸ் ரோடு | **ஈரோடு:** 39, ஸ்டேட் பாங்க் சாலை
திண்டுக்கல்: பேருந்து நிலையம் | **நாகை:** 1, ஆரியபத்திரபிள்ளை தெரு
திருப்பூர்: 447, அவினாசி சாலை | **திருவாரூர்:** 35, நேதாஜி சாலை
சேலம்: பாலம் 36/1 அத்வைத ஆஸ்ரமம் சாலை, | **சேலம்:** 15, வித்யாலயா சாலை
மயிலாடுதுறை: ரசாக் டவர், 1/,கச்சேரி சாலைட
மதுரை: 37A, பெரியார் பேருந்து நிலையம் **அருப்புக்கோட்டை:** 31, அகமுடையார் மகால்
மதுரை: சர்வோதயா மெயின்ரோடு, | **குன்னூர்:** N.K.N வணிகவளாகம் பெட்போர்ட்
செங்கற்பட்டு:1 டி., ஜி.எஸ்.டி சாலை | **விழுப்புரம்:** 26/1, பவானி தெரு
திருநெல்வேலி: 25A, ராஜேந்திரநகர் | **விருதுநகர்:** 131, கச்சேரி சாலை
கும்பகோணம்: 352, பச்சையப்பன் தெரு | **நெய்வேலி:** பேருந்து நிலையம் அருகில்
வேலூர்: S.P. Plaza 264, பேஸ் II, சத்துவாச்சாரி
தஞ்சாவூர்: காந்திஜி வணிக வளாகம் காந்திஜி சாலை | **தேனி:** 12,பி, மீனாட்சி அம்மாள் சந்து, இடமால் தெரு | **கடலூர்:** பாரதி பஜார், பழைய அண்ணா மேம்பாலம்
கோவை: 77, மசக்காளிபாளையம் ரோடு, பீளமேடு | **திருச்சி:** வெண்மணி இல்லம், கரூர் புறவழிச்சாலை
திருவண்ணாமலை: முத்தம்மாள் நகர், | **நாகர்கோவில்:** கேவ் தெரு, டோத்தி பள்ளி ஜங்ஷன்
பழனி: பேருந்துநிலையம் | **சிதம்பரம்:** 22A/ 18B தேரடி கடைத் தெரு, கீழவீதி அருகில்
மன்னார்குடி: 12, மாரியம்மன் கோவில் நடுத்தெரு, கீழப்பாலம்

அட்டை ஓவியம்: மனோ சிவன்

ரூ.180/-

அச்சு: ரவிராஜா ஆப்செட் சென்னை - 5

பேராசிரியர் எம்.கே. ஸானு

ஆலப்புழயில், பாரம்பரியமிக்க மங்கலத்து குடும்பத்தில் 1928-ஆம் ஆண்டு பிறந்தார். கொல்லம் எஸ்.என். கல்லூரி, எரணாகுளம் மகாராஜாஸ் கல்லூரி ஆகியவற்றில் பணிபுரிந்தார். முற்போக்கு கலை இலக்கிய சங்கத்தின் மாநிலத் தலைவர், கேரள பல்கலைக்கழகத்தின் ஸ்ரீ நாராயண கல்வி மையத்தின் நிறுவன இயக்குநர், இலக்கிய செயல்பாட்டு கூட்டுறவு சங்கத்தின் நிர்வாகக் குழு உறுப்பினர், எம்.ஜி. பல்கலைக்கழகத்தின் ஸ்ரீ நாராயண பீடத்தின் குரு (கேரள சாகித்ய அகாதமியின் தலைவர் ஆகிய பொறுப்புகளில் செயல்பட்டிருக்கிறார். 1987-ஆம் ஆண்டு சட்டசபையில் எரணாகுளம் தொகுதியை பிரதிநிதித்துவப்படுத்தினார். சோவியத் யூனியன், ஸ்வீடன், சுவிட்சர்லாந்து, பெல்ஜியம், ரோம், ஜெர்மனி, இங்கிலாந்து, அயர்லாந்து, அமெரிக்கா, யு.ஏ.இ., மஸ்கட், தோஹா, குவைத், சிங்கப்பூர் ஆகிய நாடுகளுக்கு பயணித்திருக்கிறார். நாற்பது நூல்களின் ஆசிரியர்.

“கன்னிகையே, உன் கண்களிலிருந்துதான் அறிவின் முதலாவது கிரணம் என் இதயத்தை முத்தமிட்டது. அதுமட்டுமல்ல, உன் அண்மையில் மற்ற முகங்களெல்லாம் மங்கி மறைகின்றன”.

“அந்தப் பூவை நீ என்ன செய்தாய்?”

“எந்தப் பூ?”

“ரத்தநட்சத்திரம்போல கடும் சிவப்பான அந்தப் பூ?”

“ஓ... அதுவா? ஏன் இவ்வளவு அவசரமாகக் கேட்கிறீர்கள்?”

“மிதித்துப் போட்டுவிட்டாயோ என்று அறிவதற்காக...”

“அப்படியானால்தான் என்ன?”

“ஓ... ஒன்றுமில்லை. அது என் இதயமாயிருந்தது.”

நன்றி

பேராசிரியர் எம்.கே.ஸாநு
சியாம் சுதாகர் (மலையாளக் கவிஞர்)
கவிஞர் ப.கூத்தலிங்கம்
கயல்விழி

முன்னுரை

என் தொடக்க கால மாணவர்களில் ஒருவரான பி.கே. பிரதாபச் சந்திரன்தான் (1957-இல் மகாராஜாஸ் கல்லூரியில் படித்தவர்), வைக்கம் முகம்மது பஷீரைப் பற்றி இப்படி ஒரு நூல் எழுதுவதற்கு என்னைத் தூண்டினார். பிரதாபச்சந்திரன் இலக்கியவாதி அல்ல. பொறியாளர். புகழ் பெற்ற ஒரு பொதுத்துறை நிறுவனத்தில் கட்டடப் பொறியாளராக இருபத்தாறு வருடம் பணிபுரிந்தார். நேர்மையானவர். முறைகேடுகளுடன் இசைந்து போக முடியாத சுபாவம். எனவே, முறைகேடான சூழ்நிலையைச் சகித்துக்கொள்ள முடியாமல்போனபோது, அலுவலகத்தில் பெரும் பதவிகளை அடைவதற்கான வாய்ப்பு இருந்தபோதும், இன்னும் பத்து வருடம் பணிக்காலம் மிச்சமிருக்கும் நிலையில், அவர் தானாகவே பணியிலிருந்து விலகிக்கொண்டார். அவரைப் பற்றி இந்தளவு சொல்ல வேண்டியது அவசியம்.

பஷீரின் இலக்கிய உலகுடன் ஆன்ம உறவு ஏற்படுத்திக் கொண்ட ரசிகர் அவர். 1990-இல் 'பஷீரின் ஐராவதங்கள்' எனும் தலைப்பில் பஷீரைப்பற்றி DC பதிப்பகம் வெளியிட்ட கட்டுரைத் தொகுப்பில், பஷீருக்கு வந்த 'எண்ணற்ற' கடிதங்களிலிருந்து, பிரதாபச்சந்திரன் அனுப்பிய ஒரு கடிதத்தையும் சேர்த்திருக்கிறார்கள். 'அழகான கடிதம்' என்று பஷீர் பணித்ததன் பேரில்தான் அந்த நூலில் அது இணைக்கப்பட்டிருக்கிறது.

பஷீர் நினைவுக் கூட்டமொன்றில் பேசுவதற்கு (2002) நானும் சென்றிருந்தேன். சபையில் பிரதாபச்சந்திரனும் இருந்தார். கூட்டம் முடிந்தவுடன் அவர் என்னை அணுகினார். என் உரையைப் பாராட்டும் போது, இப்படியொரு புத்தகம் எழுத வேண்டும் எனும் கருத்தையும் முன் வைத்தார். யார் என்ன சொன்னாலும் ஏற்றுக்கொள்கிற சுபாவம் எனக்கு. அதனால் நான் அதற்குச் சம்மதித்தேன். அந்த இடத்தோடு விஷயம் முடியவில்லை. அவர் தொடர்ந்து இதை நினைவுபடுத்திக் கொண்டேயிருந்தார்.

வாழ்க்கை வரலாறு எழுதுவதற்கு முதலில், பஷீரின் வீட்டையும் சுற்றுப்புறங்களையும் பார்க்க வேண்டியது அவசியம். ஒரு நாள் பிரதாபச்சந்திரன் காருடன் வந்தார். ஒரு நல்ல ரசிகரான பேராசிரியர் (டாக்டர்) பி.வி.விஜயனையும் என்னையும் அழைத்துக்கொண்டு

நேராகத் தலயோலப்பரம்புக்குச் சென்றார். பழைய வீட்டையும் சுற்றுப்பகுதிகளையும் நாங்கள் நடந்து சுற்றிப் பார்த்தோம். பூர்வீக வீட்டில் வசிக்கும் அபுபக்கர் எனும் அபுவிடம் பலவற்றையும் கேட்டறிந்தோம். பாத்தும்மாவின் வீட்டுக்குச் சென்றோம். பாத்தும்மாவுடன் நிறையப் பேசினோம். கிடைக்கக்கூடிய விவரங்களைச் சேகரித்தோம்.

இதில் எங்களுக்கு உதவிய ஒருவர் இருக்கிறார் - சுகுணன். எஸ்.என்.டி.பி. (ஸ்ரீ நாராயணகுரு தர்ம பரிபாலன சங்கம்) அவைத் தலைவரும், அரசியல் தலைவராகவும் இருந்த கே.ஆர். நாராயணனின் மகன். அவர் அந்த இடத்திற்கு அருகில்தான் வசிக்கிறார். பஷீருடன் தொடர்புடைய பலவற்றையும் அவர் எங்களுக்கு அறிமுகப்படுத்தினார். நதியின் ஒரு குறிப்பிட்ட பகுதியில் பஷீர் குளிப்பதையும், தண்ணீரின் மீது மிதப்பதையும் அவர் அனேக முறை பார்த்திருக்கிறார். இலக்கிய ரசிகரான அவரை நான் நன்றியுடன் நினைவுகூர்கிறேன்.

ஆலுவாவுக்குச் சென்று எம்.வி.தேவனுடன் விரிவாகப் பேசினோம்.

பிறகு, விரைவிலேயே எழுதத் தொடங்கினேன். ஒவ்வொரு அத்தியாயம் முடியும்போதும் அது முழுவதையும் கணிப்பொறியில் பிரதி செய்வது எனும் துன்பகரமான பொறுப்பை, பிரதாபச்சந்திரன் ஏற்றுச் செய்து வந்தார். ஆனால் தொடக்கத்தில் சில அத்தியாயங்கள் முடிந்தபோது, நான் கண் சிகிச்சை செய்துகொள்ள நேர்ந்தது. எழுத்து வேலை நின்றது. சிகிச்சை முடிந்தபோது குடும்ப ரீதியான அசௌகர்யங்கள் பலவும் ஏற்பட்டன. ஒரு வருடத்துக்கும் மேலான காலம் எழுத்தைத் தொடர முடியாமல் சிரமப்பட்டேன். இந்தப் பாதகமான சூழ்நிலைகளிலும் பிரதாபச் சந்திரன்தான் எனக்குத் துணை நின்றார். அவர் எப்போதும் நினைவூட்டிக் கொண்டேயிருந்தார். அப்படி அவர் கட்டாயப்படுத்தவில்லையென்றால், என் மற்ற சில படைப்புகளைப்போலவே, இந்த நூலும் முழுமை பெறாமல் கிடந்திருக்கும்.

பிரதாபச்சந்திரன் சிறந்த மாணவராக மட்டுமன்றி பெரிய வாசகராகவும் இருந்தார். மலையாள எழுத்தாளர்களில் அவரை மிக அதிகமாகக் கவர்ந்தவர் பஷீர்தான். சிறுவனாக இருக்கும்போதே அவர் பஷீருடன் பழகினார். ஒரு முறை பஷீர், பொன்குன்னம் வர்க்கிக்கும் ராமுகாரியாட்டுக்கும் பிரதாபச்சந்திரனை இப்படித்தான் அறிமுகப்படுத்தினார்: "இதுதான் எதிர்காலத்தின் பண்டித ஜவஹர்லால் நேரு." அந்தத் தோழமை கடைசிவரை உறுதியாக நிலை நின்றது. அதன் நினைவே, இப்படி ஒரு பணியை ஏற்க அவரைத் தூண்டியிருக்கலாம். அதில் அவருக்கும் எனக்கும் துணையாயிருந்தவர் பேராசிரியர் பி.வி. விஜயன்.

சிக்கலான ஒரு தனித்தன்மைதான் பஷீருடையது. மேல்தளத்தில் தெரிகிற குறும்புகளுக்கும் தமாஷ்களுக்கும் கீழே, நிறைய நன்மையும் ஆன்மீகமும் கருணையும் அவரில் மலர்ச்சியுடனிருந்தன. அதனால்தான் சமூகம் கொண்டாடுகிற ஆசாரப் பிரக்ஞையில் (அதில்

ஏமாற்றுக்குத்தானே இடம்) அவர் நம்பிக்கை கொண்டிருக்கவில்லை. அவருக்குள் ஒரு எதிர்ப்பாளர் இருந்தார். ‘அனர்க நிமிஷம்’ (நிகரற்ற நொடி) எனும் நூலில் ‘அனல் ஹக்’ படிப்பவர்களால் அந்த மர்மமான மனதிற்குள் எட்டிப் பார்க்க முடியலாம். அந்த உள் உலகம் ஒருவரை தனித்தவராக்குகிறது. ‘தனிமையின் முடிவற்ற தீரம்’ என்னவென்று அவரால்தான் அனுபவித்தறிய முடியும். அதையும் அறிய முயன்றபடிதான் நான் சம்பவங்களைத் தேர்ந்தெடுத்து வரிசைப்படுத்தியிருக்கிறேன்.

பஷீர், கோழிக்கோட்டில் நிலையாக வசிக்கத் தொடங்கிய பிறகான பகுதி இதில் குறைவாகத்தான் சொல்லப்பட்டிருக்கிறது. பொறுப்பான ஒரு குடும்பத் தலைவரானார் என்பதைத் தவிர, அந்தக் கட்டத்தில் பஷீருக்கு முக்கியமான மாற்றமெதுவும் ஏற்படவில்லை. ஊடகங்களின் பிரச்சார களேபரங்களால்கூட பஷீரின் உள்ளார்ந்த தனிமையில் மாற்றம் ஏற்படுத்த முடியவில்லை. அதை அறிந்துதான் அப்பகுதியைச் சுருக்கினேன்.

பஷீருடன் நெருங்கிப் பழகியவர்களில் நானும் ஒருவன். தனிப்பட்ட நேரங்களில் அவர், வாழ்க்கைப் பிரச்சினைகளைப் பற்றி ஆழ்ந்த முறையில் என்னிடம் பேசியிருக்கிறார். அதிலிருந்து நான் புரிந்துகொண்டவை எனக்கு இந்தப் படைப்பில் உதவிகரமாக அமைந்தன. பஷீரைக் குறித்தான புத்தகங்கள், பஷீரின் படைப்புகள், பத்திரிகைச் செய்திகள் ஆகியவையும் எனக்குப் பயன்பட்டன.

ஒரு கற்பனைக் கதாபாத்திரம்போல வாழ்ந்த வைக்கம் முகம்மது பஷீரின் ஆளுமையையும் அவருக்குக் கேரளத்தில் உள்ள இடத்தையும் ஓரளவாவது புரிந்துகொள்ள இந்த நூல் உதவுமென்றால் நான் மனநிறைவு கொள்வேன்.

பேராசிரியர் எம்.கே. ஸானு

உள்ளடக்கம்

முதல் பாகம்

முதல் பாகம்

பஷீர் - தனிவழியிலோர் ஞானி

கைகளில் விலங்கிட்டு போலீஸ்காரர்கள் நடத்திச் செல்கிற அந்தக் குற்றவாளியைப் பார்த்தபோது, வைக்கம் முகம்மது பஷீர் சற்றே அதிர்ச்சியடைந்தார். கொஞ்சம் துயருற்றார்.

குற்றவாளி நேராக முன்னால்தான் பார்க்கிறான், வேறெங்கும் தலையைத் திருப்பவே இல்லை. அந்தப் பார்வையைக் கண்டால் ஏதோ அசைவற்ற இடத்திற்குப் போவதாகத்தான் தோன்றும்.

தான் நிற்கிற பகுதியை அவன் பார்ப்பான் என்று பஷீர் எதிர்பார்த்தார். பார்த்தால் ஒரு 'சலாம்' வைக்கலாம் என்று விரும்பவும் செய்தார். ஆனால், குற்றவாளி நேரே முன்னோக்கிதான் பார்த்தானே தவிர வேறெங்கும் பார்க்கவில்லை.

பழைய சம்பவம் பஷீரின் நினைவில் தோன்றுகிறது. அதை மறக்க முடியுமா?

தெரியாத இடம். அலைந்து திரிந்து அங்கே வந்தடைந்த நான் அரைப் பட்டினியுடன் வாழ்ந்துகொண்டிருக்கிறேன். இடையில் ஒரு நாள் நிலை தவறி சாலையோரத்தில் வீழ்ந்தேன். சாப்பிடாததால் தலை சுற்றல் இருந்தது. ஆயினும் மயக்கம் வருமென்று நினைக்கவில்லை. எப்படியானாலும், சாலையோரத்தில் விழுந்தது அதிர்ஷ்டம்தான்! இல்லையென்றால், சீறிப் பாய்கின்ற வாகனங்கள் ஒன்றுக்கு இரையாகியிருந்திருப்பேன்.

குளிர்ந்த நீர் முகத்தில் பட்டபோதுதான் கண் திறந்தேன். நான் ஒருவனின் மடியில் தலை வைத்துப் படுத்திருக்கிறேன். பலம் வாய்ந்த அந்த மனிதனின் கனிவான கண்களை முதலில் கவனித்தேன். அவற்றில் ஆறுதல் ததும்பி நிற்கிறது.

அவன் பிளாஸ்க்கைத் திறந்து நல்ல சூடான தேநீரை என் வாயில் ஊற்றுகிறான். அவன் சொல்கிறான்:

- குடியுங்கள், சகோதரரே. தேநீர் குடியுங்கள். நீங்கள் எதுவும் சாப்பிட்டிருக்கவில்லை.

பஷீர் பேராவலுடன் தேநீர் குடித்தார். மீளப் பெற்ற உற்சாகத்துடன் எழுந்தமர்ந்தார்.

- இதோ இந்த உணவையும் மிச்சத் தேநீரையும் சாப்பிடுங்கள்.

அவன் உணவும் தேநீரும் கொடுத்தான். பஷீர் வழியோரம் அமர்ந்து அதைச் சாப்பிட்டு முடித்தார். (இது குறித்து பிற்காலத்தில் பஷீர், பசித்த நாயைப் போலச் சாப்பிட்டேன் என்று கூறினார்) நன்றி நிறைந்த கண்களுடன் அந்த அந்நியனின் முகத்தைப் பார்த்தார். அதற்குள் அவன் எழுந்து நின்றிருந்தான். சிறிய ஒரு பொட்டலத்தைக் கையில் தந்துவிட்டு அவன் சொன்னான்:

- இதுவும் கையிலிருக்கட்டும். இனிமேல் சாப்பிடாமல் நடக்காதீர்கள், கேட்டீர்களா, சகோதரா.

நொடிகளுக்குள் அவன் கடந்து சென்றுவிட்டான். 'நீங்கள் யார்?' என்ற பஷீரின் கேள்விக்குப் பதில் கிடைக்கவில்லை. அவன் திரும்பிப் பார்க்கவுமில்லை. நெடிதுயர்ந்த அந்த உருவம் நடந்து மறைந்தது.

கொஞ்சம் நேரம் பஷீர் அந்த திசையைப் பார்த்து அசைவற்று நின்றுவிட்டார். தன்னிலைக்கு மீண்டபோது கையிலிருந்த பொட்டலத்தைப் பிரித்துப் பார்த்தார். அதில் பணம் இருந்தது. கவனமாகச் செலவிட்டால், ஒரு வார காலத்திற்குப் போதுமான பணம்.

பஷீர் மீண்டும் தன் வழியே நடந்தார்.

பிறகு ஒருபோதும் அந்த மனிதனைப் பார்க்கவில்லை. காண விரும்பி, அந்த முகத்தை எப்போதும் தேடினார்.

கடைசியில், பல நாட்களுக்குப் பிறகு அவனைக் காண்பது இந்த நிலையில்தான் - கையில் விலங்கிட்டு, போலீஸ்காரர்கள் நடத்திச் செல்கிறார்கள்.

பாதையோரத்தில் நிற்கின்றவர்கள் ஒருவரோடு ஒருவர் பேசிக் கொள்கிறார்கள்: "கடைசியில் இந்த பயங்கரத் திருடனும் போலீஸில் பிடிபட்டுவிட்டான்!"

வாழ்க்கையின் அனேக சம்பவங்களுக்கிடையிலும் பஷீரின் மனதில் இந்த அனுபவம் அழியாதிருந்தது. கலவையான உணர்ச்சிகள் ஒன்றிணைந்த அனுபவம். கடைசியில் அதை வார்த்தைகளில் வரவழைத்து கதை உருவில் நிறுவினார். அதுதான் 'அந்த மனிதன்' எனும் கதை.

"நான் சொல்லிவருவது என்னுடைய ஒரு அனுபவம்" என்று கதையின் மூன்றாவது பாராவில் நாம் பார்க்கிறோம். அன்று அவர்

தூரதேசங்களில் அலைந்துகொண்டிருந்தார். தூரதேசங்கள் என்றால் ‘ஆயிரத்தி ஐநூறோ இரண்டாயிரத்து ஐநூறோ மைல் தொலைவில் மலைத் தொடர்களின் அடிவாரத்தில் உள்ள பிரதேசத்தில். அங்குள்ளவர்கள் பெரும்பாலும் கருணையற்றவர்கள்.’

நாயகன்தான் கதை சொல்கிறார். வழக்கம்போல நான்கு மணிக்கு (மாலை நான்கு மணிக்கு) தூக்கம் விழித்து ஃபுல் சூட் உடையணிந்து ‘இறுமாப்புடன்’ ஹோட்டலை நோக்கி நடந்தேன். பர்ஸில் பதினான்கு ரூபாய் இருக்கிறது. அதன் ‘இறுமாப்பில்’ வயிறு நிறைய சப்பாத்தியும் இறைச்சியும் தின்றேன். தேநீரும் குடித்தேன்.

முக்கால் ரூபாய்க்கான பில்லுடன் கவுண்டருக்குச் சென்று பணம் கொடுக்க முற்பட்டபோது -

என் பாக்கெட்டில் பர்ஸ் இல்லை!

ஹோட்டல்காரன் சும்மாவிடுவானா? என் பர்ஸை யாரோ ஜேப்படி செய்துவிட்டார்கள் என்று நான் சொன்னேன். என்றாலும் அவன் அதை நம்பவில்லை. எவ்வளவு பேர் இப்படிச் சொல்லியிருக்கிறார்கள்!

எல்லோரையும் அதிர வைக்கிற ரீதியில் குரூரமாகச் சிரித்துக் கொண்டு அவன் சொன்னான்:

“பணத்தை வைத்துவிட்டுப் போ. இல்லாவிட்டால் உன் கண்ணைத் தோண்டி எடுத்துவிடுவேன்...”

நான் சுற்றிலும் பார்க்கிறேன். கருணையுடைய ஒரு முகமும் அங்கே இல்லை. பசித்த ஓநாய்களுடையதுபோன்ற நோட்டத்திற்கு இரையாக நான் மட்டும்.

என் கோட்டையும் சட்டையையும் ஷூக்களையும் கழற்றி வைக்கும்படிக் கட்டளையிடுகிறான். நான் கீழ்ப்படிகிறேன். அப்போது ட்ரௌசரைக் கழற்ற வேண்டுமென்ற கட்டளை புறப்படுகிறது. உள்ளுடை அணியாத நான் நெளிகிறேன். ஆனால் அவன் விடக் கூடியவனாகத் தெரியவில்லை. முற்றிலும் நிர்வாணமாக்கி கண்ணைத் தோண்டியெடுப்பது என்பதற்குக் குறைவான எந்தத் தண்டனையாலும் அவன் திருப்தியடைய மாட்டான்.

பிரபஞ்சத்தின் இருட்டு முழுதும் என்னை மூடுகிற அந்த நொடியில் ஒருவன் தேவதூதனைப்போல என் முன்னால் வருகிறான். சிவப்புத் தலைப்பாகையும் கருப்புக் கோட்டும் அணிந்த வெண்ணிறமான, ஆறடி உயரமுள்ள ஒருவன். நான் உண்ட உணவிற்கான தொகையை சரியாக எண்ணி ஹோட்டல் உரிமையாளனிடம் கொடுத்தான். பிறகு என்னிடம் சொன்னான்:

உடையணிந்துகொள்ளுங்கள். அவன் தொடர்ந்தான்: வாருங்கள், நான் அவனுடன் சென்றேன். நான் சொன்னேன்: நீங்கள் செய்தது பெரிய விஷயம். இவ்வளவு நல்ல மனிதரை நான் இதுவரை பார்த்ததில்லை. அவன் சிரித்தான். அவ்வளவுதான். ஆளற்ற இடத்தை அடைந்தபோது அவன் தன் இரண்டு மூன்று பாக்கெட்டுகளிலிருந்து ஐந்து பர்ஸ்களை எடுத்துக் காண்பித்துவிட்டு என்னிடம் கேட்டான்: இதில் எது உங்களுடையது? நான் தொட்டுக் காண்பித்தேன். அவன் அதை என்னிடம் திருப்பிக் கொடுத்தான். அதுமட்டுமல்ல, "கடவுள் உங்களைக் காப்பாற்றட்டும்" என்று வாழ்த்தவும் செய்தான். பிறகு அவசரமாக நடந்து மறைந்தான்.

வாழ்க்கையில் உண்மையில் நடந்த சம்பவம் கதையில் மாற்றத்திற்கு ஆட்பட்டிருக்கிறது. அனுபவங்களை அதே வடிவத்தில் பிரதியெடுப்பது என்பது பஷீரின் பாணியல்ல (எந்தக் கதாசிரியரின் பாணியுமல்ல), பொருத்தமான மாற்றத்துடன் சேர்த்து கற்பனையின் நிறம் கலந்தாலே தவிர, அனுபவ விவரணம் கலை வடிவமாகப் பரிணாமம் அடையாது.

இல்லை. கலை ஒருபோதும் பிரதி எடுப்பதல்ல. மாறாக, தன்னியல்பான அறிவின் வெளிப்பாட்டுத் திறன் அதில் அழகாக ஒளி வீசும். ஏதாவது படைப்பிலக்கணத்திலிருந்து இந்தத் தத்துவத்தைக் கற்றுக்கொள்ள பஷீர் முற்படவில்லை. அவ்வகையான நூல்களுடன் அவருக்குப் பழக்கம் உண்டென்றும் சொல்ல முடியாது. அந்தத் தத்துவம் இயல்பாக அவரது படைப்பாக்கத்தில் கலந்தது என்பதுதான் உண்மை.

கதையும் கதைக்கு அடிப்படையான சம்பவமும் நடப்பது தூர தேசங்களில். மலைத் தொடர்களின் அடிவாரத்தில் உள்ள ஒரு இடத்தில். பஷீர் எப்படி அங்கே சென்றார்? எதற்காக? இந்தக் கேள்விகளுக்குச் சரியான பதில் இல்லை. நீங்கள் பஷீரிடம் கேட்கிறீர்கள் என்று வைத்துக்கொள்ளுங்கள், அவர் இப்படித்தான் பதில் சொல்வார்: "அங்கே சென்றடைந்தேன் என்பது மட்டுமே எனக்குத் தெரியும். எப்போது, எதற்கு, எப்படி என்றெல்லாம் கேட்டால்-பையா, பேசாமலிரு என்றல்லாமல் வேறென்ன சொல்வது!"

கோட்டயம் மாவட்டத்தில் வைக்கம் தாலுக்காவில் தலயோலப்பரம்பு எனும் கிராமத்தில் காயி அப்துர்ரஹ்மான் மற்றும் குஞ்ஞாச்சும்மா ஆகியோரின் மகனாகப் பிறந்த பஷீர், குழந்தைப் பருவம் முதலே சுற்றித் திரிவதை விரும்பியிருந்தார். அவன் மற்ற உடன் பிறந்தார்களிடமிருந்து வித்தியாசமாக இருந்தான் என்று சொன்னால் போதாது; மற்ற குழந்தைகளிடமிருந்தெல்லாம் வித்தியாசமாக இருந்தான். எந்த இடத்திலும் அடங்கியிருப்பதில்லை.

எப்போதும் எங்காவது போக வேண்டும்; ஏதாவது வேலைகளைச் செய்துகொண்டிருக்க வேண்டும் - அந்த ஆவல் அவனது பிறவிக் குணங்களில் ஒன்றாக இருந்தது.

முதலில் தன் கிராமத்தில் சுற்றித் திரிந்தான். வளர்ந்து வரும்தோறும் கிராமத்தின் எல்லைகளை மீறத் தொடங்கினான். அதற்கு ஏற்ற நண்பர்களும் கிடைத்துக்கொண்டிருந்தார்கள். நண்பர் கூட்டத்தில் பிராணிகளும் உட்படும். அவையும் அல்லாவின் படைப்புகள் அல்லவா. இந்த வகையில் கூட்டுச் சேர்வதிலும் அலைந்து திரிவதிலும் ஒரு சிக்கல் இருக்கிறது - முக்கியமாக செய்து முடிக்க வேண்டிய வேலைகளையும் செய்ய முடியாமற்போவது என்ற சிக்கல். அதோடு சேர்ந்து, வாப்பா கொடுக்கிற வேலைகளும் முடங்கிப் போகிறது. அதற்கு தண்டனை கிடைக்கும் என்பது உறுதி. 'குழந்தைகளை அடித்து வளர்க்க வேண்டும்' எனும் நம்பிக்கைதான் அக்காலத்தில் நிலவி வந்தது. பஷீரின் வாப்பாவும் அந்த நம்பிக்கையை செயற்படுத்தி வந்தார். தன் குழந்தைகளில் பஷீருக்குத்தான் அவர் நிறைய அடி கொடுத்தார். அடி வாங்குவதற்கான வாய்ப்புகளை உருவாக்குவதில் பஷீர் திறமையானவராகவும் இருந்தார். வாப்பா கொடுக்கின்ற வேலைகளைப் பொறுப்பாகச் செய்து முடிக்க அந்த பாலகனுக்கு முடியவில்லை. வேண்டுமென்றே அப்படிச் செய்யவில்லை. நண்பர்கள், சுற்றித் திரிவதற்காக அழைக்கும்போது வாப்பாவின் கட்டளை மறந்துபோகும். அப்படித்தான் இருந்தது சுபாவம்.

சுற்றித் திரிதலுக்கு, மானசீகமான ஒரு பக்கமும் இருந்தது. மிக வேகமாகப் பயணிப்பது மனதுதான் அல்லவா. அந்தப் பயணத்தில் தடைகள் ஏற்படுவது எனும் பிரச்சினையுமில்லை. அப்படித்தான் பஷீர், சுதந்திரப் போராட்டத்துடன் பிணைப்பு கொண்டார். அதைப் பற்றி பஷீர் எழுதுகிறார்:

"... உங்களில் பெரும்பாலானோர் பிறப்பதற்கு முன்பு, நமக்கெல்லாம் தாய் நாடான பாரதம் அடிமை நாடாக இருந்தது. மக்களெல்லாம் ஊர் ராஜாக்களின், கடலில் எங்கோ உள்ள தீவாகிய இங்கிலாந்தின் ராஜாவும் இந்தியாவின் சக்கரவர்த்தியுமான வெள்ளையர்களின் அடிமைகள். ஒருபோதும் சூரியன் அஸ்தமிக்காத மகா பேரரசின் உடைமையாளர்களான வெள்ளையர்களை பாரதத்திலிருந்து துரத்துக! இந்திய தேசியக் காங்கிரஸின் அழைப்பு, நான் பிறந்த ஊரான வைக்கம் தலயோலப்பரம்பிலும் எதிரொலித்தது. ஊர்ப்புறங்களில் போராட்டம் ஏற்படவில்லை. பிரிட்டனின் இந்திய அரசு நேரடியாக ஆள்கின்ற இடங்களில்தான் போராட்டம்..."

தேநீர்க் கடைகளிலும் தெருக்களிலும் பிற இடங்களிலும் மக்கள் - அவர்களில் பெரும்பாலானோர் எழுத்தறிவு அற்றவர்கள் - ஒருவருக்கொருவர் பேசிக்கொண்டிருந்தார்கள். செய்தித்தாள்களில் செய்திகள் வந்துகொண்டிருந்தன. அந்தச் செய்திகளின் பிறப்பிடமான போராட்டக் களங்களுக்கும் பஷீரின் சின்னஞ் சிறிய மனது பயணம் தொடர்ந்திருந்தது. அந்தக் களங்கள் பஷீரை ஈர்த்தன. அவற்றின் நாயக கதாபாத்திரமான அந்த மனிதர் - அரை நிர்வாணியாக, தியாகியாக, யாசகனைப்போல, மக்களுக்கிடையில் தேவதூதனைப்போல பயணித்திருந்த அந்த மனிதர் பஷீரை பிரத்தியேகமாக ஈர்த்தார். அந்த மனிதரை பஷீர் போற்றினார். அவருடைய உயிர்த் துடிப்பு பரவும் போராட்டக் களங்களில் பங்கு பெற பேராவல் கொண்டார் பஷீர். கற்பனையின் மூலம் அவற்றில் முன்பே பங்கு பெற்றிருந்தார். கடைசியில், கடவுளால் நிச்சயிக்கப்பட்ட அந்த சந்தர்ப்பம் வந்து சேர்ந்தது.

"... நான் வைக்கம் இங்கிலீஷ் ஹைஸ்கூலில் ஃபிப்த் பாரத்தில் (ஃபிப்த் பாரம் - இப்போதைய ஒன்பதாம் வகுப்பு) படிக்கும்போது (அதற்கு முன்பாக இருக்க வேண்டும், காந்திஜி வைக்கத்திற்கு வந்தார். நான் அவரைத் தொட்டேன்!)... ஒரு ரம்ஜான் மாதத்தின் அந்திப் பொழுதொன்றில் ஏதோ குற்றத்திற்காக என் வாப்பா என்னை இரண்டு மூன்று அடி அடித்தார். உம்மாவிடம் ஒரு குவளைத் தண்ணீர் வாங்கிக் குடித்துவிட்டு யாரிடமும் எதுவும் சொல்லாமல் நான் இரவில் வீடகன்றேன். வைக்கம் தலயோலப் பரம்பிலிருந்து மிக மிகவும் தூரத்திலுள்ள கோழிக்கோட்டை அடைந்தேன். இந்திய தேசிய காங்கிரஸில் சேர்ந்தேன். சுதந்திரப் போராட்டம் மிகத் தீவிரமடைந்திருந்த நேரம். பயங்கரமான வதைகள். ஆமுஸாகிப் என்றோ வேறேதோ பெயருடைய ஓர் அரசு ஊழியன், சொற்பொழிவு மேடையில் சுதந்திரப் போராளியும் தீவிர தேச பக்தருமான முகம்மது அப்துர்ரஹ்மான் ஸாஹிபின் கழுத்தில் இரண்டு லத்திகளை சேர்த்துப் பிடித்து நெரித்து மூர்ச்சையாக்கி வீழ்த்திக் கைது செய்தான். கோழிக்கோடு கடற்கரையில் உப்பு காய்ச்சி சட்டத்தை மீறுவதற்காக நான் யார் தலைமையில் சென்றேன் என்று நினைவில்லை. (மதிப்பிற்குரிய கே. கேளப்பன், ஹஸ்ஸன் கோயா மொல்லா, இ. அஹம்மது மௌலவி முதலிய மக்கள் தலைவர்கள் சிறையிலிருந்தார்கள்.) நான் போலீஸ்காரர்களிடம் அனேக அடியும் குத்தும் உதையும் துப்பாக்கிக் கட்டையால் குத்துக்களும் வாங்கினேன். கோழிக்கோட்டிலும் கண்ணூரிலும் சிறைத் தண்டனை முடிந்து வெளிவந்தபோது என் மனதிலிருந்த, காந்திஜியின் அகிம்சை சித்தாந்தம் புகைந்து ஆவியாகப் போய்விட்டது. ரத்தக் கடல் என் முன்னால்!"

அந்த அனுபவமும் பயணத்தின் பகுதியாயிருந்தது - அனுபவம் நம் பார்வையில் மாற்றத்தை ஏற்படுத்துகிறது. அதற்கேற்றபடி பஷீர் ஹிம்சை நோக்கிற்குத் திரும்பினார். "... தாய் நாட்டின் எல்லாக் குழந்தைகளின் பிணங்களையும் நான் கண்டேன். வெடிகுண்டு, பிச்சுவா, கைத்துப்பாக்கி ஆகியவற்றின் ஆதரவாளனாக மாறினேன். சர்தார் பகத்சிங், ராஜகுரு சுகதேவ் எனும் வீர சூர பராக்கிரமசாலிகளான, தீவிரவாத இயக்கக்காரர்களான சுதந்திரப் படை வீரர்களை, வைசிராயை நோக்கி வெடிகுண்டு எறிந்ததற்காகவோ வேறெதற்காகவோ தூக்கிலிட்டுக் கொன்ற செய்தியை கண்ணூர் சிறையில் நாங்கள் கேட்டபோது நான் வாழ்க்கையில் முதன்முறையாக பட்டினி கிடந்தேன். (பகத்சிங்கின், மற்றவர்களின் நினைவுக்காக நாங்கள் மூன்று நாட்கள் உண்ணாநோன்பு மேற்கொண்டோம்.) சிறையிலிருந்து விடுதலை பெற்று வீட்டுக்கு வந்தபோது வீடு மிக வறுமையிலிருந்தது. ஆனால், நான் ஒரு சிறிய பகத்சிங்காக இருந்தேன். அதே மீசை!"

வீட்டிற்குத் திரும்பி வந்தாலும் அங்கே தங்கத் தோன்றவில்லை. இலட்சிய உலகத்தின் அழைப்பு மனதில் சஞ்சலத்தை வளர்த்தது. அதைச் சகித்துக்கொள்ள முடியாதபோது வீட்டை விட்டுக் கிளம்பினார். அப்போது ஒரு உணர்ச்சியே மனதிலிருந்தது: "பாரதத்தின் விடுதலைக்கு எதிரானவர்களைக் கொல்ல வேண்டும்!"

அதே உணர்ச்சியுடையவர்கள் ஒன்று சேர்ந்தார்கள். "ஒரு தீவிரவாதக் குழு உருவங்கொண்டது. ஒரு பத்திரிகையும். தீப்பொறி பறக்கின்ற கட்டுரைகள். சிவப்பு எழுத்துகளாலான சுவரொட்டிகள். கொல்லப்பட வேண்டியவர்களின் பட்டியல்களை நாங்கள் தயாரித்தோம். யாரையும் கொல்லவில்லை. போலீஸ் பத்திரிகையைப் பறிமுதல் செய்தது. கைது ஆணை பிறப்பிக்கப்பட்டது. நான் இரவு ஏழெட்டு மைல் நடந்து ஒரு ரயில்வே ஸ்டேஷனிலிருந்து வண்டி ஏறினேன்."

அடிமை இந்தியா முழுவதையும் பார்ப்பது என்பதுதான் நோக்கம். முதலில் சென்றது பம்பாய் நகரத்திற்கு. அங்கிருந்து வேறு பல நகரங்களுக்கும் பயணம் செய்தார். ஏறத்தாழ பத்து வருடம்வரை அந்தப் பயணம் தொடர்ந்தது. அக்காலத்தில் எப்படி வாழ்ந்தார்? எங்கிருந்து பணம் கிடைத்தது? இந்தக் கேள்விகளுக்குத் தெளிவான பதில் இல்லை. நிறைய நிறைய அனுபவங்கள் ஏற்பட்டன. அதிலொன்றைக் குறித்துத்தான் தொடக்கத்தில் விவரிக்கப்பட்டிருக்கிறது.

2

வைக்கத்திலிருந்து கோட்டயத்திற்குப் போகிற வழியில் ஏழெட்டு கிலோ மீட்டர் பயணத்தில் நீங்கள் தலயோலப்பரம்பை அடைகிறீர்கள்.

அங்கு சாலைச் சந்திப்பின் பக்கங்களில் கட்டடங்கள். அவற்றில் கடைகளும் அலுவலகங்களும் பிறவும் செயல்படுகின்றன. இன்னும் கொஞ்சம் முன்னால் நடந்தால் தலயோலப்பரம்பு கடைத் தெருவைப் பார்க்கலாம். கடைத்தெரு அருகிலிருந்து இடது புறம் திரும்பினால், முற்றிலும் கிராமியமான சூழ்நிலையில் நீங்கள் பிரவேசித்துவிட்டிருக்கிறீர்கள். நிறைய தென்னை மரங்கள், பல வகையான மரங்கள், புதர்ச் செடிகள், படர்ந்தேறுகின்ற கொடிகள், செடிகள் - இவற்றின் பசுமை எவருக்கும் மனமுவக்கும் காட்சியாக அனுபவப்படும். அங்கே நதியுமுண்டு. அவ்வளவு அகலமொன்றுமில்லை. ஆயினும் நதிதான். மூவாற்றுப்புழா ஆற்றின் கிளை. அதில் வந்து கலக்கின்ற வாய்க்கால்கள் பலவற்றையும் பார்க்கலாம். இடையிடையே குளங்கள். ஒரு பகுதியில் வயலுமுண்டு. அமைதியாகப் பரவிப் பறக்கின்ற பறவைகள்.

சாலையின் - வழிகளின் பக்கங்களில் வீடுகள். இப்போது நிறைய வீடுகள் இருக்கின்றன. இந்துக்களும் முஸ்லிம்களும் கிறிஸ்தவர்களும் அங்கே ஒன்று சேர்ந்து வாழ்கிறார்கள்.

அந்தக் கிராமத்தில்தான் வைக்கம் முகம்மது பஷீர் பிறந்தார். முன்பு சொன்னதுபோல காயி அப்துர்ஹ்மான் - குஞ்ஞாச்சும்மா தம்பதியின் மூத்த புத்திரன். (ஆனும்மா, பாத்தும்மா ஆகியோர் சகோதரிகள்; அப்துல்காதர், ஹனீபா, அபுபக்கர் ஆகியோர் சகோதரர்கள்.)

எந்த வருடத்தில் பஷீர் பிறந்தார்? யாரும் அதைச் சரியாகப் பதிவு செய்யவில்லை. அவரது சகோதரியிடம் கேட்டபோது தெளிவான பதில் கிடைக்கவில்லை. 1908, 1909-ஆம் வருடங்களில் ஒன்றாக இருக்கலாம் என்று, அவர் சொன்ன பலவற்றிலிருந்து நான் ஊகித்துக் கொண்டேன். ஊகிக்கத்தான் முடியும்.

2002 மே 23-ஆம் தேதிதான் மூன்று நண்பர்களுடன் நான், பஷீர் பிறந்த ஊரைப் பார்த்தேன். சிறந்த இலக்கிய ரசிகரான பி.வி. விஜயன், பொறியாளர் பி.கே. பிரதாபச்சந்திரன் ஆகியோரும் நானும் எரணாகுளத்திலிருந்து புறப்பட்டோம். தலயோலப்பரம்பில் மற்றொரு நண்பர் எங்களுக்காகக் காத்திருந்தார். எஸ்.என்.டி.பி. அவைப் பொதுச் செயலாளரும் அரசியல் தலைவருமான (மறைந்த) கே.ஆர். நாராயணனின் மகன் சுகுணன். அவர்தான் எங்களை பஷீரின் வீட்டிற்கு அழைத்துச் சென்றார். பழைய குடும்ப வீடு இப்போது அங்கே இல்லை. புதிய வீடு கட்டி அபுபக்கரும் குடும்பத்தினரும் அங்கே வசிக்கிறார்கள். பஷீர் தொடர்பான பல விவரங்களையும் அவர் கூறினார். இடையே அவர் பொதுவான ஒரு விஷயத்தையும் சொன்னார்.

“பஷீரின் கதைகள் கற்பனைகள் அல்ல; எல்லாம் வாழ்க்கை அனுபவங்கள்தான்.”

அதே ரீதியில் பஷீர் எழுதியவற்றைப் பற்றி அப்போது நான் நினைத்துப் பார்த்தேன். “சுட்டெரிகிற கொஞ்சம் அனுபவங்களும் பேனாவும் அல்லாமல் வேறெதுவும் இருக்கவில்லை.” ஆனால் விண்முட்டும் கற்பனையும் தன் கைமுதலாய் இருந்தது என்பதையும் அவர் குறிப்பிட்டிருக்கிறார் (சுய சரிதைக் கதையான ‘இளம் பருவத் தோழி’யில்).

அபுபக்கர் அந்த விஷயத்தை மறுக்கவில்லை. அனைத்துக் கதைகளினுடையவும் அடிப்படை, அனுபவங்கள்தான் என்று அவர் சொல்வதில் பொருளுண்டு. (அனுபவங்களுக்கு எப்படி மாற்றம் ஏற்படும் என்று கடந்த அத்தியாயத்தில் நாம் பார்த்தோம் அல்லவா).

அங்கே, அந்த வீட்டின் திண்ணையில் அமர்ந்திருக்கும்போது, ஒப்பீட்டளவில் இளையவரான சுகுணனும் பஷீரைப் பற்றிச் சில விவரங்களைச் சொன்னார். சுகுணனின் பால பருவத்தில் அவர் நேரடியாகக் கண்ட காட்சிகள். எப்போதாவதுதான் பஷீர் ஊருக்கு வருவார். அவர் வந்திருக்கிறார் என்று தெரிந்ததும் சுகுணனும் நண்பர்களும் புகழ்பெற்ற அந்த எழுத்தாளரைப் பார்ப்பதற்காகச் செல்வார்கள். பெரும்பாலும் நதி நீரில் மிதந்துகொண்டிருக்கும் நிலையில்தான் அவர்கள் பஷீரை பார்ப்பார்கள். பஷீர் நீரில் மிதக்கும் காட்சியைப் பார்ப்பதற்குத்தான் அவர்கள் மிக விரும்பினார்கள். யோகப் பயிற்சியின் பகுதியாக மூச்சைக் கட்டுப்படுத்தவும் பயின்றிருந்ததால் நதியில் மிதக்கும் மரத் துண்டுபோலக் கிடப்பதற்கு பஷீரால் முடிந்தது. ‘மேஜிக்’ பார்க்கிற ஆர்வத்துடன் பிள்ளைகள் அந்தக் காட்சியைப் பார்த்து ரசித்து வந்தார்கள். அது ஒரு சுவையான காட்சியாக இருந்தது. வெள்ளைக்காரனைப்போன்ற நிறமுடைய ஒருவர் நதி நீரின் நீலப் பின்னணியில் அசைவற்று அப்படியே மிதக்கிறார்! பிள்ளைகள் பார்த்து ரசிக்கிறார்கள் என்பது பஷீருக்கும் சுவாரஸ்யமாக இருந்தது.

அப்படிப் பல விஷயங்களையும் கேட்டறிந்த பிறகு நாங்கள் பாத்தும்மாவின் வீட்டை அடைந்தோம். அங்கே பாத்தும்மாவும் அவர் மகளும் இருந்தார்கள். ‘பெரிய இக்காக்கா’*தான் தனக்கு எழுதவும் படிக்கவும் கற்றுக் கொடுத்தார் என்று பாத்தும்மா சொன்னார்.

---

* இக்காக்கா : பெரிய அண்ணன்

அப்போது அபுபக்கர் மற்றொரு உண்மையையும் நினைவுகூர்ந்தார். முஸ்லிம்களில் முதன்முதலாகப் பிள்ளைகளைப் பள்ளியில் சேர்த்தது வாப்பாதான். அப்துர்ரஹ்மான் (பஷீரின் அப்பா) உறுதியான மத நம்பிக்கையாளராக இருந்தாலும் நவீன வளர்ச்சியில் அக்கறை கொண்டவராகவும் இருந்தார். ஜாதிமதப் பாகுபாடு பார்க்காமல் சமூகத்தில் எல்லோருடனும் அன்புறவு கொண்டு வாழ்ந்திருந்தார். மக்கள் அவரை அன்புடனும் மரியாதையுடனுமே பார்த்தார்கள். அவர் ஒரு வியாபாரி.

பலவற்றையும் சொல்லிக்கொண்டிருக்கையில் பாத்தும்மா பஷீரின் பிறந்த வருடத்தைக் குறித்தும் குறிப்பிட்டார். தன்னைவிட இரண்டு வயது மூத்தவர்தான் 'பெரிய இக்காக்கா.' ஆனால் தான் எந்த வருடத்தில் பிறந்தோம் என்று நினைவில்லை. ஆயினும் தன் வயதைப் பற்றி சில விஷயங்கள் சொன்னார். அப்படிச் சொன்னதை வைத்துதான் பஷீரின் பிறந்த வருடம் எதுவென்று மேலே குறிப்பிட்டதுபோன்று நான் ஊகித்தேன்.

அவர் பிறந்தது மகரம் (தை மாதம்) எட்டாம் தேதி என்று நாம் நம்பிவருகிறோம். (இரண்டு மூன்று முறை அந்த நாளில் பஷீர் பிறந்த தின நிகழ்ச்சிகளில் நான் பங்கு பெற்றிருக்கிறேன்.) 'பிறந்த நாள்' எனும் கதையை அடிப்படையாக வைத்துத்தான் அந்த நாள் நிச்சயிக்கப்பட்டிருக்கிறது. கதையின் முதல் வாக்கியம் இதுதான்.

"மகரம் 8-ஆம் தேதி. இன்று என்னுடைய பிறந்த நாள்."

ஆனால், வயதைக் கணிப்பதில் அந்தக் கதை நமக்கு உதவி செய்யவில்லை.

"இன்று எனக்கு எத்தனை வயது இருக்கும்? கடந்த வருடத்தைவிட ஒன்று அதிகமாகியிருக்கிறது. கடந்த வருடத்தில்...? இருபத்தியாறு. அல்ல முப்பத்தி இரண்டு, அல்லது நாற்பத்தி ஏழோ?"

இந்த வகையில்தான் கதையில் உள்ளது.

நினைவுகளுக்கு அடிக்குறிப்பாக பஷீர் இப்படியும் எழுதியிருக்கிறார்.

"என் வயது எத்தனையென்று நினைவில்லை... என் அப்பா என் ஜாதகத்தை எழுதி வைத்திருந்தார். அப்பாவின் மரணத்திற்குப் பிறகு தம்பிகளில் ஒருவன் அதை எரித்து விட்டதாகவும் உம்மா சொல்லியிருக்கிறார். வைக்கம் தலயோலப்பரம்பில் உள்ள என் வீட்டினருகே வசிக்கிற ஜாக்கோபைட் குடும்பத்தைச் சேர்ந்த மத்தன் குஞ்சும் நானும் பிறந்தது ஒரு நாள் இடைவிட்டுத்தான் என்று உம்மா சொன்னது நினைவிருக்கிறது. மத்தன் குஞ்சின் பிறந்த தேதி சமீபத்தில் கிடைத்தது.

20.01.1908/1083 மகரம் ஏழாம் தேதி திங்கள் கிழமை.

“என்னுடையது ஒரு நாள் அந்தப் பக்கமோ இந்தப் பக்கமோ இருக்க வேண்டும்.”

டிசி புக்ஸின் திறப்பு விழாவின்போதுதான் கடைசியாக பஷீரைப் பார்த்தோம் என்று பாத்தும்மாவும் அபுவும் நினைவுகூர்ந்தார்கள். அப்போது அவர் உடல் ரீதியாகத் தளர்ந்துவிட்டிருந்தார். பல நோய்களின் பாதிப்பினால் பலவீனமாயிருந்தார். ஆயினும் தமாஷ் பேச உற்சாகம் காட்டினார். பொன்குன்னம் வர்க்கியைப் பார்த்த நிகழ்ச்சியைப் பற்றி அவர்கள் பிரத்தியேகமாக விவரித்தார்கள். வர்க்கியைப் பார்த்தவுடன் பஷீர் கேட்டார்:

“யாரடா?”

“இது நானடா.” பொன்குன்னம் வர்க்கி.

“நான் என்று சொன்னால் யாரடா?”

“உன் அப்பா.”

இருவரும் சிரித்தபடி பழைய நட்பைப் புதுப்பித்தார்கள். அருகிலிருந்தோரெல்லாம் இதை ரசித்ததோடு மட்டுமல்லாமல்; பழைய அன்புறவின் உறுதியையும் புரிந்துகொண்டார்கள்.

பாத்தும்மாவும் அபுபக்கரும் பஷீர் குறித்தான மற்ற அனேக விஷயங்களை விரிவாகச் சொன்னார்கள். அதில் தங்கள் குலப் பெருமையின் பழைய நிலை என்னவென்ற விவரணமும் இயல்பாக உட்பட்டிருந்தது. அதில் பலவற்றையும் பஷீரே பதிவு செய்திருக்கிறார்.

“நினைவின் அறைகள்” இங்கே நமக்கு உதவி செய்கிறது.

“என் வாப்பா பணக்காரராயிருந்தார். தவமாய்த் தவமிருந்து வெகுவான பிரார்த்தனைகளின் பலனாய் உண்டானவன் நான். கஷ்டங்களையும் துயரத்தையும் நான் அறிந்திருக்கவில்லை. எனக்கு உயர்ந்த கல்வி கொடுக்க வேண்டும் என்பதுதான் வாப்பாவின் ஆசை...”

உயர்ந்த படிப்பு படிக்காதிருந்ததற்கு வாப்பாவோ உம்மாவோ காரணமில்லை. பஷீர் தன் வழியே சென்றார் என்பதுதான் விஷயம். அப்படிச் சென்றதன் பயனாக அவர் மிகவும் துன்ப துயரங்களை அனுபவிக்க வேண்டி வந்தது. அந்தக் கஷ்டங்கள் மலையாள இலக்கியத்தின் நல்லதிர்ஷ்டமாக அமைந்தன.

தன் பூர்வீகத்தைப் பற்றி பஷீர் எளிமையாக விவரிப்பது இப்படித்தான்:

"வாப்பாவின் வாப்பா ஆறடி உயரமும் நெஞ்சை மூடும் வெண் தாடியும் ஏறத்தாழ சிவப்பு நிறமும் கொண்டு பக்திமானாகவும் பலவானாகவுமிருந்தார். கோபம் வரும்போது அவர் அரபியில் பேசினார். நதிக்கரையில் அனேக ஏக்கர் பரப்பளவுள்ள இடம். அது ஒரு தோட்டம்போலிருந்தது. வாப்பா நதியின் இக்கரைக்கு வந்து வசித்தார்."

அந்தத் தோப்பிலிருந்து பத்தாயிரத்திற்கும் அதிகமான தேங்காய் கிடைத்துக்கொண்டிருந்தது என்று பாத்தும்மாவும் அபுபக்கரும் நினைவுகூர்கிறார்கள். விவசாயத்திலிருந்து மற்ற பலவும் கிடைத்துக் கொண்டிருந்தது. நெல் விவசாயமும் இருந்தது. தவிர, வீட்டில் கோழி, ஆடு, பசு முதலியவற்றை வளர்ப்பதில் உம்மா மிகவும் திறமை பெற்றிருந்தார். அண்டைவாசிகளுடன் நட்புடன் பழகி வந்த உம்மா இயல்பில் நற்குணமுடையவராக இருந்தார். 'சக்காத்து' (தான தருமம்) கொடுப்பதில் எப்போதும் உற்சாகம் கொண்டிருந்த ஒரு நல்ல உம்மா.

உம்மாவழிப் பாரம்பரியத்தைப் பற்றி பஷீர் எழுதுகிறார்:

"உம்மாவின் குடும்பமும் மேன்மையுடையதாயிருந்தது. இஸ்லாம் மதத்தில் பற்றுறுதிகொண்ட நம்பிக்கையாளர்கள். என் உம்மாவின் உம்மாவினுடைய வாப்பா - எல்லாக் கடன்களையும் அடைத்து அனைவரிடமும் இறுதி விடைபெற்று ஹஜ் யாத்திரைக்குப் போனபோது, நான் இனி திரும்பி வரமாட்டேன், மக்காவில் கபாவின் பக்கத்தில் படுத்து இறப்பேன் என்று சொல்லி, ஹஜ் முடிந்து கபாவின் அருகிலேயே மரணமடைந்தார்."

இப்படிப்பட்ட ஒரு பாரம்பரியத்திலும் சூழ்நிலையிலும்தான் பஷீரும் ஐந்து உடன் பிறப்புகளும் வளர்ந்துவந்தார்கள்.

குழந்தைகள் என்ற நிலையில் அவர்கள் நிறைய விளையாடினார்கள். குறும்புகள் செய்தார்கள். ஒருவருக்கொருவர் இசைவுகொண்டிருந்தார்கள். பிணக்கம்கொள்ளவும் செய்தார்கள். பிணக்கம் எப்போதும், செயற்கையற்ற சகோதர அன்பின் லயத்தில்தான் முற்றுப் பெறும்.

பலவற்றிலும் நகைச்சுவையைப் பார்ப்பது என்பது அன்றே சுபாவமாக இருந்தது. 'பாத்தும்மாவின் ஆடு' என்ற நூலில் சில தமாஷ்களை சுவையாக விவரித்திருக்கிறார். உம்மாவுக்கும் வேலைக்காரி நங்ஙேலிக்கும் தெரியாமல் உணவுப் பொருட்களைத் திருடித் தின்ற காட்சிகளில் உள்ள நகைச்சுவை உணர்வு

யாருக்குத்தான் பிடிக்காது! தம்பி அப்துல்காதர் வழக்கமாக வாப்பாவின் அறைக்குச் சென்று நெய்யையும் சர்க்கரையையும் யாருக்கும் தெரியாமல் பீங்கான் கிண்ணத்திலிட்டு குழைத்துத் தின்பதும் கொழுத்துவருவதுமான காட்சி கண் முன்னால் காண்பதுபோல் நமக்குத் தோன்றும்! அப்துல் காதரைக் கையும் களவுமாகப் பிடிப்பதில் பஷீர் வெளிப்படுத்துவதும் நகைச்சுவை உணர்வுதான்.

வீட்டில் விளையாடும் விளையாட்டுகள் வாழ்க்கையின் சாதாரணமான ஒரு பக்கம் மட்டும்தான். வெளியேயும் பஷீருக்கு நிறைய நண்பர்கள் உண்டு. அவர்களுடன் சேர்ந்து மகிழ்ச்சிகரமான விளையாட்டுகளில் மூழ்குவதற்குக் கிடைக்கிற எந்த ஒரு வாய்ப்பையும் அவர் வீணாக்குவதில்லை. அத்தகைய பொழுதுபோக்குகளில் ஒன்றுதான், தூண்டிலிட்டு மீன் பிடிப்பது. கிடைக்கின்ற மீன்களை வீட்டில் கொடுத்துப் பாராட்டும் பெறுவார்! வள்ளத்தி, கரிமீன், காரி, முஷி முதலிய மீன்களைத் தூண்டிலிட்டுப் பிடித்ததைப் பற்றி பஷீர் சொல்வதை நான் பல முறை கேட்டிருக்கிறேன். விரால் மீனைப் பிடிப்பதில்தான் அவருக்கு மிகவும் ஆர்வம்.

மழைக் காலம் முடியும்போதான காலத்தில் விராலைப் பிடிப்பது சுலபமாக இருக்கும். ஓடையின் ஓரப் பகுதிகளையும் குளத்தின் ஓரப் பகுதிகளையும் கவனித்து நடந்தால் விரால் 'தடம் எடுத்து' தங்கியிருக்கும் இடங்களைக் காணலாம். விரால் முட்டையிடுகிற காலம் அதுதான். அப்போது இணைகள் ஒன்று சேர்ந்து ஏதாவது ஒரு இடத்தில் சேற்றை அகற்றி சுத்தப்படுத்துகின்றன. அங்கே ஏறத்தாழ வட்ட வடிவத்தில் வெண்ணிற மண் தோன்றுகிறது. அதைத்தான் தடம் எடுப்பது என்று சொல்வது.

அங்கே விரால் முட்டையிடுகிறது. கரு நிறப் புள்ளிகளைப்போல காணப்படுகின்ற முட்டைகள் விரைவில் பொரிகின்றன. அப்போது சிவப்பு நிறத்தில் அனேக குஞ்சுகள் மேலும் கீழும் செல்வதைப் பார்க்கலாம். விரால் வசித்தல் என்று அவற்றைப் பற்றிச் சொல்வார்கள். ('என் தாத்தாவுக்கு ஒரு யானை இருந்தது' எனும் கதையில் அந்த விவரணை உண்டு.) அந்த நேரத்தில் விரால் இணைகள் அவற்றிற்குக் காவலாக நிற்கும். மிகத் துணிச்சலுடன் நிற்கும். அதுதான் தூண்டிலில் சிக்க வைப்பதற்கு ஏற்ற நேரம்.

குளங்களையும் ஓடைகளையும் பரிசோதித்து, விரால் தடம் அமைத்த இடங்களைக் கண்டுபிடிப்பதில் பஷீர் நிபுணராயிருந்தார். விராலைக் குழம்பு வைத்தும் வறுத்தும் சாப்பிடுவதில் உள்ள சுவையை பஷீர் பிற்காலத்திலும் அசைபோட்டு வந்தார்! உம்மாவின்

சமையலில் அவற்றிற்கு ஏற்படுகிற சுவைக்கு இணையாக மற்றொன்று உலகத்தில் இல்லை எனும் அளவிற்கு எண்ணம் கொண்டிருந்தார் பஷீர்.

பஷீருக்கு, சும்மா போகிற பிராணிகளைப் பிடித்து விளையாட்டுப் பொருளாக்குகிற பழக்கம் இருந்தது. உதாரணமாக ஒரு சிறிய சம்பவத்தைச் சொல்லலாம். அது பஷீரின் வார்த்தைகளிலேயே அமையட்டும்.

"... நான் சொல்கிற இந்த நீர்நாகம் மிகவும் பாவமான ஜீவன். ஒரு இரண்டடி நீளம்தான் இருக்கும். கட்டை விரல் அளவு பருமன். ஏதாவது சிறிய மீன்கள் சென்றால் தலை நீட்டி வாய் பிளந்து டபார் என்று பிடிப்பதற்காக, ஓடையின் அல்லிப் பூவினருகே தலை நீட்டியபடி இருக்கிறது. அந்த அண்ணனின் பெயர் தண்ணீர்ப் பாம்பு. நான் ஒரு பச்சை ஈர்க்குக் குச்சி எடுத்து அதன் முனையில் ஒரு சுருக்கு உண்டாக்கினேன். பிறகு மெதுவாக... மிக மெதுவாக அதன் தலையில் மாட்டி கழுத்தில் வெடுக்கென்று ஒரு இழுப்பு! அதோ, நீர்நாகம் ஈர்க்கின் முனையில் தொங்குகிறது. அதை எடுத்துக்கொண்டு பக்கத்தில் உள்ள பல வீடுகளிலும் ஏறி இறங்கினேன். சம வயதுடைய, அதை விடக் குறைந்த வயதுடைய நிறைய சிஷ்யர்களையும் சிஷ்யைகளையும் சம்பாதித்தேன்..."

மதியம் பசி எடுத்தபோது அந்த 'நீர்நாகத்'துடன் பஷீர், ஒரு வீர நாயகனின் தோரணையில் தன் வீட்டிற்குச் சென்றார். வீட்டின் முன்புறத்துள்ள வராந்தாவில் ஒரு தட்டி மறைப்பு உண்டு. வராந்தாவிற்கு வந்த பஷீர் தட்டியின் இடையில் ஈர்க்குக் குச்சியை நுழைத்து நீர் நாகத்தைத் தொங்கவிட்டார். சாப்பாட்டுக்கு நேரமாகுமென்று அறிந்துகொண்டு உடனே பக்கத்து வீட்டுக்குச் சென்றார்.

அந்த நேரத்தில் வீட்டில் வாப்பா தொழுகைப் பாயை விரித்து மதியத் தொழுகைக்குத் தயாராகிக்கொண்டிருந்தார். அப்போதுதான் அவர் அந்தக் காட்சியைப் பார்த்தார் - நேராகக் கண் முன்னால் ஒரு தண்ணீர்ப் பாம்பு தொங்கித் துடித்துக்கொண்டிருக்கிறது. உடனே உம்மாவை அழைத்துக் கேட்டபோது வாப்பாவுக்கு விஷயம் புரிந்தது. உரத்த குரலில் வாப்பா 'அடேய்' என்று அழைத்தார். பஷீர் ஓடி வந்தார்.

"என்னடா இது?"

"நீர்நாகம்."

வாப்பா சிரித்தார்.

"கேட்டியாடீ, அப்பாவித் தண்ணீர்ப் பாம்புக்குட்டி ஒரு நீர்நாகமாம்!"

பஷீரிடம் வாப்பா கேட்டார்:

"இதை எதற்கடா நீ இங்கே கொண்டு வந்து வைத்தாய்?"

பஷீர் பேசவில்லை.

வாப்பா வழக்கமாக என்னை அடிக்கிற ஸ்பெஷல் பிரம்பால் என் தொடைகளில் கால் டஜன் அடி கொடுத்தார். நல்ல ஒண்ணாம் நம்பர் அடியொன்றுமல்ல, இடைப்பட்ட தரம். வாப்பா என்னை நீர்நாகத்தை எடுக்கச் செய்து ஓடைக்கு அருகே சென்றார். நான் சுருக்கை அவிழ்த்து அதை விடுவித்தேன். வாப்பா சொன்னார்:

'அல்லாஹுவின் படைப்புகளில் எதையும் காரணம் இல்லாமல் துன்புறுத்தக் கூடாது.'

அக்காலத்தில் இதுபோன்ற வீர சாகசங்கள் பலவற்றையும் செய்திருக்கிறேன். வாப்பாவின் அறிவுரைகளைக் கேட்ட பின்பும் அதை விட்டுவிடவில்லை. ஆயினும் 'அல்லாஹுவின் படைப்புகளில் எதையும் காரணம் இல்லாமல் துன்புறுத்தக் கூடாது' எனும் வார்த்தைகள் இதயத்தில் முத்திரையாகப் பதிந்தன.

ஆமாம், எல்லாமும் அல்லாஹுவின் படைப்புகள்தான். பஷீரின் நோக்கின் பிரகாச மையமாக அந்த நம்பிக்கை எப்போதும் விளங்கியது.

பஷீரும் கடவுளும்

நம்புவது என்பது ஒரு பிறவிக் குணம். பிரபஞ்சத்தில் அனைத்தையும் கடந்து நிலைநிற்கிற - அனைத்தையும் கட்டுப்படுத்துகிற - ஒரு சக்தி உண்டு என்ற நம்பிக்கை, பெரும்பான்மையான மனிதர்களில் பிறவிக் குணமாகவே கலந்திருக்கிறது. அந்த நம்பிக்கையை எந்த விதத்திலும் அங்கீகரிக்க முடியாத குண அமைப்புடன் பிறக்கின்றவர்களும் இல்லாமலில்லை. கொஞ்சம் பேர் மட்டும். இந்த இரண்டுக்குமிடையில் தான் சந்தேகம் கொண்டவர்களின், கடவுளைப் பற்றியோ சிருஷ்டியைப் பற்றியோ அறிதல் என்பது இயலாத ஒன்று எனும் கொள்கையுடையவர்களின் இடம். முதலாவது பிரிவைச் சேர்ந்தவர்கள் இரண்டு வாதங்களின் பேரிலும் சந்தேகத்தை வெளிப்படுத்துகிறார்கள். இரண்டாவது பிரிவினரோ, அறிந்துகொள்ள வழியில்லாத விஷயம் என்ற நிலையில் நம்பிக்கைக்கு எதிரே அலட்சியத்தைக் கொண்டிருக்கிறார்கள்.

இதில் பஷீரின் இடம் என்ன? அவரது கதைகளைப் படித்தவர் களுக்கு பதில் சொல்வது சிரமமாக இருக்காது. அவர் உறுதியான நம்பிக்கையாளர். நம்பிக்கையாளர் என்பதற்கு கொஞ்சம் விளக்கம் தேவையென்று நான் நினைக்கிறேன்.

நம்பிக்கைக்கு வடிவ வேறுபாடுகள் பல இருக்கின்றன. பெயரோ உருவமோ அற்ற சூட்சும ஒளியாக ஜகதீஸ்வரனைத் தரிசிக்கின்றவர் களின் எண்ணிக்கை மிகக் குறைவு. நம் புகார்களைக் கேட்கவும், பரிகாரங்கள் புரியவும் செய்கிற கடவுளைத்தான் - கடவுள்களைத்தான் - பெரும்பான்மையோர் போற்றுகிறார்கள். அந்த வழிபாடும் அதற்கு அடிப்படையான நம்பிக்கையும் அவர்களில் மனித நற்குணங்கள் வளர உதவ வேண்டுமென்பதில்லை. மற்றவர்களை ஏமாற்றுவதிலும் துன்புறுத்துவதிலும் எந்தத் தயக்கமும் இல்லாத எவ்வளவோ இறை நம்பிக்கையாளர்களை - பக்தர்களை - நாம் நம் கண் முன்னால் காண்கிறோம்! அவர்களை பஷீர் கேலியுடன்தான் பார்க்கிறார். உலகங்களைப் படைத்தவனும் காப்பவனுமாகிய கட்புலனாகாத சக்தியில்தான் அவருக்கு நம்பிக்கை. அந்த நம்பிக்கை அவரை மனிதர்களுடன்-மற்ற உயிர்களுடன் தொடர்புபடுத்தவும் செய்தது.

அல்லாஹுவின் சிருஷ்டிகளில் எதையும் காரணம் இல்லாமல் துன்புறுத்தக் கூடாது என்ற வாப்பாவின் அறிவுரையை உட்கொள்ள பஷீருக்கு அதிக நேரம் தேவைப்படவில்லை.

பிறப்பிலேயே பெற்ற அந்த நம்பிக்கையை முறைப்படுத்தியது குர்ஆன். எட்டு வயதானபோது நான் குர்ஆன் படித்து முடித்தேன் என்று பஷீரே பதிவு செய்திருக்கிறார். படித்ததின் பலனாக தான் தரிசித்த அல்லாஹுவை அவர் விவரித்திருப்பது இப்படித்தான்:

"இல்லாமையிலிருந்து... எப்பேர்ப்பட்ட ஜீவராசிகளையும்... எப்புறமும் ஆகாயத்தால் சுற்றப்பட்டு... இரவு பகல்களாக நம்மையும் கொண்டு சுற்றிக்கொண்டிருக்கின்ற இந்த பூகோளத்தையும்... நமது சூரியனையும் சந்திரனையும்... நமது சூரியனைவிட இரண்டாயிரத்து ஐநூறோ, இருபத்தி ஐயாயிரமோ மடங்கு பெரிதான பிரம்மாண்ட பயங்கரமான கோடானுகோடி சூரியன்கள், பூமியைவிடப் பெரிதான அனந்த கோடி கிரகங்கள், மனிதர்களைவிட அறிவும் சக்தியும் அழகுமுடைய உயிர்ச் சமூகங்கள்... அறியப்படுவதும் அறியப்படாதது மான எல்லா உலகங்களையும், மனிதனின் கற்பனைக்கும் அறிவுக்கும் பிடி கொடுக்காது திகைப்பூட்டுகிற அற்புத ரகசியமாக நிலைகொள்கிற அச்சமளிப்பதான எல்லையற்ற மகாபிரபஞ்சங்களையும் படைத்து... வாகனமான சூன்யத்தில் நிறுத்தியிருக்கிற... கற்பனைக்கெட்டாத... உருவமற்ற... மகா கருணையாளனான பிரபஞ்சத்தின் ஒளியான அல்லாஹுவை நான் நம்புகிறேன்."

இதென்ன இப்படி இருக்கிறது? மேற்சொன்ன பகுதியை வாசிக்கும் போது இப்படிப்பட்ட ஒரு கேள்வி பஷீரின் இலக்கியத்துடன் தொடர்புள்ள எவருக்கும் எழும். அந்தக் கதைகளின் மந்திர சக்தியுடைய எளிமை எங்கே? இந்த விவரணத்தின் சிக்கல் எங்கே? ஆனால், இங்கே பஷீர் கதையெழுதவில்லை. சிறிய விஷயங்களை விவரிக்கவில்லை. தன் அல்லாஹு தரிசனத்தை வெளிப்படுத்துகிறார் என்று அவர்கள் நினைவுகொள்ள வேண்டும். அப்போது இந்த விவரணத்தில் கலந்திருக்கிற நித்யப் பெருவியப்பை - பிரபஞ்சத்தைத் தொடர்புபடுத்துகிற நித்யப் பெருவியப்பை - இப்படியொரு பாணியில் அல்லாமல் வேறு வகையில் வெளிப்படுத்த முடியாது என்று அறியாமலிருக்க இயலாது. சிருஷ்டி கர்த்தாவான அல்லாஹுவை இந்த ரீதியில் அல்லாமல் வேறெப்படி விவரிக்க முடியும்? மேலும், இவ்வகையான புலனுணர்வுக்கு அப்பாற்பட்ட உண்மைகளை விவரிப்பதில் பஷீருக்கு ஒரு எல்லை உண்டு. அல்லாஹுவைப் பற்றி விவரிக்கும்போது, மொழியின் எல்லையை அறிந்துகொண்டு, குர்ஆன் படித்துக் காட்டுவதில் பஷீர் உற்சாகம்

கொண்டிருந்தார். புனித நூலை ஒரு முறை நண்பர்களிடம் படித்துக் காட்டியதைப் பற்றி அவர் நினைவுகூர்கிறார்:

"... நான் சொன்னேன்: குர்ஆனின் முதலாவது அத்தியாயத்தின் மலையாள மொழிபெயர்ப்பை படித்துக் காட்டுகிறேன். அழகான அரபி மொழி. விசால விசாலமான மணற்பரப்பு... அமைதி... நாதப் பிரம்மத்தின் எல்லையற்ற சுழற்சி. செவிகொண்டு கேட்க முடியாத முழக்கம். கவனியுங்கள், குர்ஆன்: எல்லாப் புகழும் இறைவனுக்கே. அனைத்துலகத்தையும் பராமரிப்பவன், அன்புடையவன், கருணைக் களஞ்சியம், கூலி கொடுக்கும் நாளின் தலைவன், உன்னை மட்டும் நாங்கள் வழிபடுகின்றோம், உன்னிடம் மட்டும் நாங்கள் உதவி தேடுகின்றோம்.

நீ எங்களை நேர் வழியில் செலுத்த வேண்டும். உன் அனுக்கிரகத்திற்குப் பாத்திரமானவர்களின் வழி. உன் கோபத்திற்குப் பாத்திரமானவர்களுடையது அல்ல. வழி தவறியவர்களுடையதும் அல்ல."

'நாதப் பிரம்மத்தின் எல்லையற்ற சுழற்சி' என்ற பிரயோகத்தைக் கவனிக்க வேண்டும். மற்றொரு இடத்தில் பஷீர் 'அகம் பிரம்மாஸ்மி' என்ற மகா வாக்கியத்தைக் குறிப்பிடுகிறார். கிறிஸ்து மத பிம்பங்களையும் அதற்கான புனிதத்துடன் நினைவுகூராமலில்லை.

தூய ஆத்திகத்தின் சுபாவம் இதுதான். எப்போதும் அந்த சுபாவத்திற்கு, வேற்று மதங்களின் ஆன்மிக நம்பிக்கைகளில் மேன்மையை தரிசிக்க முடிகிறது. பஷீரிடம் எப்போதும் அந்த தன்மை வெளிப்பட்டுக் கொண்டிருந்தது. சுற்றுப்புறத்திலுள்ள பிள்ளைகளோடும் அவர்களது வீட்டாரிடமும் அந்தச் சிறுவன் தொடர்பு கொண்டது மத நம்பிக்கையின் அடிப்படையில் அல்ல. வாப்பாவும் உம்மாவும் வேற்று மதத்தவர்களின் நம்பிக்கைகளை மதிப்பதற்கு அந்தச் சிறுவனுக்குக் கற்றுக் கொடுத்தார்கள். அக்காலத்தில் நடந்த ஒரு சம்பவம் இங்கே நினைவு வருகிறது.

ஈழவனான கிட்டனின் கதை அது. பஷீரின் மொழியிலேயே அந்தக் கதையைக் கேளுங்கள்:

"கிட்டன் ஈழவன். கிட்டச்சோகோன்* என்றுதான் மக்கள் அழைப்பார்கள். எனக்கு நினைவு தெரிந்த காலத்தில் கிட்டனின் வாயில் பற்கள் ஒன்றுமில்லை. வயது, எழுபதிற்கும் அதிகமாக இருக்கும். அந்த முதியவர் இரண்டு மகன்களுடனும் இரண்டு

* சோகோன் = சோகன் = சோவன்: ஈழவன்

மகள்களுடனும் அவர்களது பிள்ளைகளுடனும் இருபத்தைந்து சென்ட் இடத்தில் ஒரு சிறிய வீட்டில் வசிக்கிறார்.

"ஒரு பொதுவான பெரிய மனிதர் கிட்டன். சுற்று வட்டாரத்திலுள்ள முஸ்லிம் வீடுகளில் கல்யாணங்களுக்குப் பந்தலிடுவது, விருந்துகளுக்கு உதவுவது என மொத்தத்தில் எந்தத் தேவைக்கும் கிட்டன் இருப்பார். கிட்டனின் வீட்டுக்கு நேர் முன்னால் ஒரு எழுபது சென்ட் தென்னந் தோப்பு இருக்கிறது. அது என் உம்மாவின் வாப்பாவினுடையது. பங்கு பிரிக்கும்போது அது என் உம்மாவுக்குக் கிடைத்தது. அந்த நிலத்தின் மூலையில் ஒரு எட்டி மரம் உண்டு. எட்டி மரத்தைச் சுற்றிலும் கொவ்வைப் பழங்கள் விளைகின்ற காடு. எட்டி மரத்தின் கீழே கருங்கல்லில் செதுக்கிய பாம்பு மற்றும் சில விக்கிரகங்கள். மாதத்திற்கு ஒரு முறையோ, வாரத்திற்கு ஒரு முறையோ கிட்டன் அந்த எட்டி மரத்தடிக்குச் சென்று விக்கிரகங்களுக்குப் பக்கத்தில் விளக்கு வைத்து பூஜை செய்வார். இது வழக்கமானது.

அப்படியிருக்கும்போது ஒரு ஆள் வந்து எட்டி மரத்தை விலைக்குக் கேட்டார். உம்மா சொன்னார்கள்:

"அதை இப்போது விற்க வேண்டாம். கிட்டச்சோகோன் அந்த மரத்தடியில் பூஜை செய்வதுண்டு."

"உங்களுடைய இடம்தானே? மரமும் உங்களுடையதுதானே?"

"ஆமாம், ஆனாலும்... கிட்டச்சோகோனுக்கு என் வாப்பாவைவிட அதிக வயது."

"நீங்கள் பூஜையை நம்புகிறீர்களா?"

வாப்பா சொன்னார்:

"இல்லை. ஆனால், மற்றவர்களின் நம்பிக்கையை மதிக்க வேண்டும் என்று விதியிருக்கிறது."

"அதனால், அந்த எட்டி மரத்தை விற்கவில்லை. சிறிது காலத்திற்குப் பிறகு கிட்டன் இறந்தார். கிட்டனின் சவத்தை, தொலைவில் உள்ள கிட்டன் பிறந்த இடத்தில் இருக்கும் வீட்டிற்குக் கொண்டு சென்று தகனம் செய்தார்கள். பிறகு பூஜை நடந்ததா என்று யாரும் கவனிக்கவில்லை. ஒரு நாள் மாதவி (கிட்டனின் மனைவி) வந்து உம்மாவிடம் சொன்னார்கள்:

"சின்னம்மா, அந்த எட்டி மரத்தை ஏன் விற்கவில்லை? நல்ல விலை கிடைக்குமே?"

"அப்படியென்றால் அங்கே பூஜை செய்ய வேண்டாமா?"

"வேண்டாம் சின்னம்மா, கிட்டச்சோகோன் சாகக் கிடக்கும்போது எட்டி மரத்தடியில் உள்ளதையெல்லாம் எடுத்துவிடச் சொன்னார். நாங்கள் அதையெல்லாம் எடுத்து எங்களுடைய மாமரத்தடியில் வைத்துவிட்டோம். இறப்பதற்கு முன்பு கிட்டச்சோகோன் உங்களையெல்லாம் ஆசீர்வதித்தார்."

ஆமாம். கிட்டச்சோகோன் அந்த முஸ்லிம் குடும்பத்தை ஆசீர்வதித்துவிட்டுத்தான் சென்றார்; அந்தக் குடும்பத்திலிருந்து தனக்குக் கிடைத்த ஆசிகளை நினைவுகூர்ந்துகொண்டு. அப்படிக் கிடைத்த ஆசிகளில் சற்றும் முக்கியத்துவம் குன்றாத ஒன்றுதான் தன் நம்பிக்கையின் மீது காட்டிய மரியாதை. தூய நம்பிக்கையின் இயல்பு அதுதான். ஆசார அனுஷ்டானங்களின் வித்தியாசங்களை அது மீறுகிறது.

பிற்காலத்தில் பல முறை உரையாடல்களில் பஷீரிடம் இந்த இயல்பு வெளிப்படுவதைக் காண எனக்கு வாய்ப்புக் கிடைத்திருக்கிறது. ஒரு சமயம் காந்திஜியின் ஒரு பேச்சு உரையாடலின் பொருளாக அமைந்ததை நினைத்துப் பார்க்கிறேன். அதில் உள்ள கருத்து இதுதான். நான் ஒரு நல்ல இந்து. ஆகையால்தான் ஒரு நல்ல முஸ்லிமாகவும் ஒரு நல்ல கிறிஸ்தவனாகவும் ஒரு நல்ல பார்ஸியாகவும் ஆகிறேன். இந்தக் கருத்தில் சாரம் இல்லையென்றும், காந்திஜி ஒரு இந்து மட்டும்தான் என்றும் பி.கே. பாலகிருஷ்ணன் கருத்துக் கூறினார். அதற்குப் பக்க பலமாக சில உண்மைகளை அவர் நினைவுகூரவும் செய்தார். காந்திஜி சுடப்பட்டு இறந்தபோது ஜின்னா சொன்ன வார்த்தைகளில்தான் உண்மை இருக்கிறதென்றும் அவர் சொன்னார் (இந்துக்கள் ஒரு தலைவரை இழந்தார்கள், என்பதுதான் முகம்மதலி ஜின்னா சொன்னது). பி.கே. பாலகிருஷ்ணனின் இந்த இரண்டு அபிப்பிராயங்களுக்கும் எதிராக பஷீர் தீவிரமான முரண் பாட்டை வெளிப்படுத்தினார். எந்த 'நல்ல' மத நம்பிக்கையாளருக்கும் இதர மத நம்பிக்கைகளை மதிக்கத்தான் முடியும் என்று அவர் உறுதியாகச் சொன்னார். அத்துடன், காந்திஜி எல்லா இந்தியர்களின் தலைவராகவும் இருந்தார் என்ற உண்மையை ஜின்னா சாகிபு பார்க்காமல்போனது துக்ககரமானதென்று உணர்ச்சிப் பெருக்குடன் சொன்னார்.

இதனுடன் தொடர்புபடுத்தக்கூடிய இரண்டு சந்தர்ப்பங்களையும் இங்கே விவரிக்க வேண்டுமென்று தோன்றுகிறது. பஷீரின் 'ன்றுப்புப்பாக்கொரானேன்டார்னு' (என் தாத்தாவுக்கு ஒரு யானை இருந்தது) எனும் நூலை கல்லூரியில் புகுமுக வகுப்புக்குப் பாடநூலாக வைக்க வேண்டும் என்று நாங்கள் இரண்டு மூன்று பேர் சேர்ந்து குற்றிப்புழா கிருஷ்ணப்பிள்ளையிடம் சொன்னோம். (அவர் கல்விக் குழு உறுப்பினர்). ஆனால், பாடநூல்களைத்

தேர்ந்தெடுத்தபோது அவற்றில் பஷீரின் புத்தகத்திற்கு இடம் கிடைக்கவில்லை. அன்றைய மாலை நேரச் சபையில் அந்த விஷயம் பேச்சுப் பொருளானது.

ஒருவர் சொன்னார்:

"அதை எப்படிப் பாடநூலாக்குவது? புத்தகம் எழுதியது முஸ்லிம். அது முஸ்லிம் வாழ்க்கையைக் குறித்த ஒரு புத்தகம். இந்துக்கள் இருக்கின்ற ஒரு கமிட்டி அதைப் பாடநூலாக்குமா?"

இன்னொருவர் சொன்னார்:

"குற்றிப்புழா சார் கமிட்டி உறுப்பினர்தானே? அவர் மத துவேஷம் இல்லாதவர்தானே?"

"யாரைப் பற்றியும் அப்படி உறுதியாகச் சொல்ல முடியாது. குற்றிப்புழாவும் ஒரு இந்துதானே?"

மௌனமாயிருந்த பஷீருக்கு அந்த அபிப்பிராயம் கொஞ்சம்கூடப் பிடிக்கவில்லை. 'குற்றிப்புழா ஒரு பகுத்தறிவாளர் என்ற விஷயத்தை நீங்கள் மறந்துவிட்டீர்களா?' என்று அவர் கேட்டார். மத நம்பிக்கைக்கு எதிரானவர் அவர். அதனால் அவரை இந்து என்று குறிப்பிடுவது தவறு. இந்த வகையில்தான் பஷீர் அன்று பேசினார். குற்றிப்புழாவின் மீது வெறுப்பு ஏற்படக்கூடிய ஒரு சூழ்நிலையில்தான் பஷீர் இப்படிப் பேசினார் என்பது குறிப்பிடத்தக்கது. 'சப்தங்கள்' (குரல்கள்) என்னும் நூலைக் குறித்து குற்றிப்புழா எதிரான ஒரு விமர்சனத்தை முன்பே எழுதியிருந்தார்.

'என் தாத்தாவுக்கு ஒரு யானை இருந்தது' என்ற நூலை பாடப் புத்தகத் தேர்வுக் குழு எதனால் அங்கீகரிக்கவில்லை? அது தொடர்பான உண்மை விரைவிலேயே வெளிப்பட்டது. அந்தப் புத்தகத்தில் 'அநாகரிகமான' வார்த்தைப் பிரயோகங்கள் உண்டு என்று, குழுவின் முக்கிய உறுப்பினர்கள் குற்றம் சாட்டினார்கள். பரிசுத்தமான வகுப்பறையில் 'கக்கூஸ்' என்ற வார்த்தை, உச்சரிக்கத் தகுந்ததா? அவர்கள் தார்மீகக் கோபத்துடன் கேட்டார்கள். அந்தக் கேள்வியின் முன்னால் மற்ற உறுப்பினர்கள் எல்லாம் சோர்ந்துபோய்விட்டார்கள். அவர்களில் குற்றிப்புழாவும் இருந்தார், அவ்வளவுதான்.

விரைவிலேயே இதே நூல் மீண்டும் விவாதப் பொருளானது. அது, கேரளத்தின் முதலாவது மந்திரி சபையின் காலத்தில் நடந்தது. அன்று கல்வி மந்திரியாக இருந்தவர் முண்டசேரி மாஸ்டர்தான் என்பது நினைவிருக்கிறதல்லவா. கலாசாரம், கௌரவம்

முதலானவற்றைக் குறித்து அவருக்கு வேறொரு பார்வையிருந்தது. அதன்படி 'என் தாத்தாவுக்கு ஒரு யானை இருந்தது' நூலைப் பள்ளியில் பாடப் புத்தகமாக வைக்க அவர் கட்டளையிட்டார். அதிலுள்ள சித்திரிப்புகளின் வசீகரம், மொழியின் எளிமை, இலட்சிய ஒளி முதலானவை சிறாரின் மன விகாசத்தைத் தூண்டும் என்பதுதான் அவரது கருத்து. (பிற்காலத்தில் அவர் தன் ஆலோசனையை மீண்டும் மீண்டும் சொல்லி வந்தார்.)

ஆனால், பாடநூலாக ஆனபோது எதிர்க்கட்சி, அந்தக் கதைக்கு எதிராக கடும் பிரச்சாரம் செய்ய சற்றும் தயங்கவில்லை. புத்தகத்தில் கம்யூனிசம்தான் இருக்கிறது என்று அவர்கள் குற்றம் சாட்டினார்கள். எதிர்க் கட்சியைச் சேர்ந்தவர்கள் மாநிலமெங்கும் அலைந்து, அது அநாகரிகமான பகுதிகளும் ஒழுக்கக் கேடும் உடைய நூலென்று உரையாற்றினார்கள். சட்ட சபையிலும் அந்தக் குற்றச்சாட்டுகள் எழுந்தன. இப்படி கலாசாரத்தைக் கெடுக்கிற ஒரு நூலையா 'நம் பிஞ்சுக் குழந்தைகளுக்கு' சொல்லிக் கொடுக்க வேண்டும்? இந்தக் கேள்வியை அவர்கள் இயன்றவரை உரத்த குரலில் எழுப்பினார்கள். அந்தக் களேபரங்களுக்கு பத்திரிகைகளும் முக்கியத்துவம் கொடுத்தன.

இவையெல்லாமும் பஷீரையும் தீண்டடத்தான் செய்தன. அவருடைய இயல்பு, வெறுப்புடன் விமர்சனங்களை நேரிடுவதல்ல. அவர் அந்தக் கட்டத்தில் பெரிய கலக்கத்தை அனுபவித்துக் கொண்டிருந்தார். நாள்தோறும் அவரைச் சந்தித்த நண்பர்களிடம், அந்த வருத்தத்தைப் பகிர்ந்துகொண்டார். அப்படி ஒரு சந்தர்ப்பம் என் மனதில் மறையாமல் மிச்சமிருக்கிறது.

அந்த சந்தர்ப்பம், ஒரு நல்ல புத்தகத்தைப் பற்றி மனிதர்கள், அடிப்படையற்ற குற்றச்சாட்டுகளை எழுப்ப முற்பட்டது ஏன் என்ற கேள்வியை முன்வைத்த ஒரு தர்க்கமாக விரிவடைந்தது. முண்டச்சேரியின் மீதுள்ள பகைமைதான் காரணம் என்று சிலர் சொன்னார்கள். அது அல்ல, பஷீர் மீது பகைமையுள்ள யாரோ ஏற்றிவிடுகிற சச்சரவுதான் இது என்று மற்ற சிலர் கூறினார்கள். இந்தப் பிரச்சினைகளுக்குப் பின்னால் கம்யூனிஸ விரோதம்தான் உள்ளது என்றும் ஒருவர் சொன்னார்.-இவையொன்றும் உண்மையான காரணங்கள் இல்லை. முஸ்லிம் வாழ்க்கையைப் பற்றி ஒரு முஸ்லிம் எழுதிய புத்தகமானதால்தான் இவ்வளவு அதிகமான கூச்சல் களேபரங்கள் ஏற்பட்டன-இப்படி உறுதியாக இருவர் சொன்னார்கள். அதை பஷீர் எதிர்த்தார். இந்த ஆர்ப்பாட்டங்களுக்கு, மத உணர்ச்சியுடனோ மத நம்பிக்கையுடனோ எந்தத் தொடர்பும் இல்லை என்று அவர் சொன்னார். பிறகு ஒரு விளக்கம் கொடுத்தார். நான் எழுதிய ஒரு விவரணத்தின் தலைப்பு 'ஒரு பகவத் கீதையும்

சில முலைகளும்' என்று தெரியாதா? அவர் கேட்டார் (அதை நூலாக்குவது 1967-இல்தான்) ஒரு முஸ்லிம் இப்படியொரு தலைப்புக் கொடுத்தால், இந்துக்களின் மத உணர்ச்சி கொந்தளிக்கத்தானே வேண்டும்? அப்படியொன்றும் ஏற்படவில்லையே. இந்துக்களும் அதைப் படித்து ரசிக்கத்தானே செய்தார்கள்! அப்படியெனில், இந்தப் புத்தகத்திற்கு இந்து உணர்ச்சிதான் இவ்வளவு அதிகமான எதிர்ப்புக் காட்டியது என்று சொல்வதில் அர்த்தமில்லை. எதிர்க் கட்சியிலுள்ள அரசியல்வாதிகள் அரசைத் தாக்குவதற்கு பலவற்றையும் ஆயுதங்களாகப் பயன்படுத்துவார்கள். அதற்கொரு உதாரணம்தான் இது என்று பார்த்தால் போதும். பஷீரின் வாதம் இதுதான். எடுத்த எதிலும் மத துவேஷத்தைப் பார்ப்பது என்ற பலவீனம் அவருடைய குண இயல்பில் இல்லை. இந்தப் பலவீனத்திற்கு, எந்த ஒரு உண்மையான மத நம்பிக்கையாளனிடத்திலும் இடம் இருக்காது.

இதனுடன் வேறொரு உண்மையையும் சேர்த்துப் பார்க்க வேண்டும். ஆசார அனுஷ்டானங்களுக்கு தேவைக்கதிகமான முக்கியத்துவம் தர பஷீர் ஒருபோதும் தயாராயில்லை. காலாவதியாகிப்போன ஆசாரங்களுக்கு எதிராக அவர் எப்போதும் வாதிட்டுவந்தார். அவரது பல கதைகளிலும் ஆசாரங்களைச் சீரமைக்கும் வாதம் அடங்கியிருக்கிறது. நல்ல பாணியில் தலைமுடி வளர்த்ததால் கொஞ்சம் காலம் அவருக்குப் பள்ளி வாசலில் அனுமதி மறுக்கப்பட்டது. தூய நம்பிக்கை, ஆசார அனுஷ்டானங்களுக்கு மிகவும் முக்கியத்துவம் கொடுப்பதில்லை.

மனங்களை மாற்றியமைத்த அந்தக் காலம்

அது சலனங்கள் நிறைந்த ஒரு காலகட்டமாயிருந்தது. பெரும்பாலும் ஆரோக்கியகரமான சலனங்கள். அக்காலத்தில் பொதுவாழ்க்கையில் - சமூகத்தில் நீதிக்கேற்ற மாற்றங்களை ஏற்படுத்த வேண்டும் என்ற லட்சியத்துடன் பலவிதமான செயல்பாடுகள் நடந்துகொண்டிருந்தன. காலாவதியாகிப்போன ஆசாரங்களைத் திருத்தியமைக்க வேண்டும் எனும் வாதம் பல சமுதாயங்களிலிருந்து எழுந்தது. அதன் பகுதியாக முஸ்லிம் சமுதாயத்திலும் சீரமைப்பு வாதம் பரவியது. மத நம்பிக்கைக்கு பிரச்சினை எதுவும் ஏற்படவில்லை. நம்பிக்கைக்கு கேடு ஏற்படாத ரீதியில், பழக்க வழக்கம் - உடையணிவது முதலானவற்றில் மட்டுமே புதுப்பித்தல். அதில் தனி நபர் சுதந்திரத்திற்கு அதிக முக்கியத்துவம் கொடுக்கப்பட்டது.

முஸ்லிம் சமுதாயத்தின் இந்த இயக்கத்திற்கு (திருவிதாங்கூரில்) தலைமை தாங்கியது, வக்கம் அப்துல் காதர் மௌலவி அவர்கள். மிகவும் வலிமை படைத்த அவர் இரண்டு சங்கங்களைத் தோற்றுவித்தார். ஒரு சங்கத்தின் பெயர் 'இஸ்லாம் தர்ம பரிபாலன சங்கம்' என்பது. இன்னொன்று 'ஜமா அத்துல் இர்ஷாத்.'

செல்வச் செழிப்பான குடும்பத்தில் பிறந்த வக்கம் மௌலவி மலையாளம், அரபி, பெர்ஷியன், சமஸ்கிருதம் முதலான பல மொழிகளில் திறமை பெற்றிருந்தார். சீரிய பண்புடைய அவர் பல சமுதாயங்களின் தலைவர்களுடன் உயிர்ப்பான தோழமை கொண்டிருந்தார். மத தத்துவங்களைப் பற்றி வாதம் புரிவதில் அவருக்குப் பிரத்தியேக ஆர்வம் இருந்தது. (ஸ்ரீ நாராயண குருவுடன் அவர் நிரந்தர நட்பு கொண்டிருந்தார்) இந்து மதப் பண்டிதர்களையும் கிறிஸ்தவ மதப் பண்டிதர்களையும் இஸ்லாம் மதப் பண்டிதர்களையும் தன் வீட்டுக்கு அழைத்து மத விவாதங்கள் நடத்துவதில் அக்கறை கொண்டிருந்தார். அவற்றில் அவரும் ஊக்கத்துடன் பங்கு பெற்றார். மக்களின் பொது நன்மைக்காக மத வேறுபாடுகளுக்கு அப்பாற்பட்டு செயல்புரிவது எனும் லட்சியத்திற்குத்தான் அவர் முக்கியத்துவம் கொடுத்தார்.

அப்படியொரு பொது நோக்கமுள்ள காரணத்தால் அவர் பத்திரிகைத் துறைக்குத் திரும்பினார். அவரை உரிமையாளராகக் கொண்டுதான் 'ஸ்வதேசாபிமானி' (தேசபக்தன்) என்ற பத்திரிகை நடந்தது. (சி.பி. கோவிந்தப்பிள்ளையை ஆசிரியராகக் கொண்டு 1903-இல் அது தொடங்கியது. அச்சமற்ற கே. ராமகிருஷ்ணப்பிள்ளையை ஆசிரியராக்குவதற்கான தைரியத்தை அவர் வெளிப்படுத்தினார். ஆனால், திவானை கடுமையாக விமர்சித்ததன் பேரில் திருவிதாங்கூர் அரசு கே. ராமகிருஷ்ணப்பிள்ளையை 1911 செப்டம்பரில் நாடு கடத்தியது. தேசபக்தன் பத்திரிகையைத் தடை செய்தது. அச்சகத்தைப் பறிமுதல் செய்தது. (வக்கம் மௌலவி இங்கிலாந்திலிருந்து நேரடியாக வாங்கிய அச்சு இயந்திரம் அது.) வக்கம் மௌலவி எதிர்கொள்ள நேர்ந்த சிரமங்களும் இழப்புகளும் கொஞ்சமல்ல. ஆனால், அவர் தளரவில்லை. தன் செயல்பாட்டில் நிலையான உறுதியுடன் முன்னேறிக்கொண்டிருந்தார்.

பொதுவாக நாட்டுக்கும், குறிப்பாக முஸ்லிம் சமுதாயத்துக்கும் வக்கம் மௌலவியின் செயல்பாடுகளால் நிறைய லாபங்கள் ஏற்பட்டன. கேரள முஸ்லிம் தகவல் களஞ்சியத்தில் உள்ள இந்த வாக்கியத்தைக் கவனியுங்கள்:

"மௌலவி சாகிப் தொடங்கிய 'முஸ்லிம்' மாத இதழும், 'அல் இஸ்லாம்' என்னும் அரபி - மலையாளம் மாத இதழும் சமுதாயத்தின் நாவுகளாக நிலைகொண்டன. சமுதாயம் பிரத்தியேகமாக பெற வேண்டிய நலன்களுக்காக அவை நடைமுறைப்படுத்திய போராட்டம் பிற்காலத்தில் பயனளித்தது."

அந்தக் காலகட்டச் சூழ்நிலையில் மாற்றத்தின் சலனம் இருந்தது. வளர்ந்துவரும் மனங்களை அது பாதிக்கவும் செய்தது. மனித உரிமைகள், குடிமக்கள் சுதந்திரம் முதலான தேவைகள் அன்று தெளிவற்ற விதத்திலேனும் இளைஞர்களிடம் பதியாமல் இல்லை. பஷீர் பாலகனாக இருக்கும்போது அவரிடத்திலும் அந்த பாதிப்பு செயல்பட்டது.

வைக்கத்திலோ, புகழ்பெற்ற வைக்கம் சத்தியாகிரகத்தை நோக்கி காரியங்கள் சென்றுகொண்டிருந்தன. அதற்கு முன்பு சட்ட சபை புதுப்பித்தலுக்காக சிறிய கிளர்ச்சிகள் நடந்தன. அதில் திருவிதாங்கூர் மகாராஜா விசால மனமுடைய அணுகுமுறையையே கொண்டிருந்தார். அதன் பயனாகத்தான் 1922-ல் திருவிதாங்கூர் சட்டசபை, தேர்ந்தெடுக்கப்பட்டவர்களுக்குப் பெரும்பான்மையுள்ள ஒரு மக்கள் பிரதிநிதி சபையாக மாறியது. (மொத்த உறுப்பினர்கள் ஐம்பது பேர். அவர்களில் இருபத்தெட்டு பேர் தேர்ந்தெடுக்கப்பட்டவர்கள்). பயணச்

சுதந்திரத்திற்கான போராட்டம் வேறொரு வழியில் தொடங்கியது. அவ்வரங்கில் தலைமையேற்ற டி.கே. மாதவன், சாட்சாத் காந்தியையே நேரில் பார்த்து விஷயங்களை எடுத்துச் சொன்னார். அதன் தொடர்ச்சியாக அவர் 1923-இல் கோகனதா காங்கிரஸில் பங்கு பெற்றார். அவர் அந்த சம்மேளனத்தில் ஆற்றிய சிறப்பான உரையில், தாழ்த்தப்பட்டவர்கள் பிரயாண சுதந்திரம் பெறுவதற்கான பிரயத்தனத்திற்கு காங்கிரஸினுடையவும் காந்திஜியினுடையவும் பக்க பலம் இருக்க வேண்டுமென்று கேட்டுக்கொண்டார். அங்கேயே காந்திஜி அவருக்கு ஆசியளித்தார். காங்கிரசின் ஆதரவு உண்டென்று உறுதியளித்தார். திரும்பக் கேரளத்திற்கு வந்த டி.கே. மாதவன் வைக்கம் சத்தியாக்கிரகத்தில் முக்கிய அமைப்பாளராக மாறினார். 1924-25 காலத்தில்தான் சத்தியாக்கிரகம் நடந்தது. இந்தியாவின் முழுக் கவனமும் அதில் பதிந்தது. 1925-ஆம் ஆண்டு மார்ச் மாதம் காந்திஜி நேரடியாக வைக்கத்திற்கு வந்தார். அந்த வருகை மக்களிடம் ஏற்படுத்திய எழுச்சி, விவரணைக்கு அப்பாற்பட்டது. படைத் தலைவனின், தியாகப் பெருமகனின் ஒளிவட்டமுடைய காந்திஜியின் ஆளுமை, வசிய சக்தியுடையதாயிருந்தது.

எழுப்பப்பட்ட இந்த சலனங்கள், வைக்கத்தின் சூழ்நிலையிலும் விழிக்கின்ற கட்டத்தில், பஷீர் அங்குள்ள அரசுப் பள்ளியில் மாணவர். ஏறத்தாழ பதினாறு வயது. அதற்கு முன்பாகவே சுதந்திரப் போராட்டத்தின் மீது உணர்ச்சிகரமான ஈடுபாடு கொள்ளத் தொடங்கியிருந்தார். அதற்குள் இந்தியாவில் அந்தப் போராட்டத்திற்கு மக்கள் தன்மை கைவந்திருந்தது. பத்திரிகைகளில் அதைப் பற்றி செய்திகள் இல்லாத நாட்கள் குறைவாக இருந்தன.

மற்ற பிள்ளைகளோடு விளையாட்டுகளிலும் பொழுது போக்குகளிலும் கலந்துகொள்வதில் பஷீர் முன்னால் இருந்தார். பள்ளியில் எப்போதும் உடல்ரீதியான விளையாட்டுகளில் பங்கெடுத்திருந்தார். விளையாட்டில் ஈடுபட்டுவிட்டால் பஷீர், சிரிப்பதற்கான வாய்ப்பை வேண்டுமளவு ஏற்படுத்தித் தருவார் - என்று ஒரு பள்ளித் தோழர் நினைவுகூர்கிறார். எவ்வளவு நேரம் விளையாடினாலும் களைப்படைவதில்லை. கால் பந்தாட்டத்திலும், பூப்பந்தாட்டத்திலும்தான் (பாட்மின்ட்டன்) அதிக ஈடுபாடு. பஷீருக்கு மிகவும் விருப்பமான விளையாட்டு பூப்பந்தாட்டம்தான். விளையாட்டெல்லாம் முடிந்து அவ்வளவு தூரம் நடந்து வீட்டை அடைந்த பிறகு, உம்மாவிடம் சென்று வயிற்றை நிறைத்துக் கொள்வதுதான் முதல் சடங்கு. உடனேயே மீண்டும் வெளியே புறப்பட்டுவிடுவார். நவீன பாணியில் சொன்னால் ‘அவசரமான நிகழ்ச்சிகள்’தான். ஆனால் இதற்கிடையிலும் வாசிப்பதற்கு நேரம்

கண்டுபிடித்திருந்தார். பாடப் புத்தகங்களை அல்ல, கதைகளையும் பத்திரிகைகளையும்தான் அதிகமாக வாசித்துவந்தார். கதைகள் கற்பனை உலகத்தை ஒளிரச் செய்தன. பத்திரிகைகள் நடப்புகால சம்பவங்களில்-சுதந்திரப் போராட்டத்தில்-அக்கறையை வளர்த்தன. அந்தப் பிராயத்தின் லட்சிய உணர்வுக்கு ஏற்ற வகையில், அகிம்சையையும், சத்தியாக்கிரகத்தையும் முன்மாதிரியான போராட்ட வழியாகப் பார்த்தார். பஷீர், காந்திஜியின் பக்தராக ஆனது இயல்புதான். அந்த இதயம், காந்திஜியின் தலைமையிலான போராட்டங்களில் பங்குகொள்ள பேராவல் கொண்டது.

காந்திஜியைப் பார்ப்பதற்காக வந்து குழுமிய பல்லாயிரக்கணக்கான மக்களில் பஷீர் முன்னாலிருந்தார். தான் வணங்கிவந்த தலைவரை நேரில் பார்த்தார். 'நான் காந்திஜியைத் தொட்டேன்' என்று பஷீர் எழுதியிருக்கிறார். அதில், 'தொட்டேன்' என்ற வார்த்தையில் போற்றுதல் பாவம் ததும்புகிறது.

வைக்கம் சத்தியாகிரகத்தில் பஷீர் ஆர்வம் கொண்டிருந்தார். அதன் பின்னால், தாழ்த்தப்பட்டவர்களின் உரிமைப் போராட்டங்களுக் கான அனுதாபம் இருந்தது. முஸ்லிம் சமுதாயம் மொத்தமும் அந்த அனுதாபத்தைக் கொண்டிருந்தது. பிற்காலத்தில் ஒத்துழையாமை இயக்கத்தில் ஈழவ-கிறிஸ்தவ சமுதாயங்களுடன் முஸ்லிம் சமுதாயமும் இருந்ததல்லவா.

விஷயங்கள் இந்த வகையில் சென்றுகொண்டிருக்கும்போதுதான் அந்தச் சிறிய சம்பவம் நடந்தது.

ஒரு வேலையைச் செய்வதற்காக வாப்பா பஷீரை வயலுக்கு அனுப்பினார். பஷீர் அந்த வேலையைச் செய்வதற்காக வீட்டிலிருந்து புறப்பட்டார். ஆனால், வழியில் இரண்டு நண்பர்களைச் சந்தித்துவிட்டார். அவர்கள் நின்று, புதிய ஒரு விளையாட்டைத் திட்டமிட்டார்கள். அது பஷீரைக் கவர்ந்தது. வாப்பா கொடுத்த வேலையைப் பற்றி நினைத்துப்பார்க்கவே இல்லை. நண்பர்களுடன் சேர்ந்து விளையாட்டுகளில் மூழ்கினார். எல்லாம் முடிந்தபோது, வாப்பா கொடுத்த வேலையைச் செய்வதற்கான நேரம் கடந்திருந்தது. நேராக வீட்டுக்குத் திரும்பினார். வாப்பாவிடமிருந்து நல்ல 'பூசை' கிடைத்தது. அடி வாங்கிய அதே வேகத்தில் வீட்டிலிருந்து புறப்பட்டுவிட்டார். அதன் பின்னுள்ள தூண்டுதலாக, சுதந்திரப் போராட்டத்தில் சத்தியாக்கிரகியாகப் பங்கு பெற வேண்டும் என்ற ஆவேசமும் இருந்தது.

அதை 'ஆவேச'மென்றுதான் சொல்ல வேண்டும். இளமையில் காலூன்றுகிற சந்தர்ப்பத்தில் பல இளைஞர்களிடமும் தெளிவற்ற

ஒரு இலட்சிய உணர்வு விழித்தெழுவது உண்டல்லவா. நிகழ்கால சூழ்நிலைகளை அனுசரித்து ஏதாவதொரு இயக்கத்தோடு அது சாயவும் செய்யும். அந்த இயக்கத்திற்காகத் தன்னையே சமர்ப்பிப்பதற்கான தயார் நிலையாக அது விரிவடையும். காந்திஜி நடத்துகிற சுதந்திரப் போராட்டத்தில் பங்குகொள்ள வேண்டுமென்ற ஆவேசம் இந்த நிலையில்தான் பஷீரைப் பாதித்தது. அதன் பின்னால், காந்திஜியின் ஆளுமையிலுள்ள வசிய சக்தியும் உண்டு.

வீட்டிலிருந்து புறப்படுவதில் மற்றொரு பிறவிக் குணத்தின் செயல்பாடும் இருந்தது. பயணம் செய்வதற்கான பிறவிக் குணம்தான் அது. ஒரு இடத்தில் அடங்கியொடுங்கி இருப்பதற்கு இயலாத ஒரு இயல்புதான் பஷீரில் ஆதிக்கம் செலுத்தியிருந்தது. புதிய இடங்களுக்குச் செல்வது, அங்குள்ளவர்களுடன் கலந்து பழகுவது - அப்படி மாறுபட்ட அனுபவங்களைப் பெறுவதைப் பற்றி கனவு காண்பது என்பவை அன்று வழக்கமாக இருந்தது. அந்தப் பகற் கனவுகளில் பஷீர் தனித்தவராயிருந்தார். யாருடைய கவனத்திலும் படாமல், தானே அடையாளங் கண்டுகொள்ள முடியாத விதத்தில் அந்தத் தனிமை பஷீரில் முழுமையாகக் கலந்திருந்தது. அதுதான் படைப்பின் உறைவிடமானது. (சுதந்திரத்தின் மாறுபட்ட வடிவம்தானே அது?)

பிற்காலத்தில் முதுமையின் அமைதியிலிருந்தபடி பஷீர் எழுதினார்:

"புவிக் கோளத்தில் ஒரு நொடியில் எத்தனையோ கோடி இம்சைகள்! கர்ஜனைகள்! அழுகுரல்கள்! வாழ்வதற்காக மற்றவர்களைக் கொல்வது! பொருளறிய முயற்சிக்கும்போது பீதி ஜனிக்கிறது. அடுத்த நொடியில் என்ன நடக்கும்? நாளை. நாளை வரவிருக்கின்ற அச்சம் நிறைந்த நொடிகள். தனிமை.

"தனிமை என் மனதில். ஆன்மாவில். என்னிலேயே. நான் இல்லாதிருந்த முடிவற்ற காலம். எனக்கு நினைவில்லாத என் ஜனன சமயம். இந்த நொடி வரையிலான கடினமற்ற வாழ்க்கை. இந்த நொடியிலோ அடுத்த நொடியிலோ உள்ள என் மரணம். நான் இல்லாத... வரப் போகிற எல்லையற்ற காலம்."

"வாழ்ந்திருக்கிற இந்த நொடி.

நானும் முடிவிலியும்."

இங்கே, தனித்திருத்தல் என்பதற்கு தனிமை என்று அர்த்தம். காலத்தின் தனிமையிலும் இட ரீதியான முடிவிலியிலும் மனிதப் பிறவி ஒரு மின்மினியைவிடச் சிறிதாக அணுவளவாகச் சுருங்குகிறது. அது எவ்வளவு தற்காலிகம்! அந்த நிலை குறித்து சிறிதளவான

பார்வையாவது பெற்றவர்களுக்கு இந்தத் தனிமையுணர்வு ஸ்திரமாக நிலை நிற்கிறது. நேசிப்பவர்களின், உதவி செய்பவர்களின் நடுவிலும் இந்த உணர்வு, அணையாத பொறியாக ஆன்மாவில் தங்குகிறது. எழுத்தாளர்களில் - சிறிய அளவிலேனும் - இப்படி ஒரு பாவம் பொதுவாக உண்டென்று சொல்லலாம்.

வருடம் என்னவென்று நினைவில்லை. தொள்ளாயிரத்து ஐம்பதுகளின் முடிவுப் பகுதி என்றுதான் சொல்ல வேண்டும். இரவு எட்டு மணிக்கு எரணாகுளத்தில் உள்ள சண்முகம் சாலை வழியே நான் நடந்து வந்துகொண்டிருந்தேன். ஸீ வியூ ஹோட்டலிலிருந்து பஷீர், சி.ஜே. தாமஸ் ஆகியோர் இறங்கி வருவதைப் பார்த்தபோது நான் அவர்களுடன் சேர்ந்தேன். மூவரும் 'ஜல சேவை' முடிந்து வந்திருக்கிறார்கள். நாங்கள் காயலருகே அரை மதிலில் அமர்ந்தோம். மூவரும் உற்சாகமாக உரையாடினார்கள். அவர்களின் உரையாடல் பெரும்பாலும் புத்தகங்களைப் பற்றியே அமைந்தது. அப்போது, சந்தர்ப்பவசமாக சி.ஜே. தாமஸ் இதே கருத்தை தன் சொந்த ரீதியில் பேசும்போது நாங்கள் மூவரும் ஈர்க்கப்பட்டு அசையாதிருந்தது இப்போதும் நினைவிருக்கிறது.

சமூக ஜீவியான மனிதனுக்கு தனிமை உணர்வு ஒரு பாரம். அது எப்போதும் ஆன்மாவில் அமைதியின்மையை ஏற்படுத்துகிறது. அலைந்து திரிவதற்கான தூண்டுதலாகவோ, அவரவரில் அடங்குவதற்கான தூண்டுதலாகவோ அது செயல்படுகிறது. தோழமைகளிலும் விளையாட்டுகளிலும் மகிழ்கிற பஷீரிடம் அது பயண இயல்பாகத்தானே மாற வேண்டும்? எந்த இடத்திலும் நிலையாகத் தங்காமல், தெளிவற்றதான ஏதோ ஒன்றைத் தேடும் வகையில் அலைவதைத்தான் இங்கே 'பயண இயல்பு' என்று குறிக்கிறோம்.

அப்படி பஷீர், வீட்டிலிருந்து புறப்பட்டார். நேராக வைக்கம் படகுத் துறைக்குச் சென்றார். அச்சம் ஏற்படாதிருக்கவில்லை. யாராவது பின்தொடர்ந்து வந்து பிடித்து மீண்டும் வீட்டில் கொண்டுபோய் விட்டுவிடுவார்களோ என்ற பயம். அப்படி எதுவும் நடக்கவில்லை. பஷீர் படகுத் துறையை அடைந்தார். இரவானபோது எரணாகுளத்திற்குப் போகிற படகில் ஏறினார். காலையில் எரணாகுளத்தில் இறங்கி நேராக இடப்பள்ளி ரயில் நிலையத்திற்கு வந்தார். அங்கிருந்து ரயிலேறி கோழிக்கோட்டை அடைந்தார். முகம்மது அப்துர்ரஹ்மானின் 'அல்-அமீன்' பத்திரிகை அலுவலகத்தைக் கண்டுபிடிப்பதில் சிரமம் இருக்கவில்லை.

தான், சுதந்திரப் போராட்டத்தில் தன்னார்வத் தொண்டராகச் சேர்வதற்கு வந்திருப்பதாக பஷீர் சொன்னார். அதற்காக காங்கிரஸில்

சேர வேண்டும் எனும் தன் விருப்பத்தையும் தெரிவித்தார். அந்தப் புத்திளைஞனின் வார்த்தைகளைக் கவனத்துடன் கேட்ட ஒருவர் நேசத்துடன் நடந்து கொண்டார். பத்திரிகையின் விடுதியில் தங்குவதற்கான வசதி செய்து கொடுத்தார்.

தன் ஊரைச் சேர்ந்தவரும், 'அல்-அமீன்' பத்திரிகையின் சக ஆசிரியருமான ஸெய்த் முகம்மது அப்போது பல்லாரி சிறையில் இருக்கிறார் என்று பஷீருக்குத் தெரியும். அவருக்கு ரகசியமாக ஒரு கடிதம் அனுப்ப முடியுமா? அல்-அமீனின் செயல்பாட்டாளர்களில் ஒருவர் முடியுமென்று சொன்னார். அதன்படி பஷீர் கடிதம் எழுதினார்:

"என் அனைத்தையும் பாரத மாதாவின் பாதங்களில் சமர்ப்பிக்க உறுதிகொண்டிருக்கிறேன். அடிமைச் சங்கிலியை உடைப்பதற்கு என் சர்வ சக்தியையும் நான் தானம் செய்கிறேன். நான் உடனடியாகக் கைதாகிறேன்."

இப்படித்தான் ஸெய்த் முகம்மதுக்கு நான் கடிதம் எழுதினேன் என்று பிற்காலத்தில் பஷீர் குறிப்பிட்டிருக்கிறார். காங்கிரஸில் சேர விரும்பும் விஷயமும் கடிதத்தில் இருந்தது.

விரைவிலேயே பதில் வந்தது. தான் கொஞ்சம் நாட்களுக்குப் பிறகு சிறையிலிருந்து விடுதலையாகிவிடப்போவதாகவும், அப்போது நேரில் சந்தித்துப் பேசலாம் என்றும், காங்கிரஸில் சேர்வதைப் பற்றி அதன்பிறகு முடிவெடுத்தால் போதுமென்றும் - ஸெய்த் முகம்மது கொடுத்தனுப்பிய கடிதத்தில் எழுதப்பட்டிருந்தது.

அதற்கிடையே வாப்பா, தன் செல்ல மகனைத் தேடி கோழிக்கோட்டுக்கு வந்தார். பஷீரைக் கண்டுபிடித்தார். போராட்டத்தில் ஈடுபடுபவர்கள் அனுபவிக்கின்ற பயங்கரமான வதைகளைப் பற்றி, வாப்பாவுடன் இருந்த நண்பர் பஷீருக்கு விவரித்தார். (அதற்கு முன்பாகவே பஷீர் அவற்றையெல்லாம் அறிந்திருந்தார்) வாப்பாவிடம் பஷீர் சொன்னார்: "நான் சத்தியாக்கிரகத்திற்குப் போகவில்லை. காங்கிரஸில் சேரவுமில்லை."

பிள்ளைகளிடம் கட்டளையிட மட்டுமே பழகியிருந்த அந்தத் தந்தை அப்போது மௌனத்தைத் தகர்த்தார். உம்மா எப்போதும் அழுதுகொண்டிருப்பதாக வாப்பா தழுதழுத்த குரலில் சொன்னார். அப்போது பஷீரின் மனது வலித்தது. ஆயினும் வாப்பாவுடன் திரும்பத் தயாராக இல்லை. இங்கேயே ஏதாவது வேலையில் சேர்ந்து கொஞ்சம் நாள் கழிந்தபிறகு உம்மாவிடம் வருகிறேன் என்று பதில் சொன்னார். இனி பள்ளிக்குச் சென்று படிக்கப்போவதில்லை என்றும் சொன்னார்.

வாப்பாவின் முகத்தில் துயரத்தின் நிழல் நிறைவதை பஷீர் பார்த்தார். தன்மதிப்புடைய அவர் அவ்வளவு தளர்ந்துபோனதை பஷீர் இதுவரை பார்த்ததில்லை. நண்பருடன் சோர்வாக வாப்பா நடந்து மறைவதை பஷீர் பார்த்து நின்றார். கண்ணீர் ததும்பிவிடும் என்ற நிலையில், தான் சத்தியாக்கிரகத்தில் போராளியாக சேரப்போவதைக் குறித்து நினைத்துக்கொண்டார். இனி காத்திருக்கலாகாது. உடனே பஷீர் காங்கிரஸ் அலுவலகத்திற்கு விரைந்தார்.

பகத்சிங் சாயலில் பஷீர்

காங்கிரஸ் அலுவலகத்தை அடைந்தபோது, 'இதோ, விரும்பிய இடத்திற்குத்தான் நான் வந்து சேர்ந்திருக்கிறேன்' என்று பஷீருக்குத் தோன்றியது.

ஆனால் காங்கிரஸ் அலுவலகத்தில் இருந்த முக்கியப் பொறுப்பாளர்கள் பஷீரை சந்தேகக் கண்ணோடுதான் பார்த்தார்கள். அழகான இந்த இளைஞன், தங்களுடைய ரகசியங்களை ஒற்றுக் கொடுக்க வந்து சேர்ந்திருக்கிற சி.ஐ.டி.தான் என்று நினைத்தார்கள். அந்த எண்ணத்தின் அடிப்படையில் அவர்கள் பஷீரைக் கேள்வி கேட்டார்கள். முகம்மது பஷீர் எனும் பெயரைக் கேட்டபோது அவர்களது சந்தேகம் அதிகரித்தது. முஸ்லிமின் உச்சரிப்பில் உள்ள பிரத்தியேகத் தன்மைகள் எதுவும் பஷீரின் பேச்சில் இல்லை. சுத்த மலையாளம். தூய உச்சரிப்புடன் பேசினார்.

பஷீரின் கையிலிருந்த டைரியை அவர்கள் வாங்கிப் பரிசோதித்துப் பார்த்தார்கள். அதில் மலையாளம் இருந்தது. அரபியும் இருந்தது. அரபி எழுத்து அவர்கள் யாருக்கும் புரியவில்லை. அது, சி.ஐ.டி.யின் சமிக்ஞை மொழியாக இருக்கும் என்று அவர்கள் ஊகித்தார்கள். எனவே அவர்கள் நேரடியாகக் கேட்டார்கள்:

"உங்கள் மீது எங்களுக்குச் சந்தேகமாக இருக்கிறது. நீங்கள் உண்மையிலேயே முஸல்மான்தானா?"

அந்தக் கேள்வியைச் செவிமடுத்தபோது பஷீருக்குச் சிரிப்பு வரவில்லை. ஆயினும் மனதில் கேலி தோன்றியது. அதை வெளியே காட்டிக்கொள்ளாமல் ஸெய்த் முகம்மதின் கடிதத்தை அவர்களிடம் கொடுத்தார். அதை வாசித்தபோது தங்களது சந்தேகம் பொருத்தமற்றது என்று அவர்களுக்குத் தெரிந்தது. அவர்களில் ஒருவர் சொன்னார்:

"உங்களுக்கு பகத்சிங்கின் சாயல் உண்டு." சுவரில் இருக்கிற பகத்சிங்கின் படத்தை அவர் சுட்டிக்காட்டினார். அவரது வார்த்தைகள் பஷீருக்கு மகிழ்ச்சியளித்தன. தனக்கு இருக்கும் பகத்சிங்கின் சாயல் பெருமைக்குரியது என்றும், தான் பகத்சிங்கைப்

போல போராடப்போவதாகவும் அவர் நினைத்தார் (அன்று பகத்சிங் உயிருடன் இருந்தார்).

காங்கிரஸ் அலுவலகத்தின் பொறுப்பாளர் மீண்டும் பஷீரைக் கவனத்துடன் பார்த்தார். பிறகு கேட்டார்:

- நீங்கள் யோசித்துதான் வந்திருக்கிறீர்களா?

- ஆமாம்.

- சத்தியாக்கிரகிகளைப் போலீஸ் அடித்து நொறுக்குமென்று கேள்விப்பட்டிருக்கிறீர்களா? வன்முறையற்று அதையெல்லாம் சகித்துக்கொள்ளலாம் என்ற உறுதியுண்டா?

- எல்லாம் தெரிந்துகொண்டுதான் வந்திருக்கிறேன். எந்த வதையையும் சகித்துக்கொள்ளத் தயாராக இருக்கிறேன்.

அதைச் சொல்லும்போது பஷீரின் இதயத்தில் காந்திஜியின் வார்த்தைகள் எதிரொலித்துக்கொண்டிருந்தன. தண்டி யாத்திரைக்கு முன்பாக காந்திஜி சொன்ன வார்த்தைகள்:

"ஒன்று, நான் கோரிய விஷயங்களைப் பெற்று ஆசிரமத்திற்குத் திரும்பிச் செல்வேன். இல்லையென்றால் என் சவம் கடலில் மிதப்பதை நீங்கள் பார்ப்பீர்கள்."

சத்தியாக்கிரகத்தில் கலந்துகொள்பவர்களுக்கு எதிராக போலீஸ் செய்த கொடூரங்களைக் குறித்து பஷீர் அறிந்திருந்தார். போலீஸ், மாணவர்களிடம்கூட இரக்கம் காட்டவில்லை. அதைப் பற்றி மாத்ருபூமி பத்திரிகையில் ஒரு தலைவர் வெளியிட்ட கருத்தை பஷீர் அப்போது நினைவுகூர்ந்தார்:

"தாய்நாட்டிற்கான கடமையை நிறைவேற்ற கோழிக்கோடு கடற்கரையில் கூடிய அப்பாவி மாணவர்களை - நிராயுதபாணிகளும் நிரபராதிகளுமான சிறு பாலகர்களை - இரக்கமின்றிக் கொடூரமாக லத்திகளால் அடித்துத் தலையை உடைக்கவும், கைகால்களை அடித்துடைக்கவும் - மலையாளப் பெண்கள் வயிற்றில் பிறந்தவர்கள் என்று சொல்கிற - போலீஸ்காரர்களுக்குக் கை உயர்ந்ததல்லவா? இந்த நகரத்தில் யோக்கியர்கள் என்றும், செல்வந்தர்கள் என்றும், முக்கியக் குடிமகன்கள் என்றும் சொல்கின்றவர்கள் இதையெல்லாம் கண்டும் கேட்டும் அடங்கியிருக்கிறார்களே! இதைப் பார்க்கும்போது, மேலதிகாரிகளின் கட்டளைகளுக்குக் கண்மூடி கீழ்ப்படிகின்ற போலீஸ்காரர்களைக் குற்றம் சொல்வானேன்?"

அதையெல்லாம் அறிந்துகொண்டுதான் பஷீர், சத்தியாக்கிரகப் போராட்டத்தில் பங்கு பெற வேண்டுமென்று தானாகத் தீர்மானித்தார்.

அலுவலகப் பொறுப்பாளர் நேரடியாக விஷயத்திற்கு வந்தார். அவர் கேட்டார்:

- நாளை கடற்கரையில் உப்பு காய்ச்சப் போவதற்கு நீங்கள் தயாரா?

- தயார். இப்போதே போகத் தயார்.

அடுத்த நாள் சத்தியாக்கிரகத்தில் கலந்துகொள்கின்ற தன்னார்வ வீரர்களின் பட்டியலில் பஷீரையும் சேர்த்தார்கள்.

அதற்கேற்றபடி எல்லோரும் அதிகாலையிலேயே விழித்தார்கள். மூவர்ணக் கொடியையும் உப்பு காய்ச்சுவதற்கான சட்டியையும் பிறவற்றையும் எடுத்துக்கொண்டு, சத்தியாக்கிரகத்திற்குப் போகத் தயாரானார்கள். அப்போது மரப் படிக்கட்டில் பூட்ஸ் காலடி ஓசைகள் கேட்டன. இன்ஸ்பெக்டர் சில போலீஸ்காரர்களுடன் ஆக்ரோஷமாக உள்ளே நுழைந்தார். சத்தியாக்கிரகிகள் பதினொரு பேரையும் போலீஸ் கைது செய்தது.

"அது ஒரு ஞாயிற்றுக்கிழமை. நாங்கள் யாரும் எதுவும் சாப்பிட்டிருக்கவில்லை. எனக்கு மிகவும் உறக்கக் களைப்பாக இருந்தது. எங்களுக்குப் பின்னால் ஒரு மக்கள் கூட்டமும் வந்தது. போலீஸ் ஸ்டேஷனை நெருங்கியபோது என் தைரியமெல்லாம் ஆவியாகிப்போய்விட்டது. முதன்முறையாக நான் ஸ்டேஷனுக்குச் செல்கிறேன். சுவற்றில் வாளும் பயனட்டும் கை விலங்கும் பயங்கரமாக மின்னிக்கொண்டிருந்தன. அதன் கடுமையான பளபளப்பும் ஸ்டேஷனில் நின்ற போலீஸ்காரர்களின் கொடூரமான முகபாவமும் என்னை மிகவும் அச்சுறுத்தின. ஒரு நரகத்தின் நினைவுதான் எனக்கு ஏற்பட்டது."

பயம் எனும் உணர்ச்சி, விவரணைக்கு அப்பாற்பட்டது என்று பஷீர் (இந்த சம்பவத்தை விவரிக்கும்போது) சொன்னார். மேலும் அவர், அதை வெளிப்படுத்த மொழியால் ஆகாதென்று தான் கருதுவதாகவும் சொன்னார்.

"ஏதோ வலுமிகுந்த கரம் என்னை இருட்டின் ஆழத்தை நோக்கி தாழ்த்துவதுபோலத் தோன்றியது. சற்றுக் குரலெழுப்பக்கூட முடியவில்லை."

ஸ்டேஷன் அனுபவத்தை பஷீர் வார்த்தைகளிலேயே அறியுங்கள்:

"பூனைக் கண்ணனான குள்ள இன்ஸ்பெக்டர் எங்களை வராந்தாவில் வரிசையாக நிறுத்திவிட்டு உள்ளே சென்றான். எங்கள்

முன்னால் ஆஜானுபாகுவான ஒரு போலீஸ்காரன் அங்கும் இங்கும் நடந்துகொண்டிருந்தான். அவனது பிதுங்கிய சிவப்புக் கண்கள் எங்கள் ஒவ்வொருவரையும் உற்றுப் பார்த்தன. அவனது எண் 270. அவன், முதலாவதாக நின்ற கேப்டனின் பிடரியைப் பிடித்து உள்ளே தள்ளினான். உள்ளிருந்து, அடித்து உதைக்கும் ஓசையும் அலறலும் கேட்டது. என் இதயம் பதறியது. நான் நான்காவது ஆளாக நின்றுகொண்டிருக்கிறேன். பத்து நிமிடம் கடந்த பிறகு இரண்டாவது ஆளையும் கொண்டு சென்றார்கள்.

“இதயத்தைப் பிளக்கிற அவரது அலறலைக் கேட்டபோது நான் நடுங்கினேன். மன்னிப்புக் கேட்டுவிடலாமென்று முடிவு செய்தேன். நொடி நேரம் மட்டும்தான் அப்படி நினைத்தேன். ஏனென்றால், உடனே எனக்குத் தோன்றியது, எதற்கு மன்னிப்பு கேட்க வேண்டும்? நான் எதுவும் செய்யவில்லையே. சுதந்திரம்-அதற்காக எத்தனை எத்தனை இளைஞர்களும் இளம் பெண்களும் மரணமடைந்திருக் கிறார்கள்! நான் ‘பகத்சிங்’கையும் தோழர்களையும் நினைத்துக் கொண்டேன். செத்துவிடலாம். அதுதான் என் கடமை.

“முன்னால் நடந்துகொண்டிருந்த 270 ஒவ்வொருவரையும் உன் ஊர் என்னவென்று கேட்டான். ஒவ்வொருவரும் பதில் சொன்னார்கள்:

‘கண்ணூர், தலச்சேரி, பொண்ணானி’

‘அவன் என்னிடம் கேட்டான்.’

‘உன்னுடையது?’

நான் சொன்னேன்: ‘வைக்கம்’

‘வைக்கம்!’ அவன் வியப்புடன் என்னைப் பார்த்தான். ‘திருவிதாங்கூர்காரன்! பேர்?’

நான் பேரைச் சொன்னேன். 270 என்னிடம் இறுமாப்புடன் கேட்டான். ‘திருவிதாங்கூரில் உனக்குச் சுய ஆட்சி கிடைத்ததா?’

நான் சொன்னேன்:

‘இல்லை. உள்ளூர்களில் போராட்டம் வேண்டாமென்று காந்திஜி சொல்லியிருக்கிறார்.’

‘ஹூம்!’ அவன் பயங்கரமாக ஒருமுறை உறுமினான். கோபாவேசத்துடன் பக்கத்தில் வந்தான். என் இரண்டு கன்னத்திலும் படார் படாரென்று இரண்டு அடி! பிறகு பிடரியைப் பிடித்துக் குனிய வைத்துக் குத்தத் தொடங்கினான். செப்புப் பாத்திரத்தில்

குத்துவதுபோலச் சத்தம் கேட்டது. பதினேழு வரையிலோ, அல்லது இருபத்தி ஏழு வரையிலோ நான் எண்ணினேன். அதன்பிறகு எண்ணவில்லை. எண்ணுவதுதான் எதற்கு?

'துவண்டுபோன என்னை கடைசியில் இரண்டு போலீஸ்காரர்களின் உதவியுடன் உள்ளே கொண்டு சென்றார்கள். இன்ஸ்பெக்டர் என் நிலையைப் பார்த்துக் கேட்டான்.'

'ஊம்?'

ஒரு போலீஸ்காரன் சொன்னான்.

'நம்பியார் கொஞ்சம் அடித்தார்...'

அது ஒரு பொருட்டில்லை என்பதுபோல இன்ஸ்பெக்டர் முனகினான்.

'உம்'

வேறொரு போலீஸ்காரன் என் சட்டையையும் வேட்டியையும் அவிழ்த்தான். என் உயரம், பருமன், அடையாளத்தையெல்லாம் பார்த்துச் சொன்னான். கடைசியில் எங்கள் பதினொரு பேரையும் லாக்கப்பில் போட்டார்கள்."

ஒரு நாள் முன்புவரை நண்பர்களுடன் சேர்ந்து விளையாடி, பொழுதுபோக்குகளில் ஈடுபட்டு, பெற்றோரின் நேசத்தை அனுபவித்து வாழ்ந்திருந்த ஒருவருக்குத் திடீரென்று இப்படியொரு அனுபவம் ஏற்பட்டால் எப்படியிருக்கும்? பிறகு பஷீர், அது ஏற்படுத்திய பாதிப்பை மற்றொருவருக்குச் சொல்லிப் புரிய வைப்பது சாத்தியமல்லவென்று சொன்னார்.

சிறையில் அடைத்தபோது முதலில் உம்மாவைத்தான் நினைத்துப் பார்த்தார். கண்ணீரில் குளித்துத் துயருறும்போதும் வீட்டு வேலைகள் முடங்காமல் உம்மா வேலை செய்வதைக் கற்பனையில் பார்த்தார். இன்றும் தனக்காகப் பிரத்தியேக உணவு பரிமாறி வைத்திருப்பார்கள், நிச்சயம். பிறகு உம்மா அல்லாவிடம் பிரார்த்திப்பார்கள். உம்மாவால் வேறென்ன செய்ய முடியும்!

சிறையறையின் நிலை என்னவென்றும் பஷீர் எழுதியிருந்தார். இதோ:

"சிமெண்ட் போட்ட ஒரு சிறிய அறையாக இருந்தது அது. இரும்புக் கம்பியிட்ட கதவுக்கு மேலே பிரகாசமாக ஒளி வீசும் பல்பு. அறையின் மூலையில் ஒரு பானை நிறைய மூத்திரம் உக்கிரமான நாற்றத்துடனிருக்கிறது. அன்று எங்களுக்கு உணவு கிடைக்கவில்லை.

இரவு பயங்கரக் குளிராயிருந்தது. எங்களால் சற்றும் நடக்க முடியவில்லை. எங்களுக்கு கை விலங்கு அணிவித்து துப்பாக்கியும் வாளும் ஏந்திய போலீஸ் புடை சூழ கோழிக்கோடு கடைத் தெரு வழியாக நீதிமன்றத்திற்குக் கொண்டு சென்றார்கள்."

நீதிமன்றம் அவர்களைப் பதினான்கு நாட்கள் காவலில் வைத்தது. எனவே கோழிக்கோடு சப்ஜெயிலில் இருந்தார்கள். இங்குதான் அவர்கள் ஒருவருக்கொருவர் பேசிக்கொள்ள முடிந்தது. தனக்குக் கிடைத்த அடியைப் பற்றி அப்போதுதான் பஷீர் சரியாக அறிந்தார்.

போலீஸ்காரர்கள் பஷீரின் முதுகில் கடைசியாக கை முட்டுகளால் குத்தினார்கள். முதுகில் பல இடத்திலும் ரத்தம் கட்டிய தடங்கள் இருந்தன. உடனிருந்த தன்னார்வத் தொண்டர்களில் ஒருவர் மெல்லத் தடவி, வேதனைக்கு ஆசுவாசமளித்தார்.

நீதிமன்றத் தீர்ப்பும் வந்தது. நீதிமன்றம் பஷீருக்கு மூன்று மாதக் கடுங்காவல் விதித்துத் தண்டித்தது. அந்தச் சிறையில், இந்தியாவின் பல பகுதிகளிலிருந்து வந்த அனேக கைதிகள் இருந்தார்கள். காங்கிரஸ்காரர்கள் மட்டுமல்ல, சோசலிசவாதிகளும் கிளர்ச்சிக்காரர் களும் கம்யூனிஸ்ட்காரர்களும் அதில் உட்பட்டவர்கள். அவர்கள் அடிக்கடி, செயல்முறை வழிகளைப் பற்றியும் அரசியல் குறிக்கோள் களைப் பற்றியும் கருத்துப் பரிமாற்றங்களில் ஈடுபட்டார்கள். கருத்து வேறுபாடுகளுக்கிடையிலும் அவர்கள் அனைவரும் இந்த ஒரு விஷயத்தில் ஒற்றுமையாக இருந்தார்கள், இந்தியாவைப் பிரிட்டிஷ் மேலாதிக்கத்திலிருந்து விடுவிப்பதுவரை போராட்டத்தைத் தொடர வேண்டும்.

சிறை உணவு மிகவும் மோசமாக இருந்தது. கஞ்சியில் சக்கைபோல புழுக்கள் மிதப்பதைப் பெரும்பாலும் பார்க்கலாம். தவிர்ப்பதற்கு வழியில்லை. அவ்வளவு கடுமையான பசி. புழுக்களைப் பொறுக்கிப் போட்ட பிறகு கஞ்சியைக் குடித்துப் பசி அடக்குவதுதான் வழக்கம்.

தினந்தோறும் சிறைக்கு, புதிதாகத் தண்டிக்கப்பட்ட பலர் வந்துகொண்டிருந்தார்கள். அவர்களிடமிருந்து செய்திகள் தெரியவரும். அப்படித் தெரிந்து கொண்டதுதான் பகத்சிங்கையும் பிறரையும் தூக்கிலேற்றிக் கொன்றுவிட்டார்கள் என்ற செய்தி. அதையறிந்தவுடன் சிறையிலிருந்தவர்கள் ஒன்று சேர்ந்து மூன்று நாட்கள் உண்ணா நோன்பிருக்க முடிவு செய்தார்கள். வீட்டில் நன்றாகச் சாப்பிட்டுப் பழகிப்போன பஷீரும் மகிழ்ச்சியுடன் பங்கேற்றார்.

“மூன்றாவது நாள் தண்ணீர் குடித்தபோது தொண்டை உடைந்ததுபோலத் தோன்றியது.”

தண்டனைக் காலம் முடிந்து வெளியே வந்தபோது, பஷீரை வரவேற்க அச்சுதன் என்ற ஒரு நண்பர் இருந்தார். அவர் பஷீருக்கு ஒரு அண்ணனைப் போன்றிருந்தார். அவருடன் பஷீர் அல்-அமீன் பத்திரிகை விடுதியை நோக்கி நடந்தார். “ஏதாவது வேண்டுமா?” என்று அச்சுதன் கேட்டார். “வேண்டும். ஒரு கதர் சால்வை கிடைத்தால் நல்லது” என்றார் பஷீர். அப்போதே அச்சுதன் ஒரு நல்ல கதர் சால்வை வாங்கி பஷீரின் தோளில் அணிவித்தார்.

“நல்லது. இது உங்களுக்கு நன்றாகப் பொருந்துகிறது.” அச்சுதன் சொன்னார்.

மிகக் கூர்மையான ஒரு பிச்சுவாக் கத்தியும் வாங்க வேண்டுமென்ற தீவிரமான விருப்பமும் பஷீருக்கு இருந்தது. ஒரே குத்தில் யாரையும் கொல்லக்கூடிய பிச்சுவாக் கத்தி. கத்தி கிடைத்துவிட்டால் முதன்முறை கிடைக்கிற வாய்ப்பிலேயே ‘270’இன் கதையை முடிக்க வேண்டும். மனதில் அப்படியொரு நினைவு எரிந்துகொண்டிருந்தது. ஆயினும் அதைப் பற்றி அச்சுதனிடம் எதுவும் சொல்லவில்லை.

பஷீர், அல்-அமீன் பத்திரிகை விடுதியிலிருந்து ஒரு பிச்சுவாக் கத்தியைச் சம்பாதித்தார். யாருக்கும் தெரியாமல் சமையலறைக்குச் சென்று ஒரு பிச்சுவாக் கத்தியை எடுத்தார். பளபளக்கும் முனையுடன் கூடிய கூர்மையான கத்தி. அடுத்த நாள் பஷீர் அதை உடைக்குள் ஒளித்து வைத்துக்கொண்டு தெருவில் இறங்கினார். ‘270’ டிராபிக் டூட்டிக்காக நிற்கிற இடம் எதுவென்று தெரியும். அந்த இடத்தை நோக்கி நடந்தார்.

வழியில் அச்சுதனைப் பார்த்தார். வியப்படைந்த அச்சுதன் கேட்டார்:

“ஏன் இன்னும் வீட்டுக்குச் செல்லவில்லை? வீட்டுக்குச் சென்று உம்மாவையும் வாப்பாவையும் பார்க்க வேண்டாமா?”

பஷீர், முதலில் கொஞ்சம் தடுமாற்றமடைந்தார். ஆயினும் நல்ல மனிதரான அச்சுதனிடமிருந்து எதையும் மறைக்க முடியாது என்று அவருக்குத் தோன்றியது.

“ஒரு வேலையைச் செய்து முடித்துவிட்டுத்தான் நான் வீட்டுக்குப் போவேன்.”

“என்ன வேலை?”

பஷீரின் மனதில் பற்றியெரிகிற பழி வாங்கும் நெருப்பின் வெப்பம் என்னவென்று அச்சுதனுக்கு எப்படித் தெரியும்! மனதின் சந்தேக

நிலைக்கு முற்றுப்புள்ளி வைத்தபடி பஷீர் தன் எண்ணம் என்னவென்பதை வெளிப்படையாகச் சொன்னார்.

அச்சுதன் அமைதியாக அதைக் கேட்டார். எந்த உணர்ச்சி மாற்றமும் ஏற்படவில்லை. பஷீரை நெருங்கி நின்று நேசத்தின் கனிவுடைய தன் கரங்களை அவர் தோளில் வைத்து மெல்ல அழுத்தினார். பிறகு சாந்தமான குரலில் சொன்னார்:

ஒரு சத்தியாக்கிரகியை, பழி வாங்கும் எண்ணம் தீண்டக் கூடாது என்றுதான் அச்சுதன் முதலில் நினைவூட்டினார். அடி வாங்கிப் பல் இழந்த காந்திஜியின் கதை தெரியாதா? அந்த வழியைத்தான் நாம் பின்பற்றுகிறோம். பழி வாங்க வேண்டுமென்றால் இந்தியாவில் உள்ள போலீஸ்காரர்கள் அனைவரையும் கொல்ல வேண்டி வரும்! அது முடியுமா? அது மட்டுமல்ல. இன்றைய அரசின் ஒரு அம்சம்தான் போலீஸ்காரர்கள். அவர்கள், அரசின் கைகளில் இருக்கும் ஆயுதம் மட்டுமே. அவர்கள் அப்பாவிகள். அரசைத்தான் மாற்ற வேண்டும். அதற்குத்தான் நாம் முயற்சி செய்கிறோம். அதில் நம் தலைவர் காந்திஜி.

அமைதியான குரலில் அச்சுதன் இப்படிச் சொன்னார். அந்த வார்த்தைகள், பஷீரின் உணர்ச்சி ஆவேசத்தைக் கொஞ்சம் தணித்தன. அதைப் புரிந்துகொண்டு அச்சுதன் சொன்னார்:

"எவ்வளவு சீக்கிரம் முடியுமோ, அவ்வளவு சீக்கிரம் வீட்டுக்குச் செல்லுங்கள். உம்மாவும் வாப்பாவும் காத்திருக்கிறார்கள்."

அச்சுதன் அப்போதே பஷீரை ரயில் நிலையத்திற்கு அழைத்துச் சென்றார். எரணாகுளத்திற்கு ஒரு டிக்கெட் எடுத்து பஷீரை வண்டியேற்றிவிட்டுத்தான் அந்த நல்ல நண்பர் வீடு திரும்பினார். அவர் தனக்கு ஒரு நல்ல அண்ணனாக இருந்தார் என்று பஷீர் நினைவு கூர்கிறார்.

எரணாகுளத்தை அடைந்த பஷீர் நேராக வைக்கத்திற்குச் செல்லவில்லை. உடலில், அடிபட்ட வடுக்கள் உண்டு. கொஞ்சம் வீக்கமும் இருந்தது. மனதில் துயரமும் ஏமாற்றமும் நிறைந்து நின்றன. ஊருக்குச் சென்றால் உம்மா, வாப்பாவின் முன்னால் எப்படிச் செல்வது? மற்றவர்களை எப்படி எதிர்கொள்வது? குறிப்பாக, முற்றிலும் சோர்ந்திருக்கிற இந்த நிலையில். எனவே, கொஞ்சம் காலம் எரணாகுளத்திலேயே தங்கலாம் என்று முடிவு செய்தார். அப்படி ஒரு மாத காலம் எரணாகுளம் முஸ்லிம் ஹாஸ்டலில் தங்கினார்.

வீட்டுக்குச் செல்ல வேண்டுமென்ற ஆசை அதிகரித்தது. அப்போது ஒரு நாள் பஷீர், வைக்கத்திற்குப் போகிற படகில் ஏறினார்.

இரவு நேரம் தாழ்ந்து வைக்கத்தை அடைந்தார். அங்கிருந்து தலயோலப்பரம்பிற்கு நடந்தார். நிலவற்ற இருண்ட இரவு அது. ஊர்ந்து செல்லும் ஜந்துக்கள் வழியில் எப்போதும் இருக்கும். இதையெல்லாம் அப்போது நினைத்துப்பார்க்க முடியவில்லை. வீட்டை நோக்கி ஆவலுடன் நடந்தார். ஏறத்தாழ அதிகாலை மூன்று மணிக்கு வீட்டு வாசலை அடைந்தார்.

"யாரது?" உள்ளிலிருந்து உம்மாவின் கேள்வி.

"நான்" என்று தழுதழுத்த குரலில் சொல்லியவாறு பஷீர் வராந்தாவில் ஏறியபோது கதவு திறந்துவிட்டிருந்தது. பார்த்த உடனே உம்மா கேட்டார்கள்:

"நீ ஏதாவது சாப்பிட்டாயா மகனே?"

பஷீர் ஏங்கி அழுதுவிட்டார். உலகமே ஆழ்ந்த உறக்கத்தில் மூழ்கியிருக்கிற அந்த நேரத்திலும் மகனை எதிர்பார்த்து விழித்திருக்கிற உம்மாவின் ஆறுதல், பஷீரின் தலையில் கண்ணீரின் குளிர்ச்சியாகத் தீண்டியது.

சொம்பில் தண்ணீர் கொடுத்துவிட்டு உம்மா சொன்னார்கள்:

"கை கால் கழுவிக்கொள். இந்தா சோறு சாப்பிடு."

தட்டில் சோறும் கூட்டுக் கறியும் பரிமாறப்பட்டிருப்பதைப் பார்த்து பஷீர் வியந்துபோனார். அவர் கேட்டார்:

"நான் இன்று வருவேன் என்று உங்களுக்கு எப்படித் தெரியும் உம்மா?"

"ஓ... சமைத்து வைத்துக்கொண்டு எல்லா நேரமும் உம்மா உனக்காகக் காத்திருக்கிறேன் மகனே...!"

இரண்டு உலகங்கள்

உம்மாவின் பெருவாஞ்சை, வாப்பாவின் அமைதியான அன்பு - இரண்டையும் அனுபவித்து வாழ்வதில் இன்பமுண்டு. (வாப்பா கொடுக்கிற தண்டனையும் பிற்பாடு இன்பமாக மாறுகிறது). ஆனால், அந்த மகிழ்ச்சியில் அடங்கியிருக்க முடியாத வகையில் பஷீர் வளர்ந்துவிட்டிருக்கிறார். தாய்நாட்டின் விடுதலைக்காகப் போராட வேண்டும் என்ற தாகம் பேய் பிடித்ததைப்போல அந்த இளைஞனுக்கு எழுச்சியூட்டியது. (அக்காலத்தில் இந்தியாவில் நிறைய இளைஞர்கள் அந்த உத்வேகத்திற்கு ஆட்பட்டு சுதந்திரப் போராட்டத்தில் பங்கெடுத்து வந்தார்கள்.)

மீண்டும் பள்ளிக்கூடத்தில் சேர்ந்து படிப்பைத் தொடரலாம் என்று உம்மா அறிவுறுத்தினார்கள். வாப்பாவின் விருப்பமும் அதுதான். பஷீர், இந்த அறிவுரையை ஏற்றுக்கொள்ள தன்னால் முடியாதென்று தனக்குள் சொல்லிக்கொண்டார். உம்மாவிடம் மறுத்துப் பேசவில்லை. பள்ளிக்குப் போகாமல் திரிகிற மகனை உம்மா திட்டியதுமில்லை.

தன் விருப்பப்படி பஷீர் அலையத் தொடங்கினார். வெறுமனே அவர் அலைந்துகொண்டிருக்கவில்லை. சுதந்திரப் போராட்டம் தொடர்பாகச் செயல்படுகிறவர்கள் பல பகுதிகளிலும் இருக்கிறார்கள் அல்லவா - அவர்களுடன் தோழமை ஏற்படுத்திக்கொண்டிருந்தார். பத்திரிகைகளில் அக்கறைக்குரிய செய்திகளைப் படிக்கும்போது ஏதாவது செயல்பட வேண்டுமென்று தோன்றும். இப்போதைக்கு, தீவிரவாதம்தான் மிகவும் ஈர்த்தது. ஆயுதப் போராட்டத்தின் மூலமாக அல்லாமல் சுதந்திரம் பெற முடியாது என்ற எண்ணம் அன்று வலுப் பெற்றிருந்தது. (பகத்சிங், ராஜகுரு, சுகதேவ் ஆகியவர்கள் அன்று இளைஞர்களின் வழிபாட்டு விக்கிரகங்களாக இருந்தார்கள்.) ஒத்த சிந்தனை கொண்டோரிடம் பஷீர் நெருங்கினார். அவர்கள் பல வகையான செயல்பாடுகளைத் திட்டமிட்டார்கள். எதையும் நடைமுறைப்படுத்தவில்லை. ஆயினும், வெடிகுண்டு வீசவேண்டும், காவல் நிலையத்தைத் தாக்க வேண்டும் என்றும், வேறு பலவுமான ஆலோசனைகள் தொடர்ந்துகொண்டிருந்தன.

தலயோலப்பரம்பிலோ, வைக்கத்திலோ இதற்கெல்லாம் எந்த முக்கியத்துவமும் ஏற்பட்டிருக்கவில்லை. கோட்டயம், கொல்லம் நகரங்களில் ரகசியமாகச் செயல்படுகிற தோழர்களுடன் தொடர்பு கொள்ள வேண்டி வந்தது. அந்தக் கூட்டத்தினரைக் கவனிப்பதற்கு அன்று காவல் துறையில் பிரத்தியேகப் பிரிவு இருந்தது. அவர்களின் கண்காணிப்பிற்கு உட்பட்டிருந்தவர்களில் பஷீரும் அடக்கம். பஷீரின் நடவடிக்கைகளை அவர்கள் தொடர்ந்து கவனித்துவந்தார்கள். அக்காலத்தில் ஒருவரை போலீஸ் பிடிப்பதற்கு அவ்வளவு பெரிய காரணமொன்றும் தேவைப்படவில்லை. அதனால் போலீஸ் பஷீரையும் நண்பர்களையும் கோட்டயத்தில் பிடித்து சிறையிலடைத்தது. அங்கே அனுபவித்த கொடுமைகளைப் பற்றி பஷீர் பிற்காலத்தில் நகைச்சுவையாக சொல்வார். பிறகு கொல்லத்திலும் சிறை வதைகளை அனுபவித்தார். கொல்லம் காவல் நிலையத்தில் போலீஸ்காரர்கள், தரை தொட முடியாத வகையில் எங்களைப் பந்தாடினார்கள் என்று பஷீர் விவரிப்பதைக் கேட்டிருக்கிறேன். பூட்ஸால் மிதிபட்டது அங்குதான்.

மீண்டும் சுதந்திரப் போராட்டச் செயல்பாடுகளுடன் இணைவதற்காக சிறையிலிருந்து வெளியே வந்தார். அந்த வகையில் அவருக்குத் தோழமை இருந்தது. எல்லா நகரங்களிலும் நண்பர்கள் இருந்தார்கள். அதனால், ஒரு இடத்திலிருந்து மற்றொரு இடத்திற்குப் போவது சுலபம். போலீஸில் பிடிபடாதிருப்பதற்கு அது உதவும்.

இந்த அமைப்புகள் ஒவ்வொரு இடத்திலும் என்னவெல்லாம் செய்தன என்று நமக்கு நிச்சயமில்லை. ஒன்று சேர்ந்து போராட்டத் திட்டங்கள் தீட்டுவதுதான் முக்கிய நிகழ்ச்சி. அரசு நிறுவனங்களில் சிறிய நாச நஷ்டங்கள் ஏற்படுத்துவது என்பதற்கு மேலாக, ஏதாவது பெரிதாகச் செய்வது சாத்தியமாக இருக்கவில்லை. அக்காலத்தில் அவ்வகையான போராட்டங்களே கேரளத்தின் எல்லாப் பகுதிகளிலும் நடந்தன. வலுவாக ஒருங்கிணைந்த பெரிய போராட்டங்களொன்றும் நடக்கவில்லை. அப்படி நடத்துவதற்கு முடிந்திருக்குமா என்ற கேள்வி இங்கே எழலாம். முடிந்திருக்காதுதான். அன்று திருவிதாங்கூரிலும் கொச்சியிலும் ராஜாக்கள் ஆண்டுகொண்டிருந்தார்கள். மன்னராட்சியின் மீது மக்களுக்கு முக்கியமான எதிர்ப்பு எதுவுமில்லை. தொலைவில் உள்ள, பார்வைக்குப் புலனாகாத சக்தியாகத்தான் அவர்கள் பிரிட்டிஷ் மேலாதிக்கத்தைப் பார்த்திருந்தார்கள். அவர்களின் ஆட்சியிலிருந்து சுதந்திரம் பெற வேண்டும் என்ற கருத்து மக்களின் மனதில் துளிர்க்கத் தொடங்கியிருந்தது. அதற்கு மேலாக, சுய சமர்ப்பணத்திற்குத் தயாரான போராட்ட எழுச்சியொன்றும் அன்று உருவம் கொண்டிருக்கவில்லை.

இந்த நிலையிலும் சிறிய அமைப்புகள் சுதந்திரப் போராட்ட எழுச்சியுடன் பல இடங்களில் செயல்பட்டுக்கொண்டிருந்தன என்பதுதான் பெரிய விஷயம். அவர்களுடன் இணைந்து செயல்பட்டபோது வாழ்க்கைக்கு ஒரு புதிய அர்த்தம் கிடைத்ததுபோல பஷீர் உணர்ந்தார்.

வாசிப்பு அப்போதும் தொடர்ந்தது. வாசித்தது, செய்திப் பத்திரிகைகள் மட்டுமல்ல. கதைகள் வாசிப்பதில் தனிப்பட்ட மகிழ்ச்சியை உணர்ந்தார். தனிமையான பொழுதுகளில் அந்தக் கதைகளின் உலகத்தில் சஞ்சரிக்கவும் செய்தார். கதை வாசிப்பது, பகற்கனவுகளில் திளைப்பதற்கு ஒரு காரணமானது. கதைகளின் கதாபாத்திரங்களும் வாழ்க்கைச் சந்தர்ப்பங்களும் விவரணையும் பிறவும் பஷீரை ஈர்த்தன. கதை மொழியில் ஆர்வம் ஏற்பட்டது. (சில கதைச் சூழல்களில் மொழிப் பிரயோகம் தேவையான அளவு ஏற்றதாக இல்லை என்று பஷீர் அக்காலத்தில் சொன்னதாக பழைய நண்பர் ஒருவர் நினைவுகூர்கிறார்). தன் சொந்த அனுபவங்களை வார்த்தைகளின் வழியாக வெளிப்படுத்த வேண்டுமென்ற ஆசை முன்பே ஏற்பட்டிருந்தது. அந்த ஆசை இப்போது தீவிரமடைந்தது. அது மட்டுமல்ல, அதை நடைமுறைப்படுத்தவும் செய்திருந்தார். அனுபவங்களைப் பிரதியெடுப்பதில் பஷீர் சுவையை உணர்ந்தார். அனுபவங்கள் என்றால், அன்றாட வாழ்க்கை அனுபவங்கள் என்று மட்டுமே பொருள் அல்ல; உங்களுடைய மனோராஜ்ஜியமும் கனவும் கதையை ரசிப்பதுவும் பிறவும் அனுபவத்தின் பகுதிதான்.

இப்போது பஷீரின் வாழ்க்கை இரண்டு உலகங்களாக வியாபிக்கிறது. முதலாவது, சுதந்திரப் போராட்டத்துடன் தொடர்புடைய உலகம். நாள்தோறும் பட்டுப் பழகிக்கொண்டிருக்கும் உலகம். இரண்டாவது, வாசிப்பும் வாசிப்பின் மூலம் வெளிப்படுகிற அலௌகிக தரிசனத்தின் உலகம். அங்கே கற்பனை விழிக்கிறது. வழக்குமொழி முக்கியத்துவமற்றுப் போகிறது. அழகாக விவரிக்கக்கூடிய மற்றொரு மொழி முக்கியத்துவம் பெறுகிறது. அங்கே மொழி, பயன்பாட்டு அறிவிலிருந்து விடுதலையாகிறது.

அன்றாட வாழ்க்கையில் பயன்பாட்டை இலக்கு வைத்துத்தான் நாம் ஒவ்வொரு செயல்களிலும் ஈடுபடுகிறோம். அப்படியல்லாமல் நம்மால் வாழ்க்கையைத் தொடர முடியாது. ஆனால் எப்போதாவது ஒரு முறையேனும் ஆத்ம திருப்திக்காக சில செயல்களையும் நாம் செய்கிறோம். பயன் உணர்வு கலக்காத அந்தச் செயல்களுக்கு மிகவும் மேன்மை உண்டு. சட்டத்தை மீறவும், வதைகளை அனுபவிக்கவும் முற்படுவது எதற்கு என்ற நீதிபதியின் கேள்விக்கு, 'ஆத்ம திருப்திக்காக'

என்று காந்திஜி சொன்ன பதில் இங்கே நினைவுகூரத் தக்கது. அதனால்தான் காந்திஜியின் செயல்களில் மேன்மையின் தேஜஸ் கலந்தது. அதுபோல, பயன்பாட்டு உணர்வுக்கு அப்பாற்பட்ட மண்டலத்தில் இருந்துகொண்டு மொழியைப் பிரயோகிக்கின்றவர்கள் தான் காவியங்களுக்கு உருவம் கொடுக்கிறார்கள். காவியங்கள் மேன்மையானவை. 'விளையாட்டு வாழ்க்கையின் சுகந்தம்' என்பதுபோன்ற மொழிப் பிரயோகங்கள் அப்போது அழகுடன் வெளிப்படுகின்றன. (பஷீரின் 'பிரேம பாஜனம்' (மனங்கவர்ந்தவள்) என்ற கதையில் இது இருக்கிறது.)

சுதந்திரப் போராட்ட நடவடிக்கைகளுடன் தொடர்புடைய உலகம்தான் இப்போதைக்கு முக்கியமானது என்பதில் மாற்றுக் கருத்தில்லை. அதுதான் நிலையாக ஒட்டி உறவாடி நிற்கிற உலகம். ஆயினும் கற்பனையின், அழகுணர்வின் இன்னொரு உலகம் அதைவிட அதிக வசீகரமானது. அந்த உலகத்தின் வசீகரத்தை எதிர்த்து நிற்பது பஷீரைப் போன்ற ஒருவருக்குச் சாத்தியமல்ல. பிறப்பிலேயே பெற்ற படைப்புக் குணமல்லவா அந்த வாழ்க்கையின் நரம்புகளில் கலந்திருக்கிறது.

முற்றிலும் உட்கலந்த சிருஷ்டியின் அடையாளம் இது. அது அளிக்கும் கலக்கம், பஷீரின் போராட்ட எழுச்சியைக் கட்டுப்படுத்தியது. எழுத வேண்டும் என்ற ஆசை மனதில் ஆதிக்கம் செலுத்தவும் தொடங்கியது. அதற்கேற்ற ஒரு சூழ்நிலை வந்து சேர்ந்தது. முன்பு கண்ணூர் சிறையில் தன்னுடனிருந்த ஒரு நண்பரை தற்செயலாகச் சந்தித்தார். அந்த நண்பரின் பெயர் ஸைனுத்தீன். கொச்சியைச் சேர்ந்தவர். மட்டாஞ்சேரியில் வசித்துவந்தார்.

ஸைனுத்தீன், பஷீரிடம் ஒரு புதிய திட்டத்தை வெளிப்படுத்தினார். மட்டாஞ்சேரிக்கு வாருங்கள். அங்கிருந்து ஒரு பத்திரிகை ஆரம்பிக்கலாம். அதன் மூலமாக, சுதந்திரப் போராட்டத்திற்குத் தேவையான கருத்துப் பிரச்சாரத்தை நடத்தலாம். வாசகர்களில் போராட்ட உணர்வை வளர்ப்பதற்கும் அது அவசியம். அந்த ஆலோசனை பஷீரை ஈர்த்தது.

இதற்கிடையில், திருவிதாங்கூர் போலீஸ் பஷீரைத் தேடிக் கொண்டிருந்தது. ராஜதுரோகிகளின் பட்டியலில் பஷீரும் உட்பட்டிருந்தார். எப்படியாவது பஷீரைப் பிடித்து சிறையிலடைக்க வேண்டுமென்று அவர்கள் முடிவு செய்தார்கள். சிறையிலடைப்பது என்று சொன்னால் எலும்பை உடைப்பது என்று அர்த்தம். அந்த ஆபத்திலிருந்து தப்பிக்கத் தருணம் பார்த்திருக்கும்போதுதான் ஸைனுத்தீன் புதிய திட்டத்துடன் வந்திருக்கிறார். அது எப்படி

பஷீரைக் கவராமல் இருக்கும்? பிறகு விரைவிலேயே கொச்சிக்கு - மட்டாஞ்சேரிக்குச் சென்றார்.

பத்திரிகை தொடங்குவதற்கான ஏற்பாடுகளையெல்லாம் ஸைனுத்தீன் செய்து முடித்திருந்தார். அதனால் 'உஜ்ஜீவனம்' (மறுமலர்ச்சி) எனும் பெயரில் ஒரு வார இதழை விரைவிலேயே வெளியிடத் தொடங்கினார்கள். பதினாறு பக்கங்களுடைய வார இதழின் விலை அன்றைய ஒரு அணாவாக இருந்தது (ஏறத்தாழ ஆறு பைசா). வெளியீட்டாளரும் ஆசிரியரும் ஸைனுத்தீன்தான். ஆனால் இதழ் தயாரிப்பாளர்களில் பஷீர் முக்கியமானவராக இருந்தார்.

சுதந்திரப் போராட்டத்திற்கு வலுசேர்ப்பது என்பதுதான் 'உஜ் ஜீவனம்' வார இதழின் முக்கிய நோக்கம். அதற்கேற்றபடி செய்திகளும் கட்டுரைகளும் அழைப்புகளும் வார இதழில் வெளிவந்துகொண்டிருந்தன. அதில் அதிகமாக எழுதியது பஷீர்தான். 'பிரபா'(ஒளி) என்ற புனைபெயரில் கட்டுரைகள் எழுதினார்.

தீவிரவாத நடவடிக்கைகளில் ஈடுபடவில்லை என்றாலும் தீவிரவாத செயல்பாடுகளுக்கு ஆதரவாக வாதம் செய்கின்ற சிறு குழுக்கள் அன்று மட்டாஞ்சேரியில் இருந்தன. அந்தக் குழுக்கள் பஷீருடன் தோழமை கொண்டன. கதர் அணிந்து காங்கிரஸ் தன்னார்வத் தொண்டனாக நடக்கிற அந்த இளைஞரில் அவர்கள் ஒரு தலைவனைப் பார்த்தார்கள். பஷீர் அன்று பகத்சிங் பக்தராக இருந்தார். பகத்சிங்கைப்போலவே மீசை வைத்து, அரைக் காற்சட்டை, பெல்ட் தொப்பி ஆகியவை அணிந்து ஒரு வீர நாயகனைப்போலத்தான் நடை. வெண்ணிறம். வலுவான தசைக் கட்டுகள் தெரியும் உடல். முகத்தில் கறார் தன்மை. தீவிரவாதிகள் (அல்லது அதன் சார்பாக வாதிடுபவர்கள்), அப்படியொரு இளைஞரில் ஒரு தலைவரைக் கண்டதில் வியப்பொன்றுமில்லை. இந்தத் தலைவர் என்னவென்றால், பலமுறை லாக்கப் அடி உதை பட்டும் வீரியத்துடன் போராட்டத்தில் மூழ்குகிறார்.

தீவிரவாதிகளின் ஆசைப்படி பஷீர் தலைமைப் பொறுப்பை ஏற்றுக்கொண்டார். சுவர்களில் பிச்சுவாக்கத்தி, வெட்டுக் கத்தி ஆகியவற்றின் படங்களை ஒட்டுவது என்பதுதான் அவர்களின் முக்கியமான நடவடிக்கை. காங்கிரஸ்காரர்களைத் தொந்தரவு செய்ய முற்பட்டால் வலுவான பதிலடி கிடைக்குமென்று முழக்க வடிவத்தில் எழுதிய சுவரொட்டிகளை முக்கியமான வீதிகளில் ஒட்டி வைப்பது என்பது நடவடிக்கையின் வேறொரு வகை. அவற்றையெல்லாம் எழுதுவதிலும் வரைவதிலும் முக்கியமான பங்கு வகித்தது பஷீர்தான். இரவுப் பொழுதில் ரகசியமான முறையில் அவற்றையெல்லாம் செய்துவந்தார்கள்.

'உஜ்ஜீவன'த்தின் ஒவ்வொரு இதழிலும் தீவிரவாதிகளுக்கு அனுகூலமான செய்திகளும் கட்டுரைகளும் வந்துகொண்டிருந்தன. அதையெல்லாம் படிக்கிற எவருக்கும், மட்டாஞ்சேரியில் பயங்கர பயங்கரமான தீவிரவாத நடவடிக்கைகள் நிகழ்ந்துகொண்டிருக்கின்றன என்றுதான் தோன்றும். எனவே போலீஸ் அக்குழுவினரிடம் எச்சரிக்கையைக் கடைப்பிடிக்கத் தொடங்கினார்கள். அவர்களின் கவனம் 'உஜ்ஜீவனம்' இதழாசிரியரான ஸைனுத்தீனின் மீது பதிந்தது. பத்திரிகை அலுவலகத்திலும் வெளியேவும் மிகவும் ஆர்வத்துடன் காணப்பட்ட பஷீரைத்தான் அவர்கள் அதிகமாகக் கவனித்தார்கள். அதிவேகமாகச் சைக்கிள் மிதித்து அங்குமிங்கும் சுற்றித் திரிகிற பஷீரை ஒற்றர்கள் பின்தொடர்ந்துகொண்டிருந்தார்கள்.

அதற்கிடையில் மட்டாஞ்சேரியில் இரண்டு சம்பவங்கள் நடந்தன. ஒரு பள்ளியின் மாணவர்கள் இரவில் தலைமை ஆசிரியர் அலுவலகத்தில் நுழைந்து, அலமாரியை உடைத்துத் திறந்து கேள்வித் தாள்களைத் திருடினார்கள். அந்த மாணவர் குழுவின் தலைவர் பஷீர்தான் என்ற செய்தியும் புழங்கியது. சில நாட்களுக்குப் பிறகு ஒரு அஞ்சல் அலுவலகத்திற்கு யாரோ தீ வைத்தார்கள். ஒன்றிரண்டு அஞ்சல் பெட்டிகளை அவர்கள் அடித்துடைத்தார்கள். அஞ்சல் அலுவலகத்திற்குப் பெரிய சேதமொன்றும் இல்லை. ஆனால் அஞ் சல் பெட்டிகளில் இருந்த கடிதங்கள் எரிந்து சாம்பலாயின.

அப்போது போலீஸ் கடுங்கோபத்துடன் களத்தில் குதித்தது. அவர்கள், தீவிரவாதிகளைப் பிடித்து அவர்களை அழிக்க வேண்டுமென்ற முடிவுடன் வந்தார்கள். அவர்கள் யார்யாரை பிடிக்கப்போகிறார்கள் என்று யாருக்கும் தெரியவில்லை. ஆயினும் பிடிபடப்போகின்றவர்களில் ஒருவர் பஷீராக இருப்பார். அந்த விஷயத்தில் யாருக்கும் சந்தேகமில்லை.

ஆபத்தின் வாசனையை அறிந்து ஸைனுத்தீனும் பஷீரும் ரகசியமான ஒரு இடத்தில் கூடினார்கள். என்ன செய்வதென்று ஆலோசித்தார்கள். யார் கண்ணிலும் படாமல் பஷீர் உடனடியாக ஊரைவிட்டுப் போய்விட வேண்டும் என்று சொன்னார் ஸைனுத்தீன். "என் விஷயத்தை நான் பார்த்துக்கொள்கிறேன். நீங்கள் தப்பித்துவிட வேண்டும் என்பதுதான் உடனடியாகச் செய்ய வேண்டிய வேலை" என்று ஸைனுத்தீன் உறுதியாகச் சொன்னார்.

பஷீருக்கு, எங்காவது போக வேண்டும் என்ற எண்ணம் முன்பே இருந்தது. அதற்கு என்ன காரணம் என்று சொல்ல முடியாது. முன்பு குறிப்பிட்ட அந்த சுபாவம் இருக்கிறதல்லவா- அலைவதற்கான மோகம்- காரணகாரியப் பொருத்தமற்ற அந்த மோகம் இடையிடையே கண்விழிக்கிறது. மனதில், புலன்களுக்கு அப்பாற்பட்ட காட்சிகளும்

குணச் சிறப்புகளும் வெளிப்படுகிற சமயம் அது. பஷீர் பிற்காலத்தில் அந்தக் காட்சிகளில் சிலவற்றை நிலவுடன் தொடர்புபடுத்தி கதைகளாகப் படைத்தார். 'நிலா பார்க்கும்போது', 'நிலவு நிறைந்த பெருவழியில்' முதலிய கதைகள் உதாரணம். அதில் முதலாவது கதையில் சொல்லப்பட்டிருப்பது இதுதான்: அந்திப் பொழுது கடந்த நேரத்தில் பஷீர் கடற்கரையில் தனித்திருக்கிறார். அப்போது அதோ, முற்றிலும் நிர்வாணமாக ஒரு பெண் கடற்கரையில் நீரைச் சிதறடித்தபடி குளிக்கிறாள். அவரது உடலின் மீதும் அவள் தண்ணீரைத் தெறிக்கிறாள். அதுமட்டுமல்ல, அவரருகே வருகிறாள். அவர் கோபித்தபோது அவள் மறைகிறாள்... பஷீர், இது உண்மையாகவே தனக்கு ஏற்பட்ட ஒரு அனுபவம் என்று பலமுறை சொல்வதைக் கேட்டிருக்கிறேன். அப்படிச் சொல்கின்ற நேரங்களில் ஒரு குழந்தையின் வியப்பும் பெரிய மனிதனின் ஆழ்ந்த தன்மையும் அந்த முகத்தில் கலந்து காணப்படுவதைப் பார்க்கலாம்.

அக்காலத்தில், சில அபூர்வ வேளைகளில், தன் ஆத்மாவில் விழித்த விசித்திரமான உணர்வுச் சிறப்புகளில் சிலவற்றை மட்டுமே பஷீரால் வெளிப்படுத்த முடிந்தது (பல விஷயங்கள் வெளிப்படுத்த இயலாதவை), 'அனர்க நிமிஷம்' (நிகரற்ற நொடி) என்ற நூலில் சில பகுதிகளைப் பாருங்கள்:

"கடைசியாக சந்தியாவந்தனத்திற்காக சர்வேசா, நான் இதோ வந்திருக்கிறேன். இருண்ட இந்தத் தொடுவானத்தின் தனிமைக்கு."

"நீ எங்கேயென்று எனக்குத் தெரியவில்லை. உயரத்தில் மின்னி ஒளிர்கின்ற அந்த நட்சத்திர ஜாலங்களுக்கு அப்பால், கற்பனைக்கு எட்டாத தூரத்தில் எங்கேயோ உள்ளதா உன் இருப்பு? அல்லது அந்திச் செம்மை பரவும் இந்தத் தனிமையில் என் மிகப் பக்கத்தில் இருக்கிறதா உன் கருணை?"

'சந்தியாவந்தனம்' எனும் இந்துப் படைப்பு முடிவது இப்படித்தான்:

"உன் முன்னால் நாங்கள் ஏன் தலை குனிய வேண்டும்? எங்களின் மனதில் ஒரே ஒரு எண்ணமே உள்ளது. வலிமையானதும் உண்மையானதுமான ஒரே ஒரு உணர்ச்சி. உக்கிரமான கோபம்!"

"உன் அழகான சொர்க்கமும் உன் பயங்கர பயங்கரமான நரகமும் எங்களுக்கு ஆசையோ பீதியோ அளிக்கவில்லை."

"எங்களுடைய இதயங்களிலிருந்து எரிந்துயர்கிற இந்த வன்மம் நிறைந்த வெறுப்பின் கோர நலன் ஆர்த்தெழுந்து அப்படி-ஆ!"

"என்னால் முடியவில்லை. நான் தளர்ந்து குலைந்து விழுகிறேன் என் கடவுளே! நான் உன் பலவீனமான அடிமை."

"என்னைக் காப்பாற்று!"

"நேர் வழிகாட்டு. நல்ல வாழ்க்கைக்கான வழி. சர்வேஸ்வரா!"

இதில் நாம் கவனிக்க வேண்டிய மூன்று உணர்ச்சிகள் உண்டு. ஒன்று தனிமை (இருண்ட அடிவானத்தின் தனிமை). இரண்டாவது குரோதம். சுதந்திரத்திற்காகவும் நீதிக்காகவும் போராடுகிற ஒரு மனதின் குரோதம். தீமையின் அசுர சக்திக்கு முன்னால் அந்தக் குரோதம் பயனற்றது என்று அறியும்போது சர்வேஸ்வரன் முன்னால் வணங்குகிற ஆத்ம சமர்ப்பணம்தான் மூன்றாவது. வாழ்க்கையின் மர்மத்திலிருக்கும் மனது அங்கே சரியான வழிக்காகப் பிரார்த்திக்கிறது.

இந்தப் படைப்புகளில் தனிமை என்ற உணர்ச்சி மீண்டும் மீண்டும் சொல்லப்படுகிறது. படைப்பின் பொருளே அதுதான் (தனிமையின் மகா தீரம்). அதன் தொடக்கம் இப்படி:

"கடைசி சுவாசமாகப் பரவுகிற சுகந்தமான குளிர் நிலவில் முங்கிய பூங்காவனம் முற்காலத்தில்போல மீண்டும் உருவமற்ற கனவில் முழுகியது.

நான் மட்டும் இந்தத் தனிமையின் மகா தீரத்தில்.

நான் மட்டும்..."

'தனிமை' என்பதைக்கொண்டு 'தனியன்' என்ற நிலைதான் அர்த்தப்படுத்தப்பட்டுள்ளது. 'நான் மட்டும்' என்ற நிலை. இந்த மகா பிரபஞ்சத்தில் தான் தனியன் என்ற தோனல்.

'அறியப்படாத எதிர்காலத்திற்கு' என்ற படைப்பின் முதலாம் பாகத்தை இதோடு சேர்த்து வைத்து வாசித்துப்பாருங்கள். அப்போது தனிமை என்னவென்று விளங்கும்.

"பிரபஞ்சம் சுழன்றுகொண்டு அறியப்படாத எதிர்காலத்தை நோக்கி உக்கிரமான வேகத்தில் அப்படி பாய்ந்து போய்க்கொண்டிருக் கிறது என்ற உண்மை-ஹோ, என் இதயத்தின் துடிப்பு நின்று திடுக்கிட்டு நான் அப்படியே அமர்ந்துவிட்டேன். ஒரு பெரிய சிலிர்ப்பு. மலைகளும் கடல்களும் நதிகளும் நகரங்களும் உட்பட... பூகோளம் பிரபஞ்சத்தில் ஒரு துகள் அல்லவா?

'பூகோளம்.

ஆகாயமாகிற முட்டைக்குள் உள்ள கரு. இதில் நான் பிறந்தேன். இதில் நான் இறக்கவும் வேண்டும்."

இத்தகைய இடங்களில் நாம், எல்லையற்றதன் ஆழத்தை அளப்பதற்கு ஆவல்கொள்கிற- வாழ்வின் அர்த்தத்தைத் தேடுகிற-

ஒரு சுபாவத்தின் களியாட்டத்தைத்தான் பார்க்கிறோம். சஞ்சலம் நிறைந்த சுபாவம் அது. அது, புதிய அனுபவங்களின் கரைகள் தேடிப் பயணம் தொடர எவரையும் கட்டுப்பாடற்ற வகையில் தூண்டிக்கொண்டிருக்கும்.

ஸைனுத்தீன் கொடுத்த தொகையை வாங்கிக்கொண்டு பஷீர் மட்டாஞ்சேரியிடம் விடைபெற்றார். கண்ணூருக்குப் போக வேண்டும் என்று சட்டென்று தோன்றியது. அங்கே நண்பர்களும் இருக்கிறார்கள். உப்புச் சத்தியாக்கிரகத்தில் பங்கெடுத்தபோதும் சிறையில் இருந்தபோதும் நட்பைப் பகிர்ந்துகொண்டவர்கள்.

பஷீர் கண்ணூருக்குச் சென்றார்.

செப்படி வித்தைக்காரனின் பயணங்கள்

பஷீருக்கு கண்ணூரில் நண்பர்கள் இருந்தார்கள். அவர்கள் சில புதிய திட்டங்களைக் குறித்துப் பேசினார்கள். தலைமறைவாகச் செய்ய வேண்டிய வேலைகள் அதில் முக்கியப் பங்கு வகித்தன. அது பஷீரை ஈர்க்கவில்லை-எப்போதும் பயத்தின் நிழலில் இருந்து கொண்டிருப்பது-அதைப் பற்றி நினைத்துப் பார்க்கக்கூட முடியவில்லை. பஷீர் இதற்குள், அவ்வகையான செயல்பாடுகளால் சுதந்திரப் போராட்டத்திற்கு நன்மை ஏற்படாது என்ற புரிதலுக்கு வந்தடைந்திருந்தார். விருப்பமின்மை ஏற்படுவதற்கான முக்கியக் காரணம் அதுதான்.

ஆயினும், நண்பர்களுடன் சில தினங்கள் வசித்தார். அவர்கள் சொன்னதையெல்லாம் கவனித்துக் கேட்டார். அவர்களிடம் தமாஷாகவும் பேசிக்கொண்டிருந்தார். அப்போதும் வெளியுலகின் அழைப்பு மனதில் உரத்தொலித்துக்கொண்டிருந்தது. எப்படியும் பயணத்தைத் தொடர வேண்டும். முன் அறிந்திராத இடங்களுக்குச் செல்ல வேண்டும். அந்த ஆவல் நாள்தோறும் வலுப்பெற்று வந்தது.

ஒரு நாள், அந்த நண்பர்களிடம் விடை பெற்று பஷீர் பயணமானார். எங்கே? குறிப்பாக எந்த இலக்கும் இல்லை. முதலில் கூர்க்கிற்குச் சென்றார். அந்த இடம் பிடித்திருந்தது. இயற்கை அழகு ததும்பி நிற்கிற இடம். ஆயினும் அங்கும் தங்கத் தோன்றவில்லை. அதனால், அங்கிருந்து மீண்டும் பயணம் தொடர்ந்தார். நண்பர்கள் கொடுத்த பணத்தை ஒரு கஞ்சனைப்போல் பத்திரமாக வைத்துக் கொண்டார். முக்கியமான விஷயங்களுக்காகத்தான் பணத்தைச் செலவிட்டார்.

அணிவதற்கு, அன்றைய பாணிக்கு ஏற்ற வகையிலான ஆடைகள் கைவசமிருந்தன. பகத்சிங் பக்தர் என்ற நிலையில் தைத்து வாங்கியவை அவை. இரண்டு ஜதைகளே இருந்தன. ஆயினும் மாற்றி மாற்றி அணிந்து பகட்டாக நடப்பதற்கு அவை போதுமானதாயிருந்தன. அவற்றை அணியும்போதோ, பஷீரின் உருவம் பிரத்தியேகமான ஒரு

கம்பீரத்தை அடைகிறது. பார்த்தால் யாருக்கும் பணக்காரர் என்றே தோன்றும். வெண்ணிறம். ஆரோக்கியமான உடல். கண்டிப்பான முகபாவம். கோதிவிட்டு ஒதுக்கிய அடர்ந்த சுருள் முடி. (தலை வழுக்கையாவதற்கு இன்னும் கொஞ்சம் வருடங்கள் கடக்க வேண்டும்) மக்களின் கவனத்தை ஈர்க்கிற தோற்றம்.

பஷீரின் நடத்தையும், அறிமுகமற்றவர்களுடன் பழகுவதற்கு மிகவும் உதவி செய்தது. எப்போதும் பஷீர், சூழலுக்கேற்ற பொருத்தமான தன்மையுடன் நடந்துகொண்டார். உரையாடலில் சந்தர்ப்பத்திற்கு ஏற்ற வகையில் நகைச்சுவையைக் கலக்கவும் பஷீருக்குத் தெரியும். பழகுபவர்களை ஈர்ப்பதற்கு ஏற்ற சில்லறைத் தந்திர வித்தைகள் அறிந்திருந்தார். முக லட்சணம் பார்த்தும், கை ரேகை பார்த்தும் ஒவ்வொரு மனிதனுடைய எதிர்கால பலன்களை முன்னறிவிப்பது என்ற திறமையும் அவற்றில் ஒன்று. கொஞ்சம் செப்படி வித்தையும் கற்று வைத்திருந்தார். பலரிடமிருந்தும் பல முறை பழகிக் கைவசப்படுத்திய அந்த வித்தைகள் எப்போதாவது பயன்படாமல் இருக்காது என்று பஷீருக்குத் தெரியும். அவற்றை வசப்படுத்துவதில் இயல்பான ஆர்வமும் இருந்தது. (சந்தர்ப்பவசமாக இங்கே நான், செப்படி வித்தையின் பாதிப்பு பஷீரின் கதைகளில் உண்டு என்ற உண்மையை நினைவுகூர்கிறேன்). பஷீரால் சுலபமாக நல்ல மொழியைக் கைவசப்படுத்தவும் முடிந்தது.

அன்றைய சூழ்நிலைக்கேற்றபடி முதலில் கோவாவிற்குச் சென்றார். அன்று கோவாவில் சிக்கனமான செலவில் தங்குவதற்கு ஏற்ற இடங்கள் இருந்தன. பல இடங்களில் மாறிமாறித் தங்கினார். 'கைரேகை' பார்த்து அற்ப வருவாய் ஈட்டினார். வாழ்வதற்கு அது போதவில்லை. கைரேகை பார்ப்பதற்கு வந்தவர்களில் ஒருவர், பஷீரின் தோரணைகளால் வசீகரிக்கப்பட்டார். அவர் அறிவுறுத்தினார்: "உங்களால் சினிமாவில் பிரகாசிக்க முடியும். உங்களைப்போன்றவர் களைத்தான் சினிமாக்காரர்கள் தேடிக்கொண்டிருக்கிறார்கள்".

அந்த அறிவுரை பஷீரின் மனதில் பதிந்தது. சினிமா நடிகன் ஆகிவிட வேண்டும் என்ற ஆசை மனதில் உதித்தது. அது ஒரு மோகமாக ஆகிவிட்டது. கோவா வாசத்தை முடித்துவிட்டு பஷீர், கோலாப்பூருக்குச் சென்றார். அங்கு சென்ற உடனேயே, புகழ் பெற்ற ஒரு சினிமா ஸ்டுடியோவிற்கு முதலில் சென்றார். அழகாக ஆடை அணிந்து பளபளப்பாக, பெரிய எதிர்பார்ப்புடன் ஸ்டுடியோவை அடைந்தார். அப்போது அங்கே, அவசரமும் ஆரவாரமும் கலந்த ஒரு சூழ்நிலையைக் கண்டார். பொறுப்பாளர்களில் ஒருவர், நாங்கள் புனேவிற்கு ஸ்டுடியோவை மாற்றி அமைப்பதற்கான வேலையில் ஈடுபட்டிருக்கிறோம் என்று சொன்னார். ஆயினும் அவர், இயக்குநர் சாந்தாராமைச் சந்திக்க வாய்ப்பு ஏற்படுத்திக் கொடுத்தார்.

பிற்காலத்தில் புகழின் உச்சியை அடைந்த சாந்தாராம், அன்று புகழ் பெறத் தொடங்கியிருந்தார்.

இனி பஷீரின் மொழியில்: "நான் சென்று சாந்தாராமைப் பார்த்தேன். அன்று எனக்கு வழுக்கையில்லை. முடி இருந்தது. ஆக்ஸ்போர்டு கிராப்பு. கையில் ஒரு தோல் சவுக்கு. தலையில் பெரிய பெல்ட் தொப்பி. பெரிய காலர் உள்ள சட்டை. ரைடிங் ப்ரீச்சஸ். ஷூஸ். நான் மிடுக்காக அங்கே சென்றேன்... சாந்தாராமைச் சந்தித்துப் பேசினேன். எனக்கு வேலை தருவதாக அவர் ஏற்றுக்கொண்டார். "ஸ்டுடியோவை புனேவிற்கு மாற்றுகிறோம். ஒரு மூன்று மாதம் கழித்து புனேவிற்கு வந்து சந்தியுங்கள். இடையில் மராத்தி மொழி கொஞ்சம் கற்றுக்கொள்ளுங்கள்."

வெளியே வந்த பஷீர் யோசித்தார். கையிலிருந்த காசு தீர்ந்து விட்டது. புனேவிற்குச் சென்றால் அங்குள்ள நிலமை என்னவாக இருக்கும்? எப்படியாவது மராத்தி மொழி கற்றுக்கொள்ளலாம் என்றாலும் அம்மொழியை இயல்பாகப் பேச முடியுமா? முடியவில்லை என்றால் சினிமாவில் எப்படி நடிக்க முடியும்? எல்லாம் பிரச்சினைகள்தான். ஆனால் பஷீரின் இயல்பு அடிபணிவதல்ல. புனேவிற்குச் செல்லவே தீர்மானித்தார். அங்கே சென்ற பிறகு சூழ்நிலைக்கேற்றபடி நடந்து கொள்ளலாம்.

"நான் புனேவிற்குச் செல்கிறேன். கையில் காசில்லை. வேலையுமில்லை. பெட்டியையும் மற்ற பொருட்களையும் ஒரு தர்மச் சத்திரத்தில் வைத்துவிட்டு வேலை தேடி நடந்தேன். ஒரு பார்ஸி ஹோட்டலுக்குச் சென்றேன். ரொம்பவும் கூட்டம் உள்ள ஹோட்டல் அல்ல. நான் சென்று ஹோட்டல் உரிமையாளனின் முன்னால் நின்றேன். அவர் சொன்னார்:

"பைடியே."

நான் ஹிந்துஸ்தானியில்* சொன்னேன்:

"நான் உட்கார்வதற்கு வந்தவன் அல்ல. ஏதாவது வேலை தரவேண்டும்." அப்படிக் கொஞ்சம் பேசினேன். கருணையுடைய அந்த பார்ஸி சொன்னார்: "இங்கே வேலையில்லை எங்காவது தேடிப் பார். வேலை கிடைப்பதுவரை இங்கே வந்து சாப்பிட்டுக்கொள்." அப்போதே அவர் எனக்கு சாப்பாடு கொடுத்தார்...

உணவு உண்ட பிறகு சுறுசுறுப்பு ஏற்பட்டது. உடனே, வேலை தேடுவதற்காகப் புறப்பட்டேன். அப்படிச் சென்றுகொண்டிருக்கும்

* ஹிந்துஸ்தானி: உருது கலந்த இந்தி.

போது அந்தக் காட்சியைப் பார்த்தேன்-மலையாளிகள் கொஞ்சம்பேர் ஒரு குழுவாக, பெரிய கட்டடம் ஒன்றின் வராந்தாவில் அமர்ந்து பீடி சுருட்டிக்கொண்டிருக்கிறார்கள். நான் அவர்களை அணுகினேன். (கைரேகை பார்ப்பதுதான் அங்கே சரியாக உதவி செய்தது) அவர்கள் தங்கள் முதலாளியான கஜானனை அறிமுகம் செய்துவைத்தார்கள். கைரேகை பார்ப்பவன், கல்வியறிவு நிரம்பியவன். உடனேயே முதலாளியின் கை பார்த்துச் சொல்ல வேண்டும் என்று எல்லோரும் கட்டாயப்படுத்தினார்கள். பஷீர் தயங்கவில்லை. அவர் சரியாகச் சொன்னார். கஜானன் திருப்தியடைந்தார் (அல்லாவின் அருள்). வசிப்பதற்கான வசதியையும் அளித்தார்.

ஆனால் அந்தப் பழக்கமும் வேலை கிடைப்பதற்கு உதவி செய்யவில்லை. பார்ஸி ஹோட்டல் உரிமையாளரின் கருணையை இனியும் ஏற்றுக்கொண்டிருப்பது மரியாதை அல்லவென்று தோன்றியதால் பஷீர் பம்பாய்க்குச் சென்றார். புனேயில் பழக்கமான இர்ஷாத் ஹுஸைன் எனும் பள்ளி ஆசிரியர் கொடுத்த கடிதத்துடன் சென்றார். அந்த ஆசிரியரின் ஒரு மருமகன் பம்பாயில் இருக்கிறார். பெயர் ஸஜ்ஜாத் ஹைதர். அவரைப் பார்த்தால் ஒரு வேலை ஏற்பாடு செய்து தருவார். நிச்சயம்.

அன்று கேரளத்திலிருந்து நிறையப் பேர் வேலை தேடி பம்பாய்க்குச் செல்கின்ற வழக்கம் இருந்தது. அந்த மாநகரத்திற்குச் சென்றால் ஏதாவதொரு வேலை கிடைக்குமென்று எல்லோரும் நம்பிக்கொண்டிருந்தனர்.

பம்பாயில் காமாட்டிப்புராவுக்குப் பக்கத்தில் உள்ள ரயில் நிலையத்தில் பஷீர் இறங்கினார். கொள்ளைக்காரர்களும் திருடர்களும் வேசிகளும் நிறைந்த ஒரு இடம் அது. ஒரு காய்ச்சலின் அனுக்கிரகத்தால்தான் பஷீர் அவர்கள் கையில் அகப்படாமல் தப்பித்தார். ரயிலிலிருந்து இறங்கியபோது கடுமையான காய்ச்சல். ஒரு பெஞ்சில் சோர்ந்து படுத்திருந்தார். பக்கத்தில் வந்த ஒரு போர்ட்டரிடம் ஸஜ்ஜாத் ஹைதரைப் பற்றிக் கேட்டார். அதிர்ஷ்டம்! போர்ட்டருக்கு இடம் தெரிந்திருந்தது. அவர் பெட்டியைச் சுமந்துகொண்டு பஷீரை அந்த இடத்திற்கு அழைத்துச் சென்றார். அதற்குப் பிறகான காட்சிகள் பஷீரின் வார்த்தைகளில்:

"நேரம் ஏறத்தாழ மாலை ஐந்துமணி. சுமை தூக்குபவர் முன்னாலும் நான் பின்னாலுமாக மரப்படிகளில் ஏறி வீட்டின் மேற்பகுதிக்குச் சென்றபோது, மேல் தளத்திலிருந்து, நடுத்தர வயதுடைய ஒரு அழகான பெண் கேட்டாள்: "தும் பாபு ஹே?"

"நான் சொன்னேன்: "பாபு நஹி. பஷீர்."

“அவள் ஏதோ பாபுவை எதிர்பார்த்துக்கொண்டிருக்கிறாள். நான் அவளிடம் ஸஜ்ஜாத் ஹைதரைப் பற்றிக் கேட்டேன். அவள் சொன்னாள்: ஸஜ்ஜாத் ஹைதர் இரவு பனிரெண்டு மணிக்குதான் வருவார்... அவரது அறை பூட்டியிருக்கிறது.

“என் காய்ச்சலைப் பற்றி, நிராதரவைப் பற்றி, கடும் சோர்வைப் பற்றி நான் அவளிடம் சொன்னேன். ஸஜ்ஜாத் ஹைதருக்கான கடிதத்தைப் பற்றியும் சொன்னேன். நான் கொஞ்சம் படுத்தால் தேவலாம் எனும் மிக முக்கியமான விஷயத்தையும் சொன்னேன்.”

“அறையின் சாவி ஸஜ்ஜாத் ஹைதரிடம் உள்ளது. எப்படித் திறப்பது? ஸஜ்ஜாத் ஹைதருக்கு நீங்கள் யார்?” அந்த அழகான பெண் கேட்டாள்.

நான் சொன்னேன்: “யாருமில்லை. சந்தித்ததுமில்லை.”

“கடிதம் எங்கே?”

“நான் கடிதத்தைக் கொடுத்தேன். நான் ஒரு உலகம் சுற்றுபவன் என்றும் எனக்குத் தேவையான ஒத்தாசைகள் செய்துகொடுக்க வேண்டும் என்றும் கடிதத்தில் எழுதியிருந்தது. அழகி அடுத்த அறையில் வசிக்கிறாள். பெயர் அஸ்மத் பேகம். கணவரும் பதினாறு வயதான மகளும் இருக்கிறார்கள். கணவர் இரவு பதினொரு மணிக்குதான் வருவார்.”

“அஸ்மத் பேகம் சென்று ஒரு பெரிய தட்டைக் கரண்டியைக் கொண்டு வந்து ஸஜ்ஜாத் ஹைதர் அறையின் பூட்டை உடைத்துத் திறந்து என் படுக்கையையும் பெட்டியையும் உள்ளே எடுத்து வைத்தாள். நான் படுக்கையை அவிழ்த்து விரித்தேன். அப்போது அஸ்மத் பேகம் சென்று ஒரு குவளை சுலைமானி* கொண்டு வந்து தந்தாள். நான் அதைக் குடித்துவிட்டு கதவைத் தாழிட்டுப் படுத்துறங்கினேன். எவ்வளவு நேரம் சென்றது என்று தெரியவில்லை. யாரோ கதவைப் பலமாகத் தட்டுவதைக் கேட்டு நான் விழித்தேன். இரவு. திடீரென்று, நான் எங்கிருக்கிறேன் என்று எனக்குத் தெரியவில்லை. நான் ஹிந்துஸ்தானியில் கேட்டேன்:

“யார் அது?”

வெளியிலிருந்து ஹிந்துஸ்தானியில் குரல் வந்தது: “அறைக்கு உள்ளே யார்?”

நான் கேட்டேன்: “வெளியே யார்?”

---

* சுலைமானி: பால் கலவாத தேநீர்

"ஸஜ்ஜாத் ஹைதர்."

"இங்கே பஷீர்."

நான் கதவைத் திறந்தேன். அறை இருட்டாக இருந்ததால் அவரால் என்னைச் சரியாகப் பார்க்க முடியவில்லை. அவர் உள்ளே வந்து மின் விளக்கை எரியச் செய்தார். ஆறடி உயரமுள்ள அழகான ஒரு தடியன்தான் ஸஜ்ஜாத் ஹைதர். அவர் என்னைக் கண்ணிமைக்காமல் பார்த்தார். முன்பு எப்போதுமே சந்தித்திராத இரண்டு மனிதர்கள். அறைக்குள் அதிக விலைமதிப்புடைய நிறைய பொருட்களிலிருந்தன. பெட்டிகள், நாற்காலிகள், கட்டில், கண்ணாடி அலமாரி, கண்ணாடி அலமாரியில் நிறைய வெள்ளிக் கோப்பைகளும் இருந்தன. விளையாட்டில் கிடைத்தவை. அவர் சட்டென்று சிரித்தார். பிறகு கேட்டார்:

"உங்கள் பெயர் என்ன?"

"முகம்மது பஷீர். பயணி. இர்ஷாத் ஹுஸைன் சாகிபு எனக்கொரு கடிதம் கொடுத்திருக்கிறார்."

நான் கடிதத்தைக் கொடுத்தேன். கடிதத்தைப் படித்துவிட்டு அவர் கேட்டார்:

"அறையைத் திறந்தது யார்?"

"அஸ்மத் பேகம்."

"கெட்டிக்காரி." ஸஜ்ஜாத் ஹைதர் சிந்தனையில் மூழ்கினார்.

"ஷேம்ஷாதை நான் திருமணம் செய்தே தீருவேன்."

'யார் ஷேம்ஷாத்?"

"அஸ்மத் பேகத்தின் மகள். நல்ல மாமியாராக இருப்பார்கள் அல்லவா? என்ன சொல்கிறீர்கள்?"

"அவர்கள் ஒரு நல்ல பெண்மணி."

ஸஜ்ஜாத் ஹைதர் சிரித்தார்.

'என்ன சாப்பிட்டீர்கள்?'

"அஸ்மத் பேகம் ஒரு கோப்பை சுலைமானி கொடுத்தார்கள்."

"நல்ல பெண்மணி, அல்லவா?" அவர் சிரித்தபடி கீழே சென்று இரண்டு மூன்று பன்னும் தேநீரும் கொண்டு வந்து தந்தார்.

ஸஜ்ஜாத் ஹைதர் காட்டிய பெருந்தன்மையை மறப்பது என்பது சாத்தியமல்ல. தன்னுடன் அந்த அறையில் தங்குவதற்கு அவர்

பஷீருக்கு அனுமதியளித்தார். வேண்டுமென்றால் அறையிலேயே உணவு சமைத்து சாப்பிட்டுக்கொள்ளலாம். அத்துடன் பஷீருக்கு ஒரு வேலை வாங்கிக் கொடுக்கவும் அவர் பாடுபட்டார். விரைவிலேயே ஒரு வைத்தியரின் மருந்துத் தயாரிப்புக் கூடத்தில் வேலைக்காரராக அவர் பஷீரைச் சேர்த்தார். மருந்தைப் பொடி செய்வது, அரைப்பது ஆகியவைதான் வேலைகள். கொஞ்சம் காலம் சென்ற பிறகு வேறொரு வேலை கிடைத்தது. அதுவும் திருப்தியான வேலையாக இல்லை. ஒன்றிலிருந்து மற்றொன்றிற்கு என்ற ரீதியில் வேலைகள் மாறிக்கொண்டிருந்தன. கிடைக்கிற பணத்தைக் கொண்டு மிகச் சிரமமான முறையில் வாழ்க்கை நடத்தத்தான் முடிந்தது.

ஒரு மாதத்திற்கும் அதிகமாக ஹைதருடன் தங்க சுயமரியாதை இடங்கொடுக்கவில்லை. பஷீர் வேறொரு விடுதிக்கு மாறினார். எந்த இடத்திலும் நிலையாகத் தங்க முடியவில்லை. வேலையைப்போன்றே தங்குமிடமும் அடிக்கடி மாறிக்கொண்டிருந்தது.

ஆயினும் பம்பாயின் கீழுலக வாழ்க்கை எப்போதும் பஷீரின் கவனத்திற்குட்பட்டிருந்தது. காமாட்டிப்புராவுக்குத்தானே முதலில் வந்தார். அங்குள்ள ஆண்-பெண் வேசிகளைப் பற்றி ஹைதரிடமிருந்து பல விஷயங்களையும் செவிகொண்டிருந்தார். அவற்றையெல்லாம் நேரில் புரிந்துகொள்ள சில மலையாள நண்பர்களின் உதவி கிடைத்தது. அசிங்கத்தின், தீமையின் உலகம் அது. அங்கும், மனிதத்துவம் என்பது பாலைவனப் பூச்செடிகளுக்குச் சமமாகத் தளிரிடுவதை பஷீர் கவனிக்கத் தவறவில்லை. தான் பிற்காலத்தில் ‘சப்தங்கள்’ (குரல்கள்) படைப்போம் என்று பஷீர் அப்போது நினைத்துப்பார்க்கவே இல்லை.

இரவில் படுப்பதற்காக அறையை அடையும்போது, மனதில் உள்ள சில விஷயங்களைக் காகிதத்தில் குறித்து வைக்க பஷீர் அன்றும் முயன்றிருந்தார். இலக்கியமென்ற நிலையில் அல்ல, அனுபவக் குறிப்புகள் என்ற நிலையில். வசன கவிதைபோன்ற பலவும் அவற்றில் உட்பட்டிருந்தன. சில வெறும் காட்சி விவரணைகளாக மட்டுமே இருந்தன. தனக்கு வசப்பட்ட மொழியில் விரைந்து எழுதப்பட்ட அந்த விவரணங்கள் பாதுகாத்து வைக்க வேண்டியவை என்று தோன்றவில்லை. பாதுகாத்து வைப்பதும் சிரமமான காரியமாக இருந்தது.

அன்று நாட்டைப் பற்றியும் வீட்டைப் பற்றியும் நினைத்துப் பார்க்கவில்லையா? நான் ஒருமுறை பஷீரிடம் இந்தக் கேள்வியைக் கேட்டேன்: “நல்ல கேள்வி. நினைத்துப் பார்க்காமல் இருப்பதற்கு முடியுமா?” என்ற மறு கேள்விதான் பஷீரிடமிருந்து வந்தது. அந்த

நினைவு மெல்லிய துக்கமாக மனதில் அனுபவப்படவும் செய்தது. ஆயினும் வாழ்க்கையை நிலை நிறுத்திக்கொள்வதற்கான மிகு தீவிரத்தில் அந்தத் துக்கம், வீரியமாக மாறத்தான் செய்தது. அறிவு எப்போதும் புதிய புதிய திறமைகளைத் தேடிக்கொண்டுமிருந்தது. சோப்பு-சீப்பு வியாபாரியாகத் தெருவில் அலைந்தார். சாலைச் சந்திப்புகளில் வித்தைக்காரனாகக் காட்சிப்பட்டார். அதிலொன்றும் வெற்றி கிடைக்கவில்லை. சில இடங்களில் முட்டாளாகவும் ஆனார். ஆனால், ஒருபோதும் பஷீர் தோல்வியை ஏற்றுக்கொள்ளவில்லை. ஒன்றில்லையென்றால் மற்றொன்று தன்னைக் காப்பாற்றுமென்ற நல்ல நம்பிக்கையைக் கொண்டிருந்தார்.

பிற்காலத்தில் ஒருமுறை பஷீர் என்னிடம் சொன்னார்:

“வாழ்க்கையால் என்னைத் தோற்கடிக்க முடியாது. எந்த நிலையிலும் வாழ்ந்துவிடச் சாத்தியமாகும் என்ற நம்பிக்கை எனக்கு உண்டு!“

தான் அனுபவித்த துன்பங்களின் தோளில் மிதித்து நின்றுகொண்டுதான், தன்னம்பிக்கையின் அந்த வார்த்தைகளை அவர் சொன்னார்.

பம்பாய் வாழ்க்கைக் காலத்தில்தான் மேற்கத்திய நாவல்களில் பஷீர் கவரப்பட்டார். கோவாவில், இரண்டு மூன்று கதைப் புத்தகங்கள் கையில் கிடைத்தன. தனிமையிலிருந்து வாசித்தபோது அவை மிகவும் நன்றாக இருந்தன. பம்பாயில் அவ்வகையான புத்தகங்கள் நிறையக் கிடைக்கும். மலிவான விலை கொடுத்தால் போதும். பெரும் புகழ் பெற்ற கதைகள் அவை. கதாபாத்திரங்களாக, திருடர்களும் குற்றவாளிகளும் இருந்தாலும் நன்மையின் வெளிச்சம் அவற்றை அழகுறச் செய்தது.

துப்பறியும் கதைகளையும் வாசித்தார். ஆயினும் சமுதாயத்தின் புறம்போக்குகளில் வாழ்கின்றவர்களின் குண விசித்திரங்கள் சித்திரிக்கப்பட்டிருக்கின்ற கதைகளே பஷீரை மிகவும் கவர்ந்தன. வாழ்வதற்காக பல வேஷங்களும் கட்டுகின்ற அவர்களில், தன் நிலையையும் பஷீர் கண்டிருக்கலாம்!

இரண்டு மூன்று நண்பர்கள், “ஒரு ஹஜ் கப்பலில் வேலை கிடைக்கும், என்ன சொல்கிறீர்கள்?” என்ற கேள்வியுடன் பஷீரிடம் வந்தார்கள். ரெடி; சம்மதம் என்று சொன்னால் போதாது, மகிழ்ச்சியும்தான். தான் வாசித்த கதைகளில் உள்ள கப்பல் வாழ்க்கை பஷீருக்கு சுவாரஸ்யமானதாகத் தோன்றியிருந்தது. அதுமட்டுமல்ல, கற்பனை உலகில் சஞ்சரிக்கும் வேளைகளில் சிலமுறை, கடலின் வியப்புகளில் விளையாட வேண்டும் எனும் தீவிரமான ஆர்வம்

ஏற்பட்டிருந்தது. நிஜத்தில் வாழ்வதைப்போல கற்பனையிலும் வாழ்கின்ற இயல்புடையவர்களை கடலும் காடும் எப்போதும் வசீகரிப்பதுண்டல்லவா. அந்த அடர் நீல மர்மத்தில் என்னென்னவோ ஆச்சரியங்கள் கலந்திருக்கின்றன! அதுமட்டுமல்ல, அவை ஏதோ நிலையில், ஆன்மிக உணர்வுடன் உறவுகொள்ளவும் செய்கின்றன. எல்லையற்ற தன்மையும் ஆழமும் அவற்றின் மேன்மைகள் என்று நினைவுகொள்ளுங்கள்.

கப்பல் வேலையை ஏற்றுக்கொண்ட பஷீர் வேறொரு வாழ்க்கை முறைக்குத் திரும்பினார். ஆரம்பத்தில் வேலையை சிரமமாக உணர்ந்தார். முற்றிலும் சுவாரஸ்யமற்ற வேலை. பஷீரைப்போன்ற ஒருவரால், வெறுமனே இயந்திரத்தைப்போல செயல்பட்டுக் கொண்டிருப்பதற்கு முடியுமா! ஆனால், 'எஸ்.எஸ்.ரிஸ்வானி' எனும் பெயருடைய பம்பாய்-ஜித்தா கப்பலின் மேலதிகாரிகளில் சிலருக்கு பஷீரின் மீது ஆர்வம் ஏற்பட்டது. உரையாடிப் பழகியபோது அவர்கள் நண்பர்களாகிவிட்டார்கள். அந்த வகையில் சலிப்பு நீங்கியது. கடல் வழிப் பயணம்-அறியாததை நோக்கிப் பயணிக்கிற மகிழ்ச்சி. புதியது ஏதோ தென்படப்போகிறது. என்னவெல்லாமோ ஆச்சரியகரமான அனுபவங்கள். கரை காணாத கடல் நடுவில் தொழும்போது கடவுள் சன்னிதானத்தை அடைகிற ஆன்மிகப் பேருணர்வு! கணநேரம் மட்டும். இரவும் பகலும் கடலின் பல பகுதிகளைப் பார்ப்பது என்பது மற்றொரு பேருணர்வு. இப்படியெல்லாமிருந்தாலும் கப்பல் பணியாளனாகத் தொடர பஷீர் விரும்பவில்லை. ஜித்தாவிலிருந்து பம்பாய்க்குத் திரும்பி வந்தபோது பஷீர், கப்பல் வேலையை விட்டுவிட்டு விசாலமான புவிப் பரப்பின் அகண்டத்தை நோக்கிப் பயணம் தொடர்ந்தார்.

பெருநகரங்களின் வாசிப்பு

எந்த நகரமும் வேசியைப்போலத்தான். அவளது போதையூட்டும் அழகும் சிருங்கார சுந்தரமும் எவரையும் வசீகரிக்கின்றன. போதை வசப்பட்ட மனங்களால், அந்த வெளித் தோற்றத்தின் வசீகரிப்பிற்குப் பின்னால் உள்ள சதியைப் புரிந்துகொள்ள இயல்வதில்லை.

‘புன்னகை நிலவொளி புறத்தும்

அகத்தே இருளுமாய்

நெஞ்சில் விஷமாய்

பேச்சில் நல்லருந்தேனாய்’

எனும் கவிதைப் பகுதி, நகரத்திற்கு நன்கு பொருத்தமுடையதாகிறது. நகரத்தின் வெளி வசீகரத்தில் அகப்பட்டுவிட்டால் பிறகு விடுதலை அவ்வளவு சுலபமல்ல.

தன்னால் விவரிக்க முடியாத அமைதியற்ற தன்மையால் தூண்டப்பட்டு பயணம் தொடங்கிய பஷீர், பம்பாயில் ஒரு பிரச்சினையில்தான் முக்கியமாகக் கவனம் செலுத்தினார்- நிலை நிற்பது எனும் பிரச்சினையில். ஏதாவது ஒரு வேலை செய்யாமல் நிலை நிற்க முடியாது. கிடைத்த வேலைகள், வாழ்க்கை நடத்துவதற்குப் போதுமானதாயில்லை. பிடித்து நிற்கத் தோன்றவில்லை. அந்த நிலையில்தான் நகரத்திடமிருந்து விடைபெற முடிவு செய்தார். சொந்தக் கட்டுப்பாட்டிற்குள் வராத ஏதோ அகச் சக்தியின் செயல்பாடும் அதன் பின்னால் இருக்கலாம்.

ஆயினும் குறைந்த காலத்திற்குள் பம்பாயின் இருட்டுலகம் பற்றிய உட்பார்வையைப் பெற பஷீரால் முடிந்தது. முதலில் சென்று சேர்ந்த இடம் காமாட்டிப்புரா. திருடர்கள், கொள்ளைக்காரிகள், வேசிகள்- ஆகியவர்களின் இருப்பிடம். சாதாரண வாழ்க்கையிலிருந்து தனிப்பிரிந்து அனேக முறைகேடான வழிகளில் வாழ்ந்துவருபவர்கள். அவ்வகையானவர்கள் எப்போதும் பஷீரின் ஆர்வத்தைத் தூண்டிக்கொண்டிருந்தனர். அவர்களைப் புரிந்துகொள்வது என்பது

அவருக்கு சுவையான விஷயமாயிருந்தது. அதற்கேற்றபடி பஷீர் பல வழிகள் மூலமாகவும் அந்த இருட்டுலகின் விவகாரங்களைப் புரிந்துகொண்டார். அன்று பல காமாட்டிப்புராக்கள் பம்பாயில் இருந்தன. இன்றும் உண்டென்று சொல்ல வேண்டியது இல்லை அல்லவா.

மனிதர்களின் குணப்போக்குகள், நடத்தைச் சீர்கேடுகள் போன்றவற்றை உற்றுநோக்கி அறிந்துகொள்கின்றவர்களுக்கு உதவுகின்ற கருவிகள் பலவும் அவ்வகையான மையங்களில் உண்டு. அங்கே செல்லவும், அங்கேயுள்ள 'அசிங்கங்களை' உற்றறிந்து கொள்ளவும் பிரத்தியேக மனது இருக்க வேண்டும், அவ்வளவுதான். பஷீருக்கு அப்படியொரு மனது இருந்தது. பம்பாய் நண்பர்களின் உதவியுடன் அந்தப் பாதாள உலகத்தின் சில பகுதிகளை அவர் நேரில் பார்த்தார். பார்த்த விஷயங்களை அடிப்படையாக்கி பலவற்றை தெளிவாக ஊகித்துக்கொண்டார். அப்படி ஊகித்ததோ, மனிதத்துவத்தின் இளகிய குணம் நிறைந்த பார்வையுடனிருந்தது. பிற்காலத்தில் (1947 இல்) 'சப்தங்கள்' என்ற நூலாக அந்த அனுபவங்கள் வெளிப்படுத்தப்பட்டன.

"ரணங்கள்போல சுண்ணாம்பு சிதையத் தொடங்கிய சுவர். அவற்றில் தொங்குகின்ற நாற்றம் பிடித்த புடவைகள்" - இது ஒரு ஆண் வேசியின் அறையின் சித்திரம். இதிலிருந்து உங்களுக்கு அந்தப் பாதாள உலக வாழ்க்கையின் தோற்றம் கிடைக்கிறது. ஆயினும் அந்த ஆண் வேசியை நீங்கள் வெறுப்பதில்லை. 'ஐயோ பாவம்' என்று அனுதாபத்துடன் மனதில் சொல்லிக்கொள்ள நேரலாம். அதுமட்டும்தான்.

ஒரு பகுதியைப் பாருங்கள்:

"... கடைசியில் அவன் வெளிப்படையாக ஒரு ஆண் வேசியாகிவிட்டான். ஆண் வேசிகளுடைய தெரு அது. பெரியவர்கள் வீட்டில் கூட்டம் கூடி வாத்திய மேளத்துடன் ஆடுவார்கள், பாடுவார்கள். அப்படி நிறையப்பேர் இருக்கிறார்கள். பெண் வேசிகள் உள்ளவரை ஆண் வேசிகளும் உண்டு. அவனிடமிருந்துதான் எனக்கு சிபிலிஸும் கொனேரியாவும் கிடைத்தது!"

'சப்தங்கள்' என்ற நூலில் குற்றத்தை ஒப்புக்கொள்ளும் மனோபாவத்துடன் தன் விஷயங்களை இவ்வகையில் விவரிக்கிற ஒரு ஆள்தான் முக்கியக் கதாபாத்திரம். அவன் ஏன் இந்த நிலையை அடைந்தான் என்று பல பகுதிகளிலிருந்து குறிப்பு கிடைக்கிறது. அவனுடைய விவரணத்தைக் கேட்கிற, இடையிடையே தன் அபிப்பிராயங்களை அவனிடம் சொல்கிற கதாபாத்திரத்தை

பஷீராகப் பார்க்கலாம். தற்சமயம் அதற்கெல்லாம் போக வேண்டாம். பம்பாயில் வாழ்ந்த நாட்கள் பஷீரின் மனதிலும் பார்வையிலும் ஒரேபோன்று விகாசத்தை ஏற்படுத்தின என்று புரிந்துகொண்டால் போதும். அவர் அங்குதான், மனித இயல்பின் விசித்திரமான பக்கங்கள் பலவற்றையும் ஆழமாக அறிந்தார்.

பம்பாய் நகரத்திடமிருந்து விடைபெறும்போது பஷீரிடம் அந்த அறிவுச் சம்பாத்தியம் மட்டுமே இருந்தது. மற்ற எவரும் அபகரிக்க முடியாத சம்பாத்தியமல்லவா அது. உடைகளும் பிறவும் உள்ள ஒரு பெட்டியும் அவரிடமிருந்தது. அதைச் சுமந்துகொண்டு பஷீர் நேரே பயணம் புறப்பட்டார். எங்கே?

அப்படிச் சரியாக எந்த இலக்குமில்லை. பல நகரங்கள் வழியே நான் பயணம் செய்தேன் என்றே பஷீர் சொல்கிறார். ஒவ்வொரு இடத்திலும் சில நாட்களேனும் தங்காதிருக்கவில்லை. இதன் அர்த்தம், பலவிதமான மனிதர்களுடன் பழகுவது என்பதுதான். பல மதத்தைச் சேர்ந்தவர்கள். பல சாதியைச் சேர்ந்தவர்கள். உடையலங்காரங்களும் பழக்க வழக்கங்களும் பல. சூழ்நிலைகள் பல. எல்லோரும் பேசுவது ஒரே மொழியல்ல. ஆனால் அவர்கள் அனைவரிலும் மனித சுபாவத்தின் அடிப்படைக் குணாம்சங்கள் கலந்திருப்பதை பஷீர் பார்த்தார். பார்த்தார் என்று சொல்வதைவிட அனுபவித்தார் என்று சொல்வதுதான் நல்லது.

கராச்சியில் பஷீர் ஒரு சிந்தி பிராமணருடன் தங்கியிருந்தார். வெளிநாட்டுக்காரனான ஒரு முஸ்லிமை தன்னுடன் தங்க வைப்பதில் வித்தியாசமான தன்மை ஏதாவது உண்டு என்று அந்த பிராமணருக்குத் தோன்றவே இல்லை! அவர் பெயர் ராம்மோகன். அவரைக் குறித்துப் பஷீர் பிற்காலத்தில் நிறையப் பேசிவந்தார். பஷீருக்கு இலவசமாகச் சாப்பாடு கொடுப்பதில் அவர் மிகவும் மகிழ்ச்சியடைந்தார். அவர் அதை, நற்செயல் செய்வதற்குக் கடவுள் கனிந்து கொடுத்த ஒரு வாய்ப்பாகத்தான் பார்த்தார். அவரது தயாளமும் அன்பும் பஷீரை மூச்சுத் திணறச் செய்தன. ஒரு முறை பஷீர் அழவே செய்துவிட்டார். பெரிய நன்மையின் முன்னால், பெரிய அன்பின் முன்னால் நம்முள் உள்ள மனிதத்துவம் நெகிழ்ந்துருகிவிடும் அல்லவா.

பஷீரின் ஆளுமையில் எப்போதும், தன் சொந்த வியர்வையின் பயனால் வாழ வேண்டுமென்ற ஆசை (அல்லது லட்சியம்) எரிந்து கொண்டிருந்தது. அது அவருடைய இயல்பாக இருந்தது. இலவசமாக அளிப்பவர்கள் எவ்வளவு நல்லவர்களாக இருந்தாலும், அதை ஏற்றுக் கொள்வது என்பது பஷீரைப்போன்றவர்களுக்கு சஞ்சலமாக இருக்கும். அந்த நிலையிலிருந்து பஷீரைக் காப்பாற்ற ஒரு சூழ்நிலை

வந்து சேர்ந்தது. லாகூரிலிருந்து வெளியிடப்படுகிற ஒரு பத்திரிகையில் வேலை கிடைத்தது. 'ப்ரூப் ரீடரின் காப்பி ஹோல்டர்' எனும் வேலை. முன்பே விண்ணப்பித்திருந்ததற்கு ஏற்ப அது கிடைத்தது. ஆங்கிலக் கவிஞர் ரட்யாட் கிப்லிங் அங்கே முற்காலத்தில் வேலை செய்திருந்தார் என்று பஷீர் பெருமையுடன் சொல்லிவந்தார். ஆனால், 'கிழக்கு கிழக்குதான் மேற்கு மேற்குதான்; அவற்றிற்கிடையே சேர்க்கை சாத்தியமல்ல' எனும் அர்த்தத்தில் கிப்லிங் எழுதியிருந்ததைப் பற்றி பஷீர் சொல்லிக் கேட்டதில்லை. பத்திரிகையின் பெயர் 'சிவில் அண்டு மிலிட்டரி கெசட்' என்பதைத் தவிர, அப்பத்திரிகையின் தன்மையைப் பற்றி அவர் சொல்வதைக் கேட்க வாய்ப்பிருக்கவில்லை. ப்ரூப் ரீடிங் பிரிவில் வேலை செய்த காரணத்தால் அவர் அதைக் கவனிக்காதிருந்திருக்கலாம்.

லாகூரில் தான் எவ்வளவு காலம் வசித்தோம் என்பதைப் பற்றி பஷீருக்குத் தெளிவான நினைவில்லை. கொஞ்சம் காலம் வசித்திருந்தார் என்று சொன்னால் போதும். அதிகத் தாமதமில்லாமல் அன்றைய இயல்பிற்கேற்றபடி, டெல்லிக்கு வண்டியேறினார். அங்கும் அற்ப சொற்பமான வேலைகள் செய்து வாழ்வைத் தொடங்கினார். விரைவிலேயே ஒரு பத்திரிகையில் வேலை கிடைத்தது. கொஞ்சம் காலம் 'நேஷனல் ஹெரால்ட்' என்ற பத்திரிகையிலும் ப்ரூப் ரீடிங் பிரிவில் செயல்பட்டார். வாழப் போதுமான சம்பளமே கிடைத்தது. ஆயினும் முடிந்தவரை ஆடம்பரமாகவே வாழ்ந்தார். புதிய நண்பர்களை, அவர்களது பண்பு நலன்களைப் பழகி அறிவது தனக்கு உற்சாகமளிப்பதாக இருந்தது என்று பஷீர் பிற்காலத்தில் அதைப் பற்றி பெருமையுடன் சொன்னார்.

வட இந்தியாவில் எங்கும் சுதந்திரப் போராட்ட எழுச்சி வலுப்பெறுகிற சமயம் அது. பஷீர் தங்கியிருந்த நகரங்களில் அதன் போக்கு தீவிரமாகவும் இருந்தது. ஆயினும், அந்தப் போராட்டங்களைப் பற்றியோ, அவற்றோடு தொடர்புடைய சம்பவங்களைப் பற்றியோ பஷீர் தன் பூர்வ வரலாற்றுச் சம்பவங்களில் சொல்லிக் கேட்டதில்லை. இது குறித்து அவர் எழுதவும் இல்லை. ஒருக்கால் அன்று அவர், தன் வேலையில் சுருங்கியும், நட்புறவுகளில் மூழ்கியும் மட்டுமே இருந்திருக்கலாம். தன்னில் ஆழ்கின்ற பழக்கம் அவரில் என்றுமிருந்தது. தனக்கு வருகின்ற கடிதங்களை வாசிக்காமல், செய்தித்தாள்களை சற்றும் புரட்டிக்கூடப் பார்க்காமல் பல நாட்களிலும் அவர் 'சுகமாக' இருப்பதை நான் பார்த்திருக்கிறேன். 'சுகமாக' என்பது அவரது பிரயோகம்.

ஆயினும், எந்தச் சூழ்நிலையிலும் எந்த மன நிலையிலும் பஷீர் தொடர்ந்து செய்துவந்த ஒரு செயல் உண்டு - புத்தக வாசிப்பு.

அக்காலத்தில் இந்திய நகரங்களெங்கும் ஆங்கிலப் புத்தகங்கள் கிடைத்துக்கொண்டிருந்தன. அவை தாராளமாகப் பரவியிருந்தன. ஆங்கிலக் கல்வியறிவு உள்ளவர்களில் பெரும்பாலானோர் வாசிப்பதில் மகிழ்ச்சி கண்டார்கள். இந்திய மாத இதழ்களில், புத்தம் புதிய நூல்களை நோக்கி வாசகர்களை ஈர்க்கக்கூடிய தொடர் பகுதிகள் இருந்தன. இந்தச் சூழ்நிலையில் பஷீர் தன் ரசனைக்கேற்ற புத்தகங்களைத் தேடிக் கண்டுபிடித்து வாசித்து வந்தார். எவ்வகையான புத்தகங்களை வாசித்தார் என்று உறுதியாகச் சொல்ல முடியாது. ஆயினும், கதைகளுக்குத்தான் முக்கியத்துவம் கொடுத்தார் என்பது விவாதத்திற்கு இடமற்றது. கொஞ்சமாகக் கவிதைகளையும் அனுபவித்து வந்தார். அன்றாட வாழ்க்கை எதார்த்தங்களுக்கிடையில் இருக்கும்போதும், மற்றொரு உலகத்தில் களித்திருக்கக்கூடிய இயல்பு இந்தக். கட்டத்தில் நல்ல விதமாக வளர்ந்தது. வாசிப்பு அவரது பழக்கத்தில் ஒரு அம்சமாகியது.

இந்தக் கட்டத்தில் பஷீர் ஏதாவது எழுதினாரா? அந்தக் கேள்விக்கு அர்த்தம் இல்லை. முன்பே அவர் பத்திரிகைகளில் பல விஷயங்கள் எழுதியிருக்கிறார். கதைகளைப் பிரசுரிக்கவில்லை. பல கதைகள் எழுதியிருந்தார். வசன கவிதைகளும் எழுதியிருந்தார். உட்தூண்டலுக்கு ஆட்பட்டு அப்படி எழுதினார் என்பதுதான். அவற்றை வெளியிட வேண்டுமென்று தோன்றவில்லை. மற்றவர்களிடம் காட்ட வேண்டும் என்றும் தோன்றவில்லை. பகற்கனவுகளில் களித்திருப்பதுபோல அவற்றை எழுதினார், அவ்வளவுதான். அந்த இயல்பு இந்தக் கட்டத்திலும் தொடராமலிருக்க வழியில்லை. ஒரு வித்தியாசம் மட்டும். இப்போது பெரும்பாலும் ஆங்கிலத்தில் எழுதினார். கதைகள், கதைக்குத் தேவையான குறிப்புகள், வசன கவிதைப் பகுதிகள் அப்படிப் பலவும் அவற்றிலுட்படுகின்றன. அவற்றில் சிலவற்றை பிற்கால இலக்கிய வாழ்க்கையில் அழகாகப் பயன்படுத்த பஷீரால் முடிந்தது.

கராச்சியிலும் டெல்லியிலும் வசிக்கும் காலத்தில் அவர் வாழ்க்கையில் ஏற்பட்ட சில அனுபவங்கள், காலத்தை வென்று பஷீரின் மனதில் உயிர்ப்புடன் தங்கியிருந்தன. அவை உருமாற்றத்துடன் அவரது படைப்புகளில் ஆங்காங்கே இடம் பிடித்திருக்கலாம். சரியாக இனங் காண்பது சிரமம். அதிலொன்று ராம்மோகனுடன் வசிக்கும்போது ஏற்பட்டது. பஷீரின் மொழியிலேயே அதைத் தெரிந்துகொள்வது நல்லது.

"... அன்று நான் கைரேகை பார்ப்பது, முக லட்சணம் பார்ப்பது, கையெழுத்துப் பார்த்துக் குறி சொல்வது முதலியவற்றைக் கற்றுக்

கொண்டிருந்தேன்... பிரணாயாமம், கொஞ்சம் ஹிப்னாடிசம் இதெல்லாம் படித்துக்கொண்டிருந்தேன். அன்றொரு நாள், கராச்சிக்குப் பக்கத்தில் உள்ள உப்பளத்தில் வேலை கிடைப்பதற்கு வாய்ப்பு உண்டென்று கேள்விப்பட்டேன். கடலோரத்திலேயே பதினெட்டு மைல் நடந்து செல்ல வேண்டும்... காலையில் நான் சென்றேன். வேலை கிடைக்கவில்லை. கடும் வெயிலில் நடை. அந்தி நேரத்தில் திரும்பி வந்தேன். சொல்லும்படி உணவு ஒன்றும் சாப்பிட்டிருக்கவில்லை. தகர அறையில் விளக்கு ஏற்றப்பட்டிருந்தது. ராம்மோகன் வெளியே எங்கோ சென்றிருந்தார். நான் உடைகளைக் கழற்றி வைத்தேன். சான்டோ பனியனும் அரைக் காற்சட்டையும் அணிந்து, கை கால் முகம் கழுவி இருளில் சென்று நீண்டு நிமிர்ந்து நின்றேன், கம்புபோல. வழக்கமான உடற்பயிற்சிக்குத் தடை ஏற்படக் கூடாது! உடற்பயிற்சி என்று சொன்னால் அது ஒரு மூச்சுப் பயிற்சி. பொதுவாக, நாம் பிரக்ஞையின்றிதானே சுவாசிக்கிறோம். இது உணர்ந்து சுவாசிப்பது. கிரவுண்ட், பார் - உடற்பயிற்சி வகைகளை முன்பே நான் செய்திருக்கிறேன்; ஆசனங்களும். இது தியானமும் கூடத்தான். மனதில் எந்தவொரு சிந்தனையுமில்லை. ஆனால், இல்லைதானா? மூச்சை மிக மெதுவாக உள்ளிழுப்பது, நிறுத்துவது, மிக மெதுவாக வெளியிடுவது, ஒவ்வொரு உறுப்பிலும் கவனத்தைக் குவித்து ரத்தம் விட்டு சுத்தப்படுத்தி ரத்தத்தைத் திரும்பக் கொண்டு வருவது. மூளையிலும் இதயத்திலும் நாடி நரம்புகளிலும்... இது ஒரு பதினைந்து நிமிடம்தான். கவனத்தையும் ரத்தத்தையும் தலைக்குச் செலுத்திய நினைவுதான் உள்ளது. பிறகு உணர்வு வந்தபோது தனிமையான கடும் இருட்டு. தூசி மண்ணில் நான் நீண்டு நிமிர்ந்து குப்புறக் கிடக்கிறேன்... எழுந்தமர்ந்தேன். நெஞ்சு வழியே தண்ணீர் ஒழுகுவதுபோல. வாய்க்குள் ஏதோ கிடக்கிறது. சட்டென்று, தகர அறையின் வெளிச்சம் என் கண்ணில் பட்டது. நான் மெதுவாக எழுந்து சென்றேன். திடுக்கிட்டுப்போய்விட்டேன். வெண்ணிற பனியனில் சிவப்பு ரத்தம் ஒழுகுகிறது. ரத்தம்! வாய்க்குள் கிடப்பது, கழன்றுவிட்ட கடைவாய்ப்பல்! காதுகளின் வழியேயும் ரத்தம் ஒழுகுகிறது. வாயின் அடிப் பகுதி, தாடை எலும்புக்குப் பக்கத்தில். புதிய வாய் உருவாகியிருக்கிறது! அதன் வழியேதான் மூச்சுக் காற்று சென்றது. தலை உடைந்து சமாதியடைந்திருக்க வேண்டும்.

“க்யா ஹோ கயா மாஸ்டர்?” ராம்மோகன் திகைப்புடன் கேட்டார். நான் சொன்னேன்: “குச் நஹிம்.” ஒரு ஜட்கா வண்டி பிடித்து அவர் என்னை மருத்துவமனைக்குக் கொண்டு சென்றார்.

இவ்வகையான பல சந்தர்ப்பங்களில் பஷீருக்கு அம்மாவைப்போலப் பணிவிடை செய்த ராம்மோகன் யார்? பிராமணனோ சூத்திரனோ

அல்ல; இந்துவோ முஸல்மானோ அல்ல. ராம்மோகன் மனிதன். ராம்மோகனைப்போன்றவர்கள் மட்டும்தான் மனிதர்கள். மற்றவர்களோ? அதற்கு நேரடியாகப் பதில் சொல்ல பஷீர் மறுக்கிறார். நீங்கள் கட்டாயப்படுத்திக் கேட்டால், 'மனித ஜந்துக்கள்' என்று அவர் சொல்வார். அவருடைய வார்த்தைகள் இதோ:

"மனித ஜந்து நாற்றம் பிடித்த ஒரு அசிங்கமான ஜந்து. இந்துவும் முஸல்மானும் கிறிஸ்தவனும் யூதனும் பார்சியும் ஜைனனும் சிங்கும் புத்தமதக்காரனுமெல்லாம்."

பஷீரின் அலைந்து திரிதலுக்கு நாம் திரும்பிச் செல்வோம். தான் எங்கெல்லாம் அலைந்தோமென்று பிற்காலத்தில் அவருக்கே நிச்சயமில்லாதுபோய்விட்டது. அவ்வளவு அதிகமான இடங்களில் அன்று சுற்றித் திரிந்துகொண்டிருந்தார். அந்தக் கால அளவின் சில அனுபவங்களை மட்டுமே இங்கே சேர்க்க வேண்டியிருக்கிறது. அந்த நினைவுப் பகுதியை இங்கே பஷீரின் மொழியிலேயே அறிவோம்.

"இருண்ட பனீஹால் சுரங்கம் கடந்து பேருந்தை நிறுத்தினார்கள். நல்ல பிரகாசத்தில் தூரத்தில் கீழே நீர்நிலைகள். மரங்கள், செடி கொடிகள், பூக்கள், வீடுகள். காஷ்மீரின் ஸ்ரீநகரைப் பற்றி இந்த நினைவுதான் உள்ளது. நான் ஜம்முவிலிருந்து ஸ்ரீநகருக்குச் செல்கிறேன்."

அங்கே ஷேக் அப்துல்லாவுடன் தங்கியதைப் பற்றிக் குறிப்பிட்ட பிறகு பஷீர் தொடர்கிறார்:

"கொத்திப் பிடுங்கும் பனிக்காலம். ஏழைக் காஷ்மீரிகள் கம்பளி போர்த்தி அதற்குள் ஒரு சிறிய மண்கலயம்போன்ற பாத்திரத்தில் நெருப்பைப் போட்டு கழுத்தில் தொங்கவிட்டுக்கொண்டு நடக்கிறார்கள். யாரும் பச்சைத் தண்ணீரில் குளிப்பதில்லை. பொதுவாக, சுடுநீரில் குளிப்பது எனக்கு விருப்பமும் அல்ல. பச்சைத் தண்ணீர்தான் வேண்டும். நான் துண்டைச் சுற்றிக்கொண்டு, தெளிந்த நீர் நிறைந்த 'தால்' ஏரியின் கரையில் அமர்ந்திருப்பேன். பெரும் தைரியத்தை வரவழைத்துக் கொள்வதற்காக. சகித்துக்கொள்ள முடியாத அளவு குளிர். தண்ணீரைத் தொட்டால் விரலே துண்டாகிவிடும்போலிருந்தது. கண்ணீர்போன்ற தெளிவான, விசாலமான நீர்ப் பரப்பு. மிதந்து செல்கின்ற படகு வீடுகள். அந்த அலங்கரித்த படகுகளில் மனிதர்கள் வசிக்கிறார்கள். தால் ஏரியின் தண்ணீரைப் பார்த்தால் குளிருடையதாகத் தோன்றாது. தெளிவான சூரிய வெளிச்சம். ஆனால் வெயிலின் வெப்பம் குறைவு. பனியால் வெண்மை பூசிய மாமலைகள். வெண் மேகங்களையும் பிரதிபலிக்கும் பெரும் நீர்ப் பரப்பான தால் ஏரி. சுற்றிலும் மரங்கள்..."

இங்கே பஷீர் இயற்கையின் பாகமாகிவிடுகிறார். அல்லது இயற்கையின் பக்தனாகிவிடுகிறார். இது, பஷீர் எனும் எழுத்தாளரில் எக்காலத்திலும் செயல்பட்டுக்கொண்டிருந்த ஒரு இயல்பு.

காஷ்மீரில் ஷேக் அப்துல்லாவைத் தவிர இன்னும் இரண்டு பேருடனும் நெருங்கிப் பழக பஷீருக்கு வாய்ப்பு ஏற்பட்டது. அவர்களைக் குறித்து மரியாதையுடன் பேசுகிறார். ஒருவர் அஹம்மது ஆஹாத். ஆஸ்திரியாக்காரரான யூதர். பெயர் லியோபோல்ஸ் பெய்ஸ். நம்பிக்கையில் மாற்றம் வந்த காரணத்தால் இஸ்லாம் மதத்தை ஏற்றுக்கொண்டு, அரபிப் பெண்ணை மணம்புரிந்து, காஷ்மீருக்கு வந்து ஸ்ரீநகரில் வசிக்கிறார். அவர் பஷீருக்கு ஒரு நூலைப் (Islam on the Crossroads) பரிசளித்தார். இரண்டாவது மனிதன் யூசுப் அலி. அவரின் சித்திரம் இப்படி.

“நான்… தால் ஏரியின் கரை வழியே நடந்து தனிமையான அந்தச் சிறிய கூடாரத்தின் முன்னால் சென்றேன். உள்ளே ஒரு தாத்தா குனிந்தமர்ந்து எழுதுகிறார். கூடாரத்தைச் சுற்றிலும் வெறுமையாயிருக்கிறது. இந்த மனிதர் யார்? தனியே இந்தச் சூழலில் அமர்ந்து எல்லாவற்றையும் மறந்து என்ன எழுதுகிறார்? நான் சலாம் சொன்னேன். அவர் பதில் சலாம் சொல்லி என்னை உள்ளே அழைத்தார். உள்ளே ஒரு கேம்ப் கட்டில் இருக்கிறது. ஒரு பெட்டியும் உணவு சமைப்பதற்கான கருவிகளும் அனேக நூல்களும். நாங்கள் அறிமுகமானோம். அவர் தேநீர் தயாரித்துக் கொடுத்தார். அவர்தான் யூசுப் அலி.”

இறப்பதற்கு முன்பு புனித குர்ஆனை ஆங்கிலத்தில் மொழிபெயர்க்க வேண்டுமென்ற உறுதியான நோன்புடன் மொழிபெயர்ப்பில் மூழ்கியிருக்கிற தூய ஆத்மா.

வேறொரு பிரதேசத்தில் பாலைவனத்ினூடே பயணம் செய்ததைக் குறித்தும் பஷீர் உணர்ச்சிகரமாக விவரித்துவந்தார். இரும்பைக்கூட உருக்கும் சக்தி வாய்ந்த சூரியக் கதிர்கள் உச்சந்தலையில் பதிகிற நேரம். அங்கே நடக்கும்போது ஷூக்களில் மண் புகுந்தது. அவற்றைக் கழற்றி கழுத்தில் கட்டித் தொங்கவிட்டுக்கொண்டு நடையைத் தொடர்ந்தேன். உயிரை நிலை நிறுத்துவதற்கான வெறி. சர்வ சக்தியையும் திரட்டிக்கொண்டு நடையைத் தொடர்ந்தேன். என்னவொரு தாகம்! தாகத்தால் சாகப்போகிறேன். சர்வ சக்தியுள்ள அல்லாவே! ஒரு துளித் தண்ணீர் - பஷீர் பிரார்த்தித்தார். எல்லாம் சுழல்வதுபோல, மங்குவதுபோலத் தோன்றுகிறது. அடுத்த கணத்தில் பஷீர், உணர்விழந்து நிலத்தில் வீழ்ந்தார்.

கண் திறந்தது எப்போது? யுகங்கள் கழிந்திருக்க வேண்டும். இந்த இடம் எந்த இடம்? பாலைவனம் அல்ல. இங்கே இதோ மனிதர்கள்.

அவர்களில் ஒருவர் வாயில் துளித்துளியாகத் தண்ணீர் விட்டுக் கொண்டிருக்கிறார். உயிர் கொடுக்கும் அமிழ்தத்தைப்போல அது அவரது நரம்புகளை எழுப்பியது. அவரில் புத்துணர்ச்சியை ஏற்படுத்தியது. யார் இவர்கள்? இவர்கள் எங்கிருந்து வந்தார்கள்? தாடியும் தலை முடியும் நீளமாக வளர்த்த நிர்வாண சாமியார்கள்! அவர்களின் கைகளில் யோக தண்டங்கள்! அவர்கள் பஷீரைத் தங்களுடன் சேர்த்துக்கொண்டார்கள். அவர்கள்தான் பஷீரை பாலைவனத்தின் நெருப்பு வெயிலிலிருந்து காப்பாற்றி வாழ்வின் வழியை நோக்கி நடத்தினார்கள். மூன்று வருடங்கள் அவர்களுடன் இருந்தது புதிய அனுபவமாக இருந்தது. அக்கூட்டத்தைச் சேர்ந்தவர்கள் உருவங்களை வணங்குவதில்லை. 'அகம் பிரமாஸ்மி' என்ற மந்திரத்தை மட்டுமே திரும்பத் திரும்பச் சொல்லிக்கொண்டிருப் பார்கள். பெரும்பாலான நேரம் அவர்கள் தியானத்தில் மூழ்கியிருப் பார்கள். அவர்களுக்கிடையில் பஷீர் தியானத்தின் உயர்ந்த குணங் களை வசப்படுத்தினார்.

சாமியார்களிடமிருந்து பிரிந்த பிறகு, மீண்டும் எதிர்பாராத விதமாக பஷீர் ஸூஃபி துறவிகளுக்கிடையில் சென்று சேர்ந்தார். அவர்களிடமிருந்து தியானத்தின் வகைகளைத்தான் அதிகம் உள்வாங்கினார். அவர்கள் சொன்ன தத்துவங்களை முழுமையாகப் புரிந்துகொள்ள முடியவில்லை. ஆயினும் பிரபஞ்சங்களின் சிருஷ்டி கர்த்தாவை தொடர்புபடுத்துகிற எல்லையற்ற பெரு வியப்பை அந்தத் தத்துவங்கள் தன்னில் மீத்து வைத்ததாக பஷீர் அறிகிறார்.

இந்தக் கட்டத்தில் பஷீர் அதிகமாக நெருங்கியது, பூமியின் எதார்த்தங்களை அல்ல, பிரபஞ்சங்களின் பின்னால் உள்ள நுட்பமான ஜீவ சக்தியை. ஆனால், அதிகக் காலம் இந்த நிலையில் இருக்க முடியுமா? மனிதன் வாழ்வதும் வாழ வேண்டியதும் பூமியில்தானே.

கொடுங்குளிரையும் சூட்டையும் அனுபவித்த பிறகு, இந்துத் துறவிகளுடனும் முஸ்லிம் துறவிகளுடனும் சேர்ந்திருந்த பிறகு, பஷீர் பூமிக்குத்தான் திரும்பினார். பூமியின் எப்பகுதிக்கு? அப்படிக் கேட்க வேண்டிய அவசியம் இருக்கிறதா? கேரளத்திற்கல்லாமல் வேறெங்கே திரும்பிச் செல்வது?

இரண்டாம் பாகம்

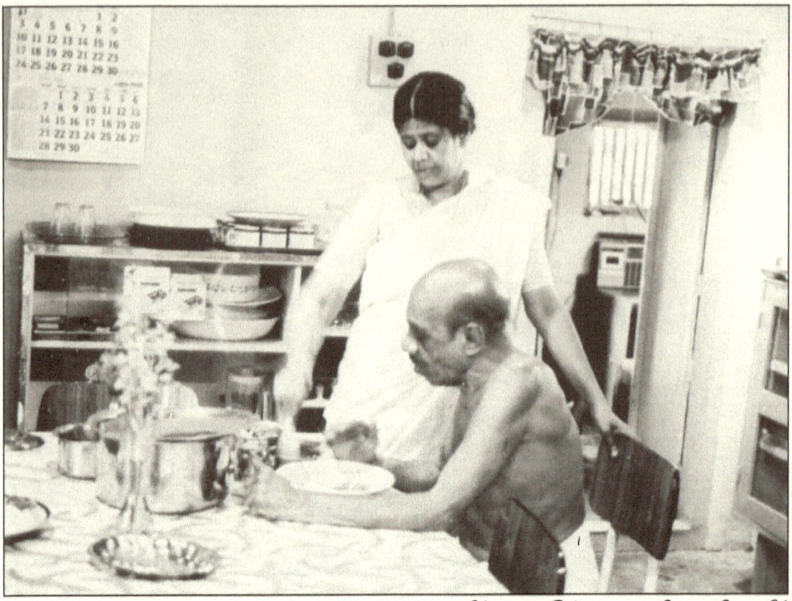

பஷீர், அருகில் மனைவி பாபி பஷீர்

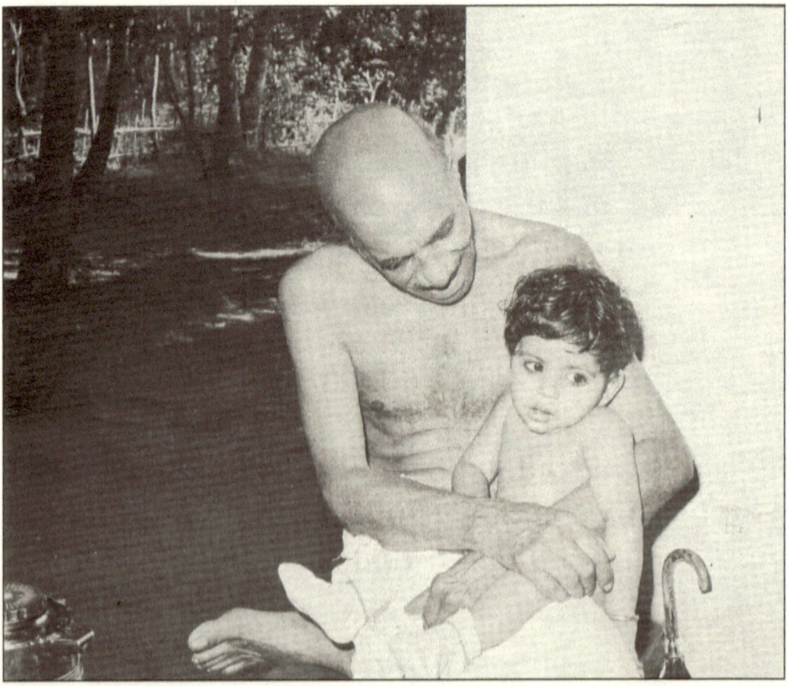

பஷீரும் - பாபி பஷீரும்

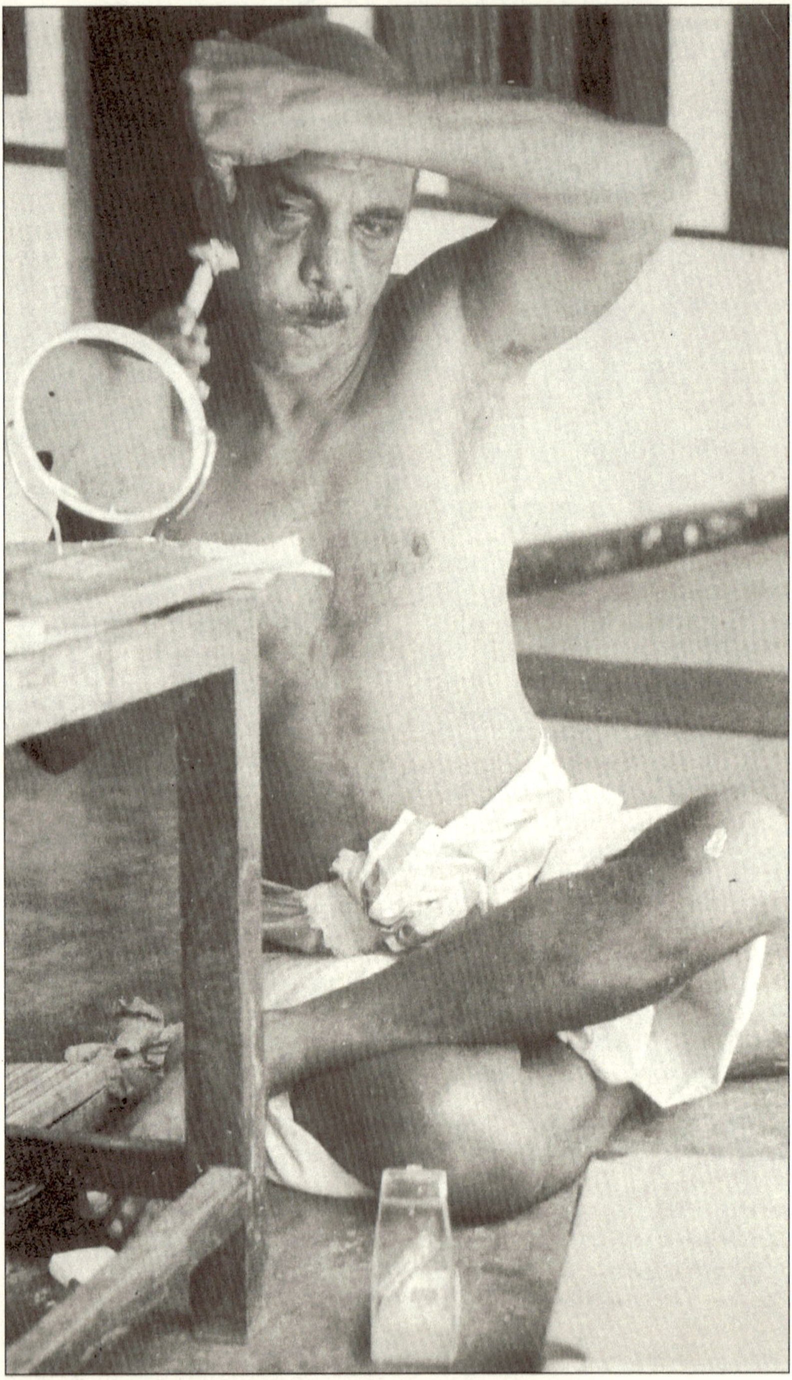

DC கிழக்கேமுறி, தகழி ஆகியோருடன் பஷீர்

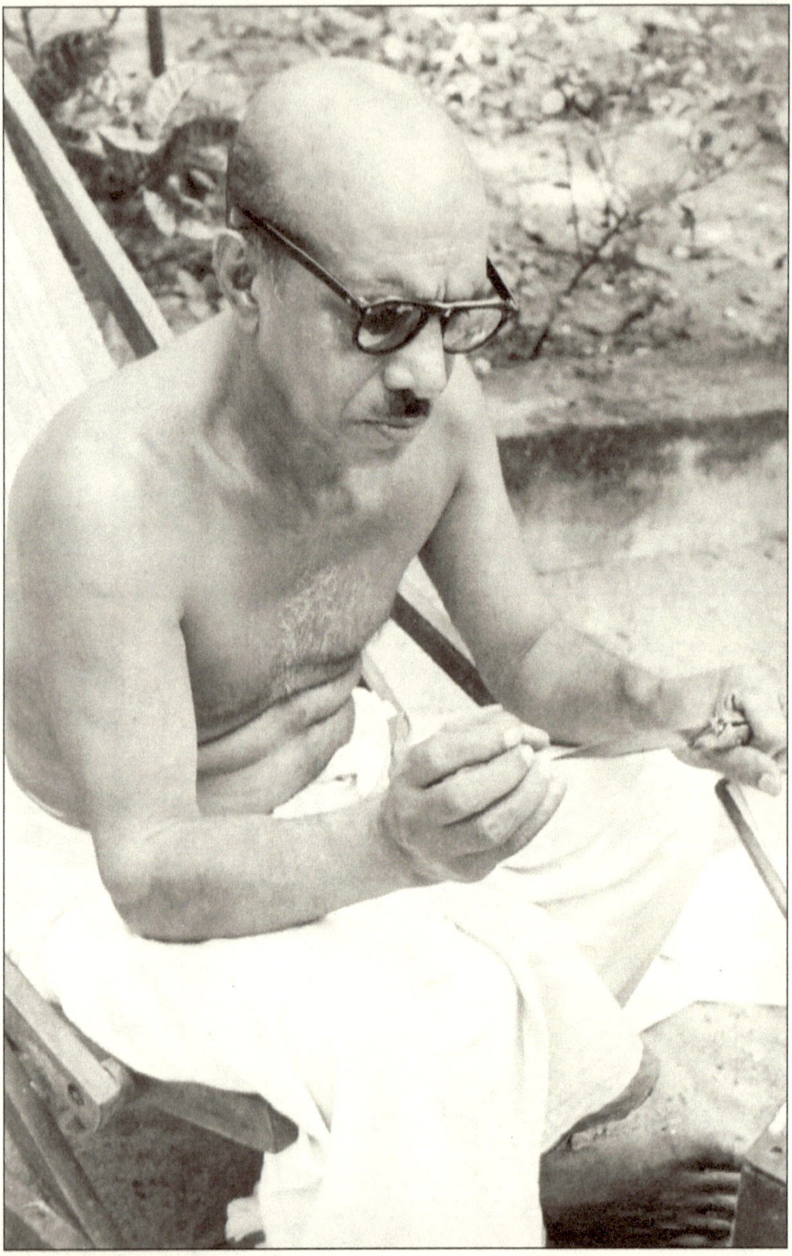

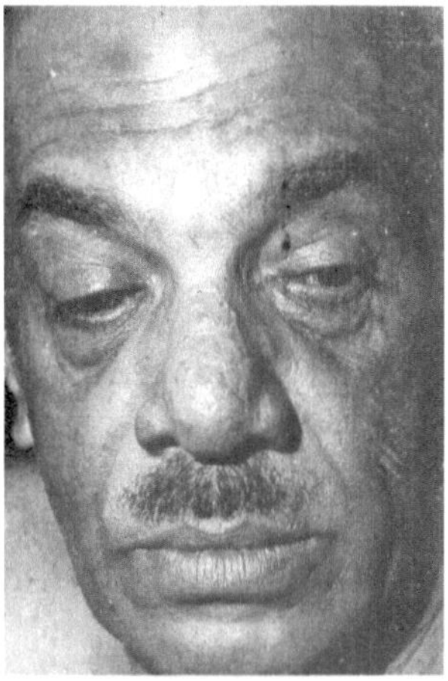

பாபி பஷீர், மகன் அனீஸ், மகள் ஷாஹினா, பேரன் முல்லு

இளம் பருவத்துத் தோழியிடம்

நகரங்களில் மாறி மாறி வசிக்கும்போதும் பலவிதமான அனுபவங்களின் மூலமாக வாழ்க்கையின் விசித்திரப் போக்குகளுடன் பழகும்போதும் புதிய உலகங்களில் பஷீர் பயணித்துக்கொண்டிருந்தார் என்று நமக்குச் சொல்லத் தோன்றலாம். ஆனால் அது, பாதி உண்மைதான். அப்போதெல்லாம் பஷீரின் மனதில் கேரளம்தான் மங்காமல் நிலைகொண்டிருந்தது. கேரளத்தின் இயற்கை; கேரளத்தின் மக்கள்; கேரளத்தில் உள்ள நண்பர்கள் - என்று எல்லாம் எப்போதும் மனதில் இருந்துகொண்டிருந்தன. முக்கியமாகத் தலயோலப்பரம்பு - பாலாம்கடவு பிரதேசம் அதன் வசீகரத்துடன் அந்த மனதில் எப்போதும் நிறைந்து நின்றது. எந்த நாளும் தனக்கு உணவு பரிமாறி வைத்துக் காத்திருக்கிற உம்மா, வெளியே தன்னைக் கண்டிப்பானவராகக் காட்டிக் கொண்டாலும் உள்ளே ஆழமான அன்புகொண்டிருக்கிற வாப்பா, நேசித்தும் விளையாடியும் மகிழ்ச்சியளித்து வந்த உடன் பிறப்புகள், நண்பர்கள், அனைத்திற்கும் மேலாக 'அவள்' - இவர்களைவிடப் பெரிய உண்மை பூமியில் வேறென்ன உண்டு? ஊருக்குத் திரும்ப வேண்டும் என்ற ஆசை பஷீரின் மனதில் மேலும் மேலும் வலுப்பெற்று வந்தது.

ஆனால், அதன் நடைமுறைச் சாத்தியப்பாடுகளைப் பற்றி யோசித்தே ஆக வேண்டும். கனவுகளிலும் லட்சியங்களிலும் களித்திருக்கும்போதும் பஷீரின் நடைமுறை அறிவு ஒருபோதும் உறங்கவில்லை. ஊருக்குச் சென்றால் எப்படி வாழ்வது? வாழ்வதற்கு ஏதாவது ஒரு வழி வேண்டாமா? அது என்ன? வாழ்க்கையில் தோற்கக் கூடாது. கௌரவத்துடன் வாழ்வதற்கான ஒரு வழி ஏற்பட்டே ஆக வேண்டும். நகரங்களில் பலவித மனிதர்களிடம் பழகிக்கொண்டிருக்கும் போதும் இந்த எண்ணம் பஷீரிடம் விழிப்புடன் இருந்தது.

சியால்கோட்டில் ஒரு ஸ்போர்ட்ஸ் கம்பெனி உரிமையாளருடன் பழகியபோது பஷீருக்கு ஒரு யோசனை வந்தது - ஊருக்குச்

சென்றால் பிழைப்பதற்கான வழி இவரிடமிருந்து கிடைக்கலாம். கால்பந்து, மட்டைப்பந்து, பூப்பந்து முதலிய விளையாட்டுகளுக்குத் தேவையான கருவிகளை மொத்தமாக விற்கிற நிறுவனத்தின் உரிமையாளர் அவர். நிச்சயமாகவே அதற்கு கேரளத்தில் ஒரு முகமை அவசியம். கேரளத்தின் நகரங்களில் மட்டுமல்ல, நகரங்களுடன் தொடர்புடைய கிராமங்களிலும் அன்று அந்த விளையாட்டுகள் உண்டு. விளையாட்டிற்குத் தேவையான கருவிகளை விற்பதிலொன்றும் சிரமம் இருக்காது. நியாயமான கமிஷனும் கிடைக்கும். அதனால் இந்தப் புதிய பழக்கத்தை அந்த வழியில் பயன்படுத்த வேண்டுமென்று பஷீர் நினைத்தார். கம்பெனி உரிமையாளருக்கு பஷீரைப் பற்றியும் நன்றாகத் தெரிந்திருந்தது. மேற்கத்தியப் பாணியில் உடை அணிந்து மிடுக்குடனிருக்கும் அந்த இளைஞர், விற்பனைப் பிரதிநிதி என்ற நிலையில் பிரகாசிப்பார் என்று அவர் நம்பினார். இருவரும் பேசி விஷயத்தை உறுதி செய்து முடித்த பின்னர் பஷீர் கேரளத்திற்குத் திரும்பினார். வீட்டு ஞாபகம் என்று நாம் சொல்லி வருகிற அந்த உணர்ச்சியும் அதன் பின்னால் உண்டு.

அப்படி, விளையாட்டுக் கருவிகளின் முகவர் என்ற பகட்டுடன் பஷீர் தலயோலப்பரம்புக்குத் திரும்பி வந்தார் - பல வருடங்களுக்குப் பிறகு.

ஊரில் முதலில், முன்பு விவரித்த அதே உடையலங்காரத்துடன் காட்சிப்பட்டார். ட்ரௌசரும், ஷூக்களும் அணிந்து. அன்றைய அந்தக் காட்சியை நேரில் பார்த்த தலயோலப்பரம்புக்காரர் ஒருவர் சொல்கிறார்:

“நாங்கள் அப்படியே அதிசயித்து நின்றுவிட்டோம். வெள்ளைக் காரனைப்போன்ற ஒருவர் சூட்டும் பூட்டுமெல்லாம் அணிந்து வந்திருக்கிறார். ஆள் அப்படி மாறியிருந்தார். மேற்படியார், மீசை வைத்து நல்ல உடற்கட்டுடன் வந்து இறங்கினார். பெரிய நிலைக்கு வளர்ந்திருப்பார் என்று நாங்கள் நினைத்தோம்...”

ஆனால், உருவத்திலும் உடையிலும் மட்டுமே பஷீர் மாறியிருந்தார். பழைய மனிதர்களிடம் பழைய ரீதியிலேயே பேசினார். விளையாட்டு தமாஷுடன் எல்லோருடனும் விரைவிலேயே தோழமை கொண்டார். பயணங்களிடையே தான் பயின்ற செப்படி வித்தைகளை நண்பர்களின் முன்னால் நிகழ்த்தி அவர்களையெல்லாம் மகிழ்வித்தார். நாட்டுப்புற தேநீர்க் கடையிலிருந்து கருப்புத் தேநீரும் மசால் வடையும் வாங்கி சிறிய வரவேற்புகளை நடத்தக்கூடச் செய்தார். இரண்டு மூன்று நாட்களுக்கு மட்டுமே இவையெல்லாம் நடந்தன. அப்போது கையிலிருந்த காசு தீர்ந்திருக்க வேண்டும். பஷீர், எரணாகுளத்தில் ‘ஸ்போர்ட்ஸ் கடை’ தொடங்குவதற்காகச்

சென்றார். இந்த முறை உம்மாவின், வாப்பாவின், மற்றவர்களின் அனுமதியுடன் சென்றார். அவர்களின் ஆசிகளுக்காக மௌனமாக வேண்டினார்.

இதற்குள் வீட்டின் நிலை மாறியிருந்தது. வாப்பாவின் வியாபாரம் முற்றிலும் நசிந்துவிட்டது. சில்லறைக் கடன்களைக் கொடுத்துத் தீர்க்க வேண்டியிருந்தது.அதனால் பஷீர் எரணாகுளத்தில் 'ஸ்போர்ட்ஸ் கடை' தொடங்கவிருப்பதில் உம்மாவும் வாப்பாவும் உடன்பிறப்புகளும் மகிழ்ச்சியே அடைந்தார்கள். குடும்பத்தின் நிலை செம்மைப்படும் எனும் எதிர்பார்ப்பும் அவர்களிடமிருந்தது.

எரணாகுளத்தை அடைந்த பஷீர் ஒரு கடையை வாடகைக்கு எடுப்பதில் எந்த சிரமமும் ஏற்படவில்லை. பழைய நண்பர்கள் எந்த உதவியும் செய்யத் தயாராக இருந்தார்கள். அவர்கள் எல்லோரும் உற்சாகத்துடன் உதவி செய்ததால் விரைவிலேயே கடை திறக்கப்பட்டு செயல்படத் தொடங்கியது. ஈர்க்கக்கூடிய வகையில் பொருட்களை யெல்லாம் காட்சிக்கு வைப்பதில் பஷீருக்கு நல்ல 'திறமை' இருந்தது. மக்களைக் கவர்ந்திழுக்கும் வகையில் 'சூட்டும் ஹாட்டும்' அணிந்துதான் நிற்பார். கவரக்கூடிய வகையில் நடந்துகொள்ளவும் செய்தார். பஷீர் பிற்பாடு எப்போதும், "சேல்ஸ்மேனாகவே தொடர்ந்திருந்தால் நான் பெரிய ஆளாக வந்திருப்பேன்" என்று சொல்வதுண்டு.

ஆனால் தலையெழுத்தை மாற்ற முடியாதல்லவா. ஒரு சிறிய விபத்து ஏற்பட்டது. விற்பனைக்கான பொருட்கள் அடங்கிய ஒரு சாம்பிள் பெட்டியுடன் சைக்கிளில் பயணிக்கும்போது, சிறிய அடிக்கட்டையொன்றில் மோதி பஷீர் குப்புற விழுந்தார். ஒரு கால் முறிந்துவிட்டது. நடக்க முடியாமலாகிவிட்டது. கட்டுப்போட்ட காலுடன் அறையிலேயே இருக்க வேண்டும் என்ற நிலை ஏற்பட்டுவிட்டது. நண்பர்கள் பஷீரை முஸ்லிம் ஹாஸ்டலுக்கு மாற்றினார்கள். ஒரு மாதம்வரை அங்கேயே சுதந்திரமற்று இருக்க வேண்டியதாயிற்று. கடை பூட்டிக் கிடந்தது. வியாபாரம் நடக்கவேயில்லை. இனி, அதைத் தொடர்ந்து கொண்டு போவது சிரமம்.

சுதந்திரமாக எழுந்து நடப்பதற்கு இன்னும் கொஞ்சம் காலம் பிடிக்கும். அவ்வளவு நாள் எப்படி ஹாஸ்டலில் தங்குவது? அந்த எண்ணம் பஷீரைத் தலயோலப்பரம்பிற்குக் கொண்டு சென்றது. வீட்டையடைந்து, அம்மா பரிமாறிய உணவைச் சாப்பிட்டபோது களைப்பு அகன்றது, புத்துணர்வு திரும்ப வந்தது. காலின் இயக்கத்திலிருந்த குறைபாடும் தீர்ந்தது. அத்துடன் ஊர் நண்பர்களுடன் விளையாட்டுகளில் ஈடுபட்டார். ஸ்போர்ட்ஸ் உபகரணங்கள் கைவசமிருந்ததால், ஒரு பூப்பந்து ஆட்டக்களம்

உருவாக்கி விளையாட ஏற்பாடு செய்யலாம் என்று முடிவு செய்தார். எல்லா மாலைகளிலும் நண்பர்களுடன் சேர்ந்து விளையாடுவது வழக்கமானது. அந்த வழக்கம், யாருக்கும் தெரியாமல் இதயத்தில் பாதுகாத்த துக்கத்தை சமனப்படுத்த மிகவும் உதவியது.

இதயத்தின் துக்கமா? ஆமாம், தான் என்றும் நேசித்துவந்த அவள் -அந்த இளம் பருவத் தோழி-மற்றொருவரின் மனைவியாகிவிட்டிருக்கிறாள். தூய்மையின் புனிதம் கனிந்திருந்த அவள் முழுமையாக அவருக்குத் தன்னைச் சமர்ப்பிக்கத் தயாராயிருந்தாள். அவளிடமிருந்துதான் அவர் முதன் முதலாக காதலின் தூய மகிழ்வை அனுபவித்திருந்தார். அவள் பரிதாபகரமான சூழ்நிலையில் அகப்பட்டு துன்பம் அனுபவிக்கிறாள். அப்படி நிகழ்ந்தது யாரின் குற்றத்தாலும் அல்ல. மனிதர்களுக்கு, குற்றத்திற்குத் தண்டனை என்ற நிலையில் துக்கம் ஏற்படுவதில்லை அல்லவா. எந்தக் குற்றமும் செய்யாதவர்கள் தானே அதிகத் துன்பங்களைத் தாங்க வேண்டி வருகிறது? அந்தச் சூழ்நிலையில் பஷீரின் இதயம் துயருற்று மௌனமாக அழுதது. அதிலிருந்து விடுபட மாலை நேர பூப்பந்தாட்டம் உதவியது.

மாலை நேரங்களில் மட்டும்தான் விளையாட்டு. மிச்ச நேரங்களில் என்ன செய்வது? பஷீருக்கு நேரம் போதவில்லை என்றுதான் தோன்றியது. சந்தையிலும் சுற்றுப்புறங்களிலும் நிறையக் 'கலைஞர்கள்' இருக்கிறார்கள். அவர்களுக்கு, அவர்களுடையதே ஆன கலைகள் இருக்கின்றன. மூன்று சீட்டு, திருட்டு, ஏமாற்று இப்படிப் பல. அந்த விளையாட்டுகளிலிருந்து கிடைக்கிற 'சில்லறை'யைக் கொண்டு அக்குழுவினர் ஒற்றுமையுடன் வாழ்ந்துவந்தார்கள். அவர்களின் குழுவில் பஷீருக்கு இடமில்லை. இடம் தேவையில்லைதான். ஆனால், அவர்களுடன் நட்பு ஏற்படுத்திக்கொள்ள பஷீருக்கு இயல்பாகவே சாத்தியமாயிற்று. நட்பு என்று சொன்னால், இடையிடையே அவர்களைப் பார்ப்பார், நலம் விசாரிப்பார். அவ்வளவுதான். அவர்களுக்கு அது பிடிக்கும். கௌரவத்தின் எல்லையை மீறி வாழ்ந்து கொண்டிருக்கும் தங்களை, கௌரவமான ஒருவர் நண்பர்களாக ஏற்பதில் அவர்களுக்கு விருப்பம் ஏற்படாதிருக்குமா? அதன் அடிப்படையில் அவர்கள் தங்களின் வீரசாகசச் செயல்கள் பலவற்றையும் விவரித்துச் சொல்லி பஷீரை மகிழ்ச்சிப்படுத்திவந்தார்கள். வேறு எங்கிருந்து அவர்களுக்கு இப்படியொரு ரசிகர் கிடைப்பார்? வெட்கம் எதுவுமில்லாமல் அவர்கள் பல விஷயங்களை விரிவாக விவரித்து வந்தார்கள். அவை அவர்களின் சுய வெளிப்பாடாக இருந்தன. அவர்கள் பஷீரின் சுய வெளிப்பாட்டிற்கான வழிகளாக மாறுவதற்கு இன்னும் வருடங்கள் செல்ல வேண்டியிருக்கிறது.

சீட்டு விளையாட்டில் ஈடுபடுகிற குழுவின் பக்கத்திலிருந்து விளையாட்டைக் கவனிக்கிற பஷீரைப் பற்றி, பலரும் விரிவாகப்

பேசுவதை நான் கேட்டிருக்கிறேன். இப்போது மட்டுமல்ல, பிறகும் பஷீர் இந்த வழக்கத்தைத் தொடர்ந்துவந்தார்.

பலர் மூன்று சீட்டுக்காரர்களிடம் சென்று சிறிய அளவில் சூதாட முற்பட்டிருக்கிறார்கள். கையில் உள்ள பணம் தீரும்போது அவர்கள் திரும்பிச் செல்வார்கள். அவர்கள், இழந்ததை இரண்டு மடங்காகச் சேர்த்து நாளை மீட்டுக்கொள்ளலாம் என்ற எதிர்பார்ப்புடன் திரும்புவார்கள். அதுதான் சூது விளையாட்டுப் பழக்கத்தின் இயல்பு. சூதாட்டம் நடத்துபவர்கள் அந்தப் பழக்கத்தைச் சுரண்டியே பணம் பறிக்கிறார்கள். யாருடைய பணத்தைப் பறிக்கிறோம் என்பது அவர்களுக்குப் பிரச்சினை இல்லை. தான் அம்பெய்து கொல்வது கழுகையா மாடப்புறாவையா என்ற பகுத்தறிவு எந்த வேட்டைக்காரனுக்கும் இருக்காது. அம்பெய்து வீழ்த்துவது, வீழ்வதன் மாமிசத்தைப் புசிப்பது என்பன மட்டுமே அவனது தொழிலுக்குட்பட்டது! சூதாடுபவர்களின் மனோபாவம் இதிலிருந்து மாறுபட்டதல்ல. மனைவியின் தாலியை விற்ற பணத்துடன் விளையாடச் செல்வதில் அவர்களுக்கு எந்தத் தயக்கமுமில்லை. அப்படிச் செல்பவர்களையும் சூதாட்டம் நடத்துபவர்கள் மகிழ்ச்சியுடன் வரவேற்பார்கள். தின்பண்டம் வாங்கிச் சாப்பிடுவதற்காக அம்மா கொடுக்கிற காசுடன் விளையாடுவதற்கு வருகின்ற சின்னஞ் சிறார்களையும், ஆட்டத்தில் பங்கேற்கும்படி அவர்கள் பாசத்துடன் அழைப்பார்கள். காசைப் பிடுங்கிக்கொண்டு மகிழ்வார்கள்.

இப்போது வைக்கத்தில் பணிபுரியும் டாக்டர் எம்.எம். ரவீந்திரன் குழந்தைப் பருவ நினைவுகளில் ஒன்றாக சிறிய சம்பவத்தை நினைவுகூர்கிறார். பள்ளியில் படிக்கிற காலத்தில் மூன்று சீட்டு விளையாடப் போவார். எப்போதும், கையிலுள்ள ஒரு சக்கரத்தையோ அரைச் சக்கரத்தையோ இழந்துதான் திரும்புவார். ஆயினும் அங்கேயே போவதற்கான ஏதோ 'அழைப்பு' மனதில் மிச்சமிருந்தது. ஆனால் அந்த 'அழைப்'பிலிருந்து அவர் விரைவிலேயே தப்பித்தார். பஷீர்தான் அதற்குக் காரணம். பஷீர் என்ன செய்தார்?

நல்ல கௌரவமான குடும்பத்தைச் சேர்ந்த அந்தப் பையன், மூன்று சீட்டு விளையாட்டில் காசைத் தொலைத்துவிட்டுப் போவது பஷீரின் கவனத்தில் பட்டது. பிறகு பஷீர் அவனைக் கவனித்துக் கொண்டிருந்தார். அடுத்த முறை அவன் விளையாடுமிடத்திற்கு வந்தபோது பஷீர் அவனை நெருங்கினார். அவன் கையை இறுகப் பிடித்து, திட்டும் குரலில் கட்டளையிட்டார்: "எழுந்து போடா இங்கிருந்து. வந்திருக்கிறான் பார், ஒரு விளையாட்டுக்காரன்! இனி இந்த இடத்தில் உன்னைப் பார்க்கக் கூடாது. பார்த்தால் உன் தலையை நான் வெட்டுவேன். ஓடுடா வீட்டுக்கு..."

அவன் திரும்பி வீட்டுக்கு ஓடினான். பிற்பாடு அவனால் கையிலிருந்த பணத்தை தன் விருப்பப்படி செலவிட முடிந்தது.

பஷீர் அதோடு நின்றுவிடவில்லை. அடுத்த நாளே அவனது வீட்டுக்குச் சென்றார். அவனது தந்தையிடம் சொன்னார்: “மாதுச்சோவனே, இவனை ஜாக்கிரதையாகப் பார்த்துக்கொள்ளுங்கள். இவன் மூன்று சீட்டுக்காரர்களிடம் போவதை நான் பார்த்தேன். இனியொரு முறை சென்றால் அவனுக்கு நல்ல அடி கொடுங்கள்.”

பிற்பாடு ரவீந்திரன் மூன்று சீட்டு விளையாட்டின் அருகேகூடச் சென்றதில்லை. சூது விளையாட்டு மோகம் அத்துடன் நின்றது. அன்று சிறார்களாயிருந்த பலருக்கும், இதுபோன்ற கதைகள் சொல்வதற்கிருந்தன. பஷீரில் உள்ள தார்மீகவாதி குழந்தைகளின் எதிர்காலத்தைக் குறித்து எப்போதும் எச்சரிக்கை கொண்டிருந்தார். ஆனால் அந்தக் 'கலைஞர் குழு'விற்கு அறிவுறுத்தி திருத்த முற்பட்டிருக்கக் கூடாதா என்று சிலர் கேட்கலாம். மனித சுபாவத்தின் சிக்கல்களைப் பற்றிய பிரக்ஞை உள்ளவர்களிடமிருந்து அப்படியொரு கேள்வி எழாது என்று நான் நினைக்கிறேன்.

பஷீரின் நேரத்தைக் கவர்ந்த மற்ற இரண்டு விஷயங்களும் இருக்கின்றன. ஒன்று, இயற்கை. அந்தப் பிரதேசத்தில் உள்ள நதியும் ஓடைகளும் குளங்களும் மரங்களும் பறவைகளும் பிறவும் பஷீரின் நண்பர்களாயிருந்தன என்று நினைவிலிருத்த வேண்டும். அவற்றுடன் தொடர்புகொள்ளாமல் வாழ்வது சாத்தியமில்லை. அவ்வகையான சமயங்களில் நேரம் போவதும் தெரிவதில்லை. இரண்டாவது, வாசிப்பு. ஒரு கட்டு புத்தகங்களுடன்தான் வந்தமர்வது. பொழுது போக்குவதற்கல்ல. வாசிப்பும் சாப்பாடுபோல ஒரு அவசியமாகி விட்டிருந்தது. அதிகமும் கதைகள்தான். அவற்றின் வழியே பஷீர் வேறொரு உலகத்தை அடைகிறார். அங்கே திளைப்பது இன்பமானது. தவிர்க்க முடியாத இன்பம் என்று சொல்வதில் தவறில்லை. மண்ணெண்ணெய் வெளிச்சத்தின் முன்னிருந்து அந்த மகிழ்வனுபவத்தில் லயிக்கும்போது நேரம் போவது தெரியாது. இடையில் சில விஷயங்களை எழுதவும் செய்துவந்தார். வசன கவிதையாக, கதையாக, அனுபவ விவரணையாக.

ஆனால், இப்படியே எத்தனைக் காலம் வாழ முடியும்? எதார்த்தம் பஷீரை உற்றுப் பார்த்தது. வீட்டு நிலைமை கஷ்டத்திலிருந்தது. வாப்பா பலவீனப்பட்டிருந்தார். குறைந்த வருமானத்தைக் கொண்டு குடும்பம் நடத்த முடியாமல் வாப்பா மிகவும் கவலைப்படுகிறார். கவலையை வெளியே காட்டிக் கொள்வதில்லை, அவ்வளவுதான். அதன் முக்கியத்துவத்தை உடன்பிறப்புகள் எந்தளவு உணர்கிறார்கள் என்று

நிச்சயமில்லை. ஆனால் பஷீர் அதை நன்றாக அறிந்திருந்தார். தான், ஒரு வேலையும் இல்லாமல் இங்கே இப்படி இருப்பதால் வீட்டின் துன்பம் அதிகரிக்கவே செய்கிறது. எல்லாவற்றையும் அமைதியாகச் சகித்துக்கொள்கிற உம்மாவின் முகத்தைப் பார்க்கும்போது...

எரணாகுளத்திற்குச் சென்று ஏதாவது வேலை செய்ய வேண்டுமென்று பஷீர் முடிவு செய்தார். வியாபாரம் செய்த வகையில் சில்லறைக் கணக்கு வழக்குகளைத் தீர்க்க வேண்டியிருந்தது. அதைத் தீர்ப்பதற்கிடையில் ஏதாவது ஒரு வேலை கிடைக்காதிருக்காது. அங்கிருந்து சிறிய சிறிய பத்திரிகைகள் வெளியாகின்றன. பத்திரிகையில் பலவிதமான வேலைகள் செய்து பழக்கம் உள்ளதால் ஏதாவதொரு பத்திரிகையில் வேலை கிடைக்காதிருக்காது. முற்காலத்தில் தான் எழுதிய கட்டுரைகளின் பிரதி கைவசமிருக்கிறது. அவற்றைப் பார்த்து தன் திறமையை மதிப்பிடுவதில் பத்திரிகை முதலாளிகளுக்குச் சிரமம் இருக்காது. தன் சேவையை அவர்கள் வரவேற்பார்கள். வேலை கிடைத்துவிட்டால் அதில் பிரகாசிக்க முடியும் என்ற நம்பிக்கை மனதில் இருந்தது.

அப்படி, பஷீர் தன் உடைகளையும் பொருட்களையும் பெட்டியில் அடுக்கி வைத்துக்கொண்டு ஒரு மாலைப் பொழுதில் படகுத்துறையை நோக்கி நடந்தார்.

எரணாகுளத்தில் எழுத்தாளராக

பிறந்து வளர்ந்த ஊரே உங்களுடைய சொந்த ஊராக இருக்க வேண்டும் என்பதில்லை. சொந்த ஊர் என்பது மற்றொரு இடமாகவோ அல்லது மற்ற பல இடங்களாகவோ இருக்கலாம். அது உங்களுடைய வாழ்க்கைப் போக்கையும் பிறவிக் குணங்களையும் சார்ந்திருக்கிறது.

தலயோலப்பரம்பில் பிறந்து வளர்ந்த பஷீருக்கு எரணாகுளமே சொந்த ஊராக ஆனது என்று சொல்வதில் தவறில்லை. பால்ய காலத்தில் வீட்டிலிருந்து வெளியேறினார். சென்றடைந்த இடம் கோழிக்கோடு. அங்கே, சுதந்திரப் போராட்டத்தின் மீதான அவரது உத்வேகத்திற்கு விலையாக அவர் பயங்கரமான வதைகளை அனுபவிக்க வேண்டி வந்தது. இதை விதியின் விளையாட்டு என்றுதான் சொல்ல வேண்டும். இறுதிக் காலத்தில் அவர் அன்பின் மரியாதைகள் அனேகத்தை அனுபவித்தபடியும் செய்திகளின் வாயிலாக புகழை அனுபவித்தபடியும் வாழ்ந்தது கோழிக்கோட்டில்தான். விஷயங்கள் இப்படியிருந்தாலும் பஷீரின் சொந்த ஊர் என்றும் எரணாகுளமாகத்தான் இருந்தது. எழுத்தாளரான பஷீரைப் பற்றித்தான் நான் சொல்கிறேன்.

கால் ஒடிந்த கஷ்டங்களிலிருந்து விடுபட்டு எரணாகுளத்திற்கு வந்த பஷீருக்கு, எப்படி வாழ்வோம் என்ற கேள்வி கவலையளிப்பதாக இல்லை. இடம் எரணாகுளமல்லவா? நிறைய நண்பர்கள் உள்ள இடம். வாழ்வதற்கேற்ற சூழல் அங்கே கிடைக்கும் என்பதில் அந்த இளைஞருக்குச் சந்தேகமில்லை. அது, கற்பனைகள் ஒளிர்ந்து கொண்டிருந்த காலம் என்றும் நினைவுகொள்ள வேண்டும். முக்கியமாக அந்தக் கற்பனையில் இருந்தது, வாழ்வதற்கு ஒரு வழி ஏற்படுத்திக்கொள்வது என்பதைவிட, நிறைய எழுதவேண்டும் என்ற அடக்க முடியாத ஆசைதான். என்ன எழுத விரும்பினார்? அந்தரங்கத்தில் நிறைந்து நிற்கின்ற அனுபவங்கள் என்று நேராகப் பதில் சொல்லலாம். ஆனால், அனுபவங்கள் என்ற வார்த்தையை அவ்வளவு எளிமையாகப் பார்க்கக் கூடாது. எளிமையானது

என்றால் அதை வெளிப்படுத்த அவ்வளவு சிரமம் ஏற்படாது. தனக்கே நிச்சயமில்லாததும் தெளிவான உருவமில்லாததுமான பலவும் அனுபவங்களின் பகுதிகள்தான். படைப்பினூடே மட்டுமே அவற்றிற்கு துல்லியமான உருவம் கிடைக்கும். அப்படி படைப்பில் ஈடுபட உதவுகிற - அகத் தூண்டுதலான - ஒரு சூழ்நிலைதான் அந்தக் கற்பனையின் ஈர்ப்பான அம்சம்.

எதார்த்தத்திற்குச் செல்லும்போது அந்த ஈர்ப்பான கற்பனைக்கும் அதனுடையதான விலையை நாம் கொடுக்க வேண்டி வருகிறது. அது உலக நியமம். வறுமையை அனுபவிப்பது, தனித்தலைவது ஆகியவற்றின் மூலமாக பஷீர் அந்த விலையை நல்லபடியாகச் செலுத்தவும் செய்தார்.

பல இடங்களிலும் மாறி மாறி வசிக்க வேண்டி வந்தது. கடைசியில் தங்குவதற்கு சிறியதொரு அறை கிடைத்தது. சாலையோரமுள்ள ஒரு சிறிய விடுதிக் கட்டடத்தில் ஒரு அறை. வரிசை வரிசையாக அறைகள் உண்டு. அதிலொன்றில் பஷீர் தங்கினார். அறையைத் திறந்தால் சாலையில்தான் கால் வைக்க வேண்டும். ஒரே ஒரு கதவு மட்டும். தாழிட்டுப் பூட்டுகிற கதவு. கழிப்பறையும் குளியலறையும் பின்புறத்தில். விடுதியின் ஒருபுறம் வழியாக பின்பக்கத்திற்குச் செல்ல வேண்டும். கொஞ்சம் விஸ்தாரமான இடம் அது. இரண்டு மூன்று தென்னைகள், கொஞ்சம் புதர்ச் செடிகளும் காட்டுச் செடிகளும் அங்கே உண்டு. அவற்றிற்கிடையே குப்பைக் கூளங்கள். ஒரு மூலையில் கழிப்பறை. மற்றொரு புறம் குளியலறை. விடுதி அறைகளில் வசிக்கின்ற ஐந்தாறு பேருக்கும் சேர்த்து இவ்வளவு வசதிகள் மட்டுமே இங்கே உண்டு. எரணாகுளத்தின் இன்றைய உருவம் மட்டும் தெரிந்தவர்கள், அந்தப் பழைய நிலையைப் பற்றி ஊகிப்பது சாத்தியமாகாது. நகரம் என்றாலும் கிராமத்தின் இயல்பே அன்று அதிகமாக இருந்தது.

மிக விரைவில் பஷீர் பக்கத்து அறை நண்பர்களுடன் பழகினார். நல்ல நட்பு ஏற்படுத்திக்கொண்டார். அக்காலத்தில் அதே விடுதியில் தங்கியிருந்த ஒருவர், தொடக்க நாட்களில் பஷீர் அதிகமாக வெளியே போவதில்லையென்று நினைவுகூர்கிறார். (அவர் அன்று அஞ்சல் சேவையில் கடைநிலை ஊழியராக இருந்தார்). "பஷீர், மாலையில் வெளியே செல்வார். திரும்பி வரும்போது மற்றவர்கள் உறங்கியிருப்பார்கள். பொழுது விடிந்து மற்றவர்கள் வேலைக்குப் புறப்படுகிற நேரத்தில் பஷீர் விழித்திருக்க மாட்டார். அவர், பக்கத்தில் உள்ள ஒரு தேநீர் கடையில் தேநீரும் பலகாரமும் சாப்பிடுவதைப் பார்த்திருக்கிறேன். மாலை நான்குமணி நேரங்களில் பெரும்பாலும் அவர் புத்தக வாசிப்பில் ஆழ்ந்திருப்பதையும்

பார்க்கலாம். கொஞ்சம் புத்தகங்களை அறையில், வெறும் தரையில் செய்தித் தாள்களின் மீது அடுக்கி வைத்திருப்பார். மாலையில் நேர்த்தியாக உடையணிந்துகொண்டு வெளியே செல்வார். அப்போது அவரை யாரும் பார்த்தால் வியந்துபோவார்கள். 'நல்ல தங்க நிறம். மீசை. முகத்தில் பெரிய மனிதத் தோரணை.' வெளியே புறப்படுகிற நேரம் வரும்போது பஷீர் பிறரை நலம் விசாரிப்பார். அப்போது ஏதாவது தமாஷ் பேசாதிருக்கமாட்டார்." இவ்வாறு அந்தப் பழைய நண்பர் நினைவுகூர்கிறார்.

உண்மையில் அது, பஷீர் மிகவும் கஷ்டங்களை அனுபவிக்கிற காலமாக இருந்தது. விடுதி அறைக்கான குறைவான வாடகையைக் கொடுப்பதற்கோ, ஒன்றிரண்டு வேளையாவது சாப்பிடுவதற்கோ வழியில்லாது துன்புறுகிற காலம். மாலை நேரங்களில் வெளியே செல்வது நண்பர்களைப் பார்ப்பதற்குத்தான். ஏதாவது வேலையில் சேர்வதற்கான முயற்சியாகவும் அது இருந்தது. அந்த சமயத்தில் ஒரு பத்திரிகையின் பெயர்ப் பலகை பஷீரின் கண்ணில்பட்டது. - 'ஜெயகேசரி' - பத்திரிகையின் அலுவலகத்திற்குச் சென்றார்.

'ஜெயகேசரி'யின் ஆசிரியரான பத்மநாபபை, பார்வையாளரை அன்புடன் வரவேற்றார். நல்ல மனிதநேயமுள்ள நடத்தை. அந்தப் பத்திரிகை ஆசிரியரிடத்தில் பஷீர், எவரையும் நண்பர்களாகப் பார்க்கிற ஒரு மனோபாவத்தைக் கண்டார். பத்திரிகை ஆசிரியர், அன்பு மிளிரும் குரலில் கேட்டார்: "என்ன விஷயமாக வந்திருக்கிறீர்கள்?"

தன்னை அறிமுகப்படுத்திக்கொண்ட பிறகு பஷீர் தன் தகுதிகளைப் பற்றி சுருக்கமாகச் சொன்னார். பத்திரிகையில் ஒரு வேலை கிடைத்தால் நல்லது என்று வேண்டுகோள் விடுத்தார். பத்மநாபபை மனப்பூர்வமாகச் சிரித்தார். பிறகு சொன்னார்: "நான் மட்டும்தான் இங்கே இருக்கிறேன். பத்திரிகை உரிமையாளர், பத்திரிகை ஆசிரியர், துப்புரவு பணியாளர், பிழை திருத்துபவர், எழுத்தாளர், விற்பனையாளர் - எல்லாம் நான்தான்! பிறகு எப்படி இன்னொருவரை வேலைக்குச் சேர்க்க முடியும்? ஆகட்டும், ஒன்று கேட்கிறேன். கதையெழுத முடியுமா? முடியுமென்றால் என்னோடு சேர்த்துக்கொள்கிறேன்."

முன்னோக்கிச் செல்ல, விதி காட்டிய ஒரு வழியாகவே அது பஷீருக்குத் தோன்றியது. பத்மநாபபையின் ஆலோசனைக்கேற்றபடி கதையெழுதவும் பத்திரிகையில் வேலை செய்யவும் சம்மதமென்று பஷீர் சொன்னார்.

கதையெழுதும்படி பை கேட்டுக்கொண்டார். கதையெழுத வேண்டுமென்று பஷீருக்கும் ஆசை இருந்தது. குறித்து வைத்த

சேகரத்தில் கதைகளுமுண்டு. உண்மையாகவே கதைகள்தானா என்று சொல்ல முடியாது. கதையின் சாயலுள்ளவை. குறிப்பிட்ட குணத்தையோ சம்பவத்தையோ மன உணர்ச்சியையோ மையப்படுத்திய விவரணைகள். மீண்டும் படித்துப்பார்த்தபோது அவை சுவையானவை என்று பஷீருக்குத் தோன்றியது. தன் வாழ்க்கை அனுபவங்களின் தீண்டலும் அவற்றில் உண்டு. அப்படியென்றால், தனக்கு கதை எழுதுவதற்கான உள்ளுணர்வு உண்டென்று கருதலாம். மனதிலிருந்த அனுபவ நினைவுகளிலிருந்து பஷீர் ஒரு துண்டைத் தேர்ந்தெடுத்தார். அதற்குக் கதை வடிவம் கொடுத்தார். அக்காலத்தில் பத்திரிகைகளில் வந்துகொண்டிருந்த கதைகளின் பாணியில் படைத்தார். மனதில் அவ்வளவு தெளிவாகவும் எளிதாகவும் தங்குகின்ற விஷயங்களைக்கூட கதையாக வெளிப்படுத்தும்போது எவ்வளவோ சிரமங்கள் உண்டு என்று பஷீர் அன்றுதான் புரிந்துகொண்டார். படைப்பின் துக்கம் என்னவென்று அந்த எழுத்தாளர் முதன்முறையாக அனுபவித்து அறிந்தார்.

பஷீர் இரண்டு நாட்களுக்குள் கதையெழுதி முடித்துவிட்டார். சூட்டோடு அதை பையிடம் கொடுத்தார். படித்துப்பார்த்தபோது பை மகிழ்ச்சியடைந்தார். வெளிப்படையாகச் சிரித்தபடி பை ஒரு பார்வை பார்த்தார்-பஷீரின் முகத்தை! அந்தப் பார்வையின் பொருள் பஷீருக்குப் புரிந்தது. ‘உங்களுக்கு அருமையாகக் கதையெழுதத் தெரிந்திருக்கிறதே, நண்பரே!’ என்று பை, அமைதியான அந்தச் சிரிப்பின் மூலம் சொன்னார். கதையை உடனே பத்திரிகையில் வெளியிட்டார். அதுவே பஷீரின் முதல் கதை. அச்சில் வந்த முதல் கதை என்று சொல்வதுதான் சரி. ‘தங்கம்’ என்ற அந்தக் கதையைக் குறித்து பஷீர் பிற்காலத்திலும் பெருமையுடன் பேசிவந்தார். அது, அனுபவத்திலிருந்து தேர்ந்தெடுத்த ஒரு துணுக்கு என்று உற்சாகத்துடன் மீண்டும் மீண்டும் சொல்வார்.

கதை இப்படித் தொடங்கும்:

“அன்பான சின்ன எஜமானே,

ஒரு கதை சொல்கிறேன்.

கேட்க வேண்டும்.”

இந்தத் தொடக்கமே வாசகர்களைக் கவரும். தொடர்ந்து வருகிற கதை சொல்லலும், அதன் உள்ளடக்கமும் இதைவிட ஈர்ப்பானவை. கதையில் விசித்திரமான ஒரு பார்வை ஆதிக்கம் செலுத்துகிறது. பாணியில் அது நகைச்சுவையாகக் கலந்திருக்கிறது. மனிதத்துவத்தின் சிறப்பான குணமான கருணை, கதைப் படைப்பில் முழுமையாக

கலந்திருக்கிறது. நாயகனான ஒரு யாசகன் கதை சொல்கிறான். அவனது 'தங்கம்' அழகியல்ல, அசிங்கமானவள். ஆரம்பத்திலேயே அந்த உண்மையை வெளிப்படையாகச் சொல்கிறான்.

"கவிகள் எல்லாம் சுற்றிலும் நின்று வாழ்த்தத்தக்க உடல் அழகின், அழகுச் செல்வத்தின் மோக மூட்டக்கூடிய சேர்க்கையே என் தங்கம் என்று நீங்கள் நம்பிவந்திருந்தால் அது ஒரு பெரிய தவறுதான்..."

"என் தங்கத்தின் நிறம் கன்னங்கருப்பு. தண்ணீரில் முக்கியெடுத்த கொள்ளிக்கட்டை. கண்ணின் வெண்மைப் பகுதி மட்டும் கருப்பு அல்லாத பகுதி. மற்றபடி பல்லும் நகங்களும்கூடக் கருப்புதான்."

பதினெட்டு வயதான தங்கத்தின் "அங்கங்களெல்லாம் செழித்து வளர்ந்து இளமையின் வெப்பத்தில்" ஜொலிக்கின்றன என்று நாயகன் சொல்கிறான். தொடர்ந்து, அவளுடன் தனக்குள்ள உறவு என்னவென்று கற்பனார்த்தமாக அவன் தெளிவுபடுத்துகிறான்.

"தங்கம் என் பிராண நாயகி. வெறும் பிராணனுக்கு மட்டுமல்ல, என் எல்லாவற்றிற்கும் இவளே நாயகி. தங்கத்தின் காதல் கொடி படர்ந்து வளர்கிற ஒரு தனித்த தேன்மா* நான்."

அதற்குப் பின்னால் வருகிற வரியில் இந்த விவரணத்தின் ஹாஸ்யம் ஒரு ஒளிக்கதிர்போல தோன்றுகிறது.

"புனிதமான தங்கத்தின் காதலுக்குப் பாத்திரமான என்மீது கொஞ்சம் பொறாமையும் பெரிய மரியாதையும் உங்களுக்கு உண்டு என்று எனக்குத் தெரியும்."

சொல்லலின் ஸ்வர விசேஷம் இங்கே தெளிவாகிறது. தான் எப்படிப்பட்ட ஆள் என்று அதற்கடுத்துத் தெளிவாக்குவதும் இதே பாணியில். மிகை எதார்த்தத்தையும் (Romantic Style) விவரணத்தையும் கேலி செய்கிற பாணி. மகா தியாகி, யுக வீரன், சௌந்தர்ய ராணி, அரிய வாய்ப்பு, முற்றுந் துறந்தவர் முதலான பிரயோகங்களை அங்கே பார்க்கலாம். அவை, தொடர்ந்து விவரிக்கின்ற பகுதிகளுக்கு அவலச் சுவை கொடுப்பதற்கே உதவுகின்றன.

அவனுக்குக் கால் ஊனம். "காய்ந்து துவண்ட வேலிக் கம்பு போன்றது இதன் நிலை." முடியவில்லை. "சாக்கில் போட்டு முதுகில் தொங்கவிட்டிருக்கிற பலா மூட்டைபோல ஒரு கூனும் உண்டு எனக்கு. என் தலைப் பகுதியோ அப்படியே பறங்கிக்காய். மோட்டார் டயரின் துண்டுபோன்ற இரண்டு உதடுகள் எனக்கு, அலங்காரமாக... இருக்கின்ற இரு கண்களும் கருத்து முரண்பாடு கொண்டவை."

---

* தேன்மா: மிக இனிய கனிகளைத் தரும் மாமரம்

இப்படியொரு பின்னணியில் அவர்கள் ஒன்றிணைந்த கதையை அவன் சொல்கிறான். யாசகனான அவன் ஒரு 'கர்க்கடக* மாதத்தின் அமாவாசை அன்று' அடித்துப் பெய்கிற மழையிரவில், ஒரு பெரிய வீட்டின் திண்ணையில் ஒரு மூலையில் சுருண்டு கிடந்தான். விரைவிலேயே அங்கிருந்து அவனை ஒரு 'சின்ன எஜமான்' துரத்தினார். அடியும் உதையும் வாங்கி வெளியேறி நடந்த அவன் விடுவிடுவென்று நடந்து நகரத்திற்கு வெளியே சென்றான். உள்ளே வெளிச்சமாக இருக்கும் ஒரு குடிலின் 'தட்டிக் கதவின் இடுக்கு வழியே' அவளை அவன் பார்த்தான். அவன் கதவைத் தட்டி அழைத்தான்.

"யார் அது?" ஒரு குரல் உரத்தொலித்தது.

"நான்தான்" பணிவுடன் நான் சொன்னேன். "ஒரு ஏழை. மழையில் நனைந்துகொண்டிருக்கிறேன்..."

ஓலைக் கதவை அவள் திறந்தாள். அவள் கனிவு காட்டினாள். "தங்கத்திடம் கதைகள் எல்லாம் சொன்னேன். தங்கம் அழுதாள். நானும் அழுதேன். நானும் தங்கமும் சேர்ந்து கொஞ்சம் நேரம் அழுதோம்."

அவர்கள் சேர்ந்து வாழத் தொடங்கினார்கள்.

கதை முடிவது இப்படித்தான்: "நாங்கள் அப்படி வாழ்ந்து கொண்டிருக்கிறோம்... ஆனந்தக் களிப்பில் தங்கக் கதிர்கள் சிதறுகிற பொன் விடியலில், நேசத்தின் பூஞ்சிறகுகள் விரித்துப் பறக்கின்ற இரண்டு பைங்கிளிகள் நாங்கள். தங்கம்! ஆமாம், என் சுத்தத் தங்கம்தான். வானவில் ஒளியில் பொன்னுடையணிந்த வசந்தப் புலர் காலை அவள்!"

பிற்காலத்தில் பஷீர் எழுதிய கதைகளின் கலாரீதியான சிறப்பம்சங்கள் பலவும் இதிலுண்டு. மொழியின் அடக்கம் கவனிப்பிற்குரியது. எதிர்மறையான அர்த்தத்தை வெளிப்படுத்துகின்ற பிரயோகங்கள், முரண்பாடுகளின் சேர்க்கை, விகாரத்திலிருந்து உணர்வின் நறுமணத்தை தொனிக்கச் செய்கிற கலைத்திறன் ஆகியவற்றை, இக்கதையின் அழகிற்குக் காரணமாகப் பார்ப்பதில் எந்த வாசகர்களுக்கும் சிரமம் ஏற்படாது.

பார்வையற்றுப்போன மனைவியின் கண்களைக் குறித்து,

"தெரியாத் தன்மை கொண்டும் வீட்டை

சேவையில் அழகாக்கும் பொன் விளக்குகள்."

---

* கர்க்கடக மாதம்: மலையாள கொல்ல வருடத்தின் கடைசி மாதம்.

என்று சங்கம்புழா பாடியிருக்கிறார். அதே பார்வையின் தூய்மை 'தங்கம்' எனும் கதையின் உணர்ச்சியிலிருக்கிறது.

பத்மநாபபையின் கையில் கதையைக் கொடுத்தபோது பஷீரிடம் பதற்றம் இருந்தது. இந்தக் கொங்கணிக்காரருக்கு* மலையாளக் கதையின் தன்மை தெரியுமா? பதற்றத்திற்கான காரணம் இந்த எண்ணம்தான். தான் நல்ல கதையைத்தான் எழுதியிருக்கிறோம் என்று அவருக்குத் தெரியாமல் இல்லை. ஆயினும் கூச்சம் இருந்தது.

கதையைக் கொடுத்துவிட்டு பஷீர் வெளியே வந்தார். ஒரு குவளைத் தண்ணீர் அப்போது தேவைப்பட்டது. பிறகு, பத்மநாபபை கதையைப் படிக்கும்போது தான் அருகிலிருப்பதில் ஒரு தொந்தரவையும் உணர்ந்தார்.

'இந்த மொகம்மதியப் பையனின் கதை எப்படியிருக்கும்?' என்ற ஆர்வத்துடன் பத்மநாபபை கதை வாசிக்கத் தொடங்கினார். தேநீர் குடித்துவிட்டுத் திரும்பி வரும்போது பத்மநாபபை உரக்கச் சிரிக்கிற ஓசையை, பஷீர் வெளியே நின்று கேட்டார். (கேலி செய்கிறாரோ?) பஷீர் உள்ளே சென்றபோது அந்தக் கொங்கணி பிராமணர் எழுந்து வந்து கட்டிப் பிடித்தார். 'அருமையான கதையடா, அருமையான கதை' என்று பை சொல்லிக் கொண்டிருந்தார்.

அந்த அணைப்பை பஷீர் என்றும், இலக்கிய உலகில் தனக்குக் கிடைத்த பெரிய அங்கீகாரமாக நினைவுகூர்ந்தார்.

எந்த அனுபவம் அந்தக் கதைக்கு ஆதாரமாக அமைந்தது? அனுபவங்களிலிருந்து அல்லாமல் எதையும் நான் கதையாக எழுதவில்லை என்றல்லவா பஷீர் மீண்டும் மீண்டும் சொல்லிக் கொண்டிருந்தார்! எனவே ரசிகர்கள் இந்தக் கதையின் தோற்றுவாயைப் பற்றி பஷீரிடம் கேட்காமல் இல்லை.

ஹாஸ்டலுக்குப் பக்கத்தில் உள்ள குழாயில் தண்ணீரெடுக்க வழக்கமாக வந்துகொண்டிருந்த ஒரு இளம் பெண்ணே அதற்குத் தூண்டுதலாக இருந்தாள் என்று பஷீர் சொல்லிவந்தார். அவள் அசிங்கமாக இருந்தாள். விகாரத்தின் உள்ளே அழகு உண்டு என்று - மிகுந்த அழகு உண்டென்று - பஷீர் கற்பனை செய்தார். நல்ல இதயத்தைவிட மேலான அழகு இந்தப் பூமியில் வேறென்ன இருக்கிறது? இதயத்தின் நற்குணங்களிலேயே மிகவும் சிறப்பானது எது? அன்பு என்று பதிலளிக்க பஷீருக்கு எந்தத் தயக்கமும் இல்லை. தூய நேசம் - அது வாழ்வின் நறுமணம். நிரந்தர நறுமணம் என்றுதான் சொல்ல வேண்டும்.

---

* கொங்கணி: கோவா முதல் குஜராத் வரையுள்ள மேற்குப் பகுதி

நன்கு கட்டமைக்கப்பட்ட கதை அல்ல என்பதுதான் ‘தங்கம்’ எனும் கதையில் ஒரு பிரத்தியேகத் தன்மை. அதற்கு கதையில் ஒரு சட்டகம் உண்டு - உண்மை. ஆனால், அந்தச் சட்டகத்தைத் தளர்வாக்கக் கதாசிரியர் பிரக்ஞைப்பூர்வமாகக் கவனம் செலுத்தியிருக்கிறார். அந்தக் கவனம் மூலமாகத்தான் கதையின் சூழ்நிலை அவ்வளவு அதிக மனப்பூர்வமாக ஆனது.

பத்மநாபபை, முக்கியத்துவமளித்து அந்தக் கதையை ‘ஜெயகேசரி’யில் பிரசுரம் செய்தார். மிக விரைவிலேயே அது வாசகர்களிடம் பரவியது. (தொள்ளாயிரத்து முப்பதுகளும் நாற்பதுகளும் சிறுகதைக்கு ஆதிக்கமான காலமாயிருந்தன. சிறுகதை வாசிக்காதவர்கள் அன்று குறைவு). அதைப் பற்றி மக்கள் பேசிக்கொண்டார்கள். பாராட்டும் தொனியிலேயே அவர்கள் பேசிக்கொண்டார்கள். அதனால் மற்ற பத்திரிகைகளும் பஷீரின் கதைக்காக ஆசைப்படத் தொடங்கின. விரைவிலேயே பஷீர் அவர்களுடன் தொடர்பு கொண்டார்.

பத்மநாபபை, சிறிய ஒரு சன்மானத்தைக் கொடுத்தார். பஷீர் பிற்காலத்தில் நினைவுகூர்ந்து, அது பன்னிரண்டனா என்று சொன்னார். (அன்றைய எழுபத்தைந்து பைசா) அந்தக் காலத்தில் ஆறு பைசா (ஒரு அணா) கொடுத்தால் திருப்தியான சாப்பாடு கிடைக்கும். பஷீர் அந்தத் தொகையைக் கொடுத்து ஹோட்டல் கடனை அடைத்தார். தான் பணக்காரனாகிவிட்டேன் என்று அறிவித்தபடியே பஷீர் ஒன்றிரண்டு பேருக்கு தேநீர் வாங்கிக் கொடுத்தார்!

அது பொருளாதார மந்தத்தின் காலம். பெரும்பாலானோர் வயிற்றுப் பிழைப்பிற்காகக்கூட சிரமப்படுகிற காலம். அந்தச் சிரமம் பத்மநாபபைக்கும் தொல்லை கொடுத்தது. மனைவியும் பிள்ளைகளும் உட்பட்ட குடும்பத்தை நடத்திச் செல்வதில் பெரிய கஷ்டம் இருந்தது. அதற்கிடையிலும் தான் எப்படி பத்திரிகை நடத்தினோம் என்று யோசிக்கும்போது பை வியந்துபோவார். அதைவிட அதிகமாக பையை வியப்படையச் செய்தது பஷீர். எங்கிருந்தோ வந்த ஒரு வேற்று மதத்துக்காரன். அலைந்து திரிகிறான், போக்கிடமற்றவன். ஆனால் நெருங்கிப் பழகியபோது, அந்த வறிய மனிதனின் விலை மதிக்க முடியாத செல்வமாக, அவனில் ஒரு மனித இதயம் துடித்துக் கொண்டிருப்பதை பை அறிந்தார். அதை அறிந்துகொள்வது பைக்கு எப்படிச் சாத்தியமானது? பதில் எளிமையானது. பையினுடைய சொத்தும் தூய மனிதத்துவமாகவே இருந்தது. அவர்கள் பரஸ்பரம் புரிந்துகொண்டது மிக இயல்பானது. பை வீட்டின், கொங்கணி பிராமண உணவு பஷீருக்கு பிரியாணியைவிடச் சுவையானதாயிருந்தது. அந்த முஸல்மான் பையனுக்குச் சோறு கொடுக்கும்போது பை பெற்றது பெறற்கரிய இன்பம்.

அந்த உறவு அதிக காலம் தொடரவில்லை. பணம் இல்லாததால் பத்மநாபபை பத்திரிகையை (ஜெயகேசரி) நிறுத்தினார். இரண்டாம் உலகப் போர் தொடங்கியபோது, குடும்பத்தைக் காப்பாற்றுவதற்கு வேறு வழியில்லாததால், பை ராணுவத்தில் சேர்ந்து இடம் விட்டுச் சென்றார். பஷீரின் வாழ்க்கையில் அது வெறுமை உணர்ச்சியை ஏற்படுத்தியது. ஆனால் அது தற்காலிகம்தான். வாழ்வதன் மூலமாக வாழ்க்கையைப் பழிவாங்க ஆயத்தமாகிப் புறப்பட்ட போராளியாக இருந்தார் பஷீர்.

எரணாகுளத்தில் உள்ள மற்ற பத்திரிகைகளுடன் பஷீர் தொடர்பு கொண்டார். அந்தப் பத்திரிகைகளுக்காக பல விஷயங்களை எழுதத் தொடங்கினார். கட்டுரைகளும் குறிப்புகளும்கூட அவற்றிலுட் பட்டிருந்தன. பஷீர், கதையெழுதுவதை ஒரு ரகசிய தவம் என்ற நிலையில் தொடர்ந்தார் - அப்போது மட்டுமல்ல, எப்போதும். எழுதுவதும் திருத்துவதும் நகாசு வேலைகள் செய்ய அவ்வளவு அதிக கவனம் கொள்வதும் அந்தக் கதாசிரியரின் இயல்பான சுபாவமாயிருந்தன.

பஷீர், 'வைக்கம்' முகம்மது பஷீராகிறார்

முன்பு குறிப்பிட்டதுபோல அன்று சிறுகதைக்கு மிகவும் வரவேற்பு இருந்தது. நடுத்தர வர்க்கத்தில் சிறுகதை வாசிக்காதவர்கள் குறைவு. வாசித்த கதைகளைப் பற்றிப் பேச அவர்கள் ஆர்வம் காட்டினார்கள். "இந்த வாரம் 'மலையாள ராஜ்ஜிய'த்தில் வந்த 'உதயம்' என்ற கதையை வாசித்தீர்களா? அதில் வருகிற அம்மிணிக்குட்டியை எனக்கு மிகவும் பிடிக்கும்!" இதுபோன்றாவது அவர்கள் கருத்துச் சொன்னார்கள். கதாசிரியரைப் பாராட்டவும் அவர்கள் மறக்கவில்லை. இந்த இலக்கியச் சூழ்நிலை, சிறுகதை ஆசிரியர்களிடையே உற்சாகத்தை வளர்த்தது. அவர்கள் சிறுகதைகளைப் படைத்தார்கள். அன்று வாரப் பத்திரிகைகளின் கவர்ச்சிகரமான அம்சம் சிறுகதையாக இருந்தது.

இனிமேல் இலக்கியத்தில் சிறுகதையின் மேலாதிக்கமே ஏற்படப்போகிறது என்று பலரும் அன்று உறுதியாகச் சொன்னார்கள். அவர்கள் அதற்கான பல நியாயங்களையும் சொன்னார்கள். (நமது இலக்கியம் குறித்தான பலவீனமான வாதங்கள் இடையிடையே பத்திரிகைகளில் இடம் பிடிப்பது உண்டல்லவா). இலக்கியத்திற்கும் இலக்கியவாதிகளுக்கும் மதிப்பு ஏற்படுத்துவதில் வாசகர்களுக்கு - கலை இலக்கியங்களை அனுபவிக்கின்ற வாசகர்களுக்கு - அன்று பெரிய பங்கு இருந்தது. அவர்களுக்கிடையில் இந்த உணர்வு நன்கு பரவியிருந்தது. அதன் பலனாக, இதர இலக்கியப் பிரிவுகளில் படைத்துக் கொண்டிருந்தவர்கள்கூட சிறுகதைக்குத் திரும்பினார்கள்.

சிறுகதையை சாதாரண மக்களுக்குப் பிரியமான இலக்கியப் பிரிவாக மாற்றுவதில் கேசவதேவ் வகித்த பங்கு பெரிது. அன்றாட வாழ்க்கைக் காட்சிகளையே தேவ் எழுதினார். அந்தக் கதைகளில் எளிய மக்களின் இரங்கத்தக்க நிலை பிரதிபலித்தது. கூலித் தொழிலாளர்கள், வறியவர்களின் கதைகள். சமூகத்தின் அடித்தட்டில் உள்ளவர்களுக்கு இலக்கியத்தில் இடம் கொடுப்பது என்பதுவே தேவின் கொள்கை முழக்கம்.

அக்காலத்தில் பி. கேசவதேவ், ராஜாக்களையும் பிரபுக்களையும் வீர நாயகர்களையும் போற்றுகின்ற மகாபாரதம் ராமாயணம் போன்றவற்றை எரிக்க வேண்டும் என்று வசைபாடவும் தயங்கவில்லை. எளியவர்களின் உலகத்திற்கு இலக்கியத்தில் மேலாதிக்கம் கிடைக்கவேண்டும் என்றே அவர் கருதினார். புராண இதிகாசங்களை வாசித்ததிலிருந்து பெற்ற ரசனையுடன்தான் அவர் படைப்பின் பாதைக்கு வந்தார். பிற்காலத்தில் அவர் அவற்றின் சனாதன மதிப்பீடுகளைப் பற்றி கூறவும் செய்தார். ஆரம்பக் கட்டத்தில் மக்களைக் கிளறிவிடவும் அவர்களது இலக்கியப் புரிதலில் மாற்றம் ஏற்படுத்தவும் வேண்டித்தான் அவர் ராமாயணம் மகாபாரதம் போன்றவற்றை எரிக்க வேண்டுமென்று அழைப்பு விடுத்தார், அவ்வளவுதான். தூண்டப்படும்போதுதான் மனது சிந்திப்பதற்கு ஆர்வம் காட்டும்.

மத்திய வர்க்கத்தினரில் பெரும்பாலோர் அன்று ரிக்ஷாவண்டியைப் பயன்படுத்தியிருந்தார்கள். ரிக்ஷா, இரண்டு சக்கரங்கள் உள்ள வண்டி. பயணியை அதிலுள்ள இருக்கையில் அமர வைக்கிறார்கள். வண்டியின் முன்னால் நீண்டிருக்கிற 'கைகளை'ப் பிடித்துக்கொண்டு ஒருவன் அதை இழுத்துக்கொண்டு ஓடுகிறான். அவனுக்கு அற்பமான கூலி கிடைக்கும். அவனை 'ரிக்ஷாக்காரன்' என்றும் 'ரிக்ஷா வண்டிக்காரன்' என்றும் அழைத்துவந்தார்கள். அவனுடைய வண்டியில் ஒன்றுக்கு மேற்பட்டவர்கள் அமர்ந்து செல்வதையும் நான் பார்த்திருக்கிறேன். உடலில் பலமுள்ள இளைஞர்களே பெரும்பாலும் இந்தத் தொழிலைச் செய்துவந்தார்கள். மெல்ல மெல்ல அவர்களது ஆரோக்கியம் நலிவடைகிறது. அவர்களுக்குக் காசநோய் வருவது என்பது சாதாரணமாக இருந்தது. நமது நகரங்களில் அன்று அப்படியொரு வர்க்கம் இருந்தது. அக்காலத்தில் நகரங்களில் சில குறிப்பிட்ட இடங்களில் ரிக்ஷா வண்டிகளை வரிசையாக நிறுத்தியிருப்பது வழக்கமான காட்சிகளாயிருந்தன. (இன்று நான் ஆட்டோ ரிக்ஷா ஸ்டாண்டுகளைப் பார்க்கும்போது பழைய ரிக்ஷாக்காரர்களை நினைவுகூர்கிறேன்.)

பொதுவாக ரிக்ஷா தொழிலாளர்கள் உலக விஷயங்களில் ஆர்வம் காட்டி வந்தார்கள். அவர்களில் பெரும்பாலானோர் எழுதப் படிக்கத் தெரியாதவர்கள். ஆயினும் யாரையாவது செய்தித்தாள் வாசிக்க வைத்து அவர்கள் அன்றன்றைய செய்திகளைப் புரிந்துகொண்டு வந்தார்கள். முதலில் கேசவதேவின் கதைகள் அவர்களுக்கிடையேதான் மிகவும் புகழ்பெற்றன. ('ஓடையில் நின்னு' (சாக்கடையிலிருந்து) எனும் நாவலின் கதாநாயகன் ஒரு ரிக்ஷாத் தொழிலாளி). நான்கைந்து கதைகள் அடங்கிய 'தேவின் கதைகள்' நூல் மலிவான விலைக்குக்

கிடைத்தது. அதிலொன்றை அவர்கள் வாங்குகிறார்கள். படிக்கத் தெரிந்த ஒருவன் ஒவ்வொரு கதையையும் உரத்த குரலில் வாசிக்கிறான். எல்லோரும் சுற்றிலுமிருந்து அந்தக் கதைகளைக் கேட்டு அனுபவிக்கிறார்கள். ஆலப்புழாவில் எப்போதும் பார்த்துவந்த காட்சி இது. அவர்களின் வாசிப்பிலிருந்துதான் நான் தேவின் கதைகளை முதன்முதலாக அனுபவித்தேன். ஏழைகள், பிச்சைக்காரர்கள், வறியவர்கள் முதலானோரும் மனிதர்களே என்ற அறிவிப்பை அந்தக் கதைகளில் நான் கேட்டேன்.

கேசவதேவ் தனியாக இல்லை. தகழி, எஸ்.கே. பொற்றேகாட், பொன்குன்னம் வர்க்கி, வைக்கம் முகம்மது பஷீர் ஆகியோர் ஏறத்தாழ சம காலத்தில் சிறுகதைத் துறையில் புகழ் பெறுகிறார்கள். எளிய மக்கள் அவர்களை விரும்பினார்கள். அவர்களின் கதைகளில் தங்கள் வாழ்க்கை கண்ணாடியில் போலப் பிரதிபலிப்பதை எளிய மக்கள் கண்டார்கள். 'எங்களுடைய கதையையே இவர்கள் சொல்கிறார்கள்' என்று மக்களுக்குத் தோன்றியது.

அன்றுதான் 'அன்றாட வாழ்க்கை எதார்த்தங்கள்' என்ற பாணி பரவியது. மலையாள இலக்கியத்தில் 'ரியலிஸம்' காலூன்றுவதும் அன்றுதான். ரியலிஸத்தில் அறிவியல் பூர்வமான பார்வைக்கு இடமுண்டு. (புலன் உணர்வால் அறியத்தக்க உலகமே அறிவியல் பார்வைக்கு ஏற்ற முக்கியமான அம்சம்). அந்த செல்வாக்கு மிக அதிகமாக வெளிப்படுவது தகழியின் கதைகளில். தேவ், பொற்றேகாட், பஷீர், பொன்குன்னம் வர்க்கி ஆகியோரின் கதைகளிலும் சுற்றுச்சூழல்களில் வெறுப்பூட்டும் காட்சிகளை இயல்பாக வெளிப்படுத்தியிருப்பதைப் பார்க்கலாம். சம்பவங்களின் நம்பகத் தன்மையின் எல்லைகளை அவை மீறுவதில்லை. அறிவியல் பார்வை அவற்றில் கட்டுப்பாட்டைச் செலுத்தியிருக்கிறது.

ஆனால், அந்தக் கட்டுப்பாட்டை மீறுவதற்கான விருப்பம், பஷீர் எனும் கதாசிரியரின் இயல்பமைப்பில் ஒரு அம்சமாக இருந்தது. அந்த விருப்பம் தன்னிஷ்டப்படி விரிவடைவதற்கு காலகட்டத்தின் போக்கு அனுமதிக்கவில்லை. ஆனால், குர்ஆன் வாசிப்பு அதீத உலகங்களில் திளைத்திருப்பதற்கு அந்தக் கற்பனையைத் தூண்டியிருந்தது. அலைந்து திரிந்து இந்தியாவெங்கும் பயணம் செய்யும்போது பஷீர், பகற் கனவுகளின் மூலம் ஒரு அதீத உலகத்துடன் உறவுகொண்டிருந்தார். அன்று வாசித்த கதைகள் பெரும்பாலும் மற்றொரு உலகப் பயணமாகவே அனுபவமாயின. பஷீரிடம் இருந்த இந்த ரசனையை வங்காளக் கதைகள் நன்கு திருப்திப்படுத்தின. அவற்றின் கதாபாத்திரங்களின் பெயர்கள்கூட

மனதைக் கவர்ந்தன. பஷீர் அவற்றை மாதிரியாகக் கொண்டு சில கதைகள் எழுதத் துணியாமலும் இல்லை.

கேரளத்திற்குத் திரும்பி வந்த பிறகும் வங்கக் கதைகளை வாசிப்பதற்கு மிகுந்த விருப்பம் கொண்டிருந்ததாக பஷீர் சொல்லியிருக்கிறார். அவற்றைப் பின்பற்றிக் கதைகள் எழுதத் தோன்றியது. ஆனால் அன்றைய இலக்கியச் சூழல் அவ்வகையான கதைகளை எழுதுவதற்கு அனுகூலமாயிருக்கவில்லை. மலையாளக் கதையில் அன்று ரியலிஸத்திற்கு அனுகூலமான படைப்பிற்கு மட்டுமே இடமிருந்தது. புதிய எழுத்தாளர்கள் எவரும் அந்த மனச்சார்பை மீறுவதற்குத் துணியவில்லை. அந்தச் சூழலே பஷீரின் படைப்பு பாணியையும் கட்டுப்படுத்தியது. நாம் குறிப்பிட்ட 'என் தங்கம்' என்ற கதையிலும் பஷீர், சமுதாய வாழ்க்கையின் ஒரு காட்சியைக் கண்ணாடியில் பார்ப்பதுபோலப் பிரதியெடுத்திருந்தார். ஆயினும் அதில் விசித்திரமான ஒரு அம்சமும் கலந்திருக்கிறது. எதார்த்தத்தை விட்டு விலகியிருக்கிறது என்று தோன்றச் செய்கிற ஏதோ ஒன்று; அல்லது எதார்த்தத்திற்கு மாயச் சுவை அளிக்கிற ஏதோ ஒன்று.

'ஜெய கேசரி'யில் எழுதிய அந்தக் கதை பலரின் கவனத்தில் பட்டது. அக்காலத்தில் கதைகள் படிக்கின்றவர்கள் அவற்றைக் குறித்து ஒருவருக்கொருவர் பேசிக்கொள்வது வழக்கமாக இருந்தது. அமைப்பின் (சங்கத்தின்) மத்தியஸ்தம் இல்லாமல் இலக்கியத்தை அனுபவிக்கிற ஒரு சுவைஞர் சபை இங்கே நிலைபெற்றிருந்தது என்று சொல்வதுதான் சரி. அந்தச் சபை முதலிலேயே பஷீரை, வளமான உள்ளுணர்ச்சியுடைய கதாசிரியராக அறிந்துகொண்டது. கண்ணுக்குப் புலனாகாத அந்தத் தூண்டல் பஷீருக்கு சக்தியளித்தது. அந்தச் சக்தி, தொடர்ந்து கதைகள் எழுதுவதற்கான உற்சாகமாக விரிவடைந்தது. ஆனால் அன்றும் புதிய எழுத்தாளர்களுக்குப் பல தடைகள் இருந்தன. பத்திரிகைப் பொறுப்பாளர்களில் மிகக் குறைவானவர்களே, இலக்கிய மதிப்பீட்டின் அடிப்படையில் நூல்களின் நன்மை தீமைகளை அறிகின்றவர்களாக இருந்தார்கள். (இன்றும் அந்த நிலையில் மாற்றமில்லை). பெரும்பாலான பத்திரிகைகள் சன்மானம் கொடுத்ததும் இல்லை.

அற்ப சொற்ப சன்மானமாவது கிடைக்கவில்லை என்றால் எழுத்தாளனால் உயிரைத் தக்கவைத்துக் கொள்ள முடியுமா? இதற்கு ஒரு பரிகாரம்தான் உள்ளது. அன்றாட வாழ்க்கைக்காக வேறேதாவது வேலை செய்வது. வேலை - இங்கே என்ன வேலை கிடைக்கும்? யார் வேலை கொடுப்பார்கள்? இப்படிப் பல கேள்விகள் மனதில் எழாமல் இல்லை. அவை பதிலற்ற கேள்விகள். (பிற்பாடு பஷீர் அவற்றிற்குப் பதில் கண்டுபிடித்தார்).

அந்தக் கலக்கத்தினிடையிலும் பஷீர் கனவுகள் கண்டு கொண்டிருந்தார். கதைகளைக் குறித்தான கனவுகள். ஆகாயத்தின் தளர்வான மேகங்களைப்போல கற்பனையில் பல கதைகள் தெளிவற்றுத் தங்கியிருக்கின்றன. அவற்றிற்குத் தெளிவான உருவம் கொடுக்க வேண்டும். இது சுலபமான காரியமல்ல. ஆயினும் அவற்றிற்கு உருக் கொடுத்தே ஆக வேண்டும் என்ற நிலை. அவற்றிற்கு வடிவம் கொடுக்காமல் வேறு வழியில்லை என்ற உணர்வு. அதன் தூண்டலில் பஷீர், எதிரான சூழலிலும் எழுத்தைத் தொடர்ந்தார். சீராக எழுதிக்கொண்டிருந்தார் என்று நினைக்காதீர்கள். அது பஷீருக்கு அசாத்தியமான செயல். எழுத வேண்டும் என்று தோன்றும்போது எழுதுவார் - அவ்வளவுதான். அதுவும் தனிமை இருந்தால் மட்டும்.

எழுதுவது என்பது ஒருபோதும் சுலபமாக இருக்கவில்லை. ஒரு பாரா (Paragraph) எழுதி முடிக்க பல நாட்கள் தேவைப்பட்ட அனுபவம் தனக்கு உண்டு என்று பஷீர் சொல்லியிருக்கிறார். அந்த நிலைமை பொதுவானதல்ல. இயல்பான வகையில் தனிமையும் அமைதியும் இருந்தால் படைப்பும் தடையற்றுச் செல்வதுண்டு. தியானம்போலத்தான் இது. ஒவ்வொரு எழுத்தாளருக்கும் ஒவ்வொரு பாணியுண்டல்லவா. பஷீரின் ரீதி இதுதான்.

ஆனால் கட்டுரை எழுதுவதில் இந்தச் சிரமங்கள் இல்லை. அதனால் எரணாகுளத்திலிருந்து வெளிவருகின்ற சில பத்திரிகைகளில் கட்டுரைகள் எழுதிக்கொண்டிருந்தார். அதற்குள் பத்திரிகையாளர் களுடன் பழகிவிட்டிருந்தார். பஷீரின் ஆளுமையால் ஈர்க்கப்பட்டவர் களின் எண்ணிக்கை சிறியதல்ல. அவர்களில் பத்திரிகையாளர்களும் இருந்தார்கள். பஷீர் அக்காலத்தில், அவர்கள் கேட்டதற்கு இசைந்தும் சிலசமயம் தன் விருப்பப்படியும் சில கட்டுரைகளை எழுதினார். அவற்றைப் பிரசுரிக்கவும் செய்தார். அக்கட்டுரைகளோடு சேர்ந்ததுதான், 'உலகப் புகழ்பெற்ற புரட்சியாளர்' என்ற தலைப்பில் முகம்மது நபியைப் பற்றி எழுதிய கட்டுரை. அதை நான் பார்த்ததில்லை. அதைப் பற்றி பஷீர் பெருமையுடன் சொல்வதைக் கேட்டிருக்கிறேன். பத்திரிகை முக்கியத்துவமுள்ள விஷயங்களைக் குறித்தே அதிகமாக எழுதினார். அன்று திருவிதாங்கூரில் உத்தரவாத ஆட்சிக்கான (Government responsible to the people) கிளர்ச்சி நடந்து கொண்டிருந்தது. அந்தக் கிளர்ச்சி எல்லோரையும் தீண்டியிருந்தது. பஷீர் அப்போது, திருவிதாங்கூர் மாநில காங்கிரஸிற்கு ஆதரவாகவும் திவான் சர்.சி.பி. ராமசாமி ஐயரை விமர்சித்தும் கேலி செய்தும் கட்டுரைகள் எழுதி வெளியிட்டது இயல்பு. அவை 'தீபம்', 'பௌரநாதம்' (குடிமக்கள் குரல்) முதலான பத்திரிகைகளில்

வெளிவந்தன. திருவிதாங்கூரிலும் அவை பரவியிருந்தன. அதனால் அவை திருவிதாங்கூரில் தடை செய்யப்பட்டன*. பஷீர், அரசின் கண்காணிப்பிற்குள்ளானார்.

திருவிதாங்கூர் அரசு, முன்பே ஒரு பஷீரைக் கண்காணிக்கத் தொடங்கியிருந்தது. திருவிதாங்கூரில் அன்று வலுப்பெற்றுக் கொண்டிருந்த மாணவர் கிளர்ச்சியின் தலைவர்களில் ஒருவரே அந்த பஷீர். தலைமைத் திறனும் நாகரிகமும் துணிச்சலும் ஒன்றிணைந்த அந்த பஷீரின் மீது மாணவர்கள் மட்டுமல்ல, பெரியவர்களும் மரியாதை கொண்டிருந்தார்கள். அந்த பஷீர்தான் 'பௌரநாதத்திலும் பிற பத்திரிகைகளிலும் கட்டுரைகள் எழுதினார் என்று அரசு கருதியது. பரவூர் பஷீர் வீட்டில் போலீஸ் தொந்தரவு செய்யவும் தொடங்கியது. அக்காலத்தில் இத்தகைய விஷயங்கள் காதோடு காதாகப் பரவிக்கொண்டிருந்தன. செய்தி எரணாகுளத்தையும் அடைந்தது. அப்போது தலயோலப்பரம்புக்காரரான பஷீர் நினைத்தார். 'எரணாகுளத்திலிருந்து கட்டுரைகளும் கதைகளும் எழுதுவது இளைஞர் தலைவரான பஷீர் அல்ல, வேறொரு பஷீர் என்று உலகம் அறிந்துகொள்ள வேண்டுமல்லவா.' அந்த எண்ணத்திலிருந்துதான் 'வைக்கம் முகம்மது பஷீர்' என்ற பெயர் உருவாகிறது. அந்தப் பெயரில் ஒரு தாளலயம் இருக்கிறது என்றும் பஷீருக்குத் தோன்றியது. (பஷீரின் மொழிநடையின் பிரத்தியேகத் தன்மைகளில் ஒன்று தாளலயம். இந்த லயப்பிரக்ஞையுடன் உரைநடை பாணிக்கு உருவம் கொடுத்தவர்கள் மலையாளத்தில் நான்கைந்து பேரே இருக்கிறார்கள் என்று நினைவிற்கொள்ள வேண்டும்.)

---

* அதற்கடுத்து பஷீர் 'தர்மராஜ்யம்' எனும் ஒரு துண்டுப் பிரசுரத்தையும் வெளியிட்டார். திருவிதாங்கூர் அரசு அதைத் தடை செய்தது. 'தர்மராஜ்யம்' என்ற துண்டுப் பிரசுரத்திற்கு முன்னுரை எழுதியவர் போதேஸ்வரன். அது கிடைக்கவில்லை. அதைப் பறிமுதல் செய்ததைப் பற்றி 1939-ஆம் ஆண்டு மார்ச் 8-ஆம் நாள் 'தீபிக' (விளக்கு) பத்திரிகையில் வந்த செய்தி கீழே கொடுக்கப் பட்டிருக்கிறது:

" பறிமுதல்

' தர்மராஜ்யம்' என்ற பெயரில் வைக்கம் முகம்மது பஷீர் கொச்சியில் பார்வர்டு பிரஸ்ஸில் அச்சடித்திருக்கிற துண்டுப் பிரசுரம் அரசுக்கு எதிராகத் துவேஷத்தையும் வெறுப்பையும் ஏற்படுத்துவதற்கு ஏதுவாகும் என்று அரசு கருதுவதால் 1067-ன் 5-ஆம் ரெகுலேஷனான கிரிமினல் ப்ரொசீடியர் ரெகுலேஷன் 81(எ) பிரிவின் 1114-ன் ஒன்றாம் ரெகுலேஷன் 4-ஆம் பிரிவின் கீழான அதிகாரத்தைப் பயன்படுத்தி மேற்படி பிரசுரத்தின் அனைத்துப் பிரதிகளையும் பறிமுதல் செய்திருப்பதாக அரசு அறிவித்திருக்கிறது."

(இப்பகுதியைப் பிரதியெடுத்து அனுப்பியது ஸ்ரீ கே.எம். சும்மார் அவர்கள். அவருக்கு நன்றி.)

எதிர்ப்பின் எழுத்தாளர்

எரணாகுளத்தில் வேர்விடத் தொடங்குகிற காலத்தில் பஷீருக்கு ஒரு பெரிய மனிதருடன் பழகுவதற்கான வாய்ப்பு கிடைத்தது. கொச்சி அரசியலில் முனைப்பாகச் செயல்பட்டுக்கொண்டிருந்த குட்டி சாகிப் அந்த வாய்ப்பை ஏற்படுத்தினார். திருவிதாங்கூரில் வலுப்பெற்றுக் கொண்டிருந்த உத்தரவாத ஆட்சிக்கான கிளர்ச்சிக்கு வேண்டி பஷீர் எழுதிய கட்டுரைகள் அவரது பார்வையில் பட்டன. அவர் விசாரித்தார். யார் இந்த பஷீர்? கண்டுபிடிப்பதில் எந்தச் சிரமமும் ஏற்படவில்லை. அவர்களது அறிமுகம் விரைவிலேயே தோழமையாக விரிவடைந்தது. பஷீர், கதைகள் எழுதுகிற இலக்கியவாதியும்கூட என்றறிந்து குட்டி சாகிபு மிகவும் மகிழ்ந்தார். அப்படியென்றால் இலக்கியவாதிகளுடன் உறவுள்ள ஒரு பத்திரிகை ஆசிரியரை அறிமுகங்கொள்வது அவசியம் என்று அவர் நினைத்தார்.

ஒரு நாள் பஷீருடன் குட்டி சாகிபு ஒரு பத்திரிகை அலுவலகத்திற்குச் சென்றார். 'சகோதரன்' பத்திரிகையின் அலுவலகம் அது. எவரும் உற்றுநோக்கும் விதமான உருவ அழகுடைய ஒரு இளைஞர் அங்கே எழுதிக்கொண்டிருப்பதை அவர் பார்த்தார். அவர், சகோதரன் ஐயப்பன் என்று அறியப்படுகிற கே. ஐயப்பன் என்று பஷீர் உடனே புரிந்துகொண்டார் (முன்பே அவரைத் தெரிந்திருந்தது). பத்திரிகை ஆசிரியர் அன்புடனும் மகிழ்ச்சியுடனும் அவர்களை வரவேற்றார். குட்டி சாகிபுடன் அவருக்கு ஆழமான பிணைப்பு உண்டென்று அவர்களின் நடத்தையிலிருந்து தெரிந்தது. குட்டி சாகிபு, பஷீரை அறிமுகப்படுத்தினார்: "இவர் பஷீர். நல்ல இலக்கியவாதி."

சகோதரனுக்கு, பஷீர் அந்நியர் அல்ல. பஷீரின் படைப்புகளை அவர் அதற்குள் கவனித்துவிட்டிருந்தார். அதனால் நெடுங்காலப் பழக்கமுடைய ஒருவரிடம் நடந்துகொள்வதுபோலவே சகோதரன், பஷீரிடம் நடந்துகொண்டார். சற்று நேரம் அவர்கள் சமகால அரசியலைக் குறித்துப் பேசினார்கள். பேச்சிடையே ஸீதிசாகிபின் பெயர் வந்தது. (பிற்பாடு குட்டி சாகிபு, பஷீரிடம் ஸீதியும் சகோதரன்

ஐயப்பனும் மிக நெருக்கமான நண்பர்கள் என்று சொன்னார்.) அதன்பிறகு உரையாடல் இலக்கியத்தின் பக்கம் திரும்பியது. இலக்கியத்தில், அன்றாட வாழ்வின் உண்மைகளுக்கு இடம் கிடைத்துக் கொண்டிருப்பதில் தன் மகிழ்ச்சியை வெளிப்படுத்தினார் சகோதரன். அநீதிகளிலிருந்தும் முறைகேடுகளிலிருந்தும் சமூகத்தை விடுவிப்பதற்கு இலக்கியமும் உதவ வேண்டும். அப்படி நடந்தால்தான், நாம் விரும்புகிற விதத்திலான மாற்றம் விரைவில் நிகழும். அப்போக்கிலான வாதங்கள் சமீப காலத்தில் வலுப்பெற்று வருவதில் சகோதரன் மகிழ்ச்சியை வெளிப்படுத்தினார். அவர் பஷீரைப் பாராட்டிப் பேசினார். ஒரு வாதப் போக்கை முன் வைக்கும் விதத்தில்தான் சகோதரன் அதையெல்லாம் சொல்லிக் கொண்டிருந்தார். குறைந்த நேரத்திற்குள் அவர் அதைச் சொல்லி முடித்தார். பிறகு அவர் மகிழ்ச்சியான முகத்துடன் பஷீரைப் பார்த்துச் சொன்னார்:

“பஷீர், முஸ்லிம் சமுதாயத்தின் சித்திரங்களை வெளிப்படுத்தத் துணிய வேண்டும். அவர்களது ஆசார நம்பிக்கைகளுக்கு மட்டுமல்ல, பேச்சு பாணிக்கும் நம்முடைய இலக்கியத்தில் இடம் இருக்க வேண்டும்.”

ஏதோ யோசிப்பதுபோல இடையில் சற்று நேரம் மௌனமாக இருந்த பிறகு அவர் தொடர்ந்தார்:

“இலக்கியவாதிகளுக்கு அறிவுரை சொல்லக் கூடாது என்று சொல்வார்கள். ஆயினும் உங்களுக்கு நான் ஒரு அறிவுரை சொல்கிறேன், பஷீர். நீங்கள் நன்கறிந்த முஸ்லிம் சமுதாயத்தை அடிப்படையாக வைத்து நிறையக் கதைகள் எழுத வேண்டும். உங்கள் பாணியில் வெளிப்படும்போது அந்தச் சமுதாயச் சித்திரங்கள் மிகவும் ஈர்ப்புடையவையாக இருக்கும் என்பதில் சந்தேகமில்லை.”

சகோதரனின் வார்த்தைகளை பஷீர் கவனத்துடன் கேட்டார். இடையில் சகோதரன், ‘எவரும் தங்கள் சமுதாயத்தைப் பற்றி பெருமையே கொள்ள வேண்டும்’ என்று சொன்னது பஷீரின் மனதில் பதிந்தது.

அந்தச் சந்திப்பின் முடிவில் இன்னொரு விஷயமும் நடந்தது. ‘சுய மரியாதையுடன் முதல் தரமான கதைகள் எழுதுகிற ஒரு இலக்கியவாதி இப்போது இங்கே இருக்கிறார். அவர் ஒரு புரட்சிக்காரர். நீங்கள் அறிமுகமாயிருப்பீர்கள்’ என்று சொல்லிக் கொண்டு சகோதரன், உரத்த குரலில் ஒரு பெயர் சொல்லி அழைத்தார். அவர் அழைத்தது கேசவதேவைத்தான். நீள மூக்கும், கூர்மையான கண்களுமுடைய தேவின் உயரமான ஒல்லி உடல்

முன்னால் நிற்பதைக் கண்டபோது பஷீருக்கு வியப்பும் மகிழ்ச்சியும் ஒருசேர ஏற்பட்டன. எதிர்பாராமல் பார்த்ததில் வியப்பு. எதிர்ப்பின் எழுத்தாளரான தேவைப் பார்த்ததில் மகிழ்ச்சி.

அவர்கள் ஒருவரை ஒருவர் முன்பே அறிந்தவர்கள். தீவிரவாத வேலைகளில் முன்பே ஒன்று சேர்ந்திருக்கிறார்கள். (பஷீர் தூரப் பிரதேசத்துக்குச் செல்லத் துணிந்தது அதன் பேரில்தான்.) ஆனால், இருவரும் அன்று புரட்சிக்காரர்கள் மட்டுமாக இருந்தார்கள். கேசவதேவ், கதைகள் எழுதி பிரசுரிக்கத் தொடங்கியிருந்தார். ஆனால், விடுதலைக்காகப் போராடுகிற புரட்சிக்காரராகவே அறியப்பட்டார். தேவ் அக்காலத்தில், ரஷ்யப் புரட்சியைப் பற்றி உத்வேகத்துடன் எழுதினார், பேசினார். அதற்கிடையில்தான் பஷீருடன் சேர்ந்து தீவிரவாத வேலைகளுக்கு முற்பட்டார். தபால் பெட்டிகளை எரிப்பது, இருப்புப் பாதையைத் துண்டிக்க முயல்வது... இப்படிப் பல வேலைகள். இப்போது சகோதரனின் முன்னால் இருக்கும்போது அந்த முற்காலப் பழக்கத்தை அவர்கள் வெளிக்காட்டவில்லை. அவர்கள் இப்போது கதாசிரியர்களாக ஒருவரை ஒருவர் பார்க்கிறார்கள். (சகோதரன், சட்டப்பூர்வமான வழிகளை ஆதரிக்கிற பொதுச் செயல்பாட்டாளர் என்றும் சமூகப் புரட்சிக்காரர் என்றும் அவர்களுக்குத் தெரியும். அந்த ஆளுமைக்கு மரியாதை செய்யும் விதமாகவே அவர்கள், முன்பே தங்களுக்குள் பழக்கம் உண்டு என்பதைக் காட்டிக்கொள்ளாமல் அப்போதுதான் அறிமுகமாவது போல நட்பைப் புதுப்பித்துக்கொண்டார்கள்.)

பஷீரின் கைகளைச் சேர்த்துப் பிடித்துக் கொண்டு தேவ் சொன்னார்: “நாம் இருவரும் தொழிலாளிகளுக்காக கதையெழுத வேண்டியவர்கள். நமது பேனாக்கள் இந்த நிலையை உடைக்க வேண்டும்.”

பஷீர், தேவின் கதைகளைப் படித்திருந்தார். அன்று தேவ், மக்களிடையில் ஒரு பேச்சுப் பொருளாயிருந்தார்.

சகோதரனின் தலைமையில் தேநீர் அருந்திவிட்டு அவர்கள் பிரிந்தார்கள்.

அந்த சந்திப்பு, பஷீரின் மனதில் இரண்டு கருத்துகள் ஆழப் பதிவதற்கு வாய்ப்பளித்தது. மனதில் கரைந்து கலக்கிற சமுதாய வாழ்க்கையைச் சித்திரித்தால்தான் கதைகள் வலிமை பெறும் - இது ஒன்று. இரண்டாவது, தொழிலாளி வர்க்கத்திற்காக இலக்கியம் படைப்பது, இன்றைய சூழ்நிலையை உடைக்க முயல்வது ஆகியவையே காலத்தின் கட்டளை என்பது. முதலாவதை பஷீர் ஏற்றுக்கொண்டார்

- இரண்டாவது கருத்துடன் வேறுபாடு இல்லை. ஆனால், வசீகரிக்கும் விதமாக கதைகள் எழுதுவதே மிக முக்கியம் என்ற எண்ணம் மனதில் இடம் பிடித்தது. ஒவ்வொரு படைப்பையும் முடிந்தவரை வசீகரமிக்கதாக்குவதற்கான சிந்தனைக்கு, பஷீரின் இலக்கிய வாழ்க்கையில் நிலையான இடம் கிடைத்தது.

பஷீர், சகோதரன் அலுவலகத்திலிருந்து குட்டி சாகிபுடன் திருப்தியாகத் திரும்பினார். இலக்கியத்தைப் பற்றி ஆழ்ந்த முறையில் பேசுவதில் பங்கு பெற முடிந்தது. சுதந்திரத்தைக் குறித்து விசாலமான சில கற்பனைகளும் மனதில் உதித்தன. சகோதரன் ஐயப்பன் கீழ்நிலையில் உள்ள சாதியினரைப் பற்றி நன்றாகப் பேசினார். தான் வாழ்ந்துகொண்டிருப்பது, அவர்களை மனிதர்களாக கணக்கிலெடுக்கக் கூட முடியாத ஒரு சமூகத்தில்தான். தலயோலப்பரம்பில் உள்ள புலயரைக் குறித்து அது நினைவுபடுத்தியது. உண்மை, மனிதர்களைப்போல வாழ்வதற்கு அவர்களுக்கு உரிமை உண்டு என்று யாரும் நினைப்பதில்லை! சுதந்திரம் மிகவும் கொடூரமாக மறுக்கப்பட்ட ஒரு நிலைதானே இது? இந்த நிலையை மாற்றுவதற்கான பாடுகளும் சுதந்திரப் போராட்டத்தின் பகுதிதான். 'தொழிலாளி வர்க்கத்திற்காக' இலக்கியம் படைக்க வேண்டுமென்று கேசவதேவ் பிடிவாதமாகப் பேசியதில் அதே சுதந்திரம்தானே அடங்கியிருக்கிறது? ஆமாம், சந்தேகமில்லை. அல்லும் பகலும் பாடுபட்டாலும் அன்றாட வாழ்க்கையை நடத்துவதற்கான கூலிகூடக் கிடைக்காமல் துன்புறுகிற தொழிலாளி அன்றைய ஒரு உண்மையாக இருந்தான். எந்த வேலையும் கிடைக்காமல் பட்டினி கிடப்பவர்களும் உண்டு. அதுபோல நிந்திக்கப்பட்டவர்களும் ஒடுக்கப்பட்டவர்களும் விலக்கப்பட்டவர்களுமாக வாழ்வின் புறம்போக்குகளில் வாழ்பவர்கள் இல்லையா? அவர்களின் எண்ணிக்கை சிறியதல்ல. அவர்களுக்கும் மனித உரிமைகள் உண்டு. அந்த உரிமைகளுக்கான பாடுகளும் விடுதலைப் போராட்டத்தின் பகுதிதான். எனில், அப்படியும் சிலர் (அவர்கள் நம் சகோதரர்கள்) பொது வாழ்வின் இருட்டுப் பகுதியில் இருக்கிறார்கள் என்ற அறிவு மக்களுக்கு ஏற்பட வேண்டும். அந்த அறிவை, மனதில் பதிகிற விதமாக வெளிப்படுத்த கதை வடிவத்திற்கு பிரத்தியேகத் திறனுண்டு. பம்பாய் போன்ற நகரங்களில் இருட்டு வாழ்க்கையை நேரடியாகப் பார்த்ததைப் பற்றியான நினைவுகள் பஷீரின் மனதில் விழித்தன. கெட்ட வழிகளின், நோய்களின் துர்நாற்றத்தில் ஆழ்ந்து கிடக்கிற ஒரு மக்கள் கூட்டம். அவர்களையும் உலகம் தெரிந்துகொள்ள வேண்டாமா? அவர்களைப் பற்றித்தானே உடனடியாக அறிவிக்க வேண்டும்? பஷீரிடம் இந்த எண்ணம் வலுவடைந்தது. பிற்காலத்தில் 'சப்தங்கள்' எழுதும்போது மட்டுமே

இந்த எண்ணத்திற்குக் கலை வடிவம் கை வந்தது. அதில் வரும் ‘அம்மாவும் மகனும்’ எனும் அத்தியாயத்தைப்போல இதயத்தை உருக்குகிற காட்சிகள் நம் கதை இலக்கியத்தில் மிக மிகவும் குறைவு! இந்தக் காட்சிகள் ஒரு சூழ்நிலையின் படைப்பு. அந்த நிலைமையையும் அதன் கௌரவத்தையும் தகர்க்காமல் மனிதத்துவம் பூமியில் புலராது என்ற உணர்வை வாசகர் மனதில் உருவாக்குவதில் ‘சப்தங்க’ளின் திறன் பெரிது. பிற்காலத்தில் - தொள்ளாயிரத்து நாற்பதுகளில் - இவ்வளவு மிகத் தீவிரமான கதைகளை பஷீர் எழுதுகிறார்.

சகோதரன் ஐயப்பன், கேசவதேவ் ஆகியோருடன் நட்புகொண்ட பிறகு பஷீர் நிறைந்த மனதுடன் விடுதிக்குத் திரும்பினார். ஆனால், பிரச்சினைகள் காத்திருந்தன. விடுதி உரிமையாளர், உடனடியாக அறையைக் காலி செய்ய வேண்டுமென்று சொல்லியிருக்கிறார். ஒரு புதிய இடத்தைக் கண்டுபிடிக்க வேண்டும். அங்கே மாறிச் செல்ல வேண்டும். தலயோலப்பரம்பிலிருந்து நண்பர்கள் வந்து மற்றொரு தகவலைத் தெரிவித்தார்கள். திருவிதாங்கூர் போலீஸ், பஷீரின் வீட்டில் தொல்லை கொடுத்துக்கொண்டிருக்கிறது. ‘திருவிதாங்கூர் அரசுக்கு எதிராக ‘தீவிரவாதக் கட்டுரைகளும் கதைகளும் எழுதிக் கொண்டிருக்கிற பஷீர் எங்கே? அவனை உடனே எங்களிடம் ஒப்படைக்க வேண்டும். இல்லையென்றால்...’ இவ்வகையிலான அச்சுறுத்தல்களை உம்மாவும் வாப்பாவும் உடன்பிறப்புகளும் நேரிட்டுக்கொண்டிருக்கிறார்கள்.

அரசுக்கு எதிராக பஷீர் எந்தக் கதையையும் எழுதவில்லை. சில கட்டுரைகள் மட்டுமே எழுதினார். ‘பட்டத்தின் பேக்கினாவு’ (பட்டத்தின் கெட்ட கனவு) எனும் பெயரில் அன்று ஒரு நாடகத்தைப் பிரசுரித்ததாக பஷீர் பிற்காலத்தில் சொல்லியிருக்கிறார். அதை போலீஸ் படிக்கவில்லை. அன்றைய போலீஸுக்கு வாசிப்பது என்ற பழக்கமில்லை. செவிவழிச் செய்தியை வைத்துதான் பஷீர் எழுதியதெல்லாம் கதைகள் என்று அவர்கள் நினைத்தார்கள், அவ்வளவுதான். அதன் பேரில் பஷீரின் குடும்பத்தினரை அவர்கள் தினந்தோறும் அச்சுறுத்திக்கொண்டிருந்தார்கள்.

விரைவிலேயே பஷீர் புதியதொரு அறையைக் கண்டுபிடித்து அந்த அறைக்கு மாறினார். தன் சம்பாத்தியம்(!) முழுவதையும் மூட்டைக் கட்டிக்கொண்டு அங்கே குடிபுகுந்தார். இப்போது சம்பாத்தியம் கூடியிருக்கிறது. புத்தகங்களின் எண்ணிக்கை அதிகரித்தது. (கையில் காசு இருந்தால் நல்ல புத்தகங்களை வாங்கி வாசிப்பது என்பது பழக்கமானது.) பாட்டு கேட்பதற்கான ஒரு கிராமபோனும் அதற்கான இசைத்தட்டுகளும் உண்டு. பெட்டியின்

எண்ணிக்கை இரண்டானது. சாய்வு நாற்காலி ஒன்று, பக்கத்தில் வைக்க முக்காலி ஒன்று... இப்படிப் பலவற்றையும் பஷீர் ஒரு ரிக்ஷாவில் ஏற்றிச் சென்று புதிய வீட்டில் 'கிரகப் பிரவேசம்' நடத்தினார். சில நண்பர்களும் உடனிருந்தார்கள். ஆபிரகாம் மாடமாக்கேல், பி.எஸ். தாமோதரன், பெருன்ன தாமஸ், போஞ்ஞிக்கரை ராபி முதலானோர் அக்குழுவில் உட்பட்டவர்கள். அவர்களும் கதை எழுதுபவர்கள்தான். மாடமாக்கேல் கவிஞர். ஆனால், தங்களுக்கு வியப்பளிக்கிற எழுத்தாளர் பஷீர் என்று அவர்கள் அறிந்திருந்தார்கள். அதனால், நண்பர்களாக இருக்கும்போதே அவர்கள் பஷீரின் 'சீடர்களா'கவும் இருந்தார்கள். பழக்க வழக்கங்களில் பஷீர் பலவித பிரத்தியேகத் தன்மைகள் உடையவராக இருந்தார். மிக மிகத் தாமதமாகத்தான் விழிப்பார். (சப்தங்களில் இலக்கியவாதி சொல்கிறார்: "நீங்கள் நாளைக்கு வாருங்கள். புலர் பொழுதில் வராதீர்கள். ஒரு பதினொன்று பனிரண்டு மணிக்கு வந்தால் போதும். அப்போதுதான் நான் விழிப்பேன்.") அதற்கேற்றபடி இரவு இரண்டு மணிக்குப் பிறகே படுக்கச் செல்வார். சீக்கிரம் தூங்க வேண்டும் என்பதில்லை. தொடர்ந்து வழக்கமாக சிரசாசனம் செய்துவந்தார். காசு இருப்பதற்கு ஏற்றபடி நிறையத் தேநீர் பருகுவார். பீடியும் புகைப்பார். இப்படிப்பட்ட பழக்கங்களையெல்லாம் 'சீடர்களும்' பின்பற்றத் தொடங்கியிருந்தார்கள். அவர்கள் எல்லோரும் சேர்ந்து 'கிரகப் பிரவேசத்தை' தேநீர் குடித்துக் கொண்டாடினார்கள். கிராமபோனில் பங்கஜ்மல்லிக், சைகால், போல்ரோப்ஸன் ஆகியோரின் பாடல்களைக் கேட்டுக்கொண்டு பீடி புகைத்தவாறு தமாஷ் பேசிக்கொண்டிருந்தார்கள். பஷீர் புதிய இடத்தில் வசிக்கத் தொடங்கியிருந்தார்.

புதிய விடுதியிலும் பஷீர் தனியே இல்லை. மாணவர்கள், உத்தியோகஸ்தர்கள், பத்திரிகை நிருபர்கள் முதலிய சிலரும் அங்குள்ள அறைகளில் வாழ்ந்துவந்தார்கள். பஷீரின் அறை ஒரு மூலையில் இருந்தது. அதில் அவருக்குத் தனிமை கிடைத்தது. பொருட்களையெல்லாம் ஒழுங்கு செய்து அந்த அறையில் கௌரவமாக வசிக்கத் தொடங்கினார்.

அங்கு பஷீர், பல அரசியல் செயல்பாட்டாளர்களுடன் அறிமுகங் கொண்டார். பெரும்பாலானோர் கதைகள் வாசித்திருந்தார்கள். பஷீரின் நடத்தை ரீதிகள், பேச்சு முதலியவை அவர்களைக் கவர்ந்தன. அப்படிப் பழக்கமானவர்களில் காங்கிரஸ்காரர்களே உண்டு. கம்யூனிஸ்ட்காரர்களும் உண்டு. கம்யூனிஸ்ட்காரர்களே அதிகம். (அன்றும் காங்கிரஸில், இலக்கியத்தை அனுபவிக்கும் பழக்கமுடையவர்கள் குறைவாக இருந்தார்கள்.) பி. கிருஷ்ணப்பிள்ளை,

கே.சி. ஜார்ஜ், டி.வி. தாமஸ், எம்.என். கோவிந்தன்நாயர் ஆகியோரைப் பற்றி பஷீர் பிற்காலத்தில் மீண்டும் மீண்டும் சொல்வதைக் கேட்டிருக்கிறேன்.

அதே விடுதியில் அன்று மாணவராகத் தங்கியிருந்த ஒருவர் பஷீரைக் குறித்து இப்படி நினைவுகூர்கிறார்: "பகல் பதினொன்று பன்னிரண்டு மணி ஆகாமல் பெரியவர் விழிப்பதில்லை. அதனால் காலை உணவு சாப்பிட வேண்டியதில்லை. அந்தக் காசு லாபம். மதிய உணவைப் பெரும்பாலும் தானே தயார் செய்துகொள்வார். சமைப்பதில் ஆள் கெட்டிக்காரர். அரிசியோடு தொடுகறிக்கான பொருட்களையும் சேர்த்து ஒரே தடவையில் 'சோறும் கூட்டும்' செய்யும் அற்புத வித்தையையும் சிலமுறை காட்டியிருக்கிறார். வாரத்தில் ஒரு முறை கழிப்பறையையும் குளியலறையையும் கழுவுவது என்ற ஒரு விழாவையும் பெரியவர் நடத்தி வந்தார். வாளியில் கிணற்றிலிருந்து தண்ணீர் மொண்டு கழுவுவார். அதற்காக ஒரு துடைப்பத்தையும் வைத்திருந்தார். நிறையத் தண்ணீர் ஊற்றி கழிப்பறையையும் குளியலறையையும் சுத்தப்படுத்துவார். அதற்காகக் குறைந்தபட்சம் ஒரு மணி நேரத்தையாவது செலவிடுவார். அந்த வேலை செய்துகொண்டிருக்கும்போது தமாஷ் பேசுவார். அங்குள்ள யாரையாவது கேலி செய்வதும் உண்டு. வேலையை முடித்த பிறகு இப்படி அறிவிப்புச் செய்வார் : 'இதோ இந்த நான் கழிப்பறையைச் சுத்தப்படுத்தியிருக்கிறேன் அயோக்கியர்களே, இனி எல்லோரும் நன்றாகக் கழியுங்கள்!'"

இந்த விடுதியிலிருந்து பஷீர் மீண்டும் இடம் மாறினார். கே.சி. ஜார்ஜுடன் தொடர்ந்து தங்கினார். ஸீதி பில்டிங்ஸில் கே.சி. ஜார்ஜுடன் இருக்கிற காலத்தில் அரசியல்வாதிகளுடன் மேலும் நட்புறவு உறுதி பெற்றது. திருவிதாங்கூரின் கைது ஆணையிலிருந்து தப்பித்தார். கே.சி. ஜார்ஜ், வர்க்கீஸ் வைத்யன், டாக்டர் தய்யில் முதலானோர் அன்று எரணாகுளத்தை மையமாகக் கொண்டு செயல்பட்டு வந்தார்கள். அன்று அவர்களது குழுவில் டி.வி. தாமசும் இடையிடையே சேர்ந்திருந்தார். (டி.வி.தாமஸ் தனக்கு குஸ்தி கற்றுக் கொடுத்தார் என்று பஷீர் எழுதியிருக்கிறார். அதன் அடிப்படையில் டி.வி.யை தான், 'ஆசானே' என்று அழைத்திருந்ததாகவும் அவர் சொல்கிறார்.)

மனிதநேயமிக்க எழுத்தாளர்

முதலாவது கம்யூனிஸ்ட் மந்திரி சபையில் உறுப்பினராயிருந்த கே.சி. ஜார்ஜைப் பற்றி பஷீர் மிக மரியாதையுடன் நினைவுகூர்வார். கே.சி. ஜார்ஜ், தன்னலமற்ற - பற்றற்ற ஒரு அரசியல்வாதி. அன்பு நிறைந்தவர். அவரைப் பற்றி பஷீர் சொல்கிறார்:

"அவர் (கே.சி. ஜார்ஜ்) ஒரு அசாதாரண மனிதர். கடவுள் நம்பிக்கையற்ற, மாசற்ற ஒரு கம்யூனிஸ்ட். நாங்கள் சேர்ந்து வாழ்ந்திருந்த இடத்தில் நிறைய ஆட்கள் இருந்தார்கள். நாங்கள் வசித்திருந்த அறைகளையும் வராந்தாவையும் வாசலையும் பெருக்கித் துப்புரவு செய்தது ஜார்ஜ்தான். பெரும்பாலானவர்களின் உடைகளையும்கூட ஜார்ஜ் துவைத்துக் கொடுப்பார். அவர் ஒரு காந்தியவாதியும்கூட. மிகவும் நேர்மையானவர். என் பாதுகாவலர் என்ற நிலையில் அவர் இருந்தார். ஜார்ஜ்ஜைப் பற்றி நான் ஒரு கதை எழுதியிருக்கிறேன். 'கம்யூனிஸ்ட் டென்' என்பதுதான் கதையின் பெயர்..."

வைக்கம் முகம்மது பஷீரைப் பற்றி கே.சி. ஜார்ஜ் பல முறை குறிப்பிட்டிருக்கிறார். தன் நினைவுகளை ஒழுங்குபடுத்தி பிற்காலத்தில் எழுதிய சுய சரிதையான 'என் வாழ்க்கைப் பயணம்' எனும் நூலின் சில வரிகள்:

"1932-ஆம் ஆண்டு என்று நினைக்கிறேன். ஆலப்புழையையும் கொச்சியையும் மையமாகக் கொண்டு பயங்கரவாத இயக்கத்தைப்போல ஒரு இளைஞர் குழு உருக்கொண்டிருந்தது. 'ரத்த எழுத்து வழக்கு' என்று அறியப்படுகிற வழக்கின் மூலமாக அதன் விவரம் வெளியே வந்தது. அத்துடன் அந்த அமைப்பு உடைந்தது. அன்று இளைஞர்களாக இருந்த வர்கீஸ் வைத்தியன், வைக்கம் பஷீர், டாக்டர் தய்யில், கேசவதேவ் முதலானோர் அதில் உறுப்பினர்கள். தபால் பெட்டிகளில் ஆசிட் ஊற்றி கடிதங்களையும் பிறவற்றையும் அழிப்பது, போலீஸை ஏமாற்றி ஏகாதிபத்தியத்திற்கு எதிரான முழக்கங்களை சுவர்களில் ஒட்டுவது எனும் நடவடிக்கைகளில் அவர்கள் ஈடுபட்டிருந்தார்கள். என்றாலும், அரசாங்கம் மற்றும் பொதுமக்கள் பார்வையில் உண்மையில் இருந்ததைவிடவும் அது

மேலும் வலிமையான இயக்கமாக இருந்தது. செயல்படத் தொடங்கி அதிக நாட்கள் ஆகவில்லை. வர்கீஸ் வைத்தியனை எரணாகுளத்தில் கைது செய்தார்கள். விசாரிப்பதற்காக ஒரு வாரம்வரை போலீஸ் கமிஷனரின் வீட்டிலேயே சிறை வைத்தார்கள். இந்த சமயத்தில் சக செயற்பாட்டாளர்கள் பஷீரை ரயில் ஏற்றி வெளியூருக்கு அனுப்பினார்கள். அப்படி பஷீர் ஆறேழு வருடங்கள் இந்தியாவின் பல பகுதிகளிலும் சுற்றித் திரிந்தார். பிறகு, திருவிதாங்கூர் ஸ்டேட் காங்கிரஸின் போராட்டம் ஆரம்பித்த காலத்தில் அவர் திரும்பி வந்து எரணாகுளத்தில் நிலையாக வசிக்கத் தொடங்கினார்."

அக்காலத்தில் பஷீர், 'ஜீவித நிழல் பாடுகள்' (வாழ்க்கையின் நிழற்தடங்கள்) என்ற நூலை எழுதினார். 'நவ ஜீவன்' வாரப் பதிப்பில் அது வெளியிடப்பட்டது. 1954-ஆம் ஆண்டு அது புத்தக வடிவில் வெளிவந்தது.) அதைப் பற்றி பஷீர் எழுதுகிறார்:

"நான் இந்தக் கதையை எழுதிய உடனே கே.சி. ஜார்ஜிடம் வாசித்துக் காட்டினேன். அவர் ஒரு நல்ல அபிப்பிராயம் சொன்னதாக நினைவிருக்கிறது. எவ்வளவு காலம் கடந்து சென்றுவிட்டது! அன்று சாப்பாட்டின் விலை ஒன்றே கால் அணா. நாங்கள் அனைவரும் ஒன்றாகத்தான் உணவு சாப்பிடவும் காப்பி குடிக்கவும் சென்றிருந்தோம். சினிமாவுக்கு, தரை டிக்கெட்டின் விலை ஒரு அணா. நாங்கள் எல்லோரும் சேர்ந்து தரை டிக்கெட் எடுத்து சினிமா பார்க்கப் போவோம். பெரும்பாலும் நானும் கே.சி. ஜார்ஜ்ஜும் தனியாகச் செல்வோம். சினிமா முடிந்து வெளியே வந்த உடனே அது தொடர்பாக விமர்சனம் செய்வோம். எங்களுக்கிடையில் நாங்கள் பயங்கரமாக வாக்குவாதம் செய்துகொள்வோம். வழியில் பல இடங்களில் நின்று நின்று வாதிப்பதால் வசிப்பிடம் வந்து சேர்வதற்கு மிகவும் தாமதமாகும். இடையிடையே கே.சி. ஜார்ஜ் பீடி புகைப்பார். எனக்கும் ஒவ்வொன்று தருவார்..."

ஏறத்தாழ அந்தக் காலத்தில் கே.சி. ஜார்ஜ் 'திருவிதாங்கூர் சுதந்திரப் போராட்டச் சரித்திரம்' எனும் பெயரில் ஒரு 'ஓட்டன் துள்ளல்'* எழுதிப் பிரசுரித்தார். அதற்கு முன்னுரை எழுதியது பஷீர். அதை வெளியிட்டதும் பஷீரே என்று தெரிகிறது. 1938ஆம் ஆண்டு காலத்தில் உள்ள திருவிதாங்கூரின் அரசியல் நிலையே ஓட்டன் துள்ளலின் கருத்து. மக்களாட்சிக்கான கிளர்ச்சியின் பின்னணிச் சரித்திரமாக கே.சி. ஜார்ஜ் அதற்கு உருவம் கொடுத்தார்.

இதயம் பிழியும் கதையொன்றை இங்கே
ஆடிச் சொல்லவே உண்டு அதிமோகம்

---

* ஓட்டன் துள்ளல்: ஒரு வகை நடனம் / அதற்காக எழுதப்படும் கவிதை.

குறைகள் அனேகம் உண்டாம் அவற்றைப்
பொறுக்கவே நான் வேண்டுகிறேன்.

என்று தொடங்குகிற கவிதை இரண்டாயிரத்திற்கும் அதிகமான வரிகளைக் கொண்டிருந்தது. பஷீர், டி.வி. தாமஸ் முதலானோர் அதைப் படித்து ரசித்தார்கள். கவிதையை உடனே பிரசுரிக்க வேண்டுமென்று அவர்கள் கட்டாயப்படுத்தினார்கள். ஆனால் அதற்குத் தேவையான பணத்திற்கு எங்கே போவது? ஆயிரம் பிரதிகள் அச்சிடுவதற்கு எழுபத்தைந்து ரூபாயாவது வேண்டுமென்று பஷீர் கணக்கிட்டார். அதை ஏற்பாடு செய்வது எப்படி? பஷீர் பல வெளியீட்டாளர்களை அணுகினார். ஆனால், உள்ளடக்கத்தின் தன்மை என்னவென்று அறிந்தபோது அதை வெளியிட வெளியீட்டாளர்கள் தயாராக இல்லை. அந்த சமயத்தில் கே.சி. ஜார்ஜின் சகோதரிகள் எரணாகுளத்திற்கு வந்து சேர்ந்தார்கள். அவர்களும் காவியத்தைப் படித்து ரசித்தார்கள். அதைப் பிரசுரிப்பதற்கான பணத்தையும் அவர்கள் கொடுத்தார்கள்.

விரைவிலேயே, பிரிட்டிஷ் கொச்சியில் உள்ள நடராஜ் அச்சகத்தில் 'திருவிதாங்கூர் சுதந்திரப் போராட்ட சரித்திரத்'தை அச்சிட்டு வெளியிட்டார்கள். முன்பு குறிப்பிட்டதுபோல பஷீர் அந்தக் காவியத்திற்கு முன்னுரை எழுதினார். அந்த முன்னுரை கீழே கொடுக்கப்பட்டிருக்கிறது. அதில், கொல்லம் வருடம் (Malabar Era) 1115 சிங்ஙம் மாசம் (Chingam - The First month of The Malabar Era) பதினாறாம் தேதி என்று நாள் குறிப்பிடப்பட்டிருந்தது (1939).

முன்னுரை

அன்று என்னவொரு வெப்பமாக இருந்தது. அந்தத் துலாம் மாதம் (October - November) ஏழாம் தேதி! சினங்கொண்டு அரண்மனையில் கூடி நிறைந்த அதிருப்திப் புரட்சிக்காரர்களின் உக்கிரமான பெரும் பறை முழக்கம் அன்று எவ்வளவு அச்சமளித்தது, அன்று அந்த அதிகாரிகளுக்கு எவ்வளவு கலக்கமளித்தது! சர்வாதிகாரிகள் வெளிறி நடுங்கிய அந்த நாள், தர்மராஜ்ஜியம் வாழ்ந்த அந்தப் பெருநாள், நாட்டின் வரலாற்றில் ரத்த மசியால் சித்திரிக்க வேண்டிய அன்றைய துடிப்பான காட்சிகள் - இன்று வெறும் கற்பனையில் மட்டுமே! பார்வை எட்டாத தூரம்வரை அணிதிரண்ட தழல்களான லட்சோப லட்சம் முகங்கள், கொந்தளித்துப் பறக்கும் குளவிகளின் இரைச்சல் போல எழுந்த அவர்களது வெற்றி முழக்கங்கள், திருவிதாங்கூரின் இதயத்தை உயர்த்திய அவர்களது அந்தப் போராட்டப் பாடல்கள் - எல்லாம், எல்லாம் ஏதோ கனவின் தெளிவற்றதும் வெகு தொலைவில் உள்ளதுமான ஒரு உணர்வு மட்டும்! இன்று எங்குமொரு வாட்டம்.

இன்று எங்குமொரு களைப்புற்ற மனோபாவம். தளர்ந்துவிட்ட போர்வீரர்களின் உதாசீனத் தன்மை.

ஆயிரத்தி நூற்றிப் பதினான்கு சிங்கம் பத்தாம் தேதியின் நமது உரிமை உணர்வின் உதயத்திலிருந்து மறக்க முடியாத அந்த துலாம் ஏழாம் தேதியின் வெப்பமான மதியப் பொழுதும் கடந்து நாடு இன்று கூட்டுப் பேச்சு வார்த்தையின் அந்திப் பொழுதிற்கு வந்துவிட்டது. விருப்பத்திற்குரியதல்லாத இந்த அந்திப் பொழுதில் நின்றுகொண்டு தோழர் கே.சி. ஜார்ஜ் சற்றுத் திரும்பிப் பார்க்கிறார். போராட்டத்தின் ஆரம்பம் முதல் இதுவரையுள்ள சம்பவங்களை அப்படி விவரிக்கிறார்; அழகான துள்ளல் நடன ரீதியில். நமது இயக்கத்தின் உயிரும் சக்தியுமான பொதுமக்களுக்கு எந்தச் சிரமமும் இல்லாமல் புரிபடவேண்டும் - இந்த நோக்கோடுதான் நம் கவியும் இந்த பாணியைச் சார்ந்திருக்க வேண்டும். கடந்து சென்ற போராட்டத்தின் உண்மை உருவம், வர இருப்பவற்றிற்கு என்றென்றும் ஒரு பின்னணியாக அமையும். அது நமக்குக் காட்டுவது, போராட்டத்தில் முன்னால் நின்று துடிப்புடன் போரிட்ட துணிவுமிக்க ஒரு வீரனைத்தான் என்றால் அதன் தெளிவும் உண்மையும் குறையாமல் நிற்கும். மேன்மைமிக்க நூலாசிரியரின் சேவைகளையும் தியாகத் தேடலையும் பற்றி நான் புகழ்ந்து பேச வேண்டிய அவசியமில்லை. பொது மக்களுக்கு அவர் நன்கு தெரிந்தவர். இந்த நூலில், நாம் அறிந்து திருந்த வேண்டிய பலவும் தெளிவுபடுத்தப்பட்டிருக்கின்றன. நம் போதாமைகள், நம் பலவீனங்கள், நமக்கு ஏற்பட்ட தவறுகள், எல்லாம்!

இனியும் முன்னோக்கிச் செல்ல உறுதி கொண்ட நாம், மறுக்கப் பட்ட உரிமையை வென்றெடுக்கத் தீர்மானித்த நாம், நாளைய விடியலில் அணிவகுக்க ஆயத்தமாகிற நாம் மேலும் ஆத்மார்த்தத்துடன் மேலும் உறுதியுடன் வலுவாக முன்னோக்கி முன்னோக்கியே செல்வோம்.

வைக்கம் முகம்மது பஷீர்

முகாம், எரணாகுளம்

16/1/1115

விரைவிலேயே கே.சி. ஜார்ஜை போலீஸ் கைது செய்தது. பஷீர் உடனே அதை அறிந்தார். பஷீர் அப்போது, ஜார்ஜின் அறையிலிருந்த துண்டுப் பிரசுரங்களையும், ரகசிய ஆவணங்களையும், பிறவற்றையும் அங்கிருந்து அப்புறப்படுத்துவதற்கு அவசரப்பட்டார். அவற்றையெல்லாம் ஒன்று திரட்டி ஒரு ரகசிய இடத்தில் சேர்த்த பிறகே பஷீர் அமைதியடைந்தார்.

கே.சி. ஜார்ஜின் சுய சரிதையின் (என் வாழ்க்கைப் பயணம்) ஒரு பகுதியை இங்கே எடுத்துக் காட்டுகிறேன் (அவர்கள் சேர்ந்து வசித்த காலத்தைக் குறித்தது):

"என் நீண்ட வாழ்க்கைப் பயணத்திற்கிடையில் ஒரு இடைத் தங்கலில் சந்தித்த ஒருவர் வைக்கம் முகம்மது பஷீர். ஆயினும்கூட அந்த உறவு இன்றும் தொடர்கிறது. மனம் செல்லும் இடத்திற்குக் காலும் கையும் செல்லாத ஒரு நிலையில்தான் நாங்கள் இருவரும் இன்று வாழ்கிறோம் என்றாலும், நாங்கள் எரணாகுளத்தில் ஒன்றாக வாழ்ந்த காலத்தின் சிறிய சம்பவங்கள் பஷீருடனான என் உறவை நிலை நிறுத்துகிறதென்று எனக்குத் தோன்றுவதுண்டு. பஷீர் எழுதத் தொடங்கியிருந்த காலம் அது. இலக்கிய உலகத்தில் பிரவேசிப்பதற்குத் தேவையான தொடக்க அடிவைப்புகள் மட்டும். சொல்லும்படியாக வருமானம் ஒன்றுமில்லை. ஒரு நாள் காலையில் நான் ஷொர்னூருக்குச் செல்ல வேண்டியிருந்தது. மாலையில் திரும்பி வருவேன். நான் இருந்தால்தான் போக்கு முதலாளியின் ஹோட்டலில் கடன் கிடைக்கும். கணக்கு நோட்டில் எழுதுவது நான்தானே. (போக்கு முதலாளியின் கடையில்தான் அவர்கள் கடனுக்குச் சாப்பிட்டுவந்தார்கள். கடன் வாங்குகிற ஆள் ஜார்ஜ்.) அதனால் பஷீரின் மதியச் சாப்பாட்டிற்காக இரண்டு அணா கொடுத்துவிட்டு நான் சென்றேன். மாலையில் நான் திரும்பி வந்தபோது பஷீரின் முகம் வாடியிருந்தது. என்ன விஷயமென்று கேட்டபோது தெரிந்தது, அவர் மதியம் ஒன்றும் சாப்பிட்டிருக்கவில்லை. காசை என்ன செய்தார்? கேட்பதற்கு முன்பே காரணம் சொன்னார் பஷீர். அதைக் கேட்டபோது, பஷீரிடம் உள்ள மனிதநேயரை என்னால் பார்க்க முடிந்தது. மதியத்திற்கு முன்பு ஒரு வறிய மனிதர் பஷீரிடம் வந்திருக்கிறார். அவர், தான் இரண்டு நாட்களாகப் பட்டினி என்றும், வெறும் பச்சைத் தண்ணீர் மட்டுமே குடித்ததாகவும் தனக்கு உதவி செய்ய வேண்டும் என்றும் கேட்டிருக்கிறார். பஷீருக்கு, அவர் சொன்னது உண்மைதான் என்று தெரிந்தது. கையில் இருந்த இரண்டணாவை அவரிடம் கொடுத்துவிட்டார். பிறகு பஷீர் பட்டினி கிடக்காமல் என்ன செய்வார். ஒரு வேளைச் சாப்பாட்டுக்கு மட்டுமேயான காசு கையில் இருக்கும்போது நான் பஷீர் செய்ததுபோல செய்திருப்பேனா என்று யோசித்தேன். என் மனிதப் பற்று அந்தளவு சென்றிருக்குமா என்று எனக்குச் சந்தேகமாக இருந்தது. என்னால் நிச்சயமாகச் சொல்ல முடியவில்லை. பஷீரைப் பற்றி மற்றவர்களிடம் நான் சொல்லும்போது அவருடைய அந்த மனித அன்பைப் பற்றித்தான் அழுத்தமாகக் குறிப்பிடுவேன்.

"நான் ஒருமுறை கோழிக்கோட்டுக்குச் சென்று மூன்று நான்கு நாட்கள் கழித்து திரும்பி வரும்போது, என் அறைக்கு முன்னால்

உள்ள தளத்தில் யாரோ சுருண்டு படுத்திருப்பதைப் பார்த்தேன். அவன் யாரென்று பஷீர் என்னிடம் சொன்னார். அவன் பெயர் சாமி. கொடுங்கல்லூரிலிருந்து வாழ வழிதேடி எரணாகுளத்திற்கு வந்தவன். சொந்தமென்று யாருமில்லை. எரணாகுளத்திற்கு வந்து இரண்டு நாட்களாகின்றன. வாழ்வதற்கான வழியை ஒன்றும் கண்டுபிடிக்கவில்லை. பட்டினி. எனவே அவன் களைத்துச் சோர்ந்து ஸீதி பில்டிங்ஸின் வெளி நடை வழியில் கிடந்தான். அதைப் பார்த்தார் பஷீர். ஏறத்தாழ பதினாறு வயது இருக்கும். கறுப்பு நிறம். சோர்ந்த உடல். பார்ப்பதற்குக் கொஞ்சம் அழகற்றவன். ஆனால் நல்ல மரியாதை தெரிந்தவன். பட்டினியென்று சொன்னபோது பஷீர் தேநீர் வாங்கிக் கொடுத்தார். அங்கேயே தங்கிக்கொள்ளும்படிச் சொன்னார். அவனிடம் அவர், 'உள்ளதில் உனக்கும் ஒரு பங்கு' என்றும் சொன்னார்.

“ஸீதி பில்டிங்கில் பஷீர், சாமியை ரெக்ரூட் செய்துவிட்டிருந்ததால் நானும் அதை ஏற்றுக்கொண்டேன். பட்டினி என்று யாராவது சொன்னால் பஷீரின் மனது உருகிவிடும். அப்போது பார்க்கலாம் அவரது மனிதநேயத்தை. அவரது இலக்கியப் படைப்பில், நகைச்சுவை அம்சம் முக்கியத்துவம் பெற்றிருக்கும் நூல்களில்கூட காண முடிகிற ஒரு சிறப்பான அம்சம்தான் - மனிதர்களின் மீதான அவரது அன்பு. அன்று என்னால் பஷீரிடம் - தாழ்ந்த நிலையில் உள்ளவர்கள் என்று நாம் நினைக்கின்றவர்களின் இதயத்திற்குள் ஊடுருவவும், அவர்களது வேதனையில் பங்கு கொள்ளவும் முடிகிற ஒரு மனிதநேயரைப் பார்க்க முடிந்தது. அவர் பிற்காலத்தில் எழுதிய நூல்களில் எல்லாம் அந்த பஷீரை என்னால் பார்க்க முடிகிறது. என் எரணாகுளத்து வாழ்க்கையைப் பற்றிச் சொல்லும்போது, என்னுடன் அங்கே முதலிலிருந்து கடைசிவரை தொடர்ச்சியாக இருந்தவர் என்ற நிலையில் மட்டுமல்ல, என்னைக் கைது செய்த பிறகு என் அறையில் இருந்த என் பொருட்களை போலீஸிற்குக் கொடுக்காமல் எனக்குப் பிறகான வாரிசு உரிமையை நிலைநாட்டியவர் என்ற நிலையிலும் பஷீருக்கு ஒரு இடமுண்டு.”

பஷீரின் 'மனித நேயத்தைப்' பற்றி கே.சி. ஜார்ஜ் தொடர்ந்து எழுதுகிறார்:

“நான் அறையில் இல்லாதபோது எனக்கான பணவிடைகளையும் பிற அஞ்சல்களையும் பெற்றுக்கொள்வதற்கு நான் பஷீருக்குப் பொறுப்பளித்திருந்தேன். நான் கோழிக்கோட்டில் இருந்தபோதுதான் என் சகோதரியிடமிருந்து மாதந்தோறும் கிடைத்துக்கொண்டிருந்த பணவிடை வந்தது - பதினைந்து ரூபாய். நான் முன்பு சொன்னதுபோல, மூன்று நபர்களுக்கான ஒரு மாதச் செலவிற்கான பணம் அது. நான்

ஸீதி பில்டிங்கிற்குத் திரும்பி வந்தேன். அப்போது பஷீர் எட்டு ரூபாயை என்னிடம் கொடுத்தார். அதுமட்டுமல்ல, மிச்சத்தை தான் பாக்கெட்டில் போட்டுக்கொண்டு எல்லோருக்கும் சோறும் தேநீருமெல்லாம் வாங்கிக் கொடுத்ததாக ஒரு வரவு செலவுக் கணக்கையும் என்னிடம் கொடுத்தார். கையில் காசு இருந்தால் பஷீர் மற்றவர்களுக்கு உதவ எப்போதும் தயாராக இருப்பவர் என்பதை சுட்டிக்காட்டுவதற்காகத்தான் இந்த சம்பவத்தை இங்கே விவரித்தேன். மற்றொன்று: பல வருடங்களுக்குப் பிறகு பஷீரின் புத்தகம் பாடநூலாக ஆனதால் அவருக்குக் கொஞ்சம் காசு கிடைத்தது. அப்போது அவரிடமிருந்து எனக்கு ஒரு கடிதம் வந்தது. உங்களுக்கு ஏதும் பணத் தேவை இருந்தால் நான் கொஞ்சம் அனுப்புகிறேன் என்று அவர் கடிதத்தில் சொல்லியிருந்தார். எனக்கு இப்போது தேவையில்லை என்று நான் பதிலும் எழுதினேன். அதுதான் பஷீர்."

அப்படி புரட்சியாளர்களுடனும் இலக்கியவாதிகளுடனும் பிணைப்பு கொண்டும், சுதந்திரப் போராட்ட நடவடிக்கைகளில் ஈடுபட்டும் வாழ்வதில் பஷீருக்குச் சிரமம் ஏதும் தோன்றவில்லை. மகிழ்ச்சியாகவே உணர்ந்தார். அந்த வாழ்க்கை முறைக்கு நிச்சயமாக ஒரு போதையுண்டு. ஆனால் தலயோலப்பரம்பில் உள்ள வீட்டை மறக்க முடியுமா? அங்கே உம்மாவும் வாப்பாவும் சகோதர சகோதரிகளும் நாள்தோறும் போலீஸின் அச்சுறுத்தல்களையும் தொந்தரவுகளையும் சகித்துக் கொண்டிருக்கிறார்கள். "அவனை அ... மகனை ஒப்படைக்கவில்லை யென்றால் உங்கள் எலும்புகள் எல்லாம் நொறுங்கிவிடும் என்று நினைவு வைத்துக்கொள்ளுங்கள் திருட்டுக் கயவாளி மகன்களே..." என்பதுதான் போலீஸ்காரர்களிடமிருந்து வருகின்ற மென்மையான வார்த்தைகள். செவிப்பறை கிழிகின்ற ரீதியில் கடும் வசைகளை அவர்கள் உரத்துக் கத்துவார்கள். தாய் தந்தையையும் பிள்ளைகளையும் ஒன்றாக நிற்க வைத்து ஏசும் வசவுகள் பயங்கரம் - அதையெல்லாம் எழுத முடியாது. இந்தக் கொடுமையிலிருந்து குடும்பத்தைக் காப்பாற்றுவதற்கு ஒரு வழியே இருக்கிறது - திருவிதாங்கூருக்குச் சென்று போலீஸிடம் சரணடைந்துவிடுவது.

பஷீர் தன் எண்ணத்தை நண்பர்களிடம் சொன்னார். அவர்கள் யாரும் மறுத்துப் பேசவில்லை. இன்றில்லாவிட்டாலும் நாளை நிச்சயம் போலீஸிடம் பிடிபட்டுவிடுவார். இப்போது சென்றால் சித்திரவதைகளுக்கு ஆட்படாத ரீதியில் போலீஸின் முன்னால் ஆஜராக முடியும். அதனால் நண்பர்களும் பஷீரின் செயலை ஏற்றுக்கொண்டார்கள்.

பஷீர் தனக்குச் சொந்தமான சிறுசிறு பொருட்களை - கிராமபோன், எழுதுவதற்கான காகிதங்கள், பேனா முதலியவற்றை - நண்பர்களிடம் கொடுத்தார். பி.எஸ். தாமோதரன், எம்.பி. கிருஷ்ணபிள்ளை, போஞ்ஞிக்கரை ராபி முதலானோர் அப்போதுமிருந்தார்கள். படித்துப் பார்ப்பதற்காக ராபி கொடுத்த இரண்டு கதைகளும் காகிதங்களுக்கு இடையே இருந்தன. இவற்றையெல்லாம் ராபியின் கையில் கொடுத்தார்: "நான் திரும்பி வரும்வரையில் இவற்றை நீங்கள் பத்திரமாக வைத்திருங்கள்."

சிறையில் ஒரு இலக்கியவாதி

திருவிதாங்கூருக்குச் செல்வதற்கு முன்பு ஒருவரைச் சந்தித்து அன்பின் வணக்கங்களைத் தெரிவித்துக்கொள்ள வேண்டும் என்று விரும்பினார் பஷீர். அறிமுகமான காலம் முதல், காப்பாளர் என்ற நிலையிலும் மூத்த சகோதரன் என்ற நிலையிலும் தனக்கு அன்பும் உற்சாகமும் அளித்து வந்த மனிதர் அவர். சுதந்திரச் சிந்தனையாளர். முற்போக்குவாதி. பரந்த மனதுடையவர். திருவிதாங்கூருக்குச் செல்வதற்கான முடிவில் அவருடைய செல்வாக்கும் மறைமுகமாகச் செயல்பட்டிருந்தது. அதையெல்லாம் நினைவுகூர்ந்து பஷீர், எம்.பி. போலின் டுடோரியலுக்குச் சென்றார். சாந்தமாக அலுவலக அறையிலிருந்த எம்.பி. போல் விவரம் அறிந்திருந்தார். அவர் சொன்னார்:

"சிறைவாசம் என்பது உங்களுக்குப் புதிய விஷயமொன்றும் அல்லவே. இந்த முறை அடி வாங்க வேண்டியிருக்காதென்று உறுதியாகச் சொல்லலாம். போய் வாருங்கள்."

கல்லூரி நிர்வாகத்திடம் மோதத் தயங்காத எம்.பி. போல் அக்காலத்தில் புகழ் பெற்றவராயிருந்தார். அக்காலத்தில் மதத் தலைவர்களை நம்பிக்கையாளர்கள் பக்தியோடு மட்டுமே பார்த்திருந்தார்கள். எம்.பி. போலும் அவர்களை மதித்தார். ஆனால் அவர்களது சில நடவடிக்கைகள் நியாயமற்றவை என்று அறிந்தபோது அவர் அதை எதிர்க்கத் தயாரானார். அப்படித்தான் அவர் நீதிமன்றத்திற்குச் சென்றார். அவரது நோக்கம், விலக்கப்பட்ட தனக்கு வேலை திரும்பக் கிடைக்க வேண்டும் என்பதாக இல்லை. நியாயத்தை நிறுவுவது என்பதே. எல்லாம் நல்லபடியாக முடிந்தபோது எம்.பி. போல் வேலையை ராஜினாமா செய்துவிட்டு அந்த நிறுவனத்திலிருந்து வெளியேறினார்- சுதந்திரத்தின் பரந்த வெளிக்கு. அவருடைய அந்தத் துணிச்சலை ஊடகங்கள் பாராட்டவில்லை. ஆனால், சுதந்திர ஆத்மாக்கள் அச்செயல்மீது மரியாதை காட்டினார்கள். அந்த மரியாதையையும் மீறிய பெருமைக்குத் தகுதியானதுதான் அவரது ஆளுமை. அவர் மிகச் சிறந்த ஆசிரியராக இருந்தார். அருமையான

எழுத்தாளராகவும் இருந்தார். அவர் தொடங்கிய 'எம்.பி. போல்ஸ் டுடோரியல் காலேஜு'க்குக் கிடைத்த மக்கள் ஆதரவின் உறைவிடம், அந்த ஆளுமையில் உள்ள ஒளிதான்.

அப்போது, எம்.பி. போல் எழுதிய 'நாவல் இலக்கியம்' வெளிவந்திருந்தது (1930). கதை இலக்கியத்தைப் பற்றி 'மங்களோதயம்' முதலான மாத இதழ்களில் அவர் கட்டுரைகளும் எழுதியிருந்தார். அவர் மீது எழுத்தாளர்கள் மதிப்புக்கொள்ள அதெல்லாம் உதவின. பல கதைகள் வெளியிட்டு புகழேணியில் ஏறத் தொடங்கியிருந்த பஷீரும் அந்த எழுத்தாளர்களில் உட்பட்டவர். எம்.பி. போலுடன் அறிமுகமாக வேண்டும் என்று பஷீர் விரும்பினார். தன் படைப்புகளைக் குறித்து அவரது கருத்துகளை அறிவது நல்லதென்று நினைத்தார். படைப்புகளில் செறிவான கலைத்துவம் இருக்க வேண்டுமென்று ஆசைப்படுகிற பஷீருக்கு, அவரது கருத்துகளும் ஆலோசனைகளும் பயன்படவே செய்யும். பஷீர், கதை இலக்கியத்தில் வளர உதவும் படைப்பு ரீதியான ஆலோசனைகள் அவரிடமிருந்து கிடைக்குமென்றும் எதிர்பார்த்தார்.

அறிமுகத்தின் பொருட்டு நேரில் பார்த்தபோது பஷீரின் மனதிலிருந்த மதிப்பு அதிகரித்தது. அழகும் மகிழ்ச்சியுமுள்ள முகம். அன்பான நடத்தை. அந்த ஆளுமையில் பஷீர், நாகரிகத்தின் ஒளிவட்டத்தை தரிசித்தார்.

எம்.பி. போலின் தேர்ந்த கலானுபவம் பஷீர் கதைகளின் இயல்பான அழகை அறிந்துவிட்டிருந்தது. அவர் பஷீரை, எதிர்காலத்தின் உத்தரவாதம் என்ற நிலையில் கணித்திருந்தார். நேரில் பார்த்தபோது அவர் ஒன்றிரண்டு கதைகளைப் பற்றிப் பேசவும் செய்தார். அந்தப் பாராட்டுகள் பஷீரில் உள்ள எழுத்தாளனுக்குத் தன்னம்பிக்கை அளித்தன. "என் சில கதைகளைப் படித்து அபிப்பிராயம் சொல்ல மனது வைப்பீர்களா?" என்று பஷீர் கேட்டார். "கதைகளைக் கொண்டு வாருங்கள்" என்றார் எம்.பி. போல்.

பிரசுரமானதும், எழுதி வைத்திருப்பதுமான கொஞ்சம் கதைகளை பஷீர் அவரிடம் கொடுத்தார். எம்.பி. போல் அதைப் படித்ததோடு மட்டுமல்லாமல் பல இடங்களில் மொழிப் பிரயோகத்தைத் திருத்தவும் செய்தார். சில இடங்களில் அடையாளங்கள் இட்டிருந்தார். அவற்றின் அர்த்தம் என்னவென்று நேரில் விளக்கவும் எம்.பி. போல் உற்சாகம் காட்டினார். ஒன்றிரண்டு கதைகள் பிரசுரத்திற்குத் தகுதியற்றவை என்றும் சொல்லாதிருக்கவில்லை. ஒவ்வொரு ஆலோசனையும் பஷீருக்கு ஏற்புடையதாயிருந்தது.

அவர்களின் உறவு மிக விரைவில் உறுதிப்பட்டது.

எம்.பி. போலின் டுடோரியலில் அக்காலத்தில் மலையாள ஆசிரியராயிருந்தவர் புத்தன்காவு மாத்தன்தரகன் எனும் இளங் கவிஞர். அவரும் பஷீரும் விரைவிலேயே நண்பர்களானார்கள். எம்.பி. போலின் தலைமையில் இடையிடையே நடந்த இலக்கியக் கூட்ட நிகழ்ச்சிகளினூடே அவர்களது தோழமை வளர்ந்துகொண்டிருந்தது.

புத்தன்காவு மாத்தன்தரகன்தான் அந்த ஆலோசனையை முன்வைத்தார். பஷீர், கோட்டயம் தலைமை போலீஸ் அதிகாரியின் முன்னால் ஆஜராக வேண்டுமென்ற ஆலோசனை. அந்தப் போலீஸ் அதிகாரியும் மாத்தன்தரகனும் நண்பர்கள். அதனால் மாத்தன்தரகன், பஷீரை தானே அழைத்து வந்து ஆஜர் செய்கிறேன் என்று போலீஸ் அதிகாரியிடம் சொல்லிவிட்டு வந்திருந்தார். இதெல்லாம் எம்.பி. போலுக்குத் தெரிந்தே நடந்தது. அதனால்தான் அவர், அடிவாங்க வேண்டி வராது என்று பஷீரிடம் சொன்னார்.

பஷீரும் தரகனும் கோட்டயம் காவல் நிலையத்திற்கு வந்தார்கள். தரகன், பஷீரை போலீஸில் ஆஜர் செய்தார். பஷீர் மீது ராஜதுரோக குற்றம் சுமத்தப்பட்டிருந்தது. ஆயினும் போலீஸ்காரர்கள் குரூரமாக நடந்துகொள்ளவில்லை. அவர்கள் உடல் ரீதியாகத் துன்புறுத்துவதற்கு முற்படவில்லை. சிலர் வணக்கத்தையும் அன்பையும் வெளிப்படுத்தத் தயங்கவுமில்லை. பஷீரின் கதைகளை அவர்கள் வாசித்திருந்தார்கள். வாசித்தவர்களில், போலீஸ் தலைமை அதிகாரியும் அடக்கம்.

முதல் நாள் கோட்டயத்தில் சிறையில் இருக்க நேர்ந்தது. பிற்பாடு பஷீரை கொல்லம் நகர காவல் நிலையச் சிறைக்கு மாற்றினார்கள். அங்கிருந்த இன்ஸ்பெக்டரின் பெயர் நாராயணப்பிள்ளை. ‘இடியன் நாராயணப்பிள்ளை’ என்று அவர் அறியப்பட்டார். கையில் யார் கிடைத்தாலும் அடிக்காமல் விடுவதில்லை. ஆனால் பஷீர் மீது அவர் அன்பு காட்டினார். அதற்குக் காரணம் பஷீர் முன்பே பரிந்துரைக்கப்பட்டவர் என்பது மட்டுமல்ல. இடியன் நாராயணப் பிள்ளைக்கு ‘இலக்கிய நோய்’ தீவிரமாயிருந்தது. புகழ்பெற்ற ஒரு இலக்கியவாதிக்கு மரியாதை செய்வதில் அவர் மகிழ்ச்சியடைந்தார்.

மற்றவர்களுக்குக் கிடைக்காத பலவும் பஷீருக்கு அங்கே கிடைத்தன. திறந்த சிறை போன்றிருந்த லாக்கப்பிலிருந்து வெளியே செல்லக் கூடாது என்பதுதான் நிபந்தனை. ஆனால் வெளி உலகத்துடன் தொடர்பு கொள்ள சுதந்திரமிருந்தது. கொல்லத்தில் உள்ள சில இலக்கிய நேசர்கள் அவரை அடிக்கடி சந்தித்துவந்தார்கள். இடையிடையே அவர்களிடமிருந்து பீடி, தீப்பெட்டி முதலான ‘அத்தியாவசியப் பொருட்கள்’ கிடைத்துக் கொண்டிருந்தன. போலீஸ் இன்ஸ்பெக்டரும் பல வகையில் உதவினார். எழுதுவதற்கான வசதி

கிடைத்தது மட்டுமல்ல, அதற்குத் தேவையான உபகரணங்களும் அங்கே கிடைத்தன. பஷீர் பிற்காலத்தில், தனக்கு அங்கே ஒரு கான்ஸ்டபிளின் பதவி இருந்ததென்று மீண்டும் மீண்டும் சொல்லிவந்தார்.

பஷீர் கொல்லம் சிறையில் 'போலீஸ்காரனின் மகன்', 'டைகர்', 'இடியன் பணிக்கர்' எனும் கதைகளை எழுதினார்.

எம்.பி. போல், பி.எஸ். தாமோதரன், போஞ்ஞிக்கரை ராபி, ஆபிரகாம் மாடமாக்கேல் முதலிய நண்பர்களுக்கு பஷீர் கடிதங்கள் எழுதிவந்தார். ராபிக்கு எழுதிய கடிதங்கள் மட்டுமே நமக்குக் கிடைத்தன. சிறையில் பஷீர் எப்படி வாழ்ந்தார் என்று இந்தக் கடிதங்களிலிருந்து புரிந்து கொள்ளலாம். இனி அந்தக் கடிதங்கள்:

வைக்கம் முகம்மது பஷீர்

கொல்லம் நகர காவல் நிலையச் சிறை

28.3.1118

Dear ராபி,

துலாம் பன்னிரண்டாம் தேதி என்னை அரஸ்ட் செய்து, கோட்டயத்திலிருந்து பதின்மூன்றாம் தேதி இங்கே கொண்டு வந்தார்கள். வழக்கின் தீர்ப்பைச் சொல்வதற்கு ஒன்றிரண்டு மாதம் ஆகும். குறைந்தது இரண்டு வருடம் கிடைக்கும். இப்போது இந்த லாக்கப்பில் மாணவர் பஷீரும் உண்டு. ஒட்டுமொத்தமாக நலம். முழுமையான விவரங்களை அடுத்த கடிதத்தில் எழுதுகிறேன். தாமோதரனைப் பார்த்து விவரத்தைச் சொல்லுங்கள். நீங்களும் நண்பர்களும் நலம்தானே. இதனுடன் இரண்டு விதைகளை அனுப்பியிருக்கிறேன். பாதிப்படையாமல் வந்து சேர்ந்தது என்றால் ஊன்றி முளைக்க வையுங்கள். மிக உயரத்தில் படர்வதும் எப்போதும் காய்ப்பதுமான இனம். நான்கு இருக்கின்றன... இனியொரு விஷயம் திரு. மாடமாக்கேலிடம் சொல்ல வேண்டும். அவரிடம் அந்த ரூபாய் உண்டென்றால் வாங்கி எனக்கு மணியார்டர் செய்யவும். பணம் மிகத் தேவையாக இருக்கிறது. இரண்டு வேளை சோறும் ஒரு வேளைத் தேநீருமே இங்கே அனுமதிக்கப்பட்டிருக்கிறது. பீடி, தீப்பெட்டி, சோப்பு, தேநீர் இதற்கெல்லாம் சிரமமாக இருக்கிறது. ஆபிரகாம் மாடமாக்கேல் பணம் தந்தால் மட்டுமே அனுப்புங்கள். வேறு வகையில் நீங்கள் சிரமப்பட வேண்டாம். பாரதமாதா புத்தகமாக வந்துவிட்டதா? தாமோதரன் சொல்வார். விவரத்தைத் தெரியப்படுத்துங்கள். கடிதங்களும் பிறவும் தடையற்றுக் கிடைத்துவிடும். நீங்கள் என்ன செய்கிறீர்கள்? ஏதாவது

எழுதுகிறீர்களா? விவரங்களையெல்லாம் எழுதுங்கள். நல்வாழ்த்துகளுடன்.

உங்கள்,

வைக்கம் முகம்மது பஷீர்

இதில் 'மாணவர் பஷீர்' எனும் மாணவர் தலைவரைப் பற்றி முன்பே குறிப்பிட்டிருக்கிறேன். கொல்லம் பரவூரைச் சேர்ந்தவரும் அன்று மாணவர் இயக்கத்தின் சிறந்த தலைவராகவுமிருந்த பஷீர்தான் இவர். மாடமாக்கேல் (ஆபிரகாம் மாடமாக்கேல்) தோழர் எம்.எம். லாரன்சின் அண்ணன். அன்று அவர் கவிஞராகவும் சுதந்திரப் போராட்ட வீரராகவும் புகழ் பெற்றிருந்தார். நண்பர்களுக்கு மிகவும் உதவி செய்து வந்தார்.

வைக்கம் முகம்மது பஷீர்

நகர காவல் நிலையச் சிறை

கொல்லம், 3.4.1118

அன்பான ராபி,

இன்றைய பகலும் முடிந்துவிட்டது. நான் இந்த குளிர்ந்த லாக்கப் அறையில் என் பாயில் அமர்ந்து சுவரில் சாய்ந்து எழுதுகிறேன். மேலே தெளிவற்ற வெளிச்சம் இருக்கிறது. கம்பி வலையின் இடையே பீதியுடன் தயங்கித் தயங்கி வருகிற வெளிச்சம். சுதந்திரமான சூரிய வெளிச்சத்தை இனி என்று காண்பேன் என்று எனக்குத் தெரியவில்லை. இதை நான் துக்கத்துடன் சொல்வதாக நினைக்காதீர்கள். என் மனதில் துக்கமில்லை, மகிழ்ச்சியுமில்லை. சொல்வதற்கிருக்கிற ஒரு விஷயம் என்னவெனில் எனக்கு நல்ல காய்ச்சல் என்பதுதான். வாய் மிகவும் கசக்கிறது. சற்றதிக நாட்களாக இந்த நிலையில்தான் இருக்கிறேன். நான் வந்ததைவிடவும் மிகவும் பலவீனமாயிருக்கிறேன். நேற்று முதல் வலது கால் பாதத்தில் வீக்கம். கொஞ்சம் வலியிருக்கிறது. இது இப்படி இனியுள்ளது என் வழக்கைப் பற்றி. என் வழக்கின் எண். P.E.1/117. வழக்கை டிஸ்ட்ரிக்ட் மாஜிஸ்ட்ரேட் விசாரிக்க வேண்டும். சுமத்தப்பட்டிருக்கும் குற்றம் ராஜதுரோகம். இனி வாய்தா தனு* 18-க்கு. இப்போது நான்கைந்து வாய்தாக்கள் முடிந்துவிட்டன. வாய்தா தவணையின் போது நீதிமன்றத்திற்குக் கொண்டு செல்வார்கள். அங்குள்ள போலீஸ்

* தனு: மலபார் வருடத்தின் ஒரு குறிப்பிட்ட மாதம்

அவுட் போஸ்டில் உட்கார வைப்பார்கள். மாலைப் பொழுதாகும்போது வாய்தாவைத் தள்ளி வைத்திருப்பதாக வாரண்டில் எழுதிக் கொடுத்து அனுப்புவார்கள். நாங்கள் வந்துவிடுவோம். இப்படி எல்லையற்று வாய்தாக்களைத் தள்ளி வைத்து லாக்கப்பில் போட்டு கஷ்டப்படுத்த வேண்டுமென்றுதான் அரசாங்கம் நினைக்கிறது என்று தோன்றுகிறது. இதுவரையில் நீதிமன்றத்தில் மாஜிஸ்ட்ரேட் முன்னால் ஆஜர்படுத்தவில்லை. கொஞ்சம் நாட்களுக்கு முன்பு இங்குள்ள இன்ஸ்பெக்டர், மாஜிஸ்ட்ரேட்டுக்கு என்னைப் பற்றி ஒரு கடிதம் அனுப்பியிருந்தார். வழக்கை வாதாட வேண்டும் எனும் ஆசை எனக்கு இல்லாத நிலையில் என்னை இப்படிப்போட்டு கஷ்டப்படுத்த வேண்டிய அவசியமில்லை. எனவே வழக்கை விசாரித்து என்னைத் தண்டிக்க வேண்டும்.

எப்படியானாலும் அடுத்த வாய்தாவில் பார்க்கிறேன். அன்றைக்கான முடிவு உண்ணாவிரதம்.

ஒன்று சும்மாவிட வேண்டும்; இல்லையென்றால் வழக்கை விசாரித்துத் தண்டிக்க வேண்டும். அப்படி உண்ணாவிரதம் இருக்க வேண்டி வந்தால் அது எத்தனை நாட்களுக்குத் தொடரும் என்று எனக்குத் தெரியவில்லை. ஒருக்கால் மரணம்வரை ஆனாலும் ஆகலாம்.

சொல்லவேண்டிய மற்றொன்று - நான் எல்லோரையும் அன்புடன் நினைவுகூர்வதாகச் சொல்ல வேண்டும். புத்தகம் - பாரதமாதா - வெளிவந்தால் உடனே எனக்கு ஒரு பிரதி அனுப்புங்கள். சில வழிகளில் பணம் கிடைக்குமென்று நான் எதிர்பார்த்திருந்தேன். ஆனால், கடிதம் அனுப்பும்போது ஸ்டாம்புகளும் அனுப்ப வேண்டும். எனக்கு இங்கே பணத் தேவை இருக்கிறது. ஆனால் என் கடன்காரர்களுக்குக் கொடுத்து முடிந்து - உங்களுடைய மற்றும் தாமோதரனின் தேவைகளுக்கு எடுத்துக்கொண்டு - மிச்சமிருந்தால் மட்டும் அனுப்பினால் போதும்... நீங்கள் இந்தச் சந்தர்ப்பத்தில் - இப்போதைய இதயத்தின் ஆனந்தமான நிலையில் - கதைகள் எழுதுங்கள். கவிதைகளும். வாய்ப்புகளை வீணாக்காதீர்கள். உணர்ச்சிகளை ஆறிப்போகவிடாதீர்கள். அதற்கு முன்பு காகிதத்தில் பிரதியெடுத்துவிடுங்கள். நீங்கள் எப்போதும் இதை நினைவு வைத்துக்கொள்ளுங்கள்.

நான் நிறுத்துகிறேன்; என் கால் மிகவும் வலிக்கிறது. இந்த அறையின் குளிரைச் சகித்துக்கொள்ள முடியவில்லை. போலீஸ்காரர் களின் நடத்தை இதயத்தை நடுங்கச் செய்வதுபோல் இருக்கிறது. அவர்கள் என்னிடம் அப்படி நடந்துகொள்ளவில்லை. என்

முன்னால் உள்ள மற்ற கைதிகளிடம்தான் அப்படி நடந்துகொள்கிறார்கள். சில சமயம் ரத்தம் தெறித்து வந்து என் உடலில் விழும். என்னையறியாமல், "வேண்டாம் நிறுத்துங்கள்!" என்று கத்தியிருக்கிறேன். அவ்வளவு மிருகத்தனமான, அவ்வளவு இதயமற்ற நடவடிக்கைகள்... இதற்கெல்லாம் இடையில்தான் நான்.

இந்த இரும்புக் கம்பிகளின் இடையினூடே உங்கள் எல்லோருக்கும், அனைத்துலகிற்குமான நன்மைகள் வேண்டிப் பிரார்த்திக்கிறேன்.

உங்கள்

வைக்கம் முகம்மது பஷீர்

கடிதத்தின் முதற்பகுதியில் பீதியுடன் வருகிற வெளிச்சம் என்ற பிரயோகத்தைக் கவனியுங்கள். அதில் என்னவெல்லாம் அடங்கியிருக்கின்றன! 'சுதந்திரமான சூரிய வெளிச்சமும் தனி நபர் தொடர்புடையது மட்டுமல்ல. பஷீரில் உள்ள கவிஞர் 'தகவல்களைத் தெரிவிப்பதற்கான கடிதத்தில்கூட வந்திருக்கிறார். போலீஸ் மற்றவர்களைத் துன்புறுத்தும்போது நோகும் அந்த இதயம் இதில் துடிப்பதையும் நாம் உணர்கிறோம். கடைசியில் நன்மைகள் வேண்டுவது நண்பர்களுக்கு மட்டுமல்ல, சர்வ உலகத்திற்கும் சேர்த்துதான். பஷீரின் இயல்பான பார்வை அங்கே பிரதிபலிக்கிறது.

வைக்கம் முகம்மது பஷீர்

நகர காவல் நிலையச் சிறை

கொல்லம் 24.6.1118

அன்பான ராபி,

என்னுடைய இந்த முகவரி என்றுதான் மாறுமோ! நான் யோசிக்கிறேன். எனக்கு எதிரே உள்ள லாக்கப்பிலிருந்து முணுமுணுப்பான பேச்சுகளைக் கேட்கிறேன். குளவிக் கூட்டின் ரீங்காரத்தைப்போல. இன்னொரு லாக்கப்பில் கல்யாணிச்செல்லம்மா தனியே அமர்ந்திருக்கிறார்கள். பாராக்காரர்கள் தொலைவில் உள்ள கஜானாவில் அமர்ந்து சீட்டு விளையாடுகிறார்கள். சதுரக் கிணற்றிலிருந்துபோல- சதுர வடிவில் இருண்ட ஆகாயத்தையும் கொஞ்சம் நட்சத்திரங்களையும் பார்த்துவிட்டு வந்தமர்ந்து நான் எழுதுகிறேன். இது பூட்டப்படவில்லை. இரவு பத்து மணி கடந்துவிட்டது. ஒருக்கால், பூட்டமாட்டார்கள் போலிருக்கிறது. பலமுறை இப்படி நடந்திருக்கிறது. ஆயினும் என்ன, நான் சுதந்திரமற்றவன்.

வேண்டுமென்றால் நான் தப்பிக்கலாம். ஆனால், இரண்டு நல்ல மனிதர்களின் வேலை போய்விடும்! அதைப் போக்கிவிட்டு நான் வரவேண்டிய அவசியம் என்ன? ஒன்றுமில்லை. நான் இங்கே ஒரு மாதிரி நல்லபடியாக இருக்கிறேன். ஆனால் என் முகத்தில் புன்னகையில்லை. மகிழ்ச்சி, சந்தோஷம் - இவற்றின் பொருளை நான் மறந்துவிட்டிருக்கிறேன்.... என் இதயத்தில் மகிழ்ச்சி தோன்றுவதுண்டு. ஆனால் அதை எப்போதும் ஒரு கார்மேகம் மறைத்துவிடுகிறது. இது விசனமல்ல, பயம் அல்ல, வெறுப்பு அல்ல - எல்லாம் சேர்ந்த ஒன்று. அப்படியிருக்கும்போது எனக்குக் கொஞ்சம் கர்ஜிக்கத் தோன்றும். இந்தப் புவியை நடுங்கச் செய்கிற ஒரு கர்ஜனை. எனில் என் மனதிற்கு அமைதி கிடைத்திருக்கும். இல்லை! எனக்கு மனசாந்தி என்பது கிடைக்காத ஒன்று. கிடைக்காத ஒன்றின் பின்னால் ஓடும் மனிதனின் முட்டாள்தனமான ஓட்டம்! நான் என்னவெல்லாமோ எழுதிச் செல்கிறேன். இவ்வளவையும் கிழித்தெறிந்துவிடத் தோன்றுகிறது. இல்லை, நான் எழுதியதல்லவா... நான் தகழியைப் பார்த்தேன். சிறிய முகம்கொண்ட, முன்னால் சற்று வளைந்த ஒல்லியும் உயரமுமான ஒரு மனிதர். பார்த்தவுடன் நாங்கள் தழுவிக்கொண்டோம். தகழி என்னை முத்தமிட்டுவிடுவார் என்று நான் நினைத்தேன். அவர் சொன்னார்: “மதிராசி கேரள சமாஜத்தில் பேசுவதற்காகச் சென்று வருகிற வழி. கேரளோபகாரம் பார்த்தேன். திரு. பஷீர், நீங்கள் எழுதிய வேசி கதையை நான் படித்தேன் - என் இதயம் நடுங்கிவிட்டது... மனந்திறந்து பேசுவதை முகஸ்துதியாக நினைக்காதீர்கள். மோசமாக இருந்தால் - அப்படிச் சொன்னால் - கவலைப்படுகிற வயதைக் கடந்தவரல்லவா நீங்கள்.”

நான் ஒன்றும் சொல்லவில்லை. தகழி கேட்டார்:

“நலம்தானா?”

“ஆமாம்”

“தாடி?”

“அது சும்மா ஒரு சுவாரஸ்யத்திற்கு.”

“காக்கா* ஆகப்போகிறீர்களா?”

நான் சிரித்தேன்.

“தேநீர் சொல்லட்டுமா?”

* காக்கா: முஸ்லிம்கள் வயது முதிர்ந்த பெரியவர்களை மரியாதையுடன் அழைக்கும் சொல்.

“வேண்டாம், நான்தானே உங்களுக்கு வாங்கித் தரவேண்டும்.”

“ஓ, இது என் வீடு.”

அடுத்தது ராபியைப் பற்றி.

“யார் இந்த ராபி?”

“என் நண்பர்” என்று சொல்லிவிட்டுத் தொடர்ந்து உங்களைப் பற்றிச் சில விஷயங்களைச் சொன்னேன். தகழி ஏற்றுக்கொண்டார்.

“சரிதான்; அந்தக் கடிதத்தில் நான் ஆத்மார்த்தத்தைக் காண்கிறேன். பதில் எழுதுகிறேன்.”

தாமோதரன் ஏன் மனக் குழப்பத்துடனிருக்கிறார்? அந்தப் பையனிடம் அமைதியாக இருக்கும்படிச் சொல்லுங்கள்! அமைதி - அப்படிச் சமாதானமான மனதுடன் பொறுத்திருக்கச் சொல்லுங்கள். ஆஸாம் ரோடுக்குப் போகாமல் வேறு ஏதாவது தொழில் செய்யும்படிச் சொல்ல வேண்டும். அதற்கு நீங்களும் சேர்ந்து முயலவேண்டும். நீங்கள் எழுதுகின்ற கதைகளை - பத்திரிகைகளுக்கு அனுப்ப அவசரப்பட வேண்டாம். நிறைய எழுதி வையுங்கள்... இன்னும் காலமிருக்கிறது. எழுதுவதற்கான சந்தர்ப்பங்களை மட்டும் விட்டுவிடாதீர்கள்.

திரு. ஆபிரகாமை கைது செய்துவிட்டார்கள் என்றறிந்தேன் - மகிழ்ச்சியடைகிறேன். விலைமகளிரின் துக்கத்தைத் துடைப்பதற்கு நீங்கள் இருவரும் இப்போது முற்பட வேண்டாம். நீங்கள் இருவரும் மிகவும் இளைஞர்களாக இருக்கிறீர்கள். இன்னும் காலம் முடிவற்றுக் கிடக்கிறது. ஆரோக்கியம் - அதைத்தான் நீங்கள் பெற வேண்டும். உங்கள் வயதில் நான் இதை மறந்துவிட்டேன். அதுதான் என் கோலம் இப்படியாகிவிட்டது. அதனால் பிள்ளைகளே, கவனமாக இருங்கள்.

திரு. கேசவதேவுடன் என்னவெல்லாம் பேசினீர்கள்?

என் வழக்கின் அடுத்த வாய்தா மகரம் 28-இல். ஒன்றும் நடக்காது. மீண்டும் வாய்தாவைத் தள்ளிப்போடுவார்கள். ஜனசக்தி வாசவனிடம் ‘சத்தியத் தேடல்’ எனும் என் கதையை வாங்கி வைக்க வேண்டும். விவரத்தை தாமோதரனுக்கும் நினைவுபடுத்த வேண்டும். எல்லா விவரங்களுக்கும் விரிவான பதிலை எதிர்பார்த்து,

உங்கள்,

வைக்கம் முகம்மது பஷீர்

சதுரமாக இருண்ட ஆகாயமும், கொஞ்சம் நட்சத்திரங்களும் என்ற இடம்தான் முதற் பகுதியில் நம்மைக் கவர்கிறது. ஆகாயம் இருண்டிருக்கிறது. ஆயினும் அதில் நட்சத்திரங்களும் உண்டு. அந்த நட்சத்திரங்களின் ஒளியைப் பெற்றுக்கொள்ள பஷீர் எப்போதும் உற்சாகம் காட்டி வந்தார். ஆயினும் மன சாந்தி என்பது, கிடைக்காத ஒன்றின் பின்னால் ஓடும் மனிதனின் முட்டாள்தனமான ஓட்டமென்று பஷீர் அறியாமலில்லை. அதை நினைத்து அழுவதற்கல்ல, அந்த ஓட்டத்தை மதிப்புடையதாக்குகிற நம்பிக்கைவாதிகளுடன் சேர்ந்து உலகத்தோடு உரையாடுவதற்குத்தான் பஷீருக்கு விருப்பம்.

தகழியின் சிறிய ஒரு சித்திரமே இதில் வருகிறது. ஆயினும் தகழியின் ஆளுமைச் சாரத்தை எட்டிப் பார்க்க அது உதவுகிறது. கேசரி பாணியில் தகழி செயலூக்கத்துடன் பங்கெடுக்கிற காலம் அது. 'ஏழைகளின் வேசி' எனும் பஷீரின் கதையை இங்கே தகழி மனப்பூர்வமாகப் பாராட்டுகிறார். அன்றைய முக்கியமான எழுத்தாளர்கள் அனைவரும், மற்றவர்களின் படைப்புகளைக் கவனித்துப் படிப்பதில் கவனம் கொண்டிருந்தார்கள். நல்ல படைப்புகளைப் பாராட்ட அவர்கள் தயங்கியதில்லை. தற்புகழ்ச்சி, தற்பெருமை போன்ற சாபங்கள் அவர்களைப் பாதித்திருக்கவில்லை.

தாமோதரன் என்பது பி.எஸ். தாமோதரன். சிறுகதையாசிரியர். கம்யூனிச செயல்பாட்டாளராயிருந்தார். வறுமையில் போராடிக்கொண்டு இலட்சியத்தைக் காப்பாற்றிக்கொள்ள நினைப்பவர்களுக்கான மனக் கலக்கம்தான் அவரைப் பாதித்தது.

திரு. ஆபிரகாம், முன்பே குறிப்பிட்ட மாடமாக்கேல்.

நகர காவல் நிலையச் சிறை

கொல்லம். 31.12.1942

அன்பான ராபி,

விடிவது புத்தாண்டல்லவா. என்னவெல்லாம் எழுத வேண்டுமென்று நான் யோசிக்கிறேன். இரவு பத்து மணி கடந்துவிட்டது. காகிதத்தின் வெளிச்சத்தை என் தலையின் நிழல் மறைக்கிறது. நான் என்ன எழுத வேண்டும்?

சம்பவங்கள் நிறைந்த ஒரு வருடம் இதோ முடியப்போகிறது. நாளை 1943. 1943 - அதில் என்னவெல்லாம் நடக்கப்போகிறது. எந்த முடிவும் இல்லை. ஆயினும் நான் உங்களுக்கெல்லாம் நன்மை விளைய வேண்டுகிறேன். இந்தப் புத்தாண்டு நம் வாழ்க்கையில் அமைதியும் அழகுமான ஒரு புத்தாண்டாகட்டும்! என்னையும் நான்

சேர்த்துவிட்டேன். ஆச்சரியம்! எனக்கு நன்மை தர யாருமில்லையா? ச்சே, நான் என்னைப் பற்றியே நினைக்கிறேன்.

என்னமோ, எனக்கு மனது கொஞ்சம்கூட சரியில்லை. இதயத்தில் மோசமான ஒரு சஞ்சலம். இந்தத் தனிமையின் காரணமாக இருக்கலாம். தனிமை! இந்தப் பெரிய சிறையறையில் நான் தனியாக இருக்கிறேன். இவ்வளவு எழுதியபோது திடீரென்று விளக்கு அணைந்தது. 'என்ன விசேஷம்?' என்று கேட்டபடி, பருத்த கான்ஸ்டபிள் வாயிலருகே வந்தார். நான் சொன்னேன்:

"என் லாக்கப் பூட்டவில்லை."

"அதனால்தான் திட்டம் தீட்டிக்கொண்டிருக்கிறாய், அப்படித்தானே?" என்று கேட்டவாறு லாக்கப்பை பூட்டினார்.

நான் சொன்னேன்: "வெளிச்சம் வேண்டும்."

"ஹூம். வெளிச்சம்! நீ காமக் கடிதம் எழுதுவது லாக்கப் அறையில்தான், இல்லையா?"

"ஐயோ, காமக் கடிதமொன்றுமில்லை."

"எனக்குத் தெரியும்! எங்களின் வேலையைத் தொலைப்பதற்குத்தான் இதெல்லாம். ராஜதுரோகிக்கு என்னவெல்லாம் தேவைப்படுகிறது! பெண்களுக்கெல்லாம் கடிதம் எழுதவேண்டும். இனி நாங்கள் ஒரு பெண்ணையும் கொண்டுவந்து தர வேண்டுமா? தேவையென்றால் டிஸ்ட்ரிக்ட் மாஜிஸ்ட்ரேட்டுக்கு எழுதி அனுப்பலாம்."

"வேண்டாம்!"

"தீப்பெட்டி எடு."

நான் தீப்பெட்டி எடுத்து ஒரு குச்சியை உரசி சிகரெட் புகைத்து, ஒரு பீடியும் பற்ற வைத்து எழுதுகிறேன். ஆனால், அடுத்த லாக்கப்புகளிலிருந்து இருமல்கள் கேட்கின்றன! நான் அங்கே பார்த்தால் இரண்டின் கம்பிகளுக்கிடையிலிருந்தும் ஒரு பதினைந்து கைகளாவது நீளும். நிசப்தமாக யாசிக்கும்: "பீடி! சாரே ஒரு துண்டு பீடி!"

கொடுக்கக் கூடாதென்று சொல்லியிருக்கிறார்கள். ஆயினும் நான் கொடுத்திருக்கிறேன். பிரச்சினைகள் ஏற்பட்டிருக்கின்றன. ச்சே! நான் என்னவெல்லாம் எழுதுகிறேன்? எனக்கு மனது சரியில்லை. நான் படிக்கப்போகிறேன் - மாத்ருபூமி வார இதழ்! பொறுத்துக் கொள்ளுங்கள். நாளை புது வருடத்தில் தொடர்ந்து எழுதுகிறேன்.

உங்கள், வைக்கம் முகம்மது பஷீர்.

தனிமையைக் குறித்து மெல்லிய துயரத்தோடு பஷீர் இங்கே சொல்கிறார். 'நான் இந்த லாக்கப் அறையில் தனித்திருக்கிறேன்' என்பதை 'இந்தப் பெரிய உலகத்தில்' என்று மாற்றினாலும் பிரச்சினையில்லை. பஷீரின் கவிதார்த்தமான படைப்புகளில் தனிமையுடனான உரையாடலைத்தான் நாம் சங்கீதம்போலக் கேட்கிறோம். பஷீர் இதில் லாக்கப்பின் உண்மையான ஒரு சித்திரத்தை இலகுவாகத் தீட்டியிருக்கிறார். அதில் கிடந்து மூச்சுத் திணறும்போதும் 'இரண்டு விதைகளை' அனுப்ப மறக்கவில்லை. அதை முளைக்க வைக்க வேண்டும் என்ற உத்தரவுமுண்டு (முன் கடிதத்தில்). மிக உயரத்தில் படர்வதும், எப்போதும் காய்ப்பதுவுமான கொடி, காய்த்துச் செழித்துப் படர்வதை பஷீர் அப்போது நேரில் காண்கிறார்.

கொல்லம், 1.1.1943

Dear Raphi

கடைசியில் புது வருடம் பிறந்துவிட்டது. நான் மிகவும் கொந்தளித்து லாக்கப் அறையில் இருக்கிறேன். இன்று காலையில் ஏறத்தாழ ஒன்பது மணிக்கு நான் துணி துவைத்துக்கொண்டிருந்தேன். அப்போது இன்ஸ்பெக்டர் ஒரு போலீஸ்காரனை ஆட்சேபித்து சிலவற்றை என்னிடம் சொன்னார். நான் சிரித்தேன். பிறகு வேட்டியை வெயிலில் போடச் சென்றேன். அதைக் கம்பி வேலியில் விரித்துப் போட்டுக்கொண்டிருக்கும்போது ஒரு போலீஸ்காரன் உரக்கச் சொன்னான், உன்னை இன்ஸ்பெக்டர் அழைக்கிறார்! நான் சென்றபோது என்னிடம் இன்ஸ்பெக்டர் கேட்டார்:

"நீங்கள் கைதிகளுக்கு பீடியும் தீப்பெட்டியும் கொடுத்தீர்களா?"

"ஆமாம், கொஞ்சம் நாட்களுக்கு முன்பு. அதற்குப் பிறகு கொடுக்கவில்லை."

எப்படியென்றால், ஒரு ஆறேழு நாட்களுக்கு முன்பு ஒரு லாக்கப்பிலிருந்து ஏதோ கருகி நாறியது. விசாரித்தபோது, பழந்துணியை எரித்துப் பாதுகாத்திருப்பது தெரியவந்தது. லாக்கப்பைத் திறந்து கைதிகளையெல்லாம் வெளியேற்றினார்கள். விசாரணை. தீப்பெட்டி கொடுத்தது யார்? யாரும் பேசவில்லை. ஒருவனைக் குனிய வைத்து இடியோசை எழும்படி ஓங்கிக் குத்தினார்கள். உடனே நான் உரக்கச் சொன்னேன்:

"அடிக்காதீர்கள்! நான்தான் தீப்பெட்டி கொடுத்தேன்."

பிறகு அடிக்கவில்லை. என்னிடம் சொன்னார்கள்:

"இனிமேல் கொடுக்காதீர்கள்."

"இல்லை" என்று நான் ஏற்றுக்கொண்டேன். ஆனால், அந்தப் பிரச்சினையை இன்று இன்ஸ்பெக்டரிடம் சொல்லவேண்டிய அவசியமில்லை. ஆயினும் சொன்னேன். அதனால் இன்ஸ்பெக்டர் கட்டளையிட்டிருக்கிறார்: "மற்ற குற்றவாளிகளைப்போல பஷீர் மீதும் எச்சரிக்கை தேவை!"

அதனால் நான் லாக்கப்பில் இருக்கிறேன். முன்பு இருந்த சுதந்திரங்கள் எதுவும் இருக்காது. எல்லா குற்றவாளிகளுக்கும் இது தெரியும். ஆயினும் கேட்கிறார்கள், "சாரே ஒரு துண்டு!" இங்குள்ள கைதிகள் போலீஸ்காரர்களைவிட மோசம்! இவர்களிடம் இரக்கமும் கருணையும் காட்டக் கூடாது. மிருகங்களைவிட மோசமானவர்கள்.

அது போகட்டும். போஞ்ஞிக்கரை உங்களைத் திணறச் செய்கிறதா? பரவாயில்லை. அங்கேயே இருங்கள். வேலைக்குப் போகவில்லையா? முழு நேர ஊழியராகப் போவது என்பது மிகவும் யோசித்துச் செய்ய வேண்டிய காரியம். நீங்கள் சேர்வதால் உங்களுக்கும் செயல்பாட்டுக்கும் நன்மை ஏற்படுமென்றால் சேருங்கள். ஆனால், நீங்கள் ஒரு கலைஞர்... அதனால் அது நன்றாக இருக்குமா? நானாக இருந்தால் அப்படிச் செய்யமாட்டேன்... நான் நிறுத்துகிறேன். நல்வாழ்த்துகளுடன்,

உங்கள்

வைக்கம் முகம்மது பஷீர்

தான் செய்த தவறுக்காக மற்றொருவனைக் குனிய வைத்து அடித்ததைப் பார்த்தபோது பஷீரால் பொறுத்துக்கொள்ள முடியவில்லை. உடனே குற்றத்தை ஒப்புக்கொண்டார்.

விரைவிலேயே, மற்ற கைதிகளிடம் தயையோ இரக்கமோ காட்டுவது அவ்வளவு நல்லதல்ல என்றும் புரிந்துகொண்டார். அந்த மேன்மைகளின் மதிப்பைப் புரிந்துகொள்ள முடியாத அளவு, சிறை வாழ்க்கை அவர்களின் மனங்களைக் கெடுத்திருக்கிறது.

முழு நேர ஊழியராகச் சேர்வதைப் பற்றிச் சொல்வது, கம்யூனிஸ்ட் கட்சியில் சேர்வதைப் பற்றியானது.

பஷீரின் கடிதங்களில் வழக்கமாகக் காணப்படும் நகைச்சுவை தன்மை இந்தக் கடிதங்களில் இல்லை.

பிரபஞ்சத்தின் கைதி காதலிக்கும்போது

"உங்களுடைய 'வேசி' நான் படித்தேன்" என்று தகழி, கொல்லம் நகர காவல் நிலையச் சிறையில் சொன்னாரல்லவா. ('ஏழைகளின் வேசி' எனும் கதையைப் பற்றித்தான் அப்படிச் சொன்னார்.) அதில் -ஏழையான ஒரு வேசியின் கதையை ஒருவர் இளம் அழகியான ஒரு செவிலியிடம் சொல்கிற பாணியில் சித்திரித்திருக்கிறார். அதில் 'நான்' மாலை நேரத்தில் பூங்காவில் அமர்ந்திருக்கிறார். அந்திப் பொழுது. 'எனக்கு எதிரே உள்ள பெஞ்சில் ஒரு யுவதி. பொழுது விடிந்து குளித்திருக்கவில்லை என்று தோன்றியது. உணவு சாப்பிட்டதுபோலவும் தெரியவில்லை. முகம் வாட்டமாக இருந்தது. உதடுகள் வறண்டு இறுகியிருந்தன. அவள் மீது எனக்கு இரக்கம் ஏற்பட்டது. அவளுக்கு ஆசுவாசம் ஏற்படுவதற்காக இரண்டு வார்த்தை பேசவேண்டுமென்று ஆசையெழாமல் இல்லை. ஆனால் பட்டப் பகலில் ஒரு விலைமகளிடம் பேசுவதற்கு எனக்கு அப்போது தைரியம் ஏற்படவில்லை. அதற்குக் காரணம் சுயகௌரவம் மட்டுமல்ல. அவள் பசியால் துன்புறுவதாகச் சொன்னால் உணவு வாங்கிக் கொடுப்பதற்கு என்னிடம் பணமில்லை. அதனால் நான் பூங்காவிலிருந்து வெளியேறினேன். அப்படிச் செல்லும்போது அவள் மிகக் களைப்புடன் தனியே நடந்துபோவதை மீண்டும் பார்க்கிறேன்; வழியில் ஒரு போலீஸ்காரன் அவளைத் தடுத்து நிறுத்தினான். கனத்த சிறு தடியால் அவள் நெஞ்சில் ஓங்கி அடிப்பதை நான் பார்த்தேன். 'ஐயோ! கடவுளே!' எனும் வேதனை ஒலியுடன் அவள் வழியில் சாய்ந்து விழுந்தாள். போலீஸ்காரன் அவன் வழியே சென்றபோது நான் அவளருகே செல்கிறேன். அவள் தேம்பித் தேம்பி அழுதுகொண்டு அடிபட்ட பகுதியை என்னிடம் காட்டினாள். வலது மார்பின் மேலே சிவந்த நெய்யப்பம்போல புடைத்திருக்கிறது. அவள் சொன்னாள்: 'பொழுது விடிந்தபோது கொஞ்சம் பழங்கஞ்சிதான் குடிக்க முடிந்தது. தம்பி மலேரியாக் காய்ச்சலால் ஆஸ்பத்திரியில் கிடக்கிறான். இந்த உலகில் அவனைத் தவிர வேறொரு சொந்தமில்லை. அவனைப் பார்ப்பதற்கு ஆஸ்பத்திரிக்குள் செல்ல வேண்டுமென்றால் கேட் காவல்காரனுக்குக்

காசு கொடுக்க வேண்டும். கையில் ஒன்றுமில்லை. இதற்கிடையே தற்கொலை செய்துகொள்ளவும் நான் தயாரானேன். ஆயினும் பின்வாங்கினேன். 'ஆத்மாவைப் பிசாசிற்குக் கொடுக்க வேண்டியிருக்குமே என்று நினைத்தேன்.' அதைக் கேட்டபோது நான் எதுவும் சொல்லவில்லை. 'என் கையிலிருந்த கால் ரூபாயை அவளிடம் கொடுத்துவிட்டு வந்தேன்.'

இதயத்தை உருக்குகிற கதை இது. வறுமை மனிதர்களிடம் ஏற்படுத்துகிற நிராதரவு; காவல்காரனின் கொடூரம்; விலை மகளிடம் முழுமையாகக் கலந்திருக்கிற சகோதர பாசத்தின் ஈரம் - அப்படிப் பலவும் அந்தக் கதையில் அடர்ந்திருக்கின்றன. எளிமையான அந்தக் கதையின் படைப்பமைப்பு சிறந்ததாகும். நான் இங்கே அதை விளக்குவதற்கு முற்படவில்லை. அந்தக் கதைப் படைப்பின் பின்னால் உள்ள உண்மைச் சம்பவத்தைத் தெரிந்துகொள்ள வேண்டும்.

பஷீர் எரணாகுளம் பூங்காவில் அப்படியொரு பெண்ணைப் பார்த்தார். அவளுடைய உருவ அழகு குலைந்துவிட்டிருந்தது. மனிதர்கள் அவளைக் கேலி செய்கிறார்கள். ஒட்டிய வயிறும் துயர முகமுமாக நடந்து செல்கிற அவளை வழியில் போலீஸ்காரன் அடிப்பதை பஷீர் நேரில் பார்க்க நேர்ந்தது. போலீஸ்காரன் தர்மத்தின், நீதியின் காவல் வீரனைப்போல, உலகத்தாரைப் பார்த்துச் சிரித்தபடி கம்பீரமாக நடந்து சென்றான்! தரையிலமர்ந்து ஏங்கி ஏங்கி அழுகிற அந்த ஏழைப் பெண்ணில் பஷீர் தன் சகோதரியைப் பார்த்தார். கையிலுள்ள காசை அவளிடம் கொடுத்துவிட்டு, "ஏதாவது வாங்கிச் சாப்பிட்டு பசியாறு" என்று சொல்லி பஷீர் பிரிந்து சென்றார். மக்கள் பார்த்துக்கொண்டிருக்கும்போதுதான் பஷீர், மனிதத்துவத்தின் இனிமையான அந்த அனுதாபத்தை அந்தப் பாவப்பட்டவளின் ஆத்மாவிற்குக் கொடுத்தார். அப்போது பஷீருக்கு ஒரு வேளை உணவுக்குக்கூட வழியற்ற நிலை.

பிற்பாடு வழியில் சந்தித்தபோதெல்லாம் அவர்கள் அந்தப் பழக்கத்தைப் புதுப்பித்துவந்தார்கள். அப்போது பஷீர் கௌரவத்தைப் பற்றி நினைக்கவில்லை. எல்லையற்ற இந்த உலகத்தில், எவர் துணையுமின்றி அலைகிற ஒரு தனித்தவளின் வறளும் ஆன்மாவில் தன் கண்ணீரைச் சிந்தி குளிர்ச்சி தருவதற்கான நன்மை மட்டுமே அந்தப் 'பழக்க'த்திற்கு உண்டு. அதைப் பழக்கம் என்றல்ல, தோழமை என்றுதான் சொல்ல வேண்டும். அவளைப் பார்க்கும்போது ஒரு நட்புப் புன்னகையை அளிப்பதற்கு பஷீர் ஒருபோதும் மறக்கவில்லை. சில சமயம் ஏதாவது நலம் விசாரிப்பார். அவள் மட்டுமல்ல, அறியப்படுகிற மற்ற சில விலை மகளிரும் பஷீருக்கு அறிமுகமானவர்களாக இருந்தனர். அந்தப் பழக்கத்தில் மாசு

கலந்திருக்கவில்லை. அதில் மனிதத்துவம் எனும் தூய உணர்ச்சியே இருந்தது.

ஒரு தெரு விலைமகளிடம் வழியில் நலம் விசாரிப்பது; அதுவும் பட்டப் பகலில் அனேகம் பேரின் முன்னால். கௌரவமுள்ள யாரும் அதற்கு முற்படமாட்டார்கள். ஆனால் பஷீர், அந்தக் கௌரவத்தை மதிக்கத் தயாராக இல்லை. அது, கபடத்தின் முகமூடிதான் என்று பஷீர் அறிந்தார். தர்மத்தின் பேரில் நிலைநிற்கிற கபட நாடகத்தை அமைதியாகத் தகர்ப்பதில் பஷீர் ரகசியமான பெருமையை உணர்ந்திருப்பாரோ? உணர்ந்திருப்பார் என்றுதான் நான் நினைக்கிறேன்.

விலைமகளிர் மட்டும் அல்ல, கௌரவமான வாழ்க்கைப் பிரிவுகளுக்கு வெளியே இருக்கின்ற பலவிதமானவர்களும் பஷீரின் பழக்க வழக்கத்திற்கு உட்பட்டிருந்தார்கள் - குற்றவாளிகள், குடிகாரர்கள் முதலியோர். ஆனால் மனித விடுதலைக்காக அர்ப்பணிப்புடன் செயல்படுபவர்கள் மீதுதான் பஷீர் எப்போதும் மரியாதை கொண்டிருந்தார். கேசி.ஜார்ஜ் போன்றவர்களின் மீது. கேசி. ஜார்ஜின் அரசியலை பஷீர் அங்கீகரிக்கவில்லை. அவரது கட்சியுடன் பொருந்தப்படவில்லை. அந்த விஷயத்தை பஷீர் வெளிப்படையாகவே சொல்லியிருக்கிறார். பொருந்தப்படாமைக்கு இரண்டு அடிப்படைக் காரணங்கள் இருக்கின்றன என்று அவர் சொன்னார். “ஒன்று, நான் இறை நம்பிக்கையாளன், இரண்டு, காந்திஜியின் அகிம்சைக் கொள்கையை நான் அங்கீகரிக்கிறேன்.” அது எப்படி வேண்டுமானாலும் இருக்கட்டும், இங்கே நாம் அறியவேண்டியது இது மட்டும்தான்: சமுதாயம் கௌரவத்தின் பேரில் புறக்கணித்தவர்களை பஷீர், மனிதர்களாகத்தான் பார்த்தார். அவர்களையெல்லாம் சகோதரத்துவத்துடன் கட்டித் தழுவுவது என்பதுவே அவரது சுபாவம். அவரிடம் அது பிறவிக் குணமாக இருந்தது. அவரது எல்லா நூல்களிலும் அந்த அணுகுமுறையே உள்ளது. அந்த அணுகுமுறை பிடித்திருந்ததால்தான் ‘ஏழைகளின் வேசி’ என்ற கதையைப் பற்றி தகழி பேசினார். தகழியின் அணுகுமுறையும் கேசவதேவின் அணுகுமுறையும் வித்தியாசமானதல்ல.

கொல்லம் நகர காவல் நிலையச் சிறையில் பஷீர் இருக்கும் கதையை நாம் சொல்லி வந்தோம். வழக்கை விசாரிக்காமல் முடிவற்று நீட்டிக்கொண்டு போவதற்கு எதிராக அவரது மனதில் சினம் வளர்ந்துகொண்டிருந்தது. ஒன்று வழக்கை விசாரித்து தண்டிக்க வேண்டும். இல்லையென்றால் சும்மா விட வேண்டும் - இதை முன் வைத்து அவர் சிறையில் உண்ணாவிரதம் இருப்பதற்கு முடிவு செய்தார். இன்ஸ்பெக்டரிடம் அதைப் பற்றி பேசினார். அது நல்ல

முடிவுதான் என்று இன்ஸ்பெக்டரும் சொன்னார். எது வந்தாலும் வரட்டும் என்று பஷீர், இந்த விவரத்தை அதிகாரிகளுக்கு எழுதி அறிவித்தார். அதற்கு பலன் கிடைத்தது. பஷீரின் மீதான வழக்கில் தீர்ப்பு ஏற்பட்டது. இரண்டு வருடக் கடுங்காவலும் ஆயிரம் ரூபாய் அபராதமும் விதிக்கப்பட்டது.

அதன்படி பஷீரை கொல்லம் சிறையிலிருந்து திருவனந்தபுரம் மத்திய சிறைக்கு மாற்றினார்கள். இரண்டு போலீஸ்காரர்களின் 'பாதுகாப்பு'டன் அவர் புதிய வீட்டில் பிரவேசித்தார்.

மத்திய சிறையிலும் அத்தியாவசியப் பொருட்களைச் (பீடி, தீப்பெட்டி முதலியவை) சம்பாதிப்பதற்கு பஷீருக்குச் சிரமம் ஏற்படவில்லை. அரசியல் கைதியாக இருந்ததால், மற்ற கைதிகளுக்கு இருந்ததைவிடவும் அதிகமான சுதந்திரம் இருந்தது. அன்று அரசியல் கைதிகளிடையே பெரிய அரசியல் தலைவர்கள்கூட இருந்தார்கள். அவர்களிடம் நெருங்குவதற்கு பஷீர் ஆர்வம் காட்டவில்லை. பல குற்றங்களுக்காக தண்டிக்கப்பட்டு கடுங்காவல் விதிக்கப்பட்டவர்கள் பஷீரின் நண்பர்கள் ஆனார்கள். அவர்களுடன் நட்பு ஏற்படுத்திக் கொள்வதில் பஷீருக்கு பிரத்தியேக விருப்பம் இருந்தது என்று முன்பே சொன்னது நினைவிருக்கிறதல்லவா. பலரின் பலவிதமான குண இயல்புகளையும் அவர்களது பலவிதமான விஷமத்தனங்களையும் அவற்றுக்குப் பின்னால் துடிக்கும் மனிதத்துவத்தையும் நேரடியாக அறிவதற்கு சிறை வாழ்க்கை உதவியது.

பஷீர் எனும் பெயருடைய எழுத்தாளர் வந்திருக்கிறார் என்ற செய்தியை சிறையில் எல்லோரும் விரைவில் அறிந்துகொண்டார்கள். பலரும் ஆர்வத்துடன் பார்ப்பதற்கு வந்தார்கள். புத்தகம் வாசிக்கும் பழக்கமில்லாதவர்கள்தான் பெரும்பாலும். குறைவான எண்ணிக்கையில் வாசகர்களும் இருந்தார்கள். அவர்கள் அனைவருக்கும் பஷீரைப் பிடித்துவிட்டது. அதற்குக் காரணம், அவர்கள் அனைவரையும் பஷீருக்குப் பிடித்துவிட்டது என்பதுதான். 'இவர்களுக்கிடையே வந்து சிக்கிக்கொண்டோமே' எனும் நினைவு அவரிடம் இல்லை. 'இதோ, இன்னும் சில புதிய நண்பர்கள்...' எனும் மனோபாவத்துடன் அவர் கைதிகளின் வாழ்க்கையில் நுழைந்தார். அந்த மனோபாவத்துடன் பஷீரின் சொந்த நகைச்சுவைகளும் விசித்திர பாணிகளும் சேரும்போது அவர்கள், மிகவும் வசீகரமுடைய ஒரு ஆளுமையின் இருப்பையே உணர்ந்தார்கள். அவர்கள் பஷீருக்கு நிறைவான தோழமையைக் கொடுத்தார்கள்.

அந்தச் சிறை வாழ்க்கை, பஷீரின் சில கதைகளில் பின்னணியாக வருகிறது. அதில் மிக முக்கியமான பகுதியை நேரடியாக விவரிப்பது

'மதிலுகள்' என்ற கதையில். தொள்ளாயிரத்து ஐம்பத்து ஒன்பதில் அது வெளியிடப்படுகிறது. 'கௌமுதி' வார இதழின் ஒரு சிறப்பிதழுக்காக கே. பாலகிருஷ்ணன் ஒரு கதை கேட்டார். எழுதிக் கொடுப்பதாக பஷீர் ஏற்றுக்கொண்டார். அந்தக் கட்டத்தில் திருவனந்தபுரத்திற்குச் சென்றார். அங்கே பழவிள ரமேசனோடு இருந்தார். (அன்று பழவிள ரமேசன் 'கௌமுதி'யின் இணையாசிரியராயிருந்தார்.) எழுதுவதற்குத் தேவையான தனிமையையும் மற்ற வசதிகளையும் ரமேசன் ஏற்படுத்திக் கொடுத்தார். ரமேசனின் அன்பு, எழுதுவதற்கான தூண்டுதலாகவும் ஆனது. கதையை எழுதி முடித்தார். அதுதான் 'மதிலுகள்' (இதன் விரிவான விவரங்கள் மூன்றாம் பாகத்தில் வருகின்றன.) சிறப்பிதழில் அது முக்கியத்துவத்துடன் பிரசுரிக்கப்பட்டது. வாசகர்களிடமிருந்து வெகுவான பாராட்டுகள் கிடைத்தன. அது, பஷீருக்கு மிகவும் மகிழ்ச்சி ஏற்பட்ட ஒரு சந்தர்ப்பமாக இருந்தது. சிறப்பிதழ் வெளிவந்த அந்த சமயத்தில் ஒரு நாள் மாலை நேரம் நாங்கள் கொஞ்சம்பேர் ஒன்று சேர்ந்தோம். எரணாகுளத்தில் ப்ராக்குளம் பாஸி நடத்திய 'ஸீ வியூ ஹோட்டல்'தான் நாங்கள் சந்திக்கும் இடம். அன்றைய சபையில் பி.கே. பாலகிருஷ்ணன், கே.கே. தாமஸ், பெருன்ன தாமஸ், போஞ்ஞிக்கரை ராபி முதலியோர் இருந்தார்கள். 'இவ்வளவு நல்ல கதை எழுதியதற்கு, இன்று இவருக்கு பிரத்தியேகமான தேநீர் கொடுத்தே ஆக வேண்டும்' என்று சொல்லிக்கொண்டு பி.கே. பாலகிருஷ்ணன் கலந்துரையாடலைத் தொடங்கி வைத்தார். நாங்கள் எல்லோரும் எங்களுடைய தனிப்பட்ட ரீதிகளில், கதையைப் பற்றி நாங்கள் அனுபவித்ததைச் சொன்னோம். மிகவும் மகிழ்ச்சியடைந்த பஷீர் அப்போது பழைய சிறை அனுபவங்களை சுவையாக விவரித்தார். இவ்வளவு காலமாக மனதில் தங்கியிருந்த அந்த அனுபவத்தை எழுத பல முறை முற்பட்டார். இப்போதுதான் அதை திருப்திகரமாக எழுதி நிறைவேற்ற முடிந்தது. இந்தக் கடைசி விஷயத்தை முற்றிலும் ஆழ்ந்த தொனியில் சொன்னார். விரைவாக எழுதிவிட்டேன் என்றாலும் அதற்குப் பின்னால் வெகுகால தியானம் இருக்கிறதென்றும் பஷீர் சொன்னார். 'மதிலுகள்' என்ற பெயர் குறியீட்டுத் தன்மையுடையதாக இருக்கிறது என்ற என் கருத்தைக் கேட்டபோதுதான் தியானத்தைக் குறித்துச் சொன்னார். கலைப் படைப்பை மீறுகிற ஒரு உணர்ச்சி மண்டலம் அந்தக் கதைக்கு பிரத்தியேகமான தீவிரத் தன்மையைக் கொடுத்திருக்கிறது. மேதைமை ஒருமுகப்பட்டிருக்கும்போதுதான் படைப்பில் அந்தக் கம்பீரம் சேரும்.

தொடக்கத்திலேயே 'மகா காலத்தின் மறுகரை' என்ற பிரயோகம் வாசகர்களைச் சிந்தனையிலாழ்த்துகிறது. தொடர்ந்து, 'நான் இப்போது இக்கரையில் என்பதை உணருங்கள். தனிமையான

இதயம். அதன் மகாதீரத்திலிருந்து வந்து சேர்கிற ஒரு துயரப் பாடல் இது' என்ற வார்த்தைகள் உள்ளன. இந்த வார்த்தைகள் மறு பிறப்புகள் குறித்த எண்ணத்தை ஏற்படுத்துவதாக எனக்குப் பட்டது.

சற்றைக்குப் பிறகு இந்தப் பகுதியைப் பார்க்கலாம்.

'மதில்களின், மதில்களின், அனேகமனேகம் மதில்களுக்குள்ளே நான்'

விரைவிலேயே மற்ற இரண்டு வாக்கியங்கள் வாசகனை மற்றொரு சூழ்நிலைக்குக் கொண்டு செல்கின்றன.

'பிரபஞ்சமாகிற பெரிய சிறையினுள் உள்ள சிறிய சிறையில் நான் தனியாக.'

'நானும் தனிமையும்!'

கதை கூறல் இங்கே சம்பவங்களின் முறையான விவரணம் மட்டுமாகச் சுருங்கவில்லை. மேலே எடுத்துக் காட்டியதைப்போன்ற பகுதிகள் கூறலின் அம்சமாக இரண்டறக் கலந்திருக்கின்றன. அதன் மூலம், கனவுக் காட்சியான ஒரு உலகம் திறக்கப்படுவதான ஒரு உணர்வு வாசகனுக்கு ஏற்படுகிறது. உணர்வுக் கவிதையின் சுதந்திரமும் கதை கூறலின் அழகும் தத்துவார்த்தத்தின் கம்பீரமும் கதைப் படைப்பில் ஒன்று சேர்கின்றன என்று சுருக்கமாகச் சொல்லலாம்.

சிறை வாசலில் பஷீர் ஒரு நல்ல பூந்தோட்டத்தை உருவாக்கினார். வரப்புகளில் ரோஜாச் செடிகள், பலவிதமான ரோஜாக்கள். அப்படிப் பலவற்றை நிறைய நட்டு வளர்த்தார். 'ஒரு ரோஜாக் காடு.'

சிறைக்குள் பலவிதமான செயல்பாடுகள் உண்டு. பஷீர் அவற்றையெல்லாம் பார்த்தார். பெரும்பாலான செயல்பாடுகளில் பங்கு கொண்டார். அதனால் வாழ்க்கை சுவையாக இருந்தது. அப்படி வாழ்வதற்கிடையில்தான் அந்தக் காதல் தொடர்பு ஏற்படுகிறது. ஒருவரை ஒருவர் பார்க்காமலேயே அது உருவானது. பெண்கள் சிறையையும் ஆண்கள் சிறையையும் பிரிக்கும் சுவரின் இருபுறங்களிலும், சுவரோடு சேர்ந்து நின்றுகொண்டு நாராயணியும் பஷீரும் பேசிக்கொண்டார்கள். அவர்கள் காதல் வயப்பட்டார்கள். அவர்களிடம் இயல்பாகவே, ஒருவரை ஒருவர் பார்க்க வேண்டுமென்ற ஆசை வளர்ந்தது. அதற்கான வழியையும் கண்டுபிடித்தார்கள். மருத்துவமனையில் வைத்து ஒருவரை ஒருவர் பார்க்க வேண்டும் என்று முடிவு செய்தார்கள். கண்டுகொள்வதற்கு ஏதுவாக ஒரு ரோஜாப் பூ கையில் இருக்குமென்றும் பஷீர் அடையாளம்

சொல்லியிருந்தார். ஆனால், என்ன செய்வது? சந்திப்பிற்கு முடிவு செய்த நாளுக்கு முன்பாகவே பஷீரை சிறையிலிருந்து விடுவித்து விட்டார்கள். பஷீரை வெளியே விட்டுவிட்டார்கள்.

"நான் தனியனானேன். நான் அந்த நறுமணமிக்க ரோஜாவைக் கையிலெடுத்துப் பார்த்துக்கொண்டு அந்தப் பிரதான சாலையில் ஸ்தம்பித்துப்போய் வெகு நேரம் நின்றேன்."

கதை வாசித்து முடியும்போது மனதில் தங்கக்கூடிய பகுதிகளிலொன்று இதுவாக இருக்கும்:

'சுதந்திரன்! சுதந்திர உலகம்! என்ன சுதந்திர உலகம்? பெரும் சிறைக்கல்லவா போக வேண்டும்! யாருக்கு வேண்டும் இந்தச் சுதந்திரம்?'

கதையின் தொடக்கத்தில் குறித்திருப்பதுபோல, 'மதிலுகள்' காதலின் துயரப் பாடல்.

காதலிப்பதும் இழப்பதும்தான், ஒருபோதும் காதலிக்காதிருப்பதை விட இனிமை. இதை 'மதிலுகள்' வாசகர்களுக்கு நினைவூட்டும் என்பதுதான் என் நம்பிக்கை.

அன்றைய நண்பர்கள் சந்திப்பில் பஷீர் சொன்னார், 'என் மற்றெல்லா கதைகளையும்போல இதுவும் என் அனுபவம்தான்.'

அனுபவத்தின் வெப்பமும் கலைத் திறனின் பல்நிற அழகும் ஒன்றிணைகிற கதை - அதுதான் 'மதிலுகள்!'

சிறையிலிருந்து விடுதலை

ஒவ்வொரு சிறையும், மனித குண விசித்திரங்களின் காட்சிச் சாலையே. அதில் இருப்பவர்கள் பெரும்பாலானோர் முகமூடி இல்லாமல் நடந்துகொள்கிறார்கள். வெளிப்படையாகப் பேசுகிறார்கள்.

சிறைச் சகோதரர்கள் சொல்கிற சொந்தக் கதைகளைக் கேட்பதற்கு பஷீர் எப்போதும் பொறுமை காட்டினார். அவற்றை அவர் விரும்பினார் என்பதுதான் உண்மை. அதிலிருந்து சில கதைகளுக்கான விதைகள் அவர் மனதில் பதிந்தன. விரைவிலேயே அவற்றில் ஒன்று முளைத்து வந்தது. பஷீர் சிறையிலேயே அதை எழுதி முடித்தார். (சிறைக் கைதிகளுக்காக எழுதிய கதைகளில் ஒன்றுதான் அது என்று பஷீர் சொல்கிறார்.)

'பிரேம லேகனம்' (காதல் கடிதம்) எனும் கதைக்குக் கருவான சம்பவம், சிறையில் இருப்பவர்கள் சொன்ன கதைகளில் ஒன்று. அதில் நாயகியும் நாயகனும் கிறிஸ்தவ - நாயர் வகுப்பைச் சேர்ந்தவர்கள். உண்மைச் சம்பவத்தை மற்றொருவரின் விவரணையிலிருந்து கேட்கும்போது எழுத்தாளரால் அது குறித்த பற்றற்ற தன்மையைச் சார்ந்திருக்க முடிகிறது. இந்தப் பற்றற்ற தன்மையே கதையில் நகைச்சுவையாக ஆகியிருக்கிறது.

'காதல் கடிதத்தின் கருத்தில் அசாதாரணமாக ஒன்றுமில்லை. அதில் புதுமை இருக்கிறதென்றும் சொல்ல முடியாது. சாராம்மா என்ற கிறிஸ்தவப் பெண்ணும், கேசவன்நாயர் எனும் நாயர் வகுப்பைச் சேர்ந்த இளைஞனும் காதல் வயப்படுகிறார்கள். சாராம்மா, சின்னம்மாவின் பொறாமையின் காரணமாக நிறையத் துயரங்களை அனுபவித்தவள். நிராதரவாக சகித்துக் கொள்வதைத் தவிர வேறு வழியில்லை. ஆயினும் மற்றவர்களின் முன்னால் அவர்கள் மகிழ்ச்சியுடன் நடந்துகொள்கிறார்கள். அவளுடைய தந்தையின் வீட்டின் ஒரு அறையில் வாடகைக்கு வசிக்கிற கேசவன்நாயர் ஒரு சிறிய வேலையில் இருக்கிறான். அதிலிருந்து கிடைக்கும் சிறிய சம்பளத்தைக் கொண்டு அவன் நசுக்குண்டு வாழ்கிறான். வெளிப்பார்வைக்கு கேசவன்நாயரும் மகிழ்ச்சியானவன். அவனுக்குக்

கிடைக்கின்ற மாத இதழ்கள் சாராம்மாவுக்கும் உரிமையானவை. வாழ்க்கைக் கஷ்டங்களுக்கிடையிலும் அவள் மாத இதழ்களின் கதைகளைச் சுவைத்து மகிழ்கிறாள். சூழ்நிலைகளின் காரணத்தாலும் இயல்பான ஒரு ஒற்றுமையின் காரணத்தாலும் அவர்கள் ஒருவரை ஒருவர் விரும்புகிறார்கள். சாராம்மாவுக்குத் தன் காதலை ஒளித்து வைக்கத் தெரியும். அவள் மிகவும் நடைமுறை அறிவுடையவள். கேசவன்நாயருக்கு அந்தளவு மனதைக் கட்டுப்படுத்தும் திறமை இல்லை. அவன் காதலின் வேதனையை அனுபவிக்கிறான். ஒரு காதல் கடிதத்தை சாராம்மாவுக்குக் கொடுக்கிறான். சாராம்மா அதைப் பொருட்படுத்துவதாகக் காட்டிக்கொள்ளவில்லை. ஆயினும் அவள், தன் காதலை மனதில் வைத்துக்கொண்டு ஒரு சந்தர்ப்பத்திற்காகக் காத்திருக்கிறாள். விரைவிலேயே வருகிற ஒரு சரியான சந்தர்ப்பத்தில் அவர்கள் தம்பதியாகிறார்கள்.

கதையில் அசாதாரண சம்பவங்கள் எதுவும் இல்லை. ஆயினும் கதை சொல்லும் முறை முற்றிலும் அசாதாரணமானது. கதைத் தொடக்கத்தில் வரும் காதல் கடிதமே அதற்கு உதாரணம். பாருங்கள்:

“அன்பான சாராம்மா,

வாழ்க்கை இளமைச் சூட்டுடனும் இதயம் காதலின் நறுமணத்துடனும் இருக்கின்ற இந்த அரிதான காலகட்டத்தை என் பிரிய தோழி, நீ எப்படிக் கையாள்கிறாய்?

நானோ - என் வாழ்க்கையின் நொடிகள் ஒவ்வொன்றையும் உன்னுடனான காதலில் வாழ்கிறேன். நீ? உறுதியாகச் சிந்தித்து இனிமையன்புடைய ஒரு பதிலால் என்னை அனுக்கிரகிக்கும்படி வேண்டிக் கேட்டுக்கொண்டு,

உன்

கேசவன்நாயர்.”

கதை முடிவதும் இந்தக் கடிதத்துடன்தான்.

இப்படியொரு காதல் கடிதம் சாதாரணமல்ல. ‘சாராம்மா, கேசவன் நாயர்’ எனும் பெயர்களை காதலோடு தொடர்புபடுத்திக் கேட்கும்போது ஒருவருக்கு ஏற்படக்கூடிய ஆர்வம் (அதில் நகைச்சுவையின் தீண்டல் உண்டு.) கடிதத்தின் வார்த்தைச் சேர்க்கைகளிலும் இருக்கிறது. ‘அரிய காலகட்டம்’ என்று சிறப்பிப்பது இந்தக் காலகட்டத்தை ‘எப்படிப் பயன்படுத்துகிறாய்?’ என்று கேட்பதற்காகத்தான்!

கதையில் காதலர்களின் உரையாடல், செயல்கள் முதலான விஷயங்களும் புதுமையுள்ளவை. மிகையான வெளிப்பாட்டு அழகைக் கேலி செய்கிற ரீதியில் வார்த்தைகள் பிரயோகிக்கப்பட் டிருக்கின்றன. "அடி! இன்னரும் மணமுடைய நிலா வெளிச்சமே...", "பெண்ணின் டபுள் டபுள் டபுள் குரூர இதயம்!", "டங்குடிங்கா ஹோ" என்றிப்படிப் பலவும் சொல்முறையில் நகைச்சுவையின் துளிகளாக, படிக மணிகள்போல, நம்மை ரசிக்கச் செய்கின்றன. அவை அந்தக் கதைப் படைப்பின் பிரிக்க முடியாத அம்சங்கள். இவற்றோடு சேர்த்து, "நகைச்சுவை வாழ்க்கையின் நறுமணமாகிறது" எனும் வாக்கியத்தையும் நினைவுகூர வேண்டும்.

மானசீக இடைவெளியை கடைப்பிடித்தவாறு காதல் எனும் உணர்வை (அதன் இனிமையோடும் நிலையற்ற தன்மையோடும் சேர்த்து) தரிசிக்க வாசகர்களுக்கு வழியேற்படுத்தும் விதத்தில் கதை அமைக்கப்பட்டிருக்கிறது. உலகத்தில் காதலுறவு வெற்றி பெறுவதற்கு பொருளாதாரப் பாதுகாப்பும் அவசியம் என்று மறைமுகமாகக் குறிப்பிடவும்பட்டிருக்கிறது. (ஆறாவது பகுதியில் "ஆயிரத்தித் தொன்னூற்றொன்பது ரூபாயின் நோட்டுகள்" பாதுகாப்பளிப்பது கேசவன் நாயர் - சாராம்மா தம்பதிக்கு மட்டும் அல்ல.)

திரு. கே.எம். சும்மார் சமீபத்தில் என்னிடம், 'காதல் கடிதம்' எனும் நூலையும் திருவிதாங்கூர் அரசு தடை செய்திருந்தது எனும் உண்மையைச் சொன்னார். திவான் ஆட்சி முடிவுற்றதற்குப் பிறகும்கூட தடை தொடர்ந்தது என்பதுதான் தமாஷ். திருவிதாங்கூரின் முதலாவது முதலமைச்சரான பட்டம் தாணுப்பிள்ளைக்கு டி.சி. கிழக்கேமுறி இது தொடர்பாக ஒரு கடிதம் எழுதினார். நேஷனல் புக் ஸ்டால் செயலாளர் என்ற நிலையில்தான் டி.சி. அப்படியொரு கடிதம் எழுதினார். திவான் ஆட்சி தடை செய்திருந்த ஆறு புத்தகங்களின் மீதான தடையை நீக்க வேண்டுமென்று டி.சி. கேட்டுக்கொண்டார். அந்த ஆறு புத்தகங்கள் இவை:

'ஜேதாக்கள்' (வெற்றியாளர்கள் - பொன்குன்னம் வர்க்கி எழுதியது), 'தோட்டி' (நாகவள்ளி ஆர்.எஸ். குருப்பு எழுதியது), 'தோற்றில்ல' (தோற்கவில்லை - தகழி சிவசங்கரன்பிள்ளை எழுதியது.) 'பிரேம லேகனம்' (காதல் கடிதம் - வைக்கம் முகம்மது பஷீர் எழுதியது.) 'வெள்ளப் பொக்கம்' (வெள்ளப்பெருக்கு), 'பிரதிம' (விக்கிரகம்) (இவை இரண்டும் குட்டநாடு கே. ராமகிருஷ்ணப்பிள்ளை எழுதியவை.)

ஏற்ற நடவடிக்கை எடுப்பதற்காக அரசு, இவற்றைப் பற்றி அறிக்கை கொடுக்கும்படி காவல்துறைக்குக் கட்டளையிட்டது. போலீஸ், விரைவிலேயே விசாரணை நடத்தி அறிக்கை கொடுத்தது.

ஆறு புத்தகங்களும் Highly Objectionable (மிகவும் ஆட்சேபணைக்குரியவை) என்று அதில் உறுதியாகக் குறிப்பிடப்பட்டிருந்தது. அறிக்கையில் ஐ.ஜி, விண்ணப்பம் சமர்ப்பித்த டி.சி. கிழக்கேமுறி ஒரு முதல்தரமான கம்யூனிஸ்ட்காரரென்றும் குறித்திருந்தார்.

அதை அறிந்தபோது பஷீர், பட்டம் தாணுப்பிள்ளைக்கு ஒரு கடிதம் எழுதினார். அன்று மதராசில் இருந்த பஷீர் 'ஜெயகேரளம்' வார இதழின் கடிதத் தாளில் அந்தக் கடிதத்தை (23.6.1948) எழுதி அனுப்பினார். அந்தக் கடிதம் கீழே கொடுக்கப்பட்டிருக்கிறது.

"ஸ்ரீமான்,

'காதல் கடிதம்' எனும் பெயரில் நான் எழுதிய ஒரு சிறிய நாவல் இருக்கிறது. அது சர். சி.பி. ராமசாமி ஐயர் திவானாக இருந்த காலத்தில் திருவிதாங்கூரில் தடை செய்யப்பட்டது. அந்தத் தடை இப்போதும் நடைமுறையில் இருக்கிறது. அதை எதற்காகத் தடை செய்தார்கள் என்று எனக்கு இப்போதும் தெரியவில்லை. அது சும்மா ஒரு தமாஷ் கதைதான். வெளியிட்டோர் மங்களோதயம் லிமிடெட், திருச்சிவபேரூர் (திருச்சூர்).

அந்தப் புத்தகத்தின் மீதான தடையை விலக்கும்படிக் கேட்டுக் கொள்கிறேன்.

இவண்

வைக்கம் முகம்மது பஷீர்

(கையொப்பம்)

விண்ணப்பத்தை ஏற்றுக்கொண்டு தடையை விலக்க பட்டம் தாணுப்பிள்ளை தயாராக இல்லை. அதைத் தொடர்ந்து முதல் மந்திரியான பரவூர் டி.கே. நாராயணப்பிள்ளை 26.11.48இல் தடையை நீக்குவதற்கு உத்தரவிட்டார்.

சிறைவாசத்தின்போது பஷீர் சில கதைகளை எழுதினார். சிறந்த கதைகள் என்று சொல்ல முடியாது. பஷீருடையதான பிரத்தியேக ஸ்வரம் அவற்றிற்கு ஈர்ப்பளிக்கின்றன என்பதுதான். ஆனால், ஒரு நாவலைப் பூர்த்தி செய்வதைப் பற்றி எப்போதும் சிந்தித்துக்கொண்டிருந்தார். முன்பே அதை எழுதத் தொடங்கியிருந்தார். எப்படியெல்லாமோ முயன்றும் படைப்பு முன்னோக்கி நகரவில்லை. எழுதியதில் திருப்தி ஏற்படவும் இல்லை. இதயத்தில் பதிந்த அனுபவத்தை வெளிப்படுத்துவதற்கான பாடுகளைத்தான் அங்கே பஷீர் உணர்ந்தார். புத்திளமையில் வானவில்போல இதய வானத்தில் ஒளிர்கிற காதலுணர்வு சாபல்யம் அடைந்த கதை - வாழ்வின் ஜீவ

ரத்தத்துடன் அது தொடர்பு கொண்டிருக்கிறது. சாபல்யம் என்று எழுதியது, காதல் நிறைவேறியது என்ற அர்த்தத்தில் அல்ல. பரிசுத்தமான காதலின் சமர்ப்பணத்தை - அதன் இனிமையை - அனுபவிப்பதற்கான அதிர்ஷ்டம் ஏற்பட்டது என்பது மட்டுமே அதன் பொருள். அது மண வாழ்க்கையை அடையவில்லை என்றால்தான் என்ன? விதியின் தாக்குதலால் காதலர்கள் பிரிய நேர்ந்தால்தான் என்ன? காதலினிமை, ஒரு துயரப் பாடல்போல இதயத்தில் நிலைத்து நின்றது. அதை வார்த்தைகளில் வெளிப்படுத்துவது சுலபம் அல்ல. அதனால்தான் 'பால்யகால சகி' (இளம்பருவத்துத் தோழி) எழுத பஷீர் மிகவும் சிரமப்பட வேண்டி வந்தது.

அந்தத் துயரப் பாடலுக்கு உருவமளிப்பதற்கான பிரயத்தனங்களை பஷீர் சிறை வாழ்க்கைக் காலத்திலும் தொடர்ந்துகொண்டிருந்தார். சுதந்திரம் பெற்று வெளியே வந்தபோது அந்தப் படைப்பை பூர்த்தியாக்க வேண்டும் என்ற நினைவே மனதில் தீவிரமாக நிலைபெற்றிருந்தது.

விடுதலை பெற்ற பஷீர் லௌகீக வாழ்வின் நியதிப்படி நேராக, தலயோலப்பரம்பில் உள்ள தன் வீட்டுக்குச் சென்றார். ஆனால் வீட்டில் தங்கவில்லை. உம்மா பரிமாறிய உணவுகளின் ருசியை அனுபவித்தார். வாப்பாவையும் உடன்பிறப்புகளையும் பார்த்தார். விரைவிலேயே எம்.பி. போலின் வீட்டுக்குச் சென்றார். தான் மிகவும் நேசிக்கிற, மதிக்கிற எம்.பி. போலின் வீட்டுக்கு.

'எம்.பி. போல்' எனும் தலைப்பில் பஷீர் எழுதிய ஒரு புத்தகம் இருக்கிறது. அது நல்ல புத்தகமென்று நான் சொல்லமாட்டேன். ஒரு ஆளுமையைத் தள்ளி நின்று பார்ப்பதற்கும், அவருடைய சிறப்பம்சங்களைக் கவனிப்பதற்குமான திறமையும் பஷீருக்குக் குறைவாக இருந்தது. அவருடைய அணுகுமுறை முற்றிலும் தன்னை மையமாகக் கொண்டதாயிருந்தது. அதனால் பகுப்பாய்வையும் முடிவுத் தொகுப்பையும் இணைத்து, மற்றொருவரின் ஆளுமையை வார்த்தைகளின் வழியே விவரிக்க அவரால் முடியவில்லை. இந்த நூலில் பஷீர் பெரும்பாலும் தன்னைப் பற்றித்தான் எழுதியிருக்கிறார். ஆயினும் அவர் எம்.பி. போலின் மீது எவ்வளவு உயரிய மரியாதை கொண்டிருந்தார் என்று இந்தப் புத்தகத்திலிருந்து தெரிந்துகொள்ளலாம். "... அவர் ஒரு மனிதனாக இருந்தார்... திரு. எம்.பி. போல் சிறந்த ஒரு மனிதராயிருந்தார். சிறந்த மனிதர்!" என்று பஷீர் எழுதியிருப்பதில் அந்த மரியாதை முழுதும் அடங்கியிருக்கிறது.

பஷீர் சிறையிலிருந்த காலத்தில் அவருக்கு எம்.பி. போலிடமிருந்து பலவித உதவிகள் கிடைத்திருக்கின்றன. நிறையக் கடிதங்களும் வந்தன.

எம்.பி. போலிடமிருந்து வந்த அந்தக் கடிதங்கள் ஆறுதல் அளிப்பவையாக இருந்தன. அவை, மனதில் நம்பிக்கையை ஏற்படுத்தின. விடுதலையடைந்தவுடன் நேராக உங்களைப் பார்க்க வருகிறேன் என்று பஷீர், எம்.பி. போலுக்குக் கடிதம் எழுதியிருந்தார்.

ஜெயிலிலிருந்து விடுதலை பெற்று ஒருவர் வரப்போகிறார் - பஷீர். நம்முடன்தான் தங்கப்போகிறார்; பஷீரை ஒரு உறவினராக நடத்த வேண்டும் - இப்படியெல்லாம் எம்.பி. போல் தன் மனைவியிடம் முன்பே சொல்லி வைத்திருந்தார். அதனால் அந்த வீட்டில் பஷீருக்கு நல்ல வரவேற்புக் கிடைத்தது.

(நேரில் திருமதி போல் - நேராக எங்கள் வீட்டுக்குத்தான் வந்தார் என்று சொல்லி நான் கேட்டிருக்கிறேன். பஷீர் அணிவதற்கான கதர் வேட்டிகளையும், ஜிப்பாவையும் முன்பே துவைத்து வைத்திருந்தார். வந்து சேர்ந்தபோது, பல் துலக்க உமிக்கரி, நாக்கு வழிப்பதற்கு ஈர்க்கிக் குச்சி எல்லாமும் கொடுத்து வரவேற்றோம் என்று, அன்று திருமதி போல் சொன்னார். பஷீர் குளித்துவிட்டு வந்த பிறகு பிள்ளைகள் அறிமுகப்படுத்தப்பட்டார்கள். எம்.பி. போல், நம்பர் ஒன், நம்பர் டூ... என்று சொல்லி ஒவ்வொரு குழந்தையையும் பெயர் சொல்லி அறிமுகப்படுத்தியதாக திருமதி விவரித்தார்.)

எம்.பி.போலின் வீட்டில், பஷீரைப்போன்ற ஒருவருக்கு முற்றிலும் பொருத்தமான சூழ்நிலை இருந்தது. அங்கே எப்போதும் சுதந்திரத்தின் தூய காற்று நிலைத்திருந்தது. அதனால், பொதுவாக உள்ள விலக்குகளைப் பொருட்படுத்தாமல் எல்லோரும் பரஸ்பரம் தமாஷ் செய்தும், சிலபோது கேலி செய்தும் ரசிக்கின்ற சந்தர்ப்பங்கள் தினமும் ஏற்பட்டுக்கொண்டிருந்தன. "இது நம்பர் ஒன் - ரோசி" என்று எம்.பி. போல் பிள்ளைகளை ஒவ்வொருவராக அறிமுகப்படுத்தியதிலேயே அந்த ரசனை உண்டல்லவா. விரைவிலேயே பஷீர் அந்தக் குடும்பத்தில் ஒருவரானார்.

திருமதி போல் - 'எம்.பி. போல்' என்ற புத்தகத்தில் தன் நினைவிலிருந்து ஒரு சித்திரத்தை வரைந்து வைத்திருக்கிறார். அதைப் பார்த்தால் அந்தச் சூழ்நிலையின் தன்மை ஏறத்தாழப் புரியும்.

"பஷீர் அன்று எங்கள் வீட்டருகே உள்ள ஒரு ஹாஸ்டலில் தங்கியிருந்தார். எழுதியோ வாசித்தோ சலிப்படையும்போது திடமான ஒரு அரைத் தேநீர் குடித்து, எங்கள் வீட்டுக்கு ஓடி வருவது வழக்கம். அப்படி ஒரு நாளைக்குப் பலமுறை வருவார். சிரித்துக்கொண்டிருக்கிற குழந்தையை அழ வைப்பது - அழுகிற குழந்தையை சிரிக்க வைப்பது - இதெல்லாம்தான் அவரது வேடிக்கைகள். எங்கள் சிறிய மகன் பாபுவுக்கு பஷீரை மிகவும் பிடிக்கும். அவனுடன் பஷீர் பெரிய அடிபிடி சண்டையெல்லாம் நிகழ்த்துவதுண்டு. அவன் அவரது மின்னுகிற வழுக்கையில் ஓங்கிக்

குத்துவான். உடனே பஷீர் சொல்வார்: 'அடேய் மகனே, நீ என்னை அடித்தாய், நீ என்னைக் குத்தினாய், நீ என்னைக் கிள்ளினாய். நீ எனக்கு ஒன்றும் தரவில்லை. ஆயினும் நான் உனக்கொரு கார்... வாங்கித்... தருவேன்...' உடனே அவன் பொங்கிச் சிரித்தபடி பஷீரின் கழுத்தைக் கட்டிக்கொண்டு தொங்குவான். உடனே மீண்டும் ரகளை தொடங்கிவிடும். 'அடேய் மகனே, போக்கிரி, நீ என்னை அடிக்கவில்லை, நீ என்னைக் கிள்ளவில்லை, நீ எனக்கு அப்பம் தரவில்லை, அதனால் நான் உனக்கு பொம்...மை... வாங்கித்... தர... மாட்டேன்.' உடனே அவன் பஷீரை ஓடவிட்டு அடிப்பான். குழந்தையை வாரியெடுத்துக்கொண்டு பஷீர் சிறிய கதைகள் சொல்லத் தொடங்குவார்: 'டேய் மகனே, பாபூ. உலகத்தில் பெரிய சண்டைகள் நடக்கின்றன.' அவன் கவனத்துடன் கேட்பான். 'உன் அப்பாவுக்கும் அம்மாவுக்கும் அல்ல. ஜெர்மனிக்கும் ரஷ்யாவிற்கும்.' அப்படி யுத்தத்தின் கதை கேட்டுக் கேட்டு அவன் உறங்கிவிடுவான். குழந்தைகளுக்கும் பஷீருக்குமான இத்தகைய நிகழ்ச்சிகள் போலுக்குச் சுவாரஸ்யமாயிருக்கும்."

(திருமதி எம்.பி. போலின் இந்தப் புத்தகம் 1959இல் வெளிவருகிறது. இதில் பஷீர், 'வீட்டருகில் உள்ள ஒரு ஹாஸ்டலில் வசித்திருந்தார்' என்றுதான் எழுதப்பட்டிருக்கிறது. ஞாபகங்களைப் பிரதியெடுக்கும் போது காலவரிசை மாறிப்போயிருக்கலாம். உறுதியாகச் சொல்வது சாத்தியமல்ல.)

'திருமதி போலுக்கும் குழந்தைகளுக்கும் என்னை மிகவும் பிடிக்கும்... அந்தக் குடும்பத்தில் நான் ஒரு உறுப்பினரைப் போன்றிருந்தேன்' என்று பஷீர் நினைவுகூர்கிறார்.

எரணாகுளத்தில் எம்.பி. போல் டுடோரியல் நடக்கும்போது, மாணவர்கள் வசிக்கும் ஹாஸ்டலில் உணவுப் பொறுப்பை கொஞ்சம் காலம் பஷீர் கவனித்துக்கொண்டிருந்தார். தொடக்கக் கட்டத்தில் கொஞ்சம் நாள் எம்.பி. போல் வீட்டின் அவுட் ஹவுசில் தங்கியிருந்தார். டுடோரியல் வேலைகளைத் திறம்படச் செய்து கொண்டிருந்தார். அப்போதும் பஷீருக்கு பழைய ரீதியில் பலவிதமான நண்பர்கள் இருந்தார்கள். அவர்களில் உட்பட்ட ஒரு பெண் ஒரு நாள் எம்.பி. போலின் வீட்டுக்குச் சென்றாள். ஒரு பிரச்சினையிலிருந்து தன்னைக் காப்பாற்ற வேண்டும் என்று பஷீரிடம் கேட்டுக்கொள்ளவே அவள் அங்கே சென்றாள். திருமதி போலுக்கு அந்தப் பெண்ணைத் தெரியும். வழி தவறித் திரிகிற பெண் எனும் விதமாகத் தெரியும். அதனால் தன் வீட்டுக்குள் அந்தப் பெண் வருவது திருமதி போலுக்குக் கொஞ்சம்கூடப் பிடிக்கவில்லை. உடனே அவளைத் திருப்பி அனுப்பிவிட்டார்கள். "என் பெண் குழந்தைகளுக்கு வயதாகி

வருகிறது; அதனால் இவ்வகையான பெண்கள் இனிமேல் இங்கே வரக் கூடாது" - என்று திருமதி போல் பஷீரிடம் சொல்ல நேர்ந்தது. அன்றே பஷீர் அவுட் ஹவுஸ் வாசத்தை முடித்துக்கொண்டு வெளியேறினார். விடுதியில் தங்கத் தொடங்கினார் என்றாலும் எம்.பி. போல் தலையிட்டு பஷீரை டடோரியலில் தங்க வைத்தார். பஷீருக்கு எரிச்சல் ஏற்படாதிருக்கவில்லை. அது தற்காலிகம் மட்டும்தான். சற்றும் தாமதமில்லாமல் பஷீர் அந்த வீட்டில் மீண்டும் ஒரு உறுப்பினரானார்.

பஷீர் ஓய்வு நேரங்களில் எம்.பி. போலுடன் இலக்கிய ரீதியான உறவைத் தொடர்ந்துவந்தார்: (கேசவதேவ், தகழி முதலானோரும் அடிக்கடி போலைச் சந்தித்துக்கொண்டிருந்தார்கள்.) இலக்கிய ரீதியான உறவு என்பதற்கு ஒரு விளக்கம் அவசியம். எம்.பி. போல் பெரிய வாசகராக இருந்தார். உலக இலக்கியங்களை வாசித்து அனுபவிப்பது அவருடைய பொழுதுபோக்கு. அவர் சிறந்த ரசிகராகவும் இருந்தார். சௌந்தர்ய சாஸ்திரம், இலக்கிய லட்சண சாஸ்திரம் முதலியவற்றிலும் அவர் அறிவு பெற்றிருந்தார். அவருடைய பேச்சிலிருந்து அந்த அறிவைப் பெற, புதிய எழுத்தாளர்களுக்கு போதுமான வாய்ப்புகள் கிடைத்திருந்தன. அது மட்டுமல்ல, புதிய எழுத்தாளர்களின் ரசனைப்பூர்வமான தனித்தன்மைகளையும் எம்.பி. போல் அறிந்துகொண்டிருந்தார். அந்தத் தனித் தன்மைகளை போஷிப்பதற்கு உதவுகின்ற புத்தகங்களை அவர் மேலை இலக்கியத்திலிருந்து பரிந்துரைப்பார். தன் கைவசமுள்ள நாவல்களையும் கதைகளையும் அவர்களுக்குக் கொடுப்பார். பஷீருக்குத்தான் இந்தப் பயன் மிக அதிகமாகக் கிடைத்தது. பஷீருக்கு அக்காலத்தில், இரவின் தனிமையான பொழுதுகளை வாசிப்பால் செழிப்படையச் செய்வது என்ற பழக்கம் இருந்தது. (கதை இலக்கியங்களில் செவ்வியல் இலக்கியங்களை (கிளாசிக்ஸ்) மட்டுமே பரிச்சயப்படாதிருந்தார்) படைப்புகளில் கவனம் செலுத்தவும் பயிற்சி செய்யவும் இதெல்லாம் உதவியாக அமைந்தன. வார்த்தை வாக்கியங்களில் அவ்வளவு அதிகமான அழகைக் கலப்பதற்கு பஷீரால் இயன்றதன் பின்னணி இதுதான்.

பஷீர் எழுதுகிறார்: "... நான் நிறைய எழுதினேன். அதிகமானவற்றை அவரிடம் (எம்.பி. போலிடம்) காட்டவில்லை. சந்தேகம் இருப்பதைக் காட்டுவேன். அவர் எதையும் திருத்தவில்லை. ஒருமுறை 'ஸ்த்ரீ' என்றொரு சிறிய நாவலை எழுதினேன். அக்காலத்தில் திரு. போல் சங்ஙணாச்சேரியில் இருந்ததாக நினைவு. நான் எரணாகுளத்திலிருந்து சங்ஙணாச்சேரிக்கு போட்டில் சென்று 'ஸ்த்ரீ' எனும் கதையைக் கொடுத்தேன். அவர் கதையை வாசிப்பதை, அவர் முகத்தைப் பார்த்து

நான் கவனித்துக்கொண்டிருந்தேன். அவரது முகம் நன்றாகச் சிவப்பதையும் கருப்பதையும் வெளிர்வதையும் நான் பார்த்தேன். வாசித்து முடித்து சற்று நேரத்திற்கு அவர் எதுவும் சொல்லவில்லை. முகம் பழைய மாதிரி வெண்மை கலந்த சிவப்பானபோது அவர் சொன்னார்:

"கலாசாரத்தினுடையவும் காம உணர்ச்சியினுடையவும் எல்லைகள் எல்லாம் தகர்ந்திருக்கின்றன! உணர்ச்சி பற்றியெரிகிறது... வாசிக்கின்ற பிள்ளைகள்...!" அவர் சற்று நேரம் கழித்துச் சொன்னார்: "ஸ்த்ரீயை பிரசுரிக்க வேண்டுமென்றோ பிரசுரிக்க வேண்டாம் என்றோ நான் சொல்ல மாட்டேன். உங்கள் விருப்பப்படி செய்துகொள்ளுங்கள்."

"நான் சங்ஙணாச்சேரியிலிருந்து எரணாகுளத்திற்கு போட்டில் வந்து கொண்டிருந்தேன். பகல் நேரம். நான் 'ஸ்த்ரீ' எனும் குறுநாவலை சுக்குநூறாகக் கிழித்து வேம்பநாடு காயலில் எறிந்தேன்..."

"விருப்பப்படி செய்துகொள்ளுங்கள்" என்றுதானே எம்.பி. போல் சொன்னார். பஷீர் "விருப்பப்படி" செய்தது இப்படித்தான்.

இளம்பருவத்துத் தோழி அச்சு அசலாக அப்படியே

கோட்டயத்தில் எம்.பி. போலுடன் பல நிலைகளிலும் தொடர்பு கொண்டு வசிக்கிற காலத்தில் பஷீர், 'பால்யகால சகி' (இளம்பருவத்துத் தோழி) என்ற நாவலை பூர்த்தி செய்கிறார். அன்று அங்கே 'ஸாகிதீ சக்யம்' (இலக்கிய நண்பர் வட்டம்) எனும் பெயரில் ஒரு நண்பர் குழு துடிப்புடன் செயல்பட்டுக் கொண்டிருந்தது. அந்தக் குழுவினர் எல்லா ஞாயிற்றுக் கிழமைகளிலும் போல்ஸ் டுடோரியலில் கூட்டம் கூடுவார்கள். எஸ்.கே. நாயர், பி.தாமோதரன் பிள்ளை, பொன்குன்னம் வர்க்கி, சீதாராமன் (ஸ்ரீதரன்பிள்ளை), ஏற்றுமானூர் எம்.எஸ். குமாரன்நாயர், காரூர் நீலகண்டப்பிள்ளை, டி.சி. கிழக்கேமுறி, எம்.என். கோவிந்தன்நாயர், சி.ஐ.ராமன்நாயர் போன்ற இலக்கியவாதிகள் அதில் வழக்கமாகப் பங்கேற்றுவந்தார்கள். இலக்கிய ரீதியான விஷயங்களைக் குறித்து சர்ச்சை செய்வதோடு, உறுப்பினர்களின் புதிய படைப்புகளைப் படித்து குறை நிறைகளை ஆராய்வதும் அவர்களின் நிகழ்ச்சியின் பகுதியாக இருந்தது. மதியத்திற்குப் பிறகு மூன்று மணிக்கு கூட்டம் தொடங்கும். சில சமயம் இரவு ஒன்பது மணிவரை அது நிகழும்.

இலக்கிய நண்பர் வட்டத்தின் தலைவர் எம்.பி. போல். செயலர் எஸ்.கே. நாயர். சரியாகக் கூட்டம் நிகழ்வதற்கு உற்சாகத்துடன் செயல்பட்டவர் எஸ்.கே. நாயர். உறுதியுடையவர். இலக்கியத்தில் மிகவும் ஆர்வமுடையவர். எந்த சர்ச்சையையும் அவர் சுலபமாக, தீவிரமுடையதாக்கிவிடுவார். அவர், பஷீரின் 'பால்யகால சகி'யை இலக்கிய நண்பர் வட்டக் கூட்டமொன்றில் பேச்சுப் பொருளாக்க வேண்டுமென்று முடிவு செய்தார். கையெழுத்துப் பிரதியை வாசித்து அவர் அதன் மீது விருப்பம்கொண்டிருந்தார். புத்தக விவாதத்திற்கு ஒரு முழுநாள் தேவைப்படும் என்று அவர் சொன்னார். இதில் யாரும் மாறுபாடு கொள்ளவில்லை.

அதன்படி எஸ்.கே. நாயர், இலக்கிய நண்பர் வட்ட உறுப்பினர்களுக்குத் தகவல் சொன்னார். எல்லோரும் காலையிலேயே எம்.பி. போல்ஸ் கல்லூரிக்கு வந்து சேர்ந்துவிட வேண்டும் என்று

அறிவித்தார். நாவல் வாசிப்பைக் கேட்பதற்கான ஆர்வத்துடன் உறுப்பினர்கள் - ஏறத்தாழ ஐம்பது பேர் - குறித்த நாளின் காலையிலேயே ஒன்று சேர்ந்தார்கள். எம்.பி. போலின் தலைமையில் வாசிப்பு தொடங்கியது.

மதியத்திற்கு முன்பு வாசிப்பு முடியவில்லை. முடியாது என்று எம்.பி. போலுக்குத் தெரிந்திருந்தது. அதனால் அவர் எல்லோருக்கும் உணவு ஏற்பாடு செய்திருந்தார். அருமையான உணவு. அதைச் சுவைக்கும்போதும் உறுப்பினர்களை, நாவலின் மிச்சப் பகுதியைக் கேட்பதற்கான ஆவலே ஆட்கொண்டது. எனவே மதியத்திற்குப் பிறகு விரைவிலேயே வாசிப்பு தொடங்கியது. மாலை நெருங்கும் சமயத்தில் வாசிப்பு நிறைவடைந்தது. பிறகு விவாதத்திற்கு நேரமில்லை. விவாதத்தை அடுத்த ஞாயிற்றுக் கிழமைக்குத் தள்ளி வைத்தார்கள்.

அன்று பங்கேற்றவர்கள் எல்லாம் அடுத்த ஞாயிற்றுக் கிழமையும் வந்து சேர்ந்தார்கள். பெரும்பாலானோர், நாவலைப் பற்றிச் சொல்ல வேண்டிய கருத்துகளைக் கொண்டிருந்தார்கள். கதை சொல்லலில் ஈர்க்கப்படாதவர்கள் யாருமில்லை. சொல்லல் முறையும் மொழியின் எளிமை அழகும் சிறப்பாக இருந்ததாக எல்லோரும் உணர்ந்தார்கள். ஆயினும் பலருடைய ரசனையில் அது விரிசல் ஏற்படுத்தியது. சர்ச்சையைப் பற்றி எஸ்.கே. நாயர் நினைவுகூர்கிறார்:

“பால்யகால சகி நாவலே அல்லவென்று ஒரு சாரார் சொன்னார்கள். மொழி, சுத்த நாட்டுப்புறத் தன்மையுடையதாயிருக்கிறதென்று மற்றொரு பிரிவினர் கூறினார்கள். ஆபாச இலக்கியம் என்று பலர் கருத்தறிவித்தார்கள். சுன்னத் செய்ததின் ரத்தத்தைப் பற்றியான விவரணை குமட்டலாக இருக்கிறது என்று எடுத்துச் சொல்லவும் செய்தார்கள். அப்படி விமர்சகர் கூட்டம் பஷீரின் பால்யகால சகியை துண்டு துண்டாக வெட்டிப் போட்டது. கடைசியில் தலைவர் எம்.பி. போல் அபிப்பிராயம் சொன்னார். அவர் பஷீரின் அந்தக் கதையை, யாரும் எதிர்பாராதவிதமாக எளிமையான வார்த்தைகளால் மதிப்பிட்டார். ரத்தத்தைக் கண்டால் மயங்கக் கூடியவர்கள் எவரும் இந்த நூலை வாசிக்காதிருப்பதுதான் நல்லது என்று அறிவித்தார். நம்பூதிரிகளின், மற்ற மேல் சாதியினரின் பேச்சுப் பாணியிலும் மற்ற சமூகப் பின்னணியிலும் மேன்மைகளைக் கண்டு இறுகிப் போனவர்களுக்கு பஷீரின் 'கோயியிறச்சியும் பிரியாணியும் மனதிற்குப் பிடிக்காதுதான். அவர்கள் நினைவுகூர்வது நல்லது, இலக்கியம் மேல் சாதிக்காரர்களின் குத்தகை அல்ல. அது எல்லோருக்கும் சொந்தமானதுதான்... போலின் கருத்து பலருக்குச் சினமூட்டியது. ஆனால் பதில் சொல்லத் தைரியமில்லை. பிற்பாடு இவர்களால், இருளடைந்த மூலைகளில் தங்கள் பாண்டித்யப் பெருமைகளைப் படம் விரித்துச் சீறத்தான் முடிந்தது--

எஸ்.கே. நாயர் வாசிப்பதற்கு முன்பே எம்.பி. போல் 'பால்யகால சகி'யின் கையெழுத்துப் பிரதியை சிரத்தையுடன் வாசித்துவிட்டிருந்தார். அதன் அபூர்வ அழகுகள் அவர் மனதில் பதிந்தன. அதைப் பற்றி நன்றாக அறிந்திருந்தது பஷீர்தான். படைப்பின் பல நிலைகளிலும் அவர் எம்.பி. போலுடன் தொடர்புகொண்டிருந்தார்.

பல பகுதிகள் கதைப் படைப்பிற்கு பாதகம் ஏற்படுத்துமோ என்று - படைத்துக்கொண்டிருக்கும்போது - அவருக்குச் சந்தேகம் ஏற்படாதிருக்கவில்லை. ஆயினும் அவற்றைக் கைவிட மனம் வரவில்லை. சுய சரிதைத் தன்மையான விஷயத்தை வெளிப்படுத்தும்போது எந்த எழுத்தாளரும் இந்த நெருக்கடியை எதிர்கொள்ள வேண்டி வரும். மனதில் நெருக்கியடித்துக்கொண்டு நிற்கின்ற கருத்துக் கூட்டத்திலிருந்து தள்ள வேண்டியதைத் தள்ளவும் கொள்ள வேண்டியதைக் கொள்ளவுமான திறமையில்தான் இலக்கியக் கலையின் வெற்றி அடங்கியிருக்கிறது. நாம் தகுதி என்று சொல்வதில் அந்தத் திறமையும் அடங்கியிருக்கிறது. தன் வாழ்க்கையில் முக்கியத்துவம் உடையதென்று எழுத்தாளன் கருதுகின்ற பலவும், அந்தச் செயலில் கைவிடப்பட வேண்டியவையாகவும் ஆகின்றன. அங்குதான், கலையின் மர்மம் அறிந்த ஒரு நண்பனின் உதவி தேவைப்படுகிறது. அந்த உதவி, எம்.பி. போலிடமிருந்து பஷீருக்குக் கிடைத்தது.

முதலாவது முக்கியமான நூல் எனும் நிலையில் 'பால்யகால சகி'யின் உருவாக்கத்தில் பஷீர் மிக ஆர்வத்துடனான கவனங்கொண்டிருந்தார். பல கட்டங்களிலும் அதைத் திருத்தி எழுதினார். (பத்து முறைவரை அதைத் திருத்தி எழுதினேன் என்று பஷீரே சொன்னதாக சிலர் பதிவு செய்திருக்கிறார்கள்.) எழுதிய பல பகுதிகளையும் இரக்கமற்று வெட்டியகற்ற ஆயத்தமாக இருந்தார். முதலில் எழுதியதன் நான்கின் ஒரு பகுதியாகத்தான் இறுதி வடிவம் வந்தது என்பதை நினைவில் வைக்க வேண்டும். படைப்பு ரீதியான அந்தக் கவனமும் துயரமும் விரயமாகவில்லை. ஒரு முத்தின் அழகு 'பால்யகால சகி'யில் ததும்பி நிற்பதை வாசகர் உலகம் பார்த்தது. அந்தக் கதை அவ்வளவு அழகான படைப்பாவதில் பஷீரின் ஒருமுகப்பட்ட தீவிர சிரத்தை இருந்தது; நகாசு வேலைகளும் நிறைய நடந்தன.

படைப்பைப் பற்றி பஷீருக்கு தன்மதிப்பு ஏற்பட்டது. இலக்கிய நண்பர் வட்டத்தின் கருத்துப் பரிமாற்றமும், எம்.பி. போலின் முடிவுப் பேச்சும் அந்தத் தன்னம்பிக்கைக்குத் திடமளித்தன. இனி செய்ய வேண்டியது, அச்சிட்டு நூலாக்குவதுதான். அதைப் பற்றி பஷீர் எழுதுகிறார்:

'பால்யகால சகி'யை எரணாகுளத்தில் உள்ள ஒரு பெரிய அச்சகத்தார் அச்சிடுவதாக ஏற்றுக்கொண்டார்கள். முதலாம் பதிப்பு

ஐநூறு பிரதிகள். அவர்கள் அச்சிட்டார்கள். கொஞ்சம் அதிகமான பக்கங்கள். நல்ல காகிதம். நான் பார்க்கும்போது அது கையெழுத்துப் பிரதியில் இருந்ததைப்போல இல்லை!

எல்லாவற்றையும் திருத்தி அழகுபடுத்தியிருக்கிறார்கள். உரையாடல்கள். முஸ்லிம் அல்லவா? அட்சர எதிரி! 'ஞம்மட'* எல்லாம், 'நம்மல்' என்று திருத்தி அச்சடித்திருந்தார்கள். உம்மாவும் வாப்பாவும் பேசிக்கொள்வது சுத்த சமஸ்கிருதமாக மாற்றப் பட்டிருக்கிறது!

எனக்குக் கொஞ்சம் கோபம் வந்தது. மன்னிக்க வேண்டும். நான் மிகவும் பண்பு நாகரிகத்துடன் கேட்டேன்:

"எந்த அயோக்கியன் இதைத் திருத்தினான்? பிழை திருத்துபவரையும் அச்சுக்கோர்ப்பவரையும் எல்லா நாய்களையும் நான் அழகாகக் கொல்வேன்! பார்த்துக்கொள்ளுங்கள். எல்லா தலைகளையும் நான் பிராட்வேயில் வரிசையாக வைப்பேன்!"

அப்போது என் வலது கையில் ஒரு கூர்மையான பிச்சுவாவும் இருந்தது. பளபளவென்று மின்னுவது. அதைக்கொண்டு, அச்சடித்த பக்கங்களையெல்லாம் எடுக்க வைத்து வெளியே கொண்டு வந்து வாசலில் இடச் செய்தேன். பிறகு தீக்குச்சி உரசி எரியூட்டினேன்!

அந்தத் தீயிலிருந்து ஒரு பீடி பற்றவைத்து அழகாக மூக்குத் துளைகள் வழியாகவும் புகைவிட்டபடி சொன்னேன்:

"தொழிலாளர் தோழர்களே, நான் எழுதியிருக்கிறபடியே திருத்தி அச்சிட்டால் போதும். மங்களம்!"

அதன்படி 'பால்யகால சகி' முழுதும் நான் எழுதிக் கொடுத்தபடியே, அச்சு அசலாக அப்படியே அச்சடித்து முடிந்தது. சந்தோஷம்!

அப்போது இன்னொரு பிரச்சினையும் எழுந்தது. கதைக்கு ஒரு முன்னுரை இருந்தே ஆகவேண்டும் என்று அச்சகத்தார் கட்டாயப்படுத்தினார்கள். (தற்சமயம் வெளியீட்டாளர்கள் அவர்கள்தான்) பஷீருக்கு அது பிரச்சினையே இல்லை. ஏ. கிருஷ்ணபிள்ளையை அவருக்கு நன்றாகத் தெரியும். எம்.பி. போல் பக்கத்தில் இருக்கிறார் (அவர் கதை படித்து அனுபவித்திருந்தார்) இவர்களில் யாருடைய முன்னுரை வேண்டும்? - பஷீர் கேட்டார்.

எம்.பி. போலின் முன்னுரை போதுமென்று அவர்கள் பதில் சொன்னார்கள். வராப்புழா புத்தன்பள்ளி வீட்டிற்குச் சென்று எம்.பி.

---

* ஞம்மட: முஸ்லிம் பேச்சு வழக்கு மொழியானது இலக்கணப்படி திருத்தி அச்சடிக்கப்பட்டதைக் குறிக்கிறது.

போலின் முன்னுரை வாங்குவது சுலபம்தான். முடிந்தவரை விரைவாகப் புத்தகத்தை வெளியிட வேண்டும் என்பதால் அச்சகத்தார் அப்படிச் சொன்னார்கள்.

அதன்படி, அச்சிட்ட காகிதங்களுடன் பஷீர் புத்தன்பள்ளியில் உள்ள எம்.பி. போலைச் சந்தித்தார். முன்னுரை எழுதித் தர வேண்டும் என்று பஷீர் சொன்னபோது எம்.பி.போல், 'அந்தப் பொறுப்பை இப்போதே நிறைவேற்றுகிறேன்' என்று சொல்லியபடி உடனேயே படிப்பறைக்குச் சென்றார். அந்த நேரத்தில் பஷீர் தனக்கு அறிமுகமான அந்த சுற்றுப்பாடுகளில் சற்றுத் திரிந்தார். அதற்குப் பிறகு கொய்யா மரத்தில் ஏறி கொய்யாக்காய் பறித்தார். அது போதவில்லை. மாமரங்களில் ஏறத் தொடங்கினார். மாங்காய் உள்ள காலம். இனி பஷீரின் வாக்குகளில்:

"அப்படி மாமரக் கிளையிலமர்ந்தபடி கொய்யா, மாங்காய் ஆகியவற்றைத் தின்றேன். பீடி இழுத்து புகைவிட்டுக்கொண்டிருந்தேன். அப்படி இருக்கும்போது திரு. போலின் இரண்டாவது மகள் பேபி மாமரத்தடிக்கு ஓடி வந்து மேலே பார்த்துக்கொண்டு சொன்னாள்:

'பஷீரே, அப்பா 'பால்யகால சகி'யின் முன்னுரை எழுதி முடித்துவிட்டார்!'

'எப்படியிருக்கிறது? நீ வாசித்துப் பார்த்தாயா பெண்ணே?'

'படித்துப் பார்த்தேன்.' ஏறத்தாழ, நன்றாக இல்லை என்பதுபோல அந்தப் பெண் சொன்னாள்.

'முன்னுரை எப்படியிருக்கிறது?'

'அதில் ஒரு தவறு இருக்கிறது.'

'எம்.பி. போல் எம்.ஏ. எழுதியதல்லவா? தவறு கண்டுபிடிக்கிறாள் ஒரு போக்கிரிப் பெண்!'

'எவருமே அதைத் தவறு என்றுதான் சொல்வார்கள்.'

'என்ன தவறு?'

'அதுவா, நூலாசிரியரான பஷீர் இப்போதும் இளைஞர் என்று அப்பா எழுதியிருக்கிறார்.'

'அட சுட்டிப் பெண்ணே, நான் உன் தலையில் குதித்துவிடுவேன்! உன் தலையில் உள்ள எல்லா பேன்களும் செத்துவிடும்!'

"நான் பேபியின் தலையில் குதிப்பதுபோல் பாவனை காட்டினேன். பேபி உரக்கச் சிரித்துக்கொண்டு ஓடிச் சென்றாள்.

“நான் சென்று ஸ்டைலாக உணவருந்தினேன். திருமதி போல் பரிமாறுகிற மேற்பார்வையிலிருந்தார்கள். திரு. போலும் பிள்ளைகளும் நானும்தான் சாப்பிடுகிறோம்... அன்று நான் புத்தன்பள்ளியில் தங்கினேன் என்று தோன்றுகிறது...”

முன்னுரையுடன் பஷீர் உற்சாகத்துடன் எரணாகுளம் அச்சகத்திற்குச் சென்றார். உடனேயே அது அச்சடிக்கப்பட்டது. அதன் அட்டைப்படத்தை பஷீரே வரைந்தார். கூடுமான விரைவில், அச்சடித்ததையெல்லாம் சேர்த்து புத்தகமாக மாற்றினார்கள். இரண்டு பிரதிகளுடன் பஷீர் புத்தன்பள்ளிக்குச் சென்று ஒரு பிரதியை எம்.பி. போலுக்கும் மற்றொரு பிரதியை பேபிக்கும் கொடுத்தார் (வருடம் 1944).

வெளிவந்த உடனே ‘பால்யகால சகி’க்குப் பெரும் புகழ் கிடைத்தது. மொழியும் வெளிப்பாடும் புதுமையுள்ளதாக வாசகர்கள் உணர்ந்தார்கள். இளம்பருவ விளையாட்டுகளின் சித்திரிப்பு மிகவும் ஆத்மார்த்தமாக இருக்கிறதென்று எல்லோரும் புகழ்ந்தார்கள். இடையிடையே நகைச்சுவை மின்னல்கள் உள்ளதால் சுலபமாகப் படித்துச் செல்ல முடியும். அனைத்திற்கும் மேலாக, கேரளத்தின் ஒரு பகுதியில் உள்ள முஸ்லிம் வாழ்க்கை அதில் உயிர்ப்புடன் திகழ்கிறது. எம்.பி. போலின் முன்னுரையும் சேர்ந்தபோது புத்தகத்திற்குப் பெரும் புகழ் கிடைத்தது. அந்தப் புகழ் பஷீருக்களித்த ஊக்கத்தை வார்த்தைகளில் விவரிப்பது சாத்தியமில்லை.

அப்போது பஷீர், இலக்கியவாதிகளுடன் பரந்துபட்ட பழக்கத்தைப் பெறத் தொடங்கினார். அத்துடன் பொதுச் செயல்பாட்டாளர்களும் பஷீரைக் கவனித்தார்கள். பழகியவர்கள் எல்லாம் பஷீரின் பேச்சில் உள்ள நகைச்சுவையையும், பாணிகளில் உள்ள வித்தியாசத்தையும் விரும்பினார்கள். இக்காலத்தில்தான் அவர்களின் மனங்களில் பஷீருக்கு, ஒரு கற்பனைக் கதையின் கவர்ச்சிகரமான கதாபாத்திரம் ஒன்றின் இடம் கிடைக்கத் தொடங்கியது. பலவிதமான நண்பர்கள் வந்து சேர்ந்தார்கள். நட்பின் பகுதியாக ஒரு புதிய பழக்கமும் தொடங்கியது - மது.

அதெல்லாம் நல்லதுதான். ஆனால், எப்படி வாழ்வோம் எனும் பிரச்சினை பின்பும் மிச்சமிருக்கிறது. கையில் காசில்லை. எந்தத் தொழிலும் இல்லை. கல்வித் தகுதி எதுவுமில்லாத ஒருவருக்கு என்ன வேலை கிடைக்கும்? ஆக மொத்தம் உள்ளவை, எழுதுவதற்கான விருப்பமும் ஒரு நல்ல பேனாவும்தான். யாரும் அவற்றை மட்டும் வைத்துக்கொண்டு எவ்வளவு பாடுபட்டாலும் இந்தக் கேரளத்தில் வாழ்க்கைக்கான வருமானத்தைப் பெற முடியாது. அன்று கேரள

மாநிலம் என்ற ஒன்று இல்லையென்பதையும் மனங்கொள்ள வேண்டும். திருவிதாங்கூர், கொச்சி எனும் உள்நாட்டுப் பிரதேசங்கள் - மலபார் என அன்று கேரளம் மூன்றாக இருந்தது. மலபார் அன்று மதராசின் பகுதியாக இருந்தது. கொச்சியிலும் திருவிதாங்கூரிலும் புத்தகம் மிகவும் பரவியது. அதிலிருந்து கிடைக்கிற வருமானத்தைக் கொண்டு அன்றாட வாழ்க்கையை உந்தி முன்னே தள்ளிச் செல்வதுகூட சிரமம். பத்திரிகைக்காரர்கள் யாரும், கதைகளுக்கு சன்மானம் தரத் தயாரில்லை. எழுத்தாளர்கள் சன்மானம் கேட்பதே பாவமென்ற நிலையில்தான் பதிப்பகத்தாரும் பத்திரிகை ஆசிரியப் பிரமுகர்களும் நடந்து கொண்டார்கள். ஆயினும் சிலபேர் கதைக்கு சன்மானம் கொடுத்தார்கள். அதனால்தான் அன்றாட வாழ்க்கையை சிரமப்பட்டுத் தள்ள முடிந்தது. பத்திரிகை ஆசிரியரின், பத்திரிகை உரிமையாளரின் பெரிய மனதிற்கு அப்போது மனதில் நன்றி சொல்வது வழக்கம்.

அந்த நிலையில், வாழ்வதற்காக ஏதாவது தொடங்க வேண்டுமென்று பஷீர் முடிவு செய்தார். என்ன தொடங்குவது? பத்திரிகை நடத்த முற்பட்டால் கஷ்டத்தில் விழத்தான் நேரிடும். முன்பு செய்ததுபோல ஏதாவது தயாரிப்பின் முகவராக ஆனால் என்ன? அதுவும் நல்லபடியாக வரும் என்று தோன்றவில்லை. புத்தக வியாபாரம் எனும் கருத்து அப்போது மனதில் உதித்தது. புத்தகம் படிப்பதற்கான ஆர்வம் மக்களிடம் வளர்ந்து வருகிறது. புத்தகக் கடைகள் ஆங்காங்கே நஷ்டமாகாமல் நடப்பதைப் பார்க்க முடிகிறது. புத்தகம் எழுதுகிற தானும் அதை ஏன் பரீட்சித்துப் பார்க்கக் கூடாது? விற்பதில் தனக்குத் திறமையிருக்கிறது. இப்படி பஷீர் பல வழியில் யோசித்தபோதுதான் ஒரு புதிய வழி திறக்கிறது.

அன்று கேரளத்தில் மங்களோதயம் பதிப்பகத்தார் மிகப் பெரிய அளவில் புத்தகங்களை வெளியிட்டுவந்தனர். அவர்கள் எழுத்தாளர் களுக்கு கௌரவமான சன்மானத்தையும் கொடுத்துவந்தார்கள். மங்களோதயம் மாத இதழும் அன்று சிறப்பாக நடந்தது. முண்டச்சேரி ஆசிரியராக இருந்ததால் முக்கியமான எழுத்தாளர்கள் பலரும் அந்த மாத இதழுடன் தொடர்புகொண்டிருந்தார்கள். மாத இதழில் கட்டுரைகளுக்கும், புத்தக மதிப்புரைகளுக்கும் பெரிய முக்கியத்துவம் கிடைத்துக்கொண்டிருந்தது. இதெல்லாம், இலக்கிய வட்டத்தில் இதழ் மிகவும் கவனிக்கப்பட காரணமாயின. அதுபோல மங்களோதயத்தின் புத்தக வெளியீட்டுப் பிரிவிற்கும் இலக்கிய உலகம் சிறப்பான மதிப்பளித்து வந்தது. அனைத்திற்கும் மேலாக, மங்களோதயம் கம்பெனியின் நிர்வாக இயக்குநராக இருந்தவர் பெருமதிப்பிற்குரிய ஏ.கே.டி.கே.எம். நம்பூதிரிப்பாடு. செல்வந்தர்,

உயரிய குடும்பத்தைச் சேர்ந்தவர். (முண்டச்சேரியின் 'அறிவாளிகள் வாழ்கிறார்கள்' எனும் நூலில் அவரைப் பற்றி ஒரு கட்டுரை இருக்கிறது).

இவ்வளவையும் இங்கே குறிப்பிட்டதற்குக் காரணம் உண்டு. பஷீரை மங்களோதயத்துடன் தொடர்புபடுத்த வேண்டும் என்று இந்தக் கால கட்டத்தில் அந்த நிறுவனத்தின் பொறுப்பாளர்களுக்கு விருப்பம் ஏற்பட்டது. சங்நம்புழாவும், குற்றிப்புழாவும் பிறரும் செயலூக்கத்துடன் ஒத்துழைக்கும் நிலையில், பஷீரையும் அதில் உட்படுத்த வேண்டுமென்று முண்டச்சேரி நினைத்தார். ரசிகரான நம்பூதிரிப்பாடு அந்த ஆலோசனைக்கு முற்றிலும் உடன்பட்டார். விரைவிலேயே பஷீருக்குத் தகவல் கொடுத்தார்கள். கூடுதல் வருமானத்திற்காகவும் ஒரு மாற்றத்திற்காகவும் ஆசைப்பட்டுக் கொண்டிருந்த பஷீர், மகிழ்ச்சியுடன் திருச்சூருக்குக் கிளம்பினார்.

மங்களோதயத்தில் ஒரு காதல்காலம்

மங்களோதயத்தின் நிர்வாக இயக்குநரான ஏ.கே.டி.கே.எம். நம்பூதிரிப்பாடை முதலில் சந்தித்ததைப் பற்றி, 'ஒரு பகவத் கீதையும் சில முலைகளும்' எனும் புத்தகத்தில் பஷீர் எழுதியிருப்பதை இங்கே நான் எடுத்துக் காட்டுகிறேன்:

(பஷீர் எழுதியதும் சொன்னதுமான நினைவுகளில் பல முரண் பாடுகள் இருக்கின்றன. வயதானபோது நினைவு மங்கியதன் காரணமாக இப்படி நடந்திருக்கலாம். அதுமட்டுமல்ல, கால வரிசைப்படி, அறிவியல் அறிவுடன் விவரிப்பது என்பது பஷீருக்கு வசப்பட்ட காரியமும் அல்ல. தற்காலிக உணர்ச்சியும், அதற்கு அனுசரணையான பாவனையும் சேர்ந்து அவருடைய மனதில், உண்மைகளுக்கு மற்றொரு வடிவத்தை உண்டாக்குகின்றன.)

"ஈஸ்வர அனுக்கிரகத்தோடேயே தொடங்கலாம். சங்ஙம்புழா கிருஷ்ணப்பிள்ளை, ஜோசப் முண்டச்சேரி, வைக்கம் முகம்மது பஷீர்- இந்த மூவரில் பெரியவர் யார்? பயங்கரமான பிரச்சினை! மண்டையைக் குடைந்து சிந்திக்க வேண்டிய விஷயம். இந்தக் கேள்வியை எழுப்பியது யார்? பெருமதிப்பிற்குரிய ஏ.கே.டி.கே.எம். வாசுதேவன் நம்பூதிரிப்பாடு அவர்கள். மங்களோதயம் புத்தகக் கம்பெனியின் நிர்வாக இயக்குநர். நன்கு மினுமினுத்துக் கொழுத்து வெளுத்துப் பருத்து பூவன் பழம்போன்றுள்ள நல்லார். அவரை பயபக்தி மரியாதைகளுடன் 'அஞ்சாம்ப்ரான்' என்றுதான் சொல்வது. கொச்சி மகாராஜாவின் சகோதரியைத்தான் அவர் திருமணம் செய்திருந்தார். திருமணமும் அல்ல. அரண்மனையிலிருந்து தம்புராட்டியைக் (எஜமானியைக்) கொண்டு வந்து தன் தேசமங்கலம் இல்லத்தில்* தங்க வைத்தார். இதுபோன்று முன்பு நடந்தது இல்லை. நம்பூதிரிக்கு அரண்மனையில், 'கூட்டிருப்பு'** என்று சொல்கிற தொடர்பாக இருக்கலாம். ஆனால் தம்புராட்டி அரண்மனையில்தான்

---

* இல்லம்: நம்பூதிரிகளின் வீடு, இல்லம் என்று அழைக்கப்படுகிறது.

** கூட்டிருப்பு: கூட்டாத இருப்பது. ராஜ குடும்பத்தைச் சேர்ந்த, அல்லது பிற பெண்களின் கணவனாக இருப்பது.

இருப்பாள். வசதிப்படி நம்பூதிரி அங்கே செல்ல வேண்டும். தேவ வித்து எல்லாம் சரி, அதிகப்படியாக நடந்தால் கொன்றுவிடுவார்கள்! இப்படிக் குத்துங் கொலையுமாக உள்ள காலத்தில்தான் தம்புராட்டியை தேசமங்கலம் இல்லத்திற்குக் கொண்டு வந்தார். ஆள் மிகத் துணிச்சல்காரர் என்று சொல்ல வேண்டியதில்லை அல்லவா?

"அவர் ராஜரீக ஆடம்பரத்துடன் திருச்சிவப்பேரூர் மங்களோதயம் கம்பெனியின் மேல்மாடியில் பச்சை விரிப்பிட்ட பெரிய மேசைக்கு முன்னால் அமர்ந்திருக்கிறார். இரண்டு கண்ணாடிகள் - ஒன்று மேசை மீது, இன்னொன்று முகத்தில். வாசிப்பதற்காக ஒன்றும் அழகிற்காக ஒன்றும். மேசையைச் சுற்றிலும் காலி நாற்காலிகள். நாற்காலிகளுக்குப் பின்னால் பணிவுடன் நிற்கின்ற ஆட்கள். பெரும்பாலும் இலக்கியவாதிகள். 'அடியேன், அடியேன், உங்கள் உத்தரவுப்படியே ஆகட்டும்' என்றெல்லாம் டயலாக்குகள்.

"யாரும் அவர் முன்னால் அமரமாட்டார்கள்."

கடைசியில் சொன்ன நிலையில் ஏ.கே.டி.கே.எம். நம்பூதிரிப்பாடு, சக்கரவர்த்தியைப்போல பரிவாரம் புடைசூழ அனுக்கிரகித்துக் கொண்டிருக்கும் அறைக்குள்தான் பஷீர் நுழைகிறார். 'கதர் ஜிப்பா, கதர் வேஷ்டி, கையில் ஒரு குடை, வேட்டியை மடித்துக் கட்டியிருக்கிறார்.' கஷ்டப்படுகிற ஒரு ஆள் என்றுதான் யாருக்கும் தோன்றும். இனி பஷீர் சொல்லட்டும்:

"நான் செல்லும்போது கொஞ்சம்பேர் நாற்காலிக்குப் பின்னால் பணிவடக்கமாக நிற்கிறார்கள். சென்றவுடன் அவருக்கு வணக்கம் தெரிவித்துவிட்டு அவர் முன்னால் நாற்காலியில் அமர்ந்தேன். குடையை அவர் மேசை மீதே வைத்தேன். பிறகு ஜிப்பாவின் பையிலிருந்து தீப்பெட்டியும் பீடியும் எடுத்தேன். பீடி பற்ற வைத்துப் புகை இழுத்தேன். எரிந்த தீக்குச்சியை எந்த இடத்தில் போடுவதென்று தெரியவில்லை. உடனே அவர் எங்கிருந்தோ ஒரு ஆஷ்ட்ரே எடுத்து என் முன்னால் வைத்தார். கருகிய தீக்குச்சியை நான் அதில் போட்டேன்."

உடனே நம்பூதிரிப்பாடு விஷயத்திற்கு வந்தார். பஷீரின் புத்தகங்களை மங்களோதயத்திற்குக் கொடுக்க வேண்டும் என்பதுதான் விஷயம். வியாபாரியைப்போலத்தான் பஷீர் பேசினார். நல்ல ராயல்டி கிடைக்க வேண்டும். மங்களோதயம் தகழி, தேவ், சங்ஙம்புழா ஆகியோருக்குக்கூட முகப்பு விலையில் முப்பது சதவிகிதம் கொடுத்திருந்தது. பஷீர், அது போதாது, நாற்பது சதவிகிதம் கொடுக்க வேண்டும் என்றார். கடைசியில் வியாபார நியதிப்படி

முப்பத்திமூன்று சதவிகிதம் என்று முடிவு செய்தார்கள். ஒப்பந்தம் எழுதலாம் என்று ஏற்றுக்கொண்டார் பஷீர்.

அப்போது நம்பூதிரிப்பாடு இரண்டாவது ஆலோசனையை முன் வைத்தார்: இனி பஷீர் திருச்சூருக்கு வந்து தங்கிவிட வேண்டும். வீடு பார்த்துத் தருகிறேன். இங்கே முண்டச்சேரி மாஸ்டர் இருக்கிறார். இலக்கியவாதிகள் எல்லோரும் வருவார்கள். அவர்களது தோழமை கிடைக்கும். அது நல்ல விஷயம். வீட்டில் இருந்து விருப்பப்படி எழுதுங்கள்.

பஷீர் அந்த ஆலோசனையை ஏற்றுக்கொண்டார்.

நம்பூதிரிப்பாடு ஏற்பாடு செய்து கொடுத்ததன்படி, நம்பூதிரிகள் சிலரோடு பஷீர் வசிக்கத் தொடங்கினார்.

நம்பூதிரிகளோடு வசித்ததால் அமைதியான சூழ்நிலை கிடைத்திருக்குமென்று நினைக்க வேண்டாம். அவர்களில் பெரும்பாலானோர் மாணவர்கள். அவர்கள் எப்போதும் சத்தம்போட்டுக் கொண்டிருந்தார்கள். பஷீருக்குத் தனிமை அவசியம். இந்த விவரத்தை மங்களோதயம் மேனேஜராக இருந்த ஆனந்தன் நம்பூதிரியிடம் சொன்னார். ஆனந்தன் இப்படித்தான் சிறிய நம்பூதிரிகளுக்கு அறிவுரை வழங்கினார்: உங்களுடன் வசிப்பது முஸல்மான் என்பது நினைவிருக்கட்டும். கன்றுகாலிகளை பொரித்துத் தின்கிற ஆள். அவருக்குத் தொந்தரவு கொடுக்காமல் கவனமாக இருக்க வேண்டும்.

சிறிய நம்பூதிரிகள் பஷீரைப் பற்றி முதலில், இவரும் ஒரு நம்பூதிரிதான் என்றே நினைத்திருந்தார்கள். முஸல்மான் என்று கேட்டவுடன் அவர்களின் கத்தலும் கூச்சலும் அடங்கியது! (ஆனந்தன் நம்பூதிரியிடம் சொல்வதற்கு முன்பு பஷீர், கத்தியைக் காட்டி சிறிய நம்பூதிரிகளை அச்சுறுத்தினார் என்றும் ஒரு கதை உண்டு. இக்கதையின் ஆசிரியரும் பஷீர்தான்).

நல்ல தனிமை கிடைத்தபோது பஷீர் அந்த சூழ்நிலையோடு கலந்தார். படைப்பில் கவனம் செலுத்தினார். ஒன்றும் செய்யத் தோன்றாத சமயங்களில் இசை கேட்டார். தன் கிராமபோனில் சிறந்த பாடகர்களின் பாட்டுகளைக் கேட்பது - அது பஷீருக்கு ஒருவித போதையாக இருந்தது. அக்காலத்தில் பங்கஜ் மல்லிக், சைகால் ஆகியோர் மீது மிகவும் விருப்பம் கொண்டிருந்தார். அதுபோன்றே ஆங்கிலப் பாடல்களையும், வாத்திய இசையையும் அனுபவித்துவந்தார். இசையே பஷீருக்கு, ஆன்மாவைப் போஷிப்பதற்கான ஆகாரமாக இருந்தது. இசையை அனுபவிக்கும்போது

அந்த ஆன்மா, தாளலயங்களின் சிறகுகளில் பறந்துயர்ந்து அதீத உலகங்களின் ஆன்மிக மகிழ்வை அனுபவித்துவந்தது. அப்போது, தனிமையின் சலிப்பும் துயரமும் மறக்கப்படுகிறது. சமூகத்தைக் குறித்து அப்போது நினைத்துப் பார்ப்பதில்லை. இசையின் வசீகர சக்திக்கு ஆட்படும்போது பஷீரின் மனது, உலக வாழ்வின் யதார்த்தங்களுக்கு அப்பால் உயர்ந்து செல்கிறது. எல்லையற்ற ஆகாயத்தில் தன்னிஷ்டப்படி பறந்து களிக்கும் பருந்தைப்போல அப்போது பஷீரின் மனது நிரந்தரத்தில் கலக்கிறது. யதார்த்தங்களுக்கு மீண்டும் திரும்பி வரும்போதுதான் துயரமும் கலக்கமும் வாழ்வைத் தீண்டுகின்றன.

அந்தக் கட்டத்தில், எழுதத் தோன்றுகின்ற சில சமயங்களில் மட்டுமே கதைப் படைப்பைத் தொடர்வது என்பது பஷீரின் பாணியாக இருந்தது. கதையின் நுட்பமான பல உணர்ச்சிகள் மனதில் நிறைந்து நிற்கின்றன. அவற்றை நல்ல முறையில் வெளிப்படுத்துவது என்பது சுலபம் அல்ல. வார்த்தைகளையும் வாக்கியங்களையும் கவனமாகத் தேர்ந்தெடுக்க வேண்டும். அத்தகைய நேரங்களில், பஷீரில் உள்ள இசை ரசிகரும் எழுத்தாளரும் ஒன்று சேர்கிறார்கள். இசையின் தாளமும் லயமும் வாக்கியங்களில் மட்டுமல்ல, கதைப் படைப்பு முழுதிலும் ததும்பி நிற்க வேண்டும். அப்படியானால்தான் பஷீர் திருப்தியடைவார். அப்போது சரியான வார்த்தைகளுக்காக பிரார்த்திப்பது வழக்கம். கையிலுள்ள சொல்வளம் குறைவாக இருக்கிறதே என்று நினைத்து பலமுறை துயருற்றிருக்கிறார். சொல்வளத்தைப் பெருக்கிக்கொள்ள சங்ஙம்புழாவின் 'ரமணன்' பலமுறை வாசித்தேன் என்று பஷீர் சொல்கிறார். ஆனால், அதனால் பயன் ஏற்படவில்லை.

சொல்வளம் குறைவானதால்தான் தன் படைப்பு அவ்வளவு அதிகமான அழகுடையதாயிற்று என்ற உண்மையை அன்று பஷீர் நினைத்துப்பார்க்கவில்லை. உள்ளுணர்வைப் பிரதியெடுக்க முற்படும் போது, வெளியீட்டிற்கான மொழி எளிதாகக் கிடைக்காதிருக்கும்போது தான் எழுத்தாளன் வார்த்தைகளிலும் வார்த்தைச் சேர்க்கைகளிலும் முடிந்தளவு கவனம் கொள்கிறான். வெளிப்பாட்டு உணர்ச்சிக்கு ஏற்ற நிலைக்கு மொழியைப் பழக்குவதற்கு அப்போது எழுத்தாளன் சிரமப்படுகிறான். அந்த சிரமத்தின் உழைப்புப் பயனாக, பாணியில் ஒளி சேர்கிறது. பஷீரின் பாணியில் உள்ள பிரகாசத்திற்கு இதுவும் ஒரு காரணம்.

அதனால் மிக சாவகாசமாகத்தான் படைப்பைத் தொடர்வார். ஒரு கதையெழுத அனேக நாட்கள் தேவைப்படுவதுண்டு. படைப்புப் பொழுதில் மற்றொரு மனோநிலை தன்னைத் துன்புறுத்துவதுண்டு

என்று பஷீர் சொல்கிறார். அப்போது பேய் பிடித்ததைப்போல மரண சிந்தனை மனதைப் பாதிக்கும்! அந்தக் கதையை எழுதி முடித்தவுடன் தான் இறந்துவிடுவோம் என்ற நினைவு இதயத்தில் ஆதிக்கம் செலுத்தும். 'பால்யகால சகி' எழுதுகிற கட்டத்தில் அந்தக் கலக்கம் மிகவும் தீவிரமானது!

தன் ஆரம்ப காலக் காதலின் பேருணர்வே 'பால்யகால சகி'யில் நிறைந்து நிற்கிறது. அந்தப் படைப்பெங்கும் ஆத்மார்த்தமும் நகைச்சுவையும் துயரமும் உண்டு. துயர பாவத்தில்தான் கதை முடிகிறது. அதில் பஷீரின் பார்வையும் பிரதிபலிக்கிறது. இனிமையானது மிகவும் அற்பாயுளுடையது என்ற பார்வை. ஆன்மாவின் ஒவ்வொரு அணுவையும் அசைக்கிற காதலாக இருந்ததால், அதன் தகர்விலிருந்து கிடைத்த பார்வை பஷீரை பாதித்தது என்று சொல்வதுதான் சரி. அதற்கு ஏறத்தாழச் சமமான ஒரு காதல் இந்த திருச்சூர் வாழ்க்கைக் காலத்திலும் பஷீருக்கு ஏற்பட்டது. சமுதாய நடைமுறையை மீறுகிற தொடர்பாக இருந்தது அது. செல்வச் செழிப்பான நாயர் பெருங்குடியின் உறுப்பினள்தான் இப்போது பஷீரின் நேசத்திற்குரிய நங்கை. அவள் கல்வியறிவு பெற்றவளுமாவாள். அந்த பந்தத்திற்கு கலாசார ரீதியான மற்றொரு தளம் ஏற்படாதிருப்பதற்கு வாய்ப்பில்லை.

அந்தத் தொடர்பின் மிச்சமே 'காதலின் தினங்கள்' எனும் கதை. வெகு காலம் கடந்த பின்பே அது வெளிவந்தது.

'நினைவுகள் இவை' என்பது அந்தக் கதையின் தொடக்க வாக்கியம். சற்று கடந்து, 'இது கதையல்ல. பச்சையான வாழ்வின் ஒரு பகுதி' என்று எழுதியிருக்கிறார். அடுத்த பாராவில் யதார்த்த விவரிப்பு இருக்கிறது. 'எப்படியோ நாங்கள் சந்தித்துவிட்டோம். எனக்கு முப்பத்தி நான்கு அல்லது முப்பத்தி ஐந்து வயது. தேவிக்கு இருபத்தி இரண்டரை. என்னிடம் ஏறத்தாழ இரண்டாயிரம் ரூபாய் இருக்கிறது.'

கதையின் பல பகுதிகள் இதுபோல யதார்த்தங்களை விவரிப்பவை. யதார்த்தங்கள் ஒருபோதும் கதையாகாது என்ற உண்மையை நன்றாக அறிந்திருக்கிற எழுத்தாளர் பஷீர். ஆனால், இந்த உண்மையை மறந்தபடி அவர் இந்த நூலை எழுதியிருக்கிறார். படைப்பு ரீதியான தளர்வு, இதில் ஒரு குறைபாடு என்ற நிலையில் வெளிப்படுகிறது. நுட்ப உணர்வுகள் வெளிப்படுகிற பகுதிகள் குறைவு. பஷீரின் வலிமையான கலைத் திறன், இந்த நூலை தேவையான அளவு சீராட்டவில்லை என்பதுதான் இந்தளவு எழுதியதன் அர்த்தம்.

வார்த்தைகளைக்கொண்டு அபூர்வ அழகுடைய படைப்புகளை உருவாக்கி மலையாளிகளை மெய் சிலிர்க்கச் செய்த பஷீரை இந்த விஷயத்தில் குற்றம் சாட்டுவது சாத்தியமல்ல. இந்த நூலை வெளியிடுவதற்கு அவர் மனதற்று இருந்தார். தன் அனுபவத்தை ஏற்ற உருமாற்றம் செய்து, தொடக்கம் மையம் முடிவுகளுடன் படைப்பதற்கு தன்னால் முடியவில்லை என்று பஷீர் தாமே அறிந்திருந்தார்.

அனுபவங்களை அப்படியே பிரதி செய்வது ஒருபோதும் இலக்கியமாகாது. படைப்புத் தன்மையுள்ள எழுத்துத் திறனின் பிரயோகத்தால் அனுபவங்களுக்கு ரசாயன பரிணாமம் கொடுக்கும் போதுதான் இலக்கியம் உருவாகும். திருச்சூர் வாழ்க்கை ஒருபோதும் சலிப்புடையதாக இல்லை. அங்கே மனதிற்கிசைவான நண்பர்களின் தோழமை இருந்தது. முண்டச்சேரியும் சங்ஙம்புழாவும் அந்த நண்பர்களில் முக்கியமானவர்கள். சங்ஙம்புழாவுடன் முன்னரே எரணாகுளத்தில் நெருங்கிப் பழகியிருக்கிறார். 'வீர்யமான பானம்' பருகுவதற்காகத்தான் பெரும்பாலும் ஒன்று சேர்ந்திருந்தார்கள். முகமூடி இல்லாமல் பழகுகிற சங்ஙம்புழாவின் மீது பஷீருக்கு மிகவும் பிரியம். அனேக இரவுகளில் அவர்கள் ஒன்று சேர்ந்து கேளிக்கைகளில் மூழ்கியிருந்திருக்கிறார்கள். சங்ஙம்புழா அன்று மிகவும் புகழ் பெற்றிருந்தார். அதனால் மற்ற எழுத்தாளர்கள் அவர் மீது கொண்ட பொறாமைக்கு அளவில்லை. கோணல் புத்தியுடைய அவர்கள் பல வழிகளில் சங்ஙம்புழாவை ஏமாற்றினார்கள். அவருக்குத் தொல்லை கொடுத்தார்கள். அதையெல்லாம் அனுபவித்துவிட்டுதான் சங்ஙம்புழா,

"இலக்கியவாதிகள் இலக்கியவாதிகள்,
ஆபத்தானவர்கள் பயங்கரமானவர்கள்.
இவர்களுக்கு இல்லை ஐயோ!
மனசாட்சி என்ற ஒன்று
எள்ளளவாயினும், என்ன செய்ய?
ஆயினும் இவரில் முக்கியத் திருடர்கள்
இந்தக் கவிகள் என்று நினைவுகொள்வீர்."

என்று எழுதினார் (பாடும் பிசாசு). இதுபோன்ற அனுபவங்கள் பஷீருக்கும் ஏற்பட்டிருக்கின்றன. (முதுகில் குத்துவதில் பலர் காட்டிய திறமையைக் குறித்து பஷீர் நகைச்சுவையுடன் - சிலபோது மனக்கசப்புடன் - என்னிடம் சொன்னதை நான் தெளிவாக நினைவுகூர்கிறேன்). இந்தச் சூழலும், நேர்மையாக நடந்துகொள்கிற இயல்பும் இவர்களுக்குள் பிரத்தியேக நெருக்கத்தை ஏற்படுத்தின.

எரணாகுளத்தில் தொடங்கிய இந்தத் தோழமை திருச்சூரில் உறுதிப்பட்டது.

போதாக்குறைக்கு முண்டச்சேரியும் ஒரு காப்பாளரைப்போல இவர்களுடன் இருந்தார். மாலை நேரத்திற்குப் பிறகு ஒன்று கூடுவது இவர்களது வழக்கமாக இருந்தது. மிகப் பெரும்பாலும் பஷீரின் அறையில்தான் இந்தச் சந்திப்பு நடக்கும். இரவு இரண்டு மூன்று மணிவரை நீளும். அந்தச் சந்திப்புகளில் இலக்கிய விவாதத்திற்கும் இடம் இருந்தது. நிகழ்ச்சியில் முக்கியமான அம்சமாக மதுபானம் இருந்தது. இந்தச் சங்கமத்தில் பங்குகொள்ள அடிக்கடி பொன்குன்னம் வர்க்கி, தகழி முதலானோரும் உற்சாகத்துடன் வந்து சேர்வார்கள். சில நாட்களில் அனைவரும் இரவு உணவு சாப்பிட்டது முண்டச்சேரி மாஸ்டர் வீட்டில்தான். அவர்கள் அன்பின் மரியாதையுடன் 'முண்டச்சேரி மாஸ்டர்' என்று அழைத்தார்கள். அவர்கள் எப்போதும் முண்டச்சேரி மாஸ்டருக்கு ஒரு காப்பாளரின் இடத்தை அளித்தார்கள். அவர்களுடையது, ஆயுட்காலம் முழுதும் நீண்டு நிற்கிற நட்புறவாக இருந்தது. அந்தத் தோழமையில் அவர்கள் அனைவரும் விவரிக்க முடியாத மகிழ்ச்சியடைந்தார்கள்.

அவர்களின் சங்கமத்தின் ஒரு நிகழ்ச்சியைக் குறித்துச் சொன்னால்தான் சித்திரம் முழுமையடையும். அது, இசையை ரசிப்பது. பஷீரின் கிராமபோனில் மிகச் சிறந்த இசைத்தட்டுகளைப் போட்டு இசையின் சுவை பருக அவர்கள் ஒருபோதும் மறக்கவில்லை. 'அதன் இன்பத்தை அனுபவித்தபடி வெகுநேரம் நாங்கள் அமைதியாக இருந்திருக்கிறோம்' என்று பஷீர் நினைவுகூர்கிறார். அந்த அமைதியில் அவர்களின் அன்பு மிகவும் அடர்த்தியானதாயிற்று.

அந்தச் சந்திப்பின் நிகழ்ச்சிகளில் கதை வாசிப்பும் உட்பட்டிருந்தது. தேவும், தகழியும், பஷீரும், பொன்குன்னம் வர்க்கியும் அவர்கள் எழுதி முடித்த கதைகளை அடிக்கடி வாசிப்பார்கள். வாசிப்பதில் தேவ் மிகவும் திறமைசாலி. தேவ், ஏற்ற உணர்ச்சி பாவங்களுடன் வாசிப்பார். வாசிப்பிற்குப் பிறகு கதையின் வலிமையைக் குறித்தும், பலவீனத்தைக் குறித்தும் ஒவ்வொருவரும் அபிப்பிராயம் சொன்னார்கள். எதிரான கருத்துகளும் ஏற்பட்டன. அதன் பயனாக விவாதங்கள் எழுந்தன. ஆனால் அவை வாக்குவாதமாக வளர்வதில்லை. அந்த விவாதங்கள் மேலெழுந்து, கருத்துப் பரிமாற்றத் தளத்திற்கு வருவது வழக்கம். மிகப் பெரும்பாலும் முண்டச்சேரி மாஸ்டரின் முடிவுரையோடு அது நிறைவுபெறும். அந்த நட்புச் சந்திப்புகள், கதையின் உள்ளடக்கம் மற்றும் உருவத்தைப் பற்றியான பரிமாணங்கள் குறித்து விரிந்த புரிதல்களை அடைய பெரிதும் உதவின.

தரித்திரனும் சுதந்திரனுமான ஒரு எழுத்தாளர்

மங்களோதயத்துடன் தொடர்புகொண்டு பஷீர் திருச்சூரில் வசிக்கிற காலத்தில் 'கதா பீஜம்' எனும் நாடகமெழுதினார். அனைத்துக் கேரள இலக்கியப் பேரவையின் வருடாந்திர விழாவில் அதை வெளியிட்டார். இதில் ஒரு இலக்கியவாதியின் நிலை சித்திரிக்கப்படுகிறது. சதாசிவம் அதில் முக்கியக் கதாபாத்திரம். அந்தக் கதாபாத்திரம் பஷீர் என்று சொல்லலாம். வறுமையில் வேகிற ஒரு எழுத்தாளர் அவர். முற்றிலும் தனிமையானவர். பத்திரிகையாளர் களுக்கு அவரது கதை வேண்டும். அவரது கதைகள் இன்றி, பத்திரிகையின் மதிப்பைக் காப்பாற்றுவது இயலாது. ஆனால் சன்மானம்? அதைக் கொடுப்பதற்கு யாரும் தயாராக இல்லை. சன்மானம் தருவதாக வாக்களித்து கதையெழுதி வாங்குகின்றவர்கள்கூட பிற்பாடு ஒரு பைசாகூடத் தருவதில்லை.

அப்படியொரு நிலைமையிலா அன்று இலக்கியவாதிகள் வாழ்ந்திருந்தார்கள்? ஆமாம், அப்படித்தான். மிகச் சில 'அதிர்ஷ்டசாலி'களுக்கு மட்டும்தான் சில குறிப்பிட்ட பத்திரிகை களிலிருந்து சன்மானங்கள் கிடைத்துக்கொண்டிருந்தன. சாதியும் குடும்பமும் அடிவருடுவதும்தான் அவர்களின் அதிர்ஷ்டத்தின் ஆதாரமாக இருந்தன. (பொதுவான இந்த ரீதி இகழ்ச்சிக்கும் பாத்திரமாயிற்று). தன்னம்பிக்கையும் படைப்பாற்றலுமுள்ள எழுத்தாளர்கள் சதாசிவனைப்போல வறுமையின் வேதனையில் துடிப்பதற்கு விதிக்கப்பட்டவர்களாயிருந்தனர்.

நாடகத்தில் அந்த ஒரே ஒரு கதாபாத்திரம் மட்டும்தான் பிரகாசமாக உள்ளது. அந்தக் கதாபாத்திரம்கூட துயரார்ந்த ஒரு நிலையின் குறியீடு மட்டுமே. மாதவி, அவருள்ளே உள்ள மற்றொரு அம்சமென்று சொல்லலாம். கஷ்டங்களில் என்னைப் பார்த்து இரங்குகிற ஒரு அம்சம் என்னிலேயே இருக்கும் அல்லவா. மேடையில் நிகழ்த்தும்போது நாடகம் இதயத்தைத் தொடும்படி இருந்ததென்று அக்காலத்தில் பலர் எழுதியிருந்தார்கள். ஆயினும், நாடகமென்ற நிலையில் 'கதாபீஜம்' (கதைக்கரு) சிறந்ததல்ல. உரையாடல் பாணி வசீகரமாக இருந்தது, அவ்வளவுதான்.

திருச்சூர் வாழ்க்கையின்போது பல கதைகள் எழுத முடிந்தது என்பது ஒரு அதிர்ஷ்டம். முண்டச்சேரியுடனும் சங்கம்புழாவுடனும் இருந்த தோழமை, அந்தப் படைப்புகளின் பின்னுள்ள வலுவாக ஆனது. பழைய அனுபவங்களில் சிலவற்றை சார்பற்று வெளிப்படுத்தியதும் அக்காலத்தில்தான். அதில் ஒன்று 'ஜென்ம தினம்' (பிறந்த நாள்). அதிலும் நாம், ஒரு எழுத்தாளன் அனுபவிக்கிற வறுமையின் வலி மிகுந்த சித்திரத்தையே பார்க்கிறோம். ஒரு பிறந்த நாளில் ஒரு தேநீர்கூட குடிக்க வழியில்லாமல், காலை ஏழு மணி முதல் இரவுவரை, அவன் துன்புறுவதான காட்சிகள் அதில் பதிவாகியிருக்கின்றன. உண்மைகளின் விவரிப்பாகத் தோன்றலாம். ஆனால், அந்த விவரணத்திடையிலும் படைப்புச் செழுமை மிக்க ஒரு எழுத்தாளனின் அந்தரங்கத்திலிருந்து பரவுகிற ஒளி தெரிகிறது. ஒரு பகுதியைப் பாருங்கள்.

"... நான் தோசை கட்டிக் கொண்டு வந்த காகிதத்தை எடுத்தேன். அப்போது வீட்டு உரிமையாளன் படி கடந்து கடுகடுப்பான முகத்துடன் வருவதைப் பார்த்தேன். அவனிடம் இனி என்ன சாக்குப் போக்குச் சொல்வது என்று யோசித்து சித்திரத்தைப் பார்த்தேன். விண்ணை முத்தமிடும் பெரும் மணி மாளிகைகள் நிறைந்த மகா நகரம். அதன் நடுவே தலை நிமிர்ந்து நிற்கிற ஒரு மனிதன். இரும்புச் சங்கிலிகளால் அவனை வரிந்து கட்டி பூமியோடு சேர்த்துப் பிணைத்திருக்கிறார்கள். ஆயினும் அவனது பார்வை தளையின் மீதோ தரையின் மீதோ அல்ல. தொலைவே, உயரே கிரகங்களைத் தாண்டி, முடிவற்ற தொலைவில் கதிர்களைச் சிதறுகிற ஒளிக்கூட்டத்தில்! அவனுடைய காலருகே ஒரு திறந்த புத்தகம். அதன் இரண்டு பக்கங்களிலும் அந்த மனிதனுடையது என்று மட்டும் அல்ல, அனைத்து மனிதர்களுடையவும் வரலாறு. அது இப்பிரகாரம்:

"சங்கிலிகளாற்போல மண்ணோடு பிணைக்கப்பட்டிருந்தாலும் அவன் பார்க்கிறான். இட காலங்களைக் கடந்த வீர வசீகரமுடைய நாளையை!"

வறுமையின் காரணமாக ஏற்படக்கூடிய மூச்சுத் திணறலினிடையிலும் - சமகால யதார்த்தங்களுக்கிடையிலும் - நிரந்தரத்தின் பிரகாச நட்சத்திரத்தை பார்க்க முடிகிற சுதந்திரமான எழுத்தாளரை இங்கே நாம் காணமுடிகிறது. 'பிறந்த நாளி'ன் சிறு சிறு சம்பவங்களைக் கோர்த்து நிர்மாணிக்கப்பட்ட கதையிலும் வாசகனுக்கு இந்தத் தரிசனம் கிடைக்கிறது.

திருச்சூரில்தான் பஷீர் ஒதுங்கியிருந்து ஆன்ம வலுவுடன் படைப்பில் ஈடுபடுவதற்குக் கற்றுக்கொண்டார். எழுத வேண்டும்

என்று தோன்றும்போது மட்டும் எழுதுவது என்ற பாணி மாறியது. தோன்றினாலும் தோன்றாவிட்டாலும் ஒரு வேலையைச் செய்வதுபோல எழுதிப் பழகினால் மட்டுமே, எந்த எழுத்தாளனும் தன் துறையில் வெற்றி பெற முடியும். 'கதாபீஜம்' பிறந்தது அப்படித்தான். இலக்கியச் சிந்தனைப் பாணியில் சொன்னால், பஷீர் தானே முயன்று பயிற்சி என்ற மேன்மையை அடைவது இந்தக் கட்டத்தில்தான். இனி உட்பார்வையுடன் எழுத முடியும் எனும் தன்னம்பிக்கை, அந்தக் குண அமைப்பின் அம்சமாக ஆனது.

ஆயினும் பஷீரை இடையிடையே கலக்கம் அலட்டிக் கொண்டிருந்தது. அந்த சுபாவத்தில் இயல்பாகவே அது கலந்திருக்கலாம். விளையாட்டும், தமாஷூம் குபீர்ச் சிரிப்பும் பிறவும் முறையாக நடந்துகொண்டிருந்தன. எல்லாவற்றையும் முடித்துத் தனிமையிலிருக்கும்போது அந்த ஓய்வை முற்றிலும் உடைத்துக்கொண்டு துயரமோ கலக்கமோ பஷீரைப் பாதிக்கும். அது உடல் ரீதியான பாதிப்பாகவும் அனுபவப்பட்டு வந்தது. வரப் போகிற துக்கத்தைக் குறித்து விதி கொடுக்கிற குறிப்புதான் இது என்று பஷீர் பலமுறை கூறியிருக்கிறார். அதற்கு ஆதரவாகச் சொல்வதற்கு சில அனுபவங்களும் அவரிடம் இருந்தன. களங்கமற்ற தன் முதற் காதலி மரணமடையும்போது அவர் தூரத்தில் ஒரு நகரத்திலிருந்தார். அந்த இரவில் ஒரு துயரக் கனவைக் கண்டார். பயந்து விழித்துக்கொண்ட பிறகு அரை மயக்க நிலையில் மீண்டும் உறங்கினார். அப்போதும் கனவு. அதில் பழைய காதலி வருகிறாள். 'நான் இறந்துவிட்டேன்...' என்று சொல்கிறாள். பிறகு தெரிந்தது, அந்த நேரத்தில்தான் அவளது மரணம் நடந்ததென்று.

இன்னொன்று. திருச்சூர் வடக்கு நாதன் கோயிலின் மேற்குப் பகுதியில் முண்டச்சேரியும் சங்கம்புழாவும் பஷீரும் பேசிக் கொண்டிருக்கிறார்கள். திடீரென்று பஷீர் அமைதியாகிறார். சுவாசிப்பதில் சிரமம் இருப்பதாகத் தோன்றுகிறது. உடல் வியர்த்தது... அந்த நிலை சற்று நேரமே இருந்தது. அந்த நேரத்தில் பஷீரின் வாப்பா இறுதி மூச்சுவிட்டுக்கொண்டிருந்திருக்கிறார்.

இதைப்போன்று பல அனுபவங்களையும் பஷீர் மீண்டும் மீண்டும் சொல்லியிருக்கிறார்.

வாப்பாவின் மரணத்திற்குப் பிறகு பஷீர் அதிக காலம் திருச்சூரில் தங்கவில்லை. தலயோலப்பரம்பிலும் எரணாகுளத்திலும் சுற்றிக் கொண்டிருந்தார். அப்படித் திரிந்ததற்கு ஏதாவது காரணங்கள் இருக்கலாம். ஆனால், பஷீரைப் பொறுத்தவரை அப்படியொரு 'காரணத்'திற்கு முக்கியத்துவமில்லை. அவருடைய சுபாவத்திற்கு,

காரண காரியத்திற்கு இடமற்ற ஒரு பக்கம் இருந்தது. அந்தப் பக்கம்தான் மேலே விவரித்த, இயற்கைக்கு அப்பாற்பட்ட அனுபவங்களில் வெளிப்பட்டது. பொருத்தப்பாடு அற்ற தன்மையிலும் இந்த அம்சம் செயல்பட்டது. சிலமுறை அவர் மாயக்காட்சிகளைக் கண்டிருந்தார். அதைப் பற்றிச் சொல்லும்போது ஹல்யூஸினேஷன் (hallucination) எனும் வார்த்தையை அவர் பயன்படுத்தினார்.

தலயோலப்பரம்பு வீட்டில் தங்கியிருந்த (பஷீரின்) சகோதரரான அபு, என்னிடம் சொன்ன ஒரு விஷயத்தை இங்கே நினைவுகூர்கிறேன். வாப்பாவின் மரணத்திற்குப் பிறகு பஷீர் வீட்டுக்கு வந்து தங்கியபோது அது ஏற்பட்டது. ஒரு நாள் ஒரு தம்பியிடம் பஷீர் ஆழ்ந்த தொனியில் சொன்னார்: "நீ இந்தச் சுவற்றில் காது வைத்துக் கேள். ஏதாவது ஓசை கேட்கிறதா?" அப்துல் காதர் எனும் அந்தத் தம்பி, சுவற்றோடு காதைச் சேர்த்து வைத்துக் கவனித்தார். இல்லை, எந்தச் சப்தமும் கேட்கவில்லை. பஷீர் அந்தப் பதிலைக் கேட்டு கலக்கமடைந்தார். வேறு ஒருவரிடமும் அப்படிச் சொன்னார். அவருக்கும் எதுவும் கேட்கவில்லை. அப்போதும் பஷீர் அதிருப்தியடைந்தார். அபுவின் முறை வந்தது. காதை சுவற்றோடு சேர்த்து வைத்து சிறிது நேரம் இருந்ததற்குப் பிறகு அபு சும்மா சொன்னார்: "ஆமாம், சப்தம் கேட்கிறது." உடனடியாகச் சொன்னார் பஷீர்: "கரெக்டு! அவன்கள் வரத் தயாராகிறார்கள்!" பஷீரின் முகத்தில் ஆழ்ந்த பாவம் நிறைந்தது. சற்று நேரத்திற்குப் பிறகு மீண்டும் இயல்பு நிலைக்கு வந்தார். அப்படியொரு சம்பவம் நடக்கவே இல்லை என்பதுபோல பஷீர் நடந்துகொண்டார்.

இந்தப் பிரமை சற்று நேரமே இருக்கும்.

சாதாரணம் அல்லாத ஒரு மனதின் செயல்பாடுதான் இந்தச் சிறிய சம்பவத்தில் உள்ளதென்று பிரத்தியேகமாகக் குறிப்பிட வேண்டியதில்லை. கடற்கரையில் பஷீர் நிர்வாண மங்கையைக் கண்டதிலும் ஆவிகளுடன் தொடர்புகொள்வதிலும் பிறவற்றிலும் இந்தச் செயல்பாட்டைத்தான் பார்க்க வேண்டும். பஷீர் எந்த இடத்திலும் அதிக காலம் தங்க முடியாமற்போனதற்குமான காரணத்தையும் வேறெங்கும் தேட வேண்டியதில்லை.

தலயோலப்பரம்பிலிருந்து எரணாகுளத்திற்கு வந்த பஷீர் சில நாட்களுக்குள் பெட்டி பொருட்களுடன் மதராஸிற்கு வண்டியேறினார். அங்கே வசிக்கிற எம். கோவிந்தனை முன்பே அறிந்திருந்தார். அவர்களுக்கிடையே விரைவாக ஒரு மனப்பூர்வமான தோழமை வளர்ந்து வந்தது. வேறு நண்பர்களும் பலர் இருந்தார்கள். அன்று பெரிய நிலையில் நடந்துகொண்டிருந்த 'ஜெயகேரளம்' வார

இதழின் செயற்பாட்டாளர்களுடன் (குறிப்பாக பி. பாஸ்கரனுடன்) நல்ல உறவு ஏற்பட்டிருந்தது. அதனால், மதராஸ் ஒன்றும் பஷீருக்குத் தெரியாத இடம் அல்ல.

மதராஸில் அன்று பஷீரைப் பார்த்ததைப் பற்றி எம். வி. தேவன் எழுதுகிறார்:

“அன்று மாலை நேரத்தில் ஜெயகேரளம் அலுவலகத்திற்குச் சென்றபோது, பார்க்க வேண்டியவர் யாருமில்லை. உள்ளே ஒரு சிறிய அறையில் எல்லோரும் சேர்ந்து அமர்ந்திருக்கிறார்கள் ‘ஸ்தலத்தே பிரதான திவ்யன்’ (இடத்தின் முக்கிய புனிதன்) அவதரித்திருக்கிறார். பஷீரின் அரங்கேற்றம்தான் நிகழ்ச்சி. பி. பாஸ்கரன் இருக்கிறார். ராமன்ஜி இருக்கிறார், பி.வி.ஆர். வார்யரும் அப்பயும் இருக்கிறார்கள். பஷீர் பலவிதமான பாவனைகளுடன் சிரித்தும், சிலமுறை குபீரென்று பொங்கிச் சிரித்தும், மற்ற சிலபோது பயம் அருவருப்பு முதலிய உணர்ச்சிகளை வெளிப்படுத்தியும் இடைவிடாது பேசிக்கொண்டிருக்கிறார். நான் இந்தச் சபையின் இடுங்கிய அறைக்குச் சென்றுவிட்டேன். பஷீர் என்னை உக்கிரமாக ஒரு பார்வை பார்த்தார். அனைவர் முகத்தையும் மாறி மாறிப் பார்த்தார். அடக்கிய புன்னகையுடன் ஆனால் உரத்த குரலில் ஒரு கேள்வி: ‘யார் இந்தக் குட்டிக் கருப்பன்? ஓ, தேவன் - படைப்பாளி. வரலாம் வரலாம். கொஞ்சம் சுலைமானி தரட்டுமா? குடிப்பீர்களா?’ நான் பவ்யமாகச் சொன்னேன்: ‘குடிக்கிறேன்.’ ‘உட்காருங்கள், சுலைமானி உடனே தயார்.’ அவர் தீப்பெட்டி உரசுகிறார். பக்கத்தில் உள்ள மண்ணெண்ணெய் ஸ்டவ்வைப் பற்ற வைக்கிறார். சற்று நேரம் கடந்தபோது மேலுள்ள பாத்திரத்திலிருந்து ஒரு சிகரெட் டின்னில் ‘சுலைமானியை ஊற்றுகிறார். அவ்வளவு சரியாக இரண்டங்குலம். மற்றொரு சிமிழிலிருந்து கொஞ்சம் சர்க்கரையெடுத்து ஸ்பூனால் கலக்குகிறார், தருகிறார்...”

திரு. தேவன் தொடர்கிறார்: “கொஞ்சம் காலம் ‘ஜெயகேரளத்’தின் அந்த இடுங்கிய அறையில்தான் அவர் வாழ்ந்திருந்தார். அறையில் மண்ணெண்ணெய் விளக்கு, சில அலுமினியப் பாத்திரங்கள், நிறைய சிகரெட் டின்கள், பிறகு வாயகன்று கீழ்ப்புறம் குறுகிச் செல்லும் குழாயுடன் கூடிய பாட்டுப் பெட்டி, சிறிய சாய்வு நாற்காலி, கொஞ்சம் புத்தகங்கள்.”

பஷீர் இரண்டாவதாகவும் ஒரு முறை மதராஸுக்கு வந்து கொஞ்சம் காலம் வசித்திருந்தார். (அதற்கிடையில் பஷீர் எரணாகுளத்தில் புத்தகக் கடை தொடங்கியிருந்தார்). அக்காலத்தில் தான் கேரள சமாஜத்தின் பொறுப்பாளர் பதவிகளுக்கு மாற்றம் ஏற்பட்டது. அந்த மாற்றம் என்னவென்று தேவன் விவரிக்கிறார்.

“மதிராசியில் ஒரு அசல் கம்யூனிஸ்டு ‘டென்’ ஆக இருந்த கேரள சமாஜத்தைக் காப்பாற்ற நாங்கள் கொஞ்சம் பேர் 1952-இல் ஒரு முயற்சி செய்தோம். அதன் நாயகன் டாக்டர் மாதவன் குட்டி. அன்று அவர் மதிராசியில் மருத்துவ மாணவராகவோ அல்லது ஹவுஸ் சர்ஜன் முடித்துக்கொண்டிருப்பவராகவோ இருந்தார். பிறகு எ.என். நம்பியார், அப்ப நாயர், கே.ஏ. கொடுங்ஙல்லூர், எம். கோவிந்தன், நான் மற்றும் இன்னும் சில பேர் இருந்தோம். ஸ்பீக்கர் என். கோபாலமேனோன் தலைமை வகித்த ஒரு வருடாந்திரக் கூட்டத்தில்தான் பலப்பரீட்சை நடந்தது. கூட்ட இடத்தில் குட்டிமாளுவம்மாவும் பிறரும் இருந்தனர். போட்டியில் நாங்கள் வென்றோம்.

“இந்தப் போட்டிக்கு ஆயத்தமாகிற காலத்தில் பஷீர் மதிராசியில் இருந்தார். அப்போது அவர் எழும்பூருக்கும் சேத்துப்பட்டுக்கும் அருகில் உள்ள இரு மாடிக் கட்டடத்தின் ஒரு அறையில் வசித்திருந்தார். எங்களுடைய கூட்டு ஆலோசனைகள் பல அந்த அறையில் நடந்தன. பழைய அரசியல் செயற்பாட்டாளரான அவரது பல அறிவுரைகளும் நுட்பங்களும் யுக்திகளும் எங்களுக்குப் பயன்பட்டன.”

மதராஸில் பஷீர் தங்கியிருந்த காலத்துடன் தொடர்புடையதாக முனைவர் தங்கம் தன் நினைவின் ஒரு சிறிய பகுதியை எனக்கு எழுதி அனுப்பினார். (இந்தியக் கம்யூனிஸ்ட் கட்சியின் தேசியத் தலைவர்களில் ஒருவரான எஸ். சுப்ரமணியசர்மா (சர்மாஜி) அவர்களின் மனைவிதான் முனைவர் தங்கம். எரணாகுளம் மகாராஜாஸ் கல்லூரியில் தாவரவியல் பேராசிரியராக இருந்தார்). அதன் பொருத்தமான பகுதியைக் கீழே எடுத்துக் காட்டுகிறேன்:

“1951-52 கால அளவில் பஷீரும் நாங்களும் மதராஸில் ஒரு கட்டடத்தில் தங்கியிருந்தோம். நான் அன்று மதராஸ் பிரசிடன்சி கல்லூரியில் கற்பித்துக்கொண்டிருந்தேன். அன்று நான் ‘ஆயிரம் விளக்கு’ என்ற இடத்தில் தங்கியிருந்தேன். முஸ்லிம்கள் அதிகமாக வசிக்கும் பகுதி அது. எங்கள் தெருவின் பெயர் அஜீஸ் முல்க் தெரு. சாலையிலிருந்து ஒரு படிக்கட்டு ஏறினால் அங்கே ஒரு சிறிய வராந்தா. அங்கே ஒரு நல்ல அறை. அதில் பஷீர் தங்கியிருந்தார். இந்த வராந்தாவிற்குப் பக்கத்தில் வேறொரு அறையிருந்தது. அந்த அறை, தலச்சேரியைச் சேர்ந்த குமாரன் என்பவரின் தையல் கடையாக இருந்தது. (பகல் நேரத்தில்). அதோடு சேர்ந்ததுதான் குளியலறையும் கழிவறையும். அந்த வீட்டில் தண்ணீரும் வெளிச்சமும் இல்லை. தெருவிலிருந்துதான் தண்ணீர் பிடித்துக்கொண்டு வர வேண்டும்; இரவில் படிப்பதற்கு மண்ணெண்ணெய் விளக்கு! இந்த

அறைக்குப் பக்கத்தில் ஒரு தாழ்வாரமும் படுக்கையறையும் சமையலறையும் இருந்தன. வீட்டின் இப்பகுதியில் நானும், ஒன்றரை வயதான என் மகளும் ஒரு பெரியம்மாவும் வாழ்ந்திருந்தோம்... சர்மாஜி தலைமறைவாக இருந்தார்.

“ஒரு நாள் குமாரன் என்னை பஷீருக்கு அறிமுகப்படுத்தினார். ‘பெரிய எழுத்தாளர்’ - குமாரன் சொன்னார். பஷீர் என்னைப் பார்த்துச் சொன்னார்: ‘எனக்கு சர்மாஜியைத் தெரியும்.’ பிறகு சிரித்தார்! பஷீர் படகுத்துறையில் புத்தகக் கடை நடத்திக்கொண்டிருந்த காலத்தில் சர்மா அடிக்கடி அங்கே செல்வதுண்டு. அன்றும் சர்மா தலைமறைவாக இருந்தார். ஆனால் பஷீர் சர்மாவுக்குப் ‘பலவிதத்திலும்’ உதவி செய்திருந்தார்.

“பெரும்பாலான நேரங்களில் பஷீரின் அறையிலிருந்து பாட்டுச் சத்தம் கேட்கும். சமையல் மணம் வரும்! ஒரு நாள் கோழிக்கோடு அப்துல் காதர் அங்கே வந்து பாடியதை நான் கேட்டிருக்கிறேன். கேரள சமாஜம், ஜெய கேரளம் ஆகிய அமைப்புகளுடன் பஷீர் நல்ல தொடர்பு கொண்டிருந்தார்.

“ஒரு நாள் பஷீர் வந்து சொன்னார்: ‘நான் ஊருக்குத் திரும்பிச் செல்கிறேன். தற்சமயம் கோழிக்கோட்டுக்கு. நான் இவரையும் என்னுடன் அழைத்துச் செல்கிறேன்.’ அந்த நண்பர் கோழிக்கோடு அப்துல்காதர். பஷீர் என் கையில் ஒரு காகிதப் பொதியைக் கொடுத்துவிட்டு அழகாகச் சிரித்தார். பஷீர் சென்ற பிறகு நான் அந்தப் பொதியைத் திறந்து பார்த்தேன். நன்கு வெண்ணிறமான பச்சரிசி கொஞ்சம், இரண்டு பச்சை மிளகாய், ஒரு துண்டு இஞ்சி, ஒரு பெரிய வெங்காயம் கொஞ்சம் கறிவேப்பிலை - இவையெல்லாம் அந்தக் காகிதப் பொதியில் இருந்தன. என்ன செய்வது என்று தெரியாமல் அந்தப் பொதியைப் பார்த்துக்கொண்டிருந்தேன். என் கண்களில் நீர் சுரந்துவிட்டது. அந்த நல்ல மனிதரைப் பற்றி நினைக்கும்போது இப்போதும், அவர் எனக்கு அன்புடன் தந்த அந்தப் பொதிதான் நினைவுக்கு வரும்...”

(எனக்கு தனிப்பட்ட முறையில் அனுப்பிய கடிதத்திலிருந்து)

முதலில் மதராஸுக்குச் சென்றபோதுதான் பஷீர். ‘பூவன் பழம்’ எனும் கதையை எழுதினார். ‘ஜெய கேரளம்’ வருடாந்திரப் பதிப்பில் அதைப் பிரசுரித்தார்கள். அதை பஷீர் பல முறை மாற்றியும் திருத்தியும் முழுமைப்படுத்தினார். எவர் அதை வாசித்தாலும், உருவ அழகிற்கான அந்தப் பிரயத்தனம் விரயமாகவில்லை என்று உணர்வார்கள். ‘ஆனவாரியும் பொன்குரிசும்’ எனும் கதையையும் அவர் மதராஸிலிருந்துதான் எழுதினார் - இரண்டாவது முறை

சென்றபோது. எழுத்து தொடர்கிற ஒவ்வொரு கட்டத்திலும் பஷீர் அதைச் சிலரிடம் படித்துக் காட்டுவார். அப்படிக் கேட்டவர்களில் ஒருவர் திரு. எம்.வி. தேவன். அவர், திருத்தித் திருத்திதான் படைப்பு சென்றுகொண்டிருக்கும் என்று கூறுகிறார். கொஞ்சம் காலம் பஷீர் ஜெய கேரளத்தில் கேள்வி பதில் வடிவத்தில் 'உண்மையும் பொய்யும்' என்றொரு பகுதியை எழுதினார்.

மதராஸோடு தொடர்புபடுத்தியே இந்தக் கதைகளைப் பற்றி இங்கே குறிக்கப்பட்டிருக்கிறது. அங்கு வைத்து பஷீர் வேறு கதைகளையும் ஒருமுகப்பட்ட கவனத்துடன் எழுதியிருக்கிறார். அடிக்கடி எம். கோவிந்தனைப் பார்த்து பல விஷயங்கள் குறித்துப் பேசினார். பஷீர், எம். கோவிந்தன் மீது மிகப் பெரிய மரியாதையும் அன்பும் கொண்டிருந்தார். 1990-இல் எம். கோவிந்தனின் உரைத் தொகுப்பை எஸ்.பி.ஸி.எஸ். பிரசுரித்தபோது அதை பஷீர்தான் வெளியிட்டார். கோழிக்கோட்டில் நடந்த அந்த நிகழ்ச்சியில் நானும் கலந்துகொண்டேன். அன்று பஷீர், உரைகளைக் குறித்தல்ல; எம். கோவிந்தன் என்ற மனிதரைக் குறித்து மதிப்புடன் பேசினார். அந்த செய்திகள் போதுமான அளவு கவனிக்கப்படவில்லை. பஷீர் சொல்வதெல்லாம் தமாஷ்கள் என்ற எண்ணத்துடன் வந்திருந்த 'ரசிகர்கள்' சபையில் இருந்தார்கள்.

அவர்களின் சந்தர்ப்பப் பொருத்தமற்ற சிரிப்புதான் அப்படி நடப்பதற்குக் காரணம். தான் ஆழ்ந்த முறையில் சொன்ன வார்த்தைகளை விளையாட்டு என்று தவறாகக் கருதி சிலபேர் சிரிப்பதைப் பார்த்து அன்று பஷீர் வருந்துவதாக எனக்குத் தோன்றியது.

முதலாவது மதராஸ் வருகைக்குப் பிறகு பஷீர் சில முடிவுகளுடன் எரணாகுளத்திற்குத் திரும்பி வந்தார். முன்பு யோசனையில் இருந்தது இப்போது முடிவாக உறுதிப்பட்டது, அவ்வளவுதான். இலக்கியம் படைப்பதன் மூலம் காலம் கழிப்பது சாத்தியம் அல்ல. வாழ வேண்டுமென்றால் வேறு ஏதாவது தொழில் செய்ய வேண்டும். பழைய அனுபவங்களின் பலத்தில் புத்தக வியாபாரம் செய்வது, அதுதான் மிகவும் நல்லதாக இருக்கும். அதன்படி ஒரு சிறிய 'மூலதனம்' போட்டு பஷீர் புத்தக விற்பனையைத் தொடங்கினார்.

பிற்பாடு பஷீர் அதைப் பற்றிச் சொன்னார்: 'வாழ்வதற்கான வழி என்பது எனக்குப் பிரச்சினையில்லை. எனக்குப் பலவிதமான தொழில்கள் தெரியும். புத்தக வியாபாரமே அன்றைய சூழ்நிலையில் வசதியாகத் தெரிந்தது, அவ்வளவுதான்.'

எரணாகுளத்தில் வசிக்க விடுதி கண்டுபிடிப்பதில் சிரமம் இருக்கவில்லை. கிராமபோன் உட்பட பொருட்களையெல்லாம்

விடுதி அறையில் சீராக வைத்தார். பழைய நண்பர்களுடன் தொடர்பு கொண்டார். இனியெல்லோரும் பார்த்துக்கொள்ளுங்கள் - வைக்கம் முகம்மது பஷீர் எனும் நான் புத்தக வியாபாரம் தொடங்குகிறேன். நல்ல புத்தகங்கள் தேவைப்படுபவர்கள் உடனடியாக வந்து சேர வேண்டும்!

பஷீர் திரும்பி வந்திருக்கிறார்; புத்தக வியாபாரம் தொடங்கப் போகிறார் என்ற செய்தி செவிக்குச் செவி மாறி நகரத்தில் பரவியது. கடை திறப்பது எந்த இடத்தில்?

மூன்றாம் பாகம்

புத்தகக் கடையிலும் பார்கவீ நிலையத்திலும்

புத்தகக் கடையை எங்கே நடத்துவது? எரணாகுளம் படகுத் துறைக்கு அருகே எங்காவது தொடங்குவதுதான் நல்லது. எப்போதும் மனித நடமாட்டம் இருக்கிற ஒரு மையம் அது. அதனருகே, பஷீரின் நண்பர்களில் பெரும்பாலானோர் இருக்கிறார்கள். அலைந்து திரிகின்ற பிச்சைக்காரர்கள், விலைமாதர்கள், கௌரவமானவர்கள், இலக்கியவாதிகள், வியாபாரிகள் முதல் அனைத்துப் பிரிவைச் சேர்ந்தவர்களும் அவர்களில் உட்பட்டவர்கள். அவர்களின் அண்மை பஷீருக்கு விருப்பமான விஷயம். மேலும், அப்பகுதியில் அலைந்து திரிந்து தன் புத்தகங்களை விற்ற அனுபவமும் உண்டு. அதனால், படகுத்துறைக்குப் பக்கத்தில் உள்ள ஒரு இடத்தில் புத்தகக் கடை ஆரம்பித்துவிடலாம் என்று பஷீர் யோசித்தார்.

அந்த யோசனைக்கு ஏற்ற ஒரு சூழ்நிலை ஏற்பட்டது. மலபார்காரர்களான நான்கு பேர் (தலச்சேரி தீயரான (மலபார் ஈழவர்கள்) நான்கு சகோதரர்கள் - எம்.பி. அச்சுதன், எம்.பி. கருணாகரன், எம்.பி. குமாரன், எம்.பி. பாலன்) அந்தப் பகுதியில், 'கானன் ஷெட்' சாலையில் ஒரு பேக்கரி நடத்திக் கொண்டிருந்தார்கள் - 'கொச்சின் பேக்கரி.' அந்தப் பேக்கரியில் பொருட்களெல்லாம் மிகத் தரமுடையதாயிருந்தன. பேக்கரி மேலும் மேலும் வளர்ந்து கொண்டிருந்தது. நான்கு சகோதரர்களும் இலக்கிய ரசிகர்கள்; இலக்கியவாதிகள் மீது பற்றுகொண்டவர்கள். அவர்களுக்கும் பஷீருக்கும் பழக்கம் உண்டு. முதலில், எஸ்.கே. பொற்றேகாடு மூலமாக அறிமுகமானார்கள். எஸ்.கே.பொற்றேகாடு அந்தச் சகோதரர்களின் நண்பர். அவர்களின் வீட்டில் ஒரு உறுப்பினரைப் போலிருந்தார் அவர். எரணாகுளத்திற்கு வரும்போதெல்லாம் அவர் அவர்களோடுதான் தங்குவார். அந்த நிலையில், எஸ்.கே. பொற்றேகாடின் நண்பரும் எழுத்தாளருமான பஷீர் அந்தச் சகோதரர்களின் நண்பரானார். அவர்கள் பஷீர் கதைகளின் ரசிகர்களாயிருந்தார்கள்.

அப்படியென்றால், கொச்சின் பேக்கரியின் ஒரு பகுதியை புத்தக விற்பனைக்குப் பயன்படுத்தக் கூடாதா? அவர்கள் இந்தக் கேள்வியை

பஷீருக்கு முன்னால் வைத்தார்கள். வாடகை தர வேண்டியதில்லை. பேக்கரி பொருட்களை வாங்க வருகின்றவர்களுக்கு புத்தகங்கள் மீதிலும் ஆர்வம் ஏற்படலாம். வழிப் போக்கர்களைக் கவர்கிற விதத்தில் புத்தகங்களைக் காட்சிக்கு வைக்கலாம். நட்புரீதியான உரையாடல்களின் வழியே அவர்கள் இப்படியொரு முடிவுக்கு வந்து சேர்ந்தார்கள். விரைவிலேயே முடிவைச் செயற்படுத்தினார்கள்.

(பிற்காலத்தில் பஷீர், இலக்கியவாதிகளின் மோசடிகளைக் குறித்து சுவாரஸ்யமாக விவரிக்கும்போது எஸ்.கே. பொற்றேகாட்டைப் பற்றி மிகப்பெரும் அன்புடன் குறிப்பிட்டதை நான் நினைவுகூர்கிறேன். எஸ்.கே.யின் கண்ணியமும் நிறைந்த அன்பும் இணையற்றது என்பதுவே அவர் சொன்னதன் பொருள். அதோடு சேர்த்து அவர், கொச்சின் பேக்கரி சகோதரர்களின் மேன்மையைப் பற்றியும் சொன்னார். இலக்கியவாதிகளின் 'பேட்டன்ஸ்' ஆகத்தான் பஷீர் அவர்களைப் பார்த்திருந்தார்.)

புத்தக விற்பனை மோசமாக இல்லை. ஆங்கில, மலையாளப் புத்தகங்கள் மட்டுமல்ல, வார மாத இதழ்களும் அங்கே விற்பனைக்கு இருந்தன. செய்தித்தாள்களையும் விற்பனைக்கு வைப்பதில் பஷீர் கவனம் கொண்டிருந்தார். அந்தப் பகுதி, எரணாகுளத்தில் மிகவும் அதிகமான மக்கள் நடமாட்டம் உள்ள பகுதி. எனவே, புத்தகமோ பத்திரிகையோ வாங்குவதற்காக மக்கள் குறைவில்லாமல் வந்துகொண்டிருந்தார்கள். புத்தகங்களுக்குச் சமமான, அல்லது புத்தகங்களைவிட அதிகமான ஈர்ப்பு மையம் பஷீராக இருந்தார் என்று சொல்லலாம். அவரது விசித்திரமான பாணிகள், பேச்சு முதலானவை மக்களைக் கவர்ந்திழுத்தன. வருபவர்களிடம் புத்தகங்களைப் பற்றிச் சுவையான விளக்கமளித்து, வாங்கச் செய்வதற்கான திறமையும் பஷீருக்கு இருந்தது. கதைகள் மூலமாக பஷீரை விரும்புபவர்களின் எண்ணிக்கை குறைவாக இருந்ததுமில்லை.

பேக்கரிப் பண்டங்கள் வாங்க மாலை நேரங்களில் மக்கள் கூட்டம் வரும். அந்த நேரத்தில் பஷீர், வராந்தாவில் புத்தக விற்பனையைத் தொடர்ந்தார். பெரும்பாலான நாட்களில் அந்திப் பொழுதிற்குப் பிறகு புத்தகக்கடை செயல்படவில்லை. பஷீர், நண்பர்களுடன் சேர்ந்து சிறு சிறு பொழுதுபோக்குகளில் ஈடுபடுவார். ஆயினும் புத்தக விற்பனையில் ஆழ்ந்த கவனம் கொண்டிருந்தார். புத்தகங்களைப் பார்க்க வருகின்றவர்களிடம் வியாபாரியைப்போல நடந்துகொண்டார். அவர்களிடம் பேசுவது குறைவு. புத்தகங்களைப் பற்றிக் கேட்பவர்களிடம் மட்டும் அதன் சிறப்புத் தன்மைகள் என்னவென்று சொல்வார் - அவ்வளவுதான். புத்தகம் வாங்க

நினைப்பவர்களை இனங்காண்பதில் பஷீருக்குப் பிரத்தியேகத் திறமையிருந்தது. வெறுமனே புத்தகங்களைப் பார்ப்பதற்கோ, சலிப்பூட்டவோ புத்தகக் கடைக்கு வருபவர்களும் உண்டல்லவா, அவர்களை தான் 'மைன்ட் செய்வதில்லை' என்று பஷீரே சொல்லியிருக்கிறார்.

அது உண்மைதான். பிற்பாடு, படகுத்துறையில் 'சர்க்கிள் புக் ஹவுசில்' பஷீர் இருப்பதை நான் பார்த்திருக்கிறேன். நான், கதைகளின் நகைச்சுவைகள் மூலமாக அறிந்த பஷீராக இல்லை அவர். (அன்று எங்களுக்கிடையே அறிமுகமில்லை. காரியமாக மட்டுமே பேசுகிற குணம். நான் ஒரு புத்தகத்தைப் பற்றி கேட்டபோது அவர் சற்றதிகம் பேசினார். முகத்தில் மகிழ்ச்சி தெரிந்தது. அதற்குப் பலன் ஏற்பட்டது - நான் அந்தப் புத்தகத்தை வாங்கினேன்).

கொச்சின் பேக்கரியிலிருந்து புத்தகக் கடையை படகுத்துறைக்கு மாற்றியது எப்போதென்று தெரியவில்லை. அதைப் பற்றி நான் பஷீரிடம் ஒரு முறை கேட்டிருக்கிறேன். அவர் பேச்சிலிருந்து தெளிவான வடிவம் எனக்குக் கிடைக்கவில்லை. அதுபோல, தான் வசித்திருந்த இடங்களைக் குறித்து பஷீர் சொல்லும்போதும் அதன் காலவரிசை சரியாக இல்லை என்று எனக்குத் தோன்றியிருக்கிறது. வயதாகுந்தோறும் நினைவுகள் மங்குவது உண்டல்லவா.

இக்காலத்தில் பஷீர், கொஞ்சம் காலம் விடுதியிலும் கொஞ்சம் காலம் வாடகை வீட்டிலுமாக மாறி மாறி வசித்தார். வளைந்தம்பலத்திற்குத் தெற்கு வசம் ரவிபுரத்தில் உள்ள ஒரு வீட்டில் வாழ்ந்திருந்தார். பேய் குடியிருக்கும் வீடு என்ற காரணத்தால் யாரும் அதை வாடகைக்கு எடுக்கவில்லை. தோட்டத்தில் உள்ள கிணற்றில் முன்பு ஒரு இளம்பெண் தற்கொலை செய்துகொண்டாள். அந்தப் பெண்ணின் ஆவி இரவு நேரங்களில் அங்கே விளையாடுவதாக மக்கள் சொல்லி வந்தார்கள். ஆவியாக இருந்தாலும் அதற்குத் தன்மீது பகைமை இருக்காதென்று பஷீர் நம்பினார். மேலும், சொற்பமான வாடகை கொடுத்தால் போதும்! அப்படித்தான் அந்த வீட்டில் தங்கினார். அந்த வீட்டிலிருந்து அவர் எழுதுவதைப் பார்த்திருப்பதாக டாக்டர். சி.கே. ராமச்சந்திரன் நினைவுகூர்கிறார். பஷீர் - புகழ் பெற்ற எழுத்தாளர் ஆனதால் அவரை (அன்று சிறுவனாயிருந்த) ராமச்சந்திரன் பலமுறை கவனித்திருந்தார்.

புத்தகக்கடை தொடர்ச்சியாக இயங்கவில்லை என்றே தோன்றுகிறது. அக்காலத்தில் கொஞ்சம் காலம் அவர் கோட்டயத்தில் தங்கியிருந்தார். டாக்டர் ஐயப்பபணிக்கர், கேஎஸ். நாராயணப்பிள்ளை ஆகியோரும் உடனிருந்தார்கள். 'சிரசாசன பஷீர்' எனும் நினைவுக்

குறிப்பில் ஐயப்பபணிக்கர் அதைக் குறித்து எழுதியிருக்கிறார். அவர் நினைவுகூர்கிறார்:

“வலுவான தசைகளையுடைய உறுதியான உடல். வேதனையின் கோடுகளைத் தெளிவற்றுக் காணமுடிகிற ஒளி பொருந்திய முகம். கையில் தானே தயாரித்த ஒரு கிளாஸ் தேநீர். சற்று உடைந்துபோன மேல் வரிசைப் பல்லின் உடைவில் நாவினாலான உரசல். நாகம்படத்தில் விசாலமான வளாகத்தில் உள்ள வாடகை வீட்டில் ‘பால்யகால சகி’யின் ஆசிரியர் குடும்பத் தலைவராக இருந்தார். குடும்ப உறுப்பினர்கள் போஞ்ஞிக்கரை ராபி, கே.எஸ். நாராயணப்பிள்ளை, பிறகு இந்த நானும்...”

அங்கு வழக்கமாக வரும் விருந்தினர்களில் சி.ஜே. தாமசும் டி.சி. கிழக்கேமுறியும் உட்பட்டவர்கள். அந்த பிரம்மச்சாரிக் குழு தானே சமைத்துண்டு வாழ்ந்துவந்தது.

“பஷீரின் சமையல் அன்று புகழ் பெற்றிருந்தது. சோறும் கறியுமெல்லாம் ஒன்றாக ஒரே பாத்திரத்தில் தயாராகும். எல்லாம் சென்றடைவது ஒரே பாத்திரத்திற்குள்தானே என்ற நியாயம்...”

பஷீர்தான் சமையல்காரர். விடுதிகளில் மற்றவர்களோடு வசிக்கும்போதெல்லாம் சமையல் பொறுப்பை பஷீரே ஏற்றிருந்தார். தனியாக சந்தைக்குச் செல்வார். தேவையான பொருட்களையெல்லாம் சரியாக வாங்கிக்கொண்டு வருவார். அதில் இறைச்சியும் மீனும் இருக்குமென்று நண்பர்கள் சொல்லக் கேட்டிருக்கிறேன். எரணாகுளத்தில் ‘பஷீர்ஸ் புக் ஸ்டால்’ நடத்துகிற காலத்தில் அவரது விருந்தினனாக உணவு சாப்பிட்டபோது அந்தச் சமையலின் மகிமையை நான் நேரடியாக அனுபவித்திருந்தேன். ‘கரிமீன்’ எனும் ஒருவகை மீனை இரண்டு விதமாகச் சமையல் செய்திருந்தார். அந்த அறையில் மீன் வாடையே இல்லை. அவ்வளவு அழகாகவும் சுத்தமாகவும் சமையல் செய்திருந்தார். மூலையில் மண்ணெண்ணெய் ஸ்டவ் இருந்தது எனக்கு நினைவு இருக்கிறது.

கோட்டயத்தில் வசித்ததைப் பற்றி ஐயப்ப பணிக்கர் எழுதிய நினைவுக் குறிப்பில் இன்னும் சில பகுதிகள் இங்கே பொருத்தமானவை:

“முதல் தரமான ‘பஷீர் தேநீர்’தான் காலை முரசொலி. அதன் சுவையே அலாதிதான். மற்ற கனிவகைகள் ஏதாவது இருந்தாலுமே அவ்வளவு முக்கியத்துவம் பெறாது. தேநீர் குடித்துக்கொண்டிருக்கிற பஷீரின் சித்திரத்தைவிட அழகானது சிரசாசனத்தில் நிற்கிற பஷீர். தலை கீழாக நிற்க எனக்குக் கற்றுக் கொடுத்ததும் அவர்தான். கைகள்

இரண்டையும் தரையிலூன்றி, தலை தரையைத் தொடாமல், கால்களை வளைத்து சுவரில் பொருத்துகிற ஒரு நிலையையும் பஷீர் கற்றுக் கொடுத்தார். ஆனால் அது அதிகமாகப் பரவவில்லை. பஷீரால் அதைச் சிரமமின்றிச் செய்ய முடியும். சற்று நேரம் பஷீர் சிரசாசனத்தில் இருப்பார். மதுவின் ஆதிக்கத்தை எதிர்கொள்வதற்கான உடல் வலிமையின் ரகசியம் இந்த உடற்பயிற்சிதான் என்று தோன்றுகிறது.

“இரவுக் காட்சி இதிலிருந்து வித்தியாசமானதாக இருந்தது. பஷீரின் அறையிலிருந்து பங்கஜ் மல்லிக்கின், கே.சி. டேயின், சைகாலின் கிராமபோன் சங்கீதம் மென்மையாக எழும். நாங்களெல்லாம் உறங்கிவிட்ட பிறகுதான் பஷீர் தன் உள் உலகிற்குள் பிரவேசிப்பார். ‘தேரா மந்திர் கா ஹூ தீபக் ஜய் ரஹா’, ‘மே ரோத்தா ஹூம்’, ‘ஸோஜா ராஜகுமாரீ’, ‘இகாதக்தீர் முத்தே இத்னா பதாதோ...’ இந்தப் பாடல்கள் சூழ்நிலையில் சிறிய அலைகளை ஏற்படுத்தி எழும்போது பிராந்தியின், விஸ்கியின், பியரின் மூடிகள் திறக்கப்படும். காலையில் நாங்கள் விழித்தெழுந்து பார்க்கும்போது, விஸ்கியில் பாதி மூழ்கிய கிராமபோன் ரெக்கார்டுகளையும், அருகே கட்டிலில் சுகமான உறக்கத்தில் ஆழ்ந்திருக்கும் பஷீரையும் காண்போம். இந்தக் காட்சி தொடர்ந்து வந்தது. சில இரவுகளில் அந்த அறையில் எழும் சில பிரத்தியேகமான ஓசைகளைக் கேட்டு நாராயணப்பிள்ளையும் நானும் விழித்துக் கொண்டிருக்கிறோம். இதில் பயந்துபோன நாராயணப்பிள்ளை தங்குமிடத்தை சட்டென்று ஒய்.எம்.சி.ஏ.வுக்கு மாற்றினார்.”

ஐயப்பபணிக்கரின் இந்த விவரணம் 1951-இல் கோட்டயத்தில் வசிப்பதைக் குறித்தானது. கொச்சின் பேக்கரியின் ஒரு பாகத்தில் புத்தகக் கடை நடத்துவதும், படகுத்துறையில் சர்க்கிள் புக் ஹவுஸ் நடத்துவதும் அதற்கு முன்பு.

‘பார்கவீநிலையம்’ என்பது ரவிபுரத்தில் பஷீர் வசித்திருந்த வாடகை வீடு. அதில் வசித்ததைப் பின்புலமாக்கி பிற்பாடு பஷீர் எழுதிய கதையின் பெயர் ‘நீல வெளிச்சம்.’ அதில் முதல் வரியைப் பாருங்கள்: ‘நீல வெளிச்சம் எனும் இந்தக் கதை என் வாழ்க்கையின் அற்புத சம்பவங்களில் ஒன்றாகும்.’ சம்பவம் என்று சொல்வதைவிட நல்லது ‘அற்புதத்தின் ஒரு குமிழ்’ என்றும் சேர்க்கிறார். எதார்த்த ரீதியில்தான் கதையை விவரிக்கிறார். (பஷீரின் பிற கதைகளைப் போல) ஆனால், இதில் ஒரு கதாபாத்திரம் கண்ணுக்குப் புலனாகாதவள். காதல் தோல்வியில் கிணற்றில் குதித்து தற்கொலை செய்துகொண்ட, இருபத்தி இரண்டு வயதுடைய பார்கவியின் ஆவி! அவளிடம் பஷீர் பேசுகிறார். பேச்சில் - நகைச்சுவையின், நம்பிக்கையின், பொருத்தத்தின் பக்கங்கள் உண்டு. கடைசியில் ஒரு

நீல வெளிச்சத்தை - தர்க்கத்திற்கு அப்பாற்பட்ட பிரக்ஞையின் நீல வெளிச்சத்தை - பரவச் செய்தபடி கதை முடிகிறது. ஆகமொத்தம் பார்க்கும்போது, தனிமையை அனுபவிக்கின்ற இரண்டு ஆன்மாக்களின் சங்கமத்தை மூடுபனியினூடே காண்கிற தோற்றத்தை அந்தக் கதை ஏற்படுத்துகிறது. 'இருபது வருடத் தனிமை வாழ்வில்,' 'எனக்கு யாருமில்லை' எனும் இப்படியான வாக்கியங்கள் அதற்கிடையிலான பெருமூச்சுகளாகும்...

ரவிபுரத்தில் உள்ள அந்த வீட்டிலும் பஷீர், செடிகள் நட்டு வளர்த்தார். பூச்செடிகள். அங்கும் இரவுப் பொழுதுகள் இசையில் நிரம்பியவையாக இருந்தன. சங்கீதத்தின் தாள லயங்களில் அந்தத் தனித்தவரின் அந்தராத்மா கரைந்து உருகியது. உலகியலுக்கு அப்பாற்பட்ட பேருணர்வின் இனிமையை நுகர்ந்தது. பஷீர் கதைகளின் வடிவப் படைப்பழகின் உறைவிடம் அந்தப் பேருணர்வுதான்.

இதற்கிடையில்தான் படகுத்துறையில் பஷீர் ஒரு புதிய புத்தகக் கடை திறந்தார். அதுதான் 'சர்க்கிள் புக் ஹவுஸ்.' நண்பர்களின், ரசிகர்களின் முன்னிலையில் அதைத் திறந்தார். அது நல்ல இடமாக இருந்தது. விற்பனை மோசமாக இல்லை. கொஞ்சம் காலம் அங்கே கடை நடத்திய பிறகு இன்னும் கொஞ்சம் நல்ல இடத்திற்கு கடையை மாற்ற வேண்டும் என்று தோன்றியது. டி.பி. சாலையில் (இப்போதைய பிரஸ் கிளப் சாலை) ஒரு இரு மாடிக் கட்டடம் அப்போது கட்டி முடிக்கப்பட்டிருந்தது. அதில் புதிய புத்தகக் கடை - பஷீர்ஸ் புக்ஸ் ஸ்டால் - தொடங்க பஷீர் முடிவு செய்தார். அப்படி முடிவு செய்யத் தூண்டிய ஒரு சூழ்நிலையும் வந்து சேர்ந்தது. பி.கே. பாலகிருஷ்ணன் எனும் புத்திளைஞருடன் ஏற்பட்ட தோழமைதான் அந்தச் சூழ்நிலை. தற்காலம் வாழ்க்கைக்கான வழி எனும் நிலையில் ஏதாவது ஒரு தொழில் செய்ய வேண்டுமென்ற எண்ணம் அந்த இளைஞரிடம் ஏற்பட்டது. பலவற்றையும் சிந்தித்துப்பார்த்தார். கடைசியில் புத்தக வியாபாரம் எனும் கருத்திற்கு வந்து சேர்ந்தார். புதிய கட்டடத்திற்கு மாற பஷீர் முடிவு செய்ததும், புத்தகக் கடை நடத்த பி.கே. பாலகிருஷ்ணன் முடிவு செய்ததும் ஒரே சமயத்தில் நிகழ்ந்தன.

படகுத்துறையிலிருந்து புத்தகக் கடையை மாற்றுவதற்கு இன்னொரு காரணமும் உண்டு. அங்கே புத்தகக் கடை நடத்துகிற இடம் அரசாங்கத்தினுடையது. அதற்கு கடையின் வடிவம் கொடுத்து அலமாரியும் பிறவும் ஆயத்தம் செய்தது பஷீர். கடை அழகாக நடப்பதையும், அங்கே மக்கள் கூடுவதையும், அரசாங்க ஊழியர்களில் சிலர் விரும்பவில்லை. இடத்தின் மேற்பார்வைப் பொறுப்பிலிருந்த ஒரு பொதுப் பணித்துறை அதிகாரியிடம் பஷீர் மோசமாக

நடந்துகொண்டார் என்றொரு குற்றச்சாட்டும் எழுந்தது. அதிகாரியைப் பார்த்ததும் வணங்கவோ கும்பிடவோ செய்யவில்லை என்பதுதான் அந்த மோசமான நடத்தை. அந்த அதிகாரியும் அவருடைய உதவியாளர்களும் சேர்ந்து பஷீரை அங்கிருந்து வெளியேற்றுவதற்கான முயற்சிகளை உடனே தொடங்கினார்கள். பஷீரின் புத்தகக் கடையை அவர்கள், அரசாங்கத்தின் இடத்தை அதிகாரப்பூர்வமற்ற வகையில் கைப்பற்றி அங்கே கடை நடத்தும் நடவடிக்கையாகச் சித்திரித்தார்கள். ஒரு விஷயத்தின் மேல் அதிகாரிகள் பிடிவாதம் கொள்ளும்போது, அந்த விஷயம் தொடர்பான காகிதங்கள் மின்னல் வேகத்தில் பறக்குமல்லவா! அந்த வகையில் அவர்கள் 'சர்க்கிள் புக் ஷாப்'பை படகுத்துறையிலிருந்து அகற்றுவதற்கான உத்தரவைத் தயாராக்கினார்கள். கடைசியில் அந்த உத்தரவு ஒரு கையெழுத்திற்காக மந்திரி முன்னால் வந்தது. மந்திரியால் அந்த உத்தரவில் உடன்பட முடியவில்லை. உத்தரவை ரத்து செய்து, இது தொடர்பான அரசின் இறுதி முடிவை இப்படிப் பதிவு செய்தார்: 'இவ்வளவு புகழ்பெற்ற பெரிய இலக்கியவாதி ஒருவர், அரசுக்குச் சொந்தமான இடத்தில் புத்தகக் கடை நடத்துகிறார் என்பது அரசு பெருமை கொள்ளத் தக்க விஷயம்தான். ஆனால், அரசின் இடத்தை இலவசமாகத் தர சட்டம் அனுமதிக்காததால் பிரதி மாதம் பஷீர் ரூ. ஒன்று வாடகை தர வேண்டும்.'

இந்தக் குறிப்பை எழுதுகிற அன்று பொதுப்பணித் துறை மந்திரியாயிருந்தவர் சகோதரன் ஐயப்பன்தான்.

ஆனால் அவர் மந்திரி பதவியில் நிரந்தரமாகத் தொடர மாட்டார் என்று எல்லோருக்கும் தெரியும். பிறகு வருகிற மந்திரிக்கு வேறொரு பார்வையிருக்கலாம். குறிப்பாக, அதிகாரிகளின் கூட்டத்தில், பொறாமை பிடித்தவர்கள் உள்ளதால் இன்று இல்லையென்றால் நாளை தான் வெளியேற்றப்படுவோம் என்று பஷீர் உணர்ந்தார். விஷயம் அந்தளவு செல்வதற்கு முன்பு தானே போய்விடுவதுதான் நல்லது. அதனால்தான் அவர் புத்தக வியாபாரத்தை டி.பி. சாலையில் உள்ள கடைக்கு மாற்ற முடிவு செய்தார்.

எரணாகுளத்து நண்பர்கள்

எடவனக்காடு எனும் ஊரைச் சேர்ந்த பி.கே. பாலகிருஷ்ணனை பஷீருக்கு நன்றாகத் தெரியும். உயர்ந்த மதிப்பெண்ணுடன் தேர்ச்சி பெற்று கல்வி உதவித்தொகையில் மகாராஜாஸ் கல்லூரியில் படிக்கிற பாலகிருஷ்ணன் பெரிய பதவியை அடைவார் என்று பஷீர் முதலில் கருதினார். ஆனால் இண்டர்மீடியட் படிக்கும்போதே பாலகிருஷ்ணன் மேடைப் பேச்சையும் எழுத்தையும் அரசியல் செயல்பாடுகளையும் பிடிவாதத்துடன் மேற்கொண்டார். இவற்றையெல்லாம் கண்டபோது பஷீர், பாலகிருஷ்ணனின் வழி வேறொன்று என்பதை அறிந்து கொண்டார். பாலகிருஷ்ணனின் நண்பர்களான வைலோப்பிள்ளி ராமன்குட்டி, வைலோப்பிள்ளி பாலன் முதலானோரும் பஷீருக்கு நெருக்கமாக இருந்தனர். ரசிகர்களாக இருந்ததால் பல சமயம் பஷீர் அவர்களுடன் சேர்ந்து உற்சாகமாக தமாஷ் பேசிக்கொண்டிருப்பார். அவர்களின் இலக்கிய அனுபவத்தின் விரிவை அவர் நேரடியாகப் புரிந்துகொண்டிருந்தார். அப்படி மேலும் மேலும் நட்புறவு வலுப்பெற்றுக் கொண்டிருந்தது.

மகாராஜாஸ் கல்லூரியில் இண்டர்மீடியட் வகுப்பில் படிக்கிற காலத்திலேயே பாலகிருஷ்ணன் சில கட்டுரைகள் எழுதியிருந்தார். இலக்கியச் சிந்தனை, வரலாறு எனும் பொருட்களில் அமைந்த அந்தக் கட்டுரைகள் சிறு வார இதழ்களில் வெளிவந்தன. என்றாலும் அவை மிக விரைவில் இலக்கிய வட்டங்களில் பேச்சுப் பொருளாக மாறின. அவற்றில், அசாதாரண மேதமைத் திறனும் வலுவான சிந்தனையும் விரிவான அறிவியல் நோக்கும் ஒன்றிணைந்திருந்தன. புகழ்பெற்ற சிலரைக் குறித்து பாலகிருஷ்ணன் சொற்சித்திரங்கள் தீட்டியதும் அந்தக் காலத்தில்தான். பஷீரைப் பற்றிய சொற்சித்திரமும் அதிலுண்டு. பஷீருக்கு அது பிடித்திருந்தது. அந்த சொற்சித்திரத்தில் பஷீரின் உள் ஆழத் தனிமைக்கு முக்கியத்துவம் கொடுக்கப்பட்டிருந்தது. தன் உருவம் கண்ணாடியில் பிரதிபலிப்பதுபோல பஷீருக்குத் தோன்றியது. உங்களுக்குக்கூட தெளிவாகாத பல குணங்களும் உங்களுக்குள் கரைந்திருக்கிறது. அவற்றை இன்னொருவர் தெளிவு படுத்தும்போது நீங்கள், உங்களைக் கண்டுபிடித்ததன் மகிழ்ச்சியை

உணர்கிறீர்கள். அந்த மகிழ்ச்சிதான் பாலகிருஷ்ணனின் சொற்சித்திரத்தைப் படிக்கும்போது பஷீருக்கு ஏற்பட்டது.

மாலை நேரங்களில் படகுத்துறைக்கு வரும்போது பாலகிருஷ்ணன், பலமுறை பஷீரைப் பார்த்து நலம் விசாரித்திருக்கிறார்.

சுதந்திரப் போராட்டத்தோடு தொடர்புடைய மாணவர் கிளர்ச்சிகளில் ஆர்வத்துடன் பங்குகொண்டார் பாலகிருஷ்ணன். எனவே அவர் கல்லூரியிலிருந்து வெளியேற்றப்பட்டார். அவருடன் வெளியேற்றப்பட்டவர்கள் ஒவ்வொரு வகையில் கல்வியைத் தொடர்ந்தார்கள். பாலகிருஷ்ணன் கிளர்ச்சி வழியைவிட்டு விலகவில்லை. அவர் சோஷலிஸ்டுகளின் சங்கத்தில் சேர்ந்தார். மேடைப்பேச்சு, கட்டுரை எழுதுதல் ஆகியவற்றின் மூலமாக அரசுக்கு எதிரான நடவடிக்கையைத் தொடர்ந்ததால் அவர் கைது செய்யப்பட்டார். பஷீரைப்போலவே அவரும் சிறையில் கிடந்தார். (பனம்பிள்ளி, கே. கருணாகரன், பி.கே. பாலகிருஷ்ணன் ஆகியோர் ஒரே சமயத்தில் சிறையிலிருந்தார்கள். பிற்காலத்தில் கே. கருணாகரன் முதலமைச்சர் ஆனபோதும், பாலகிருஷ்ணனைப் பார்க்கும்போது பழைய நட்புடனே நலம் விசாரித்திருந்தார்.)

சோஷலிஸ்ட் பார்ட்டியில் பி.கே. பாலகிருஷ்ணன், மத்தாயி மாஞ்ஞூரானுடன் நிலைகொண்டார். அவர் 'சோஷலிஸ்ட்' எனும் மாத இதழின் ஆசிரியராகவும் இருந்தார். தீரமாக உரையாற்றும் திறன் படைத்திருந்த அவர் எழுத்தும் கூர்மை கொண்டிருந்தது. பழைய நட்பின் அடிப்படையில் பஷீர் இதையெல்லாம் கவனித்துவந்தார். அவர்கள் அடிக்கடி சந்தித்திருந்தார்கள். அந்தச் சூழ்நிலைகள் இருவரின் நகைச்சுவை உணர்வுக்கும் உற்சாகமளித்திருந்தன.

இப்படியொரு பின்னணியில்தான் பஷீர், சர்க்கிள் புக் ஹவுஸை பி.கே. பாலகிருஷ்ணனுக்கு கொடுக்க முன்வந்தார். பாலகிருஷ்ணனோ, அரசியல் செயல்பாடுகளில் திருப்தியற்றவராகிவிட்டிருந்தார். சுதந்திர ஆத்மாவான அவருக்கு அரசியலின் சதிவேலைகள், கட்டுப்பாடுகள் ஆகியவற்றோடு பொருந்தப்படுவது சாத்தியம் அல்ல. எனவே ஏதேனுமொரு தொழிலில் ஈடுபட வேண்டுமென்று விருப்பங்கொண்டிருந்தார். அப்போது பஷீர் இந்த ஆலோசனையை முன்வைத்தார். பாலகிருஷ்ணன் அதை ஏற்றுக்கொண்டார்.

ஆயினும் வியாபாரத்தின் நியதிக்கேற்ற வகையில் எல்லா கணக்கீடுகளுடனும் அவர்கள் கொடுக்கல் வாங்கலை நிறைவேற்றிக் கொண்டார்கள்.

அதற்குள், டி.பி. சாலையில் உள்ள கட்டடத்தின் புதிய அறையில், கொஞ்சம் பெரிய அளவில் புத்தகக் கடை தொடங்குவதற்கான

முன்னேற்பாடுகளை பஷீர் முடித்திருந்தார். 'பஷீர்ஸ் புக் ஸ்டால்' என்ற போர்டும் அமைத்தாகிவிட்டது. சர்க்கிள் புக் ஹவுசை பாலகிருஷ்ணன் ஏற்றுக்கொண்ட உடனே 'பஷீர்ஸ் புக் ஸ்டால்' செயல்படத் தொடங்கியது. நண்பர்களும் விசிறிகளும் இலக்கிய ரசிகர்களும் உட்பட்ட மக்கள் கூட்டம் அப்போது வந்திருந்தது. பஷீரின் நகைச்சுவைகளைக் கேட்டு ரசிப்பதற்கிடையில் அவர்கள் புத்தகங்கள் வாங்கவும் செய்தார்கள். அதே கட்டடத்தின் மேல் மாடியில் பஷீர் வசிக்கத் தொடங்கினார்.

அதன் பிறகான கொஞ்சம் வருடங்கள் பஷீர் அங்கு தங்கினார். அந்த இடத்திற்கருகே அவருக்கு இசைவான நண்பர்கள் நிறையப் பேர் இருந்தார்கள். போஞ்ஞிக்கரை ராபி, பெரும்பாலான நாட்களில் போஞ்ஞிக்கரையிலிருந்து எரணாகுளத்திற்கு வந்து சேர்வார். ராபி கொஞ்சம் காலம் புத்தக விற்பனையில் உதவி செய்தார். இந்தக் காலகட்டத்தில், சங்ஙணாச்சேரியைச் சேர்ந்த தாமஸ் (பெருன்ன தாமஸ்) எரணாகுளத்துக்காரராக வாழ்ந்திருந்தார். கையில் பைசாக் காசுகூட இல்லாமல் வந்து சேர்ந்த பெருன்ன தாமஸ் அற்ப சொற்பமான வேலைகள் செய்து வாழக்கூடிய நிலைக்கு வந்தார். அவர் சிறுகதைகள் எழுதியிருந்தார். (பெருன்ன தாமசின் புகழ்பெற்ற நூல் 'கர்த்தாவின் மணவாட்டி' என்பதாகும். கன்னிகாஸ்திரியின் கதையைச் சொல்கிற அந்த நூல் பெருன்னவிற்கு கெட்ட பெயரையும் கத்தோலிக்க சபையின் அதிருப்தியையும் பெற்றுக் கொடுத்தது. 'பழமையின் பிணங்கள்' என்ற கதைத் தொகுப்பைப் பற்றியும் நான் தெளிவாக நினைவுகூர்கிறேன். பிற்பாடு ஒரு நாடகத்தையும், 'பைத்தியத் திருட்டு' எனும் நினைவுக் குறிப்புகளையும் அவர் வெளியிட்டதைப் பற்றியும் எனக்கு நினைவிருக்கிறது). பெருன்ன தாமஸும் ராபியைப்போலவே பஷீருடன் நெருங்கிப் பழகியிருந்தார். பஷீருக்குத் தேவையான பல வேலைகளையும் செய்து கொடுத்து உதவிவந்தார். பி.கே. பாலகிருஷ்ணன் பிராட்வேயில் உள்ள ஒரு விடுதியில் தங்கத் தொடங்கினார். சாலக்குடியைச் சேர்ந்த கே.கே. தாமஸ் எனும் வழக்குரைஞர், எரணாகுளத்திற்கு தினந்தோறும் வரும் பார்வையாளராக இருந்தார். மத்தாயி மாஞ்ஞூரானைப் பின்பற்றிய அவர், பஷீரின் மிக நெருங்கிய நண்பரானார். அவருடைய ஆளுமை, அறிவுத் திறனும் இலக்கிய அனுபவமும் ஒன்றிணைந்ததாக இருந்தது. உலக இலக்கியத்துடன் அவர் ஆழ்ந்த பரிச்சயம் கொண்டிருந்தார் (இவ்வளவு விரிவான உலக இலக்கியப் பரிச்சயத்தை மிகக் குறைவான பேர்களிடமே நான் பார்த்திருக்கிறேன்). செவ்வியல் இலக்கியங்களும் நவீன இலக்கிய நூல்களும் உள்ள ஒரு நல்ல புத்தக சேகரம் வைத்திருந்த கே.கே. தாமஸ், ஆத்மார்த்தமான தோழமையுறவின் நிறைகுடமாக இருந்தார். அழகான அவரது

வெண்ணிற உருவம் இப்போதும் என் கண்முன்னால் தெளிவாகத் தெரிகிறது. சிலரின் பெயர்களைத்தான் நான் குறிப்பிட்டிருக்கிறேன். அரசியல்வாதிகள், பத்திரிகையாளர்கள், தொழில் புரிவோர் உள்ளிட்ட எத்தனையோவிதமான மனிதர்கள் அந்தக் காலத்தில் பஷீருடன் நட்புக்கொண்டிருந்தனர்.

நிறுவனங்கள் என்ற நிலையில் மூன்று நிறுவனங்களின் பெயர்களைக் குறிப்பாகச் சொல்ல வேண்டியிருக்கிறது. ஷண்முகம் சாலையில் உள்ள ஸீ வியூ ஹோட்டல் (அது செயல்பட்டு வந்த கட்டடம் இப்போதும் அங்கே இருக்கிறது). எம்.பி. ஸ்டுடியோ, கிருஷ்ணன்நாயர் ஸ்டுடியோ என்பவைதான் அந்த நிறுவனங்கள். ஸீ வியூ ஹோட்டலின் உரிமையாளர் ப்ராக்குளம் பாஸி. எம்.பி. ஸ்டுடியோவின் உரிமையாளர் எம்.பி. கிருஷ்ணபிள்ளை. கிருஷ்ணன்நாயர் ஸ்டுடியோவின் உரிமையாளர் பத்மநாபன்நாயர். இவர்கள் மூவருடனும் பஷீர் உறுதியான, மனப்பூர்வமான உறவைக் கொண்டிருந்தார். 1981இல் எம்.பி. கிருஷ்ணபிள்ளைக்கு எழுதிய ஒரு பதில் கடிதத்தின் இந்த வார்த்தைகளில், அந்த ஆத்மார்த்தம் துடிப்பதைக் காணலாம்.

"அன்பான எம்.பி.,

நீங்கள் அனுப்பிய கடிதம் கிடைத்துச் சில நாட்களாகின்றன. நிறைய நோய்களோடு சேர்ந்து இப்போது கண்களுக்கும் பிரச்சினை உண்டு. எழுதுவதும் படிப்பதும் சிரமம். பிள்ளைகள் எல்லாம் நலமென்று நம்புகிறேன்.

அண்ணனிடம் (பத்மநாபன்நாயரிடம்) ஒரு விஷயம் சொல்ல வேண்டும். பல வருடங்களுக்கு முன்பு எரணாகுளத்தில் ஸீதி பில்டிங்கில் அரை ரூபாய் வாடகையுள்ள ஒரு அசுத்தமான அறையில் நான் வசிக்கும்போது, ஒரு நாள் அந்த அறைக்கு அண்ணன் வந்தார். உட்காருவதற்கு ஒன்றுமில்லாததால் அவர் போட்டோ ஸ்டுடியோவிலிருந்து எனக்கொரு ஸ்டூல் கொண்டு வந்து தந்தார். அந்த ஸ்டூல் இப்போதும் என்னிடமிருக்கிறது. இந்த விவரத்தை அண்ணனிடம் சொல்ல வேண்டும். அவரது நலத்திற்காகவும் நீண்ட ஆயுளுக்காகவும் நான் வாழ்த்துகிறேன் என்று சொல்ல வேண்டும்.

எம்.பி. ஸ்டுடியோவில் நிறைய இரவுகள் படுத்துத் தூங்கியதை நினைத்துப்பார்க்கிறேன். எவ்வளவு அருமையான காலம் அது!"

முன்பு குறிப்பிட்டதுபோல 'ஸீ வியூ ஹோட்டல்' அன்று அரசியல் தலைவர்களின் இலக்கியவாதிகளின் சந்திப்பு இடமாக

இருந்தது. ப்ராக்குளம் பாஸி, அவர்களை உற்சாகப்படுத்துகிற ஒரு காப்பாளர் எனும் நிலையில் நடந்துகொண்டார். பருத்த உடல். சிறப்பான முக அமைப்பு. எப்போதும் பிஜி சில்க் ஜிப்பாதான் அணிவார். தோற்றத்தில் பழைய ஒரு நாட்டாண்மைக்காரரை நினைவுபடுத்துவார். தன்னைச் சார்ந்தவர்கள் மீது அன்பு கொண்டவராகவும் இருந்தார். இந்த குணத்தால் ஹோட்டல் நஷ்டமடைந்தது என்பது உண்மைதான். ஆனால் அது ஒரு கலாசார மையமாக விளங்கியது என்பதில் ப்ராக்குளம் பாஸி பெருமைகொள்ள உரிமையிருக்கிறது. அவர் என். ஸ்ரீகண்டன்நாயரைப் பின்பற்றும் அரசியல்வாதியாகவும் இலக்கிய ரசிகராகவும் இருந்தார்.

எம்.பி. ஸ்டுடியோவின் எம்.பி. கிருஷ்ணபிள்ளை அன்று பத்திரிகையாளர்களின் தலைவராக இருந்தார். அனைவரின் அன்பிற்கும் உரியவர். எவருக்கும் எப்போதும் உதவி செய்யத் தயாராயிருப்பவர். அந்த ஸ்டுடியோவில் அரசியல் சர்ச்சைகள், இலக்கியக் கூட்டங்கள் இல்லாத நாட்கள் குறைவு. வசதிப்படும் போதெல்லாம் பஷீர் அந்த சபைகளில் கலந்துகொண்டார். எம்.பி. கிருஷ்ணபிள்ளையின் நகைச்சுவைப் பேச்சு, கேட்பதற்குச் சுவாரஸ்மாயிருக்கும்.

பொதுவாக இவர்களெல்லாம் ஒன்று சேர்ந்து மது அருந்துவதில்தான் மகிழ்ச்சியடைந்தார்கள் என்று சொல்வதில் தவறில்லை. பஷீர் அதற்குள் அந்த விஷயத்தில் திறமை பெற்றுவிட்டிருந்தார். ஒரே ஒரு சிக்கல்தான். குடியை எங்கே நிறுத்த வேண்டும் என்ற நிச்சயமில்லாதிருந்தது. அளவுக்கு அதிகமாகக் குடிக்கும்போது இயல்புத் தன்மை மாறுவதுதான் வழக்கம். பிரக்ஞையற்றுப்போவதும் உண்டு. அந்த நிலையைப் பற்றி பஷீர் ஒரு நேர்காணலில் இப்படிச் சொல்லியிருக்கிறார்:

“நான் மதுவில் முங்கிக் குளித்திருக்கிறேன். பெரும்பாலும் எல்லா போதை மருந்துகளையும் பயன்படுத்திப்பார்த்திருக்கிறேன். வாழ்க்கையை நான் நிறைய வீணடித்திருக்கிறேன். ஆனால், மது அருந்திவிட்டு, போதை மருந்து சாப்பிட்டுவிட்டு நான் எதுவும் எழுதியதில்லை. நான் எழுதியதெல்லாம் சுய அறிவுடனும் கிளீன் மனதுடனும்தான்.”

“மது அருந்தும்போது அது மதுபான யாகம்தான். இரவும் பகலும். மதுபானம் நல்லதென்று எனக்குத் தோன்றியதில்லை. மதுவின் சுவையும் எனக்குப் பிடிக்கவில்லை. ஆயினும் குடித்தேன்; கூட்டு சேர்ந்தும் தனியாகவும்.”

“மதுபானம் நல்லதல்ல. நான் முஸ்லிம். முஸ்லிமிற்கு மதுவும் போதை மருந்துகளும் மறுக்கப்பட்டவை. மத ரீதியான விலக்கு உண்டு. எழுத்தாளர்களுக்கும் நல்லதல்ல. பிறகு மதுபானத்தை

நிறுத்துவதற்கான முயற்சி. நிறையத் தோல்விகள். கடைசியில் நிறுத்தினேன்."

மதுபானத்தை நிறுத்துவதற்கான முயற்சியை பின்பும் கொஞ்சம் காலம் கழித்துத்தான் தொடங்குகிறார். இந்தக் கட்டத்தில், கொண்டாட்டமாக மது அருந்துவதில்தான் விருப்பம். எப்போதாவது ஒரு நாள், திருவனந்தபுரத்திலிருந்து கே. பாலகிருஷ்ணன் வந்து சேர்வார். பத்திரிகை ஆசிரியர், பேச்சாளர், அரசியல் தலைவர் என்று பல நிலைகளில் புகழ்பெற்ற அவரது வசீகரம் அனேக ரசிகர்களை ஏற்படுத்தியிருந்தது. அவர் அங்கே வரும்போதே அவர்கள் வந்து குழுமுவதுண்டு. பலரும் 'பாட்டி'லுடன்தான் வருவார்கள். அப்படி சமர்ப்பணமாகக் கிடைக்கின்ற பாட்டிலை சும்மா போட்டுவிட முடியுமா? எரணாகுளத்தில் இருக்கும்போது அதன் கொண்டாட்டத்தை நடத்த கே.பாலகிருஷ்ணன் பெரும்பாலும் பஷீரைக் கூட்டு சேர்ப்பார். ஒருமுறை இந்தக் கொண்டாட்டத்தின் பிறகான பலனை பஷீர் என்னிடம் காட்டினார். அவரது ஒரு கை வீங்கியிருந்தது. 'என்ன ஆயிற்று?' பதில் ஒரு வாக்கியத்தில்: 'திருவனந்தபுரத்திலிருந்து பாலன் வந்திருந்தார்.' அப்போது நான் கேட்கிறேன்: 'பாலன் வந்ததால் கை வீங்கியது எப்படி?' எனது முட்டாள்தனமான கேள்விக்குப் பதிலாக பஷீர் விளக்கினார். பாலன் வந்தார், வழக்கப்படி கொண்டாட்டம் தொடங்கியது. கொஞ்சம் சென்ற பிறகு பாலனின் கேள்வி: 'அடேய், கிருஷ்ணன் நாயரின் கட்டுரையை நீ படிக்கவில்லையா?'

கேள்விக்குப் பின்னணியுண்டு. பஷீரின் சில கதைகள் உலக இலக்கியத்திலிருந்து திருடப்பட்டவை என்று வாதிட்டு எம். கிருஷ்ணன் நாயர் 'கௌமுதி' (நிலவு) என்ற வார இதழில் எழுதியிருந்தார். அது கொஞ்சம் இரைச்சலை ஏற்படுத்தவும் செய்திருந்தது. சாரமற்ற வாதம் என்றாலும் பஷீர் அதனால் சினமூட்டப்பட்டிருந்தார். அது பஷீருக்கு வருத்தமளிக்கும் விஷயமாகவும் இருந்தது. ஆனால் அவர் அமைதியாகத்தான் இருந்தார். அந்த அமைதியைத் தொட்டுத்தான் கே. பாலகிருஷ்ணன் தன் கேள்வியைத் தொடுத்தார்.

திடீரென்று கோபங்கொண்டார் பஷீர். 'எவனடா உன் கிருஷ்ணன் நாயர்? அவனுக்குப் பதில் சொல்ல வேண்டியது வார்த்தையால் அல்ல' என்று அவர் கத்தினார். அப்போது பக்கத்தில் உள்ள ஸ்டீல் அலமாரியின் ஒரு பக்கத்தில் கை வைத்தபடி பாலகிருஷ்ணன் சொன்னார்: 'இதுதானடா கிருஷ்ணன் நாயர். நீ என்ன செய்வாய்? நானும்தான் பார்க்கிறேன்' சொல்லி முடித்த உடனே பஷீர் முஷ்டி மடக்கி அலமாரியில் ஓங்கி ஒரு குத்து

குத்தினார். பாலகிருஷ்ணன் விடுவாரா? அலமாரியின் மறுபுறத்தைக் காட்டி இதுதான் பஷீர் என்று சொல்லி சமமான வலுவோடு குத்தினார். ஒன்றுக்கு மேற்பட்ட முறை இந்தப் பிரயோகம் தொடர்ந்தபோது இருவரின் கைகளும் வலி கொண்டு வீங்கிவிட்டன. போதை சற்று இறங்கவும் செய்தது. இரண்டு நாட்களுக்குப் பிறகு நான் பஷீரின் கையில் பார்த்தது அதன் பலனைத்தான்!

(பிற்பாடு ஒரு முறை கே. பாலகிருஷ்ணனைப் பார்த்தபோது 'எலும்பு உடையாமல் தப்பித்தது அதிர்ஷ்டத்தின் காரணமாகத்தான்' என்று என்னிடம் சொன்னதையும் நினைத்துப் பார்க்கிறேன்.)

இன்னொரு காட்சியைப் பாருங்கள். ஸீ வியூ ஹோட்டலின் ஒரு அறையிலிருந்து ஒரு நாள் ஏதோ எரியும் புகை எழுந்தது. அதைப் பார்த்து பணியாளர்கள் திகைத்துப்போனார்கள். (மேலே உள்ள அறைகள் பலகைகளால் தனிப் பிரிக்கப்பட்டிருந்தன. பலகைகள் கூரை அளவு உயரமாக இல்லை. அதனால் புகை வேகமாக வெளியே வரும்). பணியாளர்கள் உடனே ப்ராக்குளம் பாஸிக்குத் தகவல் தெரிவித்தார்கள். பஷீரும் தாமஸூம்தான் அறையெடுத்திருந்தார்கள். அவர்களுக்கு ஏதாவது ஆகியிருக்குமோ என்று ப்ராக்குளம் பாஸி அச்சம் கொண்டார். அவர் உடனே கதவை உடைக்கும்படிக் கட்டளையிட்டார். கதவை உடைப்பதில் சற்றும் சிரமம் ஏற்படவில்லை. அப்போது பார்ப்பது என்ன? தரையில் இரண்டு மெத்தைகள் எரிகின்றன! (பஞ்சு எரிகிறது). அதிலிருந்துதான் புகை எழுகிறது. அனைவரையும் வியப்பிலாழ்த்திய விஷயம் என்னவென்றால், பஷீரும் தாமஸூம் மெத்தையின் ஒரு பகுதியில் படுத்திருக்கிறார்கள் என்பதுதான்! பணியாளர்கள் சேர்ந்து இருவரையும் தூக்கி அகற்றினார்கள். தண்ணீர் ஊற்றி மெத்தையின் தீயையும் அணைத்தார்கள். (இரண்டு மெத்தைகள் முழுதாக எரிந்துவிட்டன). மதுபான வேள்வியில் மூழ்கியிருந்த அந்த நண்பர்களிடமிருந்து பிறகுதான் விவரம் தெரிந்தது. தீப்பெட்டி உரசி ஒருவரை ஒருவர் எரியூட்டுவதற்கான கடும் பிரயத்தனத்தில்தான் இப்படி நடந்துவிட்டது!

பஷீருக்கும் தாமஸூக்கும் இடையிலான நட்புறவு அசாதாரணமாக இருந்தது. அந்த உறவில் ஆத்மார்த்தத்தின் கதகதப்பு இருந்தது. விருப்பத்திற்குரியவர்களுக்கு உதவும் சுபாவம் கொண்ட தாமஸ், அவ்வப்போது பஷீருக்கு ஏதாவது பரிசுகள் தருவதில் மகிழ்ச்சியடைந்தார். பரிசு பலகாரமாக இருக்கலாம், புத்தகமாக இருக்கலாம். அப்படி ஏதேனும் ஒரு பரிசாக இருக்கலாம். அவ்வப்போது 'வேள்வி' நடத்தும்போது சச்சரவிட்டுக்கொள்வது என்பது அந்த அன்புறவின் பகுதியாக இருந்தது. (ஒரு காட்சிக்கு நான் சாட்சியாக இருந்திருக்கிறேன்). ஒரு கட்டத்தைத் தாண்டும்போது,

பெரிய வாசகரான தாமஸ் ஒரு குறும்பில் ஈடுபடாமலிருப்பது சாத்தியமல்ல. அவர், பஷீரின் சில கதைகள் திருட்டு என்று சொல்வார். வைல்ட் வெஸ்ட் கதைகளில் சிலவற்றின் பெயர்களைச் சொல்லி, 'அதைத்தானடா நீ திருடியிருக்கிறாய்?' என்று கோபத்துடன் கேட்பார். பஷீருக்குக் கோபம் வரும். 'உன்னை நான் கொன்றுவிடுவேன்' என்று சொல்லியபடி முஷ்டி மடக்கி தாமசின் தோளில் குத்துவார். 'ஐயோ! அம்மா!' என்று அலறுவார் தாமஸ். இப்படிப்பட்ட விளையாட்டுதான் ஹோட்டல் அறையில் ஒருவரை ஒருவர் எரிப்பதற்கான பிரயத்தனமாக மாறியது! இப்படி எத்தனை எத்தனை தமாஷ்கள்! பிறகு அவற்றையெல்லாம் பஷீரே விரிவாகச் சொல்லி 'சபை'க்கு சுவையூட்டுவதுண்டு.

அக்காலத்தில் பஷீருக்கு நிலையான ஒரு சபை இருந்தது. பெரும்பாலான நாட்கள் அவர்கள் அவரின் பேச்சைக் கேட்பதற்காக வந்துகொண்டிருந்தார்கள். பஷீர் அவர்களுக்காக இரவு நேரத்தை ஒதுக்கி வைப்பார். மாலை ஏழு மணிக்கு அவர் புக் ஸ்டாலிலிருந்து புறப்படுவார். அந்த நேரத்தில், சி.ஜே. தாமஸ், பி.கே. பாலகிருஷ்ணன், போஞ்ஞிக்கரை ராபி, பெருன்ன தாமஸ் முதலானோர் ஸீ வியூ ஹோட்டலுக்கு வந்திருப்பார்கள். (கொஞ்சம் காலம் நானும் அந்தச் சபையின் உறுப்பினராக இருந்தேன்). அங்கே அமர்ந்து தேநீர் குடித்தபடி சற்று நேரம் தமாஷ் பேசுவார்கள். (பி.கே. பாலகிருஷ்ணனுக்குக் கண்டிப்பாக டபுள் ஸ்ட்ராங் தேநீர்தான் வேண்டும்). பிறகு எல்லோரும் சேர்ந்து ஷண்முகம் சாலையில் காயலருகிலுள்ள அரைமதிலில் வரிசையாக அமர்வார்கள். அப்போதுதான் உலகத்தைக் குறித்து சர்ச்சை நடக்கும். வெளியிலிருந்து எஸ்.கே. பொற்றேகாடு, எம். கோவிந்தன், என்பி. முகம்மது, பொன்குன்னம் வர்க்கி, ராமு காரியாட்டு முதலானோர் எரணாகுளத்திற்கு வரும்போதெல்லாம் அந்தச் சபையில் பங்கு பெற்றதை நினைவுகூர்கிறேன்.

பொதுவாக, இரவு ஒன்பது மணிக்கு சபை கலைவதுண்டு (பன்னிரண்டு மணியைத் தாண்டிப்போன நாட்களும் குறைவல்ல). அப்போதுதான் பஷீரின் மற்ற சில நண்பர்கள் வருவார்கள். பெரும்பாலும் பஷீர் அவர்களின் பாதுகாப்பில் தன் அறைக்குத் திரும்புவார். பின்பும் அவர்களுடன் ஒன்றிரண்டு மணி நேரம் செலவிடுவார். அதற்கிடையே உணவருந்த மறக்க மாட்டார். பன்னிரண்டு மணிக்குள் எல்லோருக்கும் விடை கொடுப்பார். பிறகு படிக்கும் நேரம். அதிகாலை மூன்று மணிவரை அது நீளும். (அவ்வளவு தாமதமாக உறங்குவதால்தான் காலையில் எழவும் தாமதமாகிறது). இரவின் அமைதியான தனிமையில் படைப்பையோ படைப்பிற்குத் தேவையான ஆழ்ந்த சிந்தனையையோ பஷீர் தொடர்கிறார்.

'சப்தங்களும்' ஆபாசமும்

பஷீர், இலக்கியத்துடன் ஏதாவது வகையில் தொடர்புடைய அனைவரின் அன்பிற்கும் பாத்திரமானவராக இருந்தார். அவர்கள் அவரது கதைகளை விரும்பினார்கள். பிரத்தியேக வாழ்க்கைப் பாணிகளின் மூலம் அவர் ஒரு கதாபாத்திரமாக அவர்களின் மனதில் இடம் பெற்றார். அவரை நேரடியாக அறிந்தவர்களும் அவரது ஆளுமையால் ஈர்க்கப்பட்டார்கள். நகைச்சுவைப் பேச்சுகள், சுவையான சாடை மொழி முதலானவைதான் அதற்குக் காரணம். அவர் சமகால எழுத்தாளர்களைக் குற்றம் சொல்ல முற்படவில்லை. பொறாமையிலிருந்து விடுபட்டிருந்தார். சுய விளம்பரத்திற்காக இலக்கியவாதிகள் செய்கிற 'விலைமலிவான வேலைகள்' அவருக்கு அந்நியமாயிருந்தன. பொதுக் கூட்டங்களுக்கோ, பொது சபைகளுக்கோ செல்ல அவர் விரும்பியதேயில்லை. தனிமையின் காதலனாக கதைப் படைப்பின் வீதியில் பயணிக்கிற பஷீரை நேசிக்காதிருப்பது சிரமமாக இருந்தது. அவர் விவாதங்களுக்கு வாய்ப்பளித்ததும் இல்லை.

ஆனால், 1947-இல் பிரசுரித்த ஒரு கதை விவாதத்திற்கு வழியேற்படுத்தியது. 'சப்தங்கள்' எனும் கதை அது. அதன் உள்ளடக்கம், கௌரவத்தின் எல்லைகளை மீறுகிற ஒரு கருத்து. கௌரவத்துடன் தொடர்புபடுத்தி ஒரு ஆசாரக் கற்பனையை நம்முடைய சமூகம் காப்பாற்றி வருகிறதல்லவா. பகுத்தறியும் உணர்வுடன் அதற்குத் தொடர்பில்லை. உணர்ச்சி கலந்த ஒரு நம்பிக்கை அது. விரைவில் தூண்டலுக்கு ஆட்படுகிற ஒரு உணர்ச்சி. அந்த உணர்ச்சிக்கு வலியேற்படுத்தும் நூல்தான் 'சப்தங்கள்.' கௌரவப் பிரக்ஞைக்கு அதைப் பற்றி 'ஆபாசம்' என்று சொல்லவே தோன்றும். அந்த நூலைக் குறித்து, 'இது முற்போக்கு இலக்கியமென்றால் நான் மகாத்மா காந்தி' என்று எழுதும்படி எஸ். குப்தன்நாயரைத் தூண்டியது கௌரவத்தின் அந்தப் பார்வையல்லாமல் வேறொன்றல்ல.

இலக்கியத்தில் 'ஆபாச'த்தைக் குறித்து குற்றச்சாட்டுகள் எழுந்து கொண்டிருந்த காலம். முற்போக்கு இலக்கியவாதிகள் சில கதைகளில் ஆண் பெண் உறவை ஏறத்தாழ அப்பட்டமாகச் சித்திரித்திருந்தார்கள்.

பழைமைவாதிகளான பலருக்கும் அது பிடித்தமானதாக இல்லை. அவர்கள் 'ஆபாசம்' எனும் குற்றச்சாட்டை எழுப்பினார்கள். முற்போக்கு இலக்கியத்தைச் சார்ந்த விமர்சகர்களுக்கு, அந்தக் குற்றச்சாட்டுக்குப் பதில் சொல்வதில் எந்த சிரமமும் ஏற்படவில்லை. இன்றுவரையான எல்லா இலக்கியப் படைப்புகளிலும் ஆபாசமென்று சொல்லப்படுகின்ற காட்சிகள் உண்டென்று அவர்கள் உதாரணங்களுடன் சுட்டிக் காட்டினார்கள் - புராணங்களிலிருந்துகூட. கதைக்காரர்களோ, அத்தகைய கதைகளைப் பிடிவாதத்துடன் தொடர்ந்து எழுத முற்பட்டார்கள். 'அசிங்கக் கதைகள் ஐந்து' எனும் பெயரில் அந்தக் கதைகளின் தொகுப்பு அன்று வெளிவந்தது. அதற்கெதிராக கடும் விமர்சனங்கள் எழுந்தன. பேராசிரியர் எஸ். குப்தன்நாயர் உட்படப் பலர் அந்தக் கதைகளைக் குற்றம் சாட்டி வலுவான மொழியில் விமர்சனம் எழுதினார்கள்.

'கதை' எனும் பெயரில் சிறுகதைகளுக்கான மாத இதழொன்று அன்று வந்துகொண்டிருந்தது. சி.ஜே. தாமஸ் அதன் ஆசிரியர் குழு உறுப்பினராக இருந்தார். அதன் ஒரு இதழில் பொன்குன்னம் வர்க்கியின் 'மருத்துவரிடம்' எனும் கதை பிரசுரிக்கப்பட்டது. பாலியலும், பாலுறுப்பு நோயைப் பற்றியான குறிப்பும் கலந்த கதை அது. அதே இதழில் சி.ஜே. தாமஸின் ஒரு கட்டுரையும் இருந்தது. அது, 'ஆபாசம்' எனும் குற்றச்சாட்டைக் கேலி செய்வதாக இருந்தது. அதில் ஒரு வாக்கியம் ஏறத்தாழ இப்படியிருக்கும்:

"சிவலிங்கத்திற்கு முன்னால் ஈர உடையுடன் பிரார்த்திக்கிற இளம் பெண்ணை நெருங்கி நேரத்தையும் இடத்தையும் பேசி முடிவு செய்த பிறகு, வெளியே சென்று ஆபாசத்திற்கெதிராக கடல்போன்று கர்ஜிக்கும் மகான்களுக்கு நம் நாட்டில் பஞ்சமில்லையல்லவா?"

கம்யூனிச சார்புடைய விமர்சகர்களும் ஆபாச இலக்கியத்தைக் குற்றம் சாட்டுவதில் சற்றும் பின்வாங்கவில்லை. அவர்கள், 'பாலியல் அராஜகத்துவம்' எனும் வார்த்தையைப் பயன்படுத்தினார்கள் என்பதுதான் வித்தியாசம்.

'சப்தங்கள்' வெளிவருகிற காலத்தின் சூழ்நிலை இதுதான். எனவே பலவிதமான விமர்சனங்கள் எழுவது இயல்பு.

'பாத்தும்மாவின் ஆடு' எனும் கதையில் இந்த விமர்சனங்களைப் பற்றிக் குறிப்பு உண்டு. ஆடு, புத்தகங்களை ஒவ்வொன்றாகத் தின்னத் தொடங்குகிற சந்தர்ப்பத்தில் அது உள்ளது.

"பெட்டியின் மீது 'இளம்பருவத்துத் தோழி', 'சப்தங்கள்' ஆகிய இரு நூல்களின் புதிய பதிப்பின் ஒவ்வொரு பிரதிகள் இருந்தன.

அவற்றில் அது இளம்பருவத்துத் தோழியைத்தான் இப்போது சாப்பிடுகிறது. முன் கால்களால் புத்தகத்தை மிதித்துக்கொண்டு, ஒரே தடவையில் இரண்டு மூன்று பக்கங்களாக நக்கி எடுத்து வாயில் வைத்து ஸ்டைலாக மென்று தின்கிறது. தின்னட்டும்! நல்ல ஆடுதான்... 'சப்தங்கள்' இருக்கிறதல்லவா. பயங்கரமான பெரும் பெரும் விமர்சனங்களின் பீரங்கிக் குண்டுகளைத் தாங்கிய சிறிய புத்தகம். ஆயினும் விஷயம் பயங்கரமானது. அந்தப் புத்தகத்தைத் தின்பதற்கு இந்த ஆட்டுக்குத் தைரியம் வருமா?"

(ஆடு அதையும் தைரியமாகத் தின்றது. அது ஆட்டின் குணம்).

ஒரு பத்திரிகை 'சப்தங்கள்' நூலை போதுமான அளவு திட்டித் தீர்த்த பிறகு இப்படி எழுதியது: "சமூகத்தில் இவ்வளவு அதிகமான கெட்ட குணங்களை வளர்க்கிற இந்த அற்பமான நூலின் ஆசிரியனான விஷஜந்துவை ஆசாரங்களை மதிக்கிற எல்லா சபைகளிலிருந்தும் துரத்த வேண்டும் என்று நாங்கள் உறுதியாகக் கருதுகிறோம்."

இதற்குச் சமமான வசவுகள் பல திசைகளிலிருந்தும் அன்று எழுந்தன. பொதுவாக இப்படிப்பட்ட விஷயங்களை அறிவியல் நோக்கில் பார்க்கிற பேராசிரியர் குற்றிப்புழா கிருஷ்ணப்பிள்ளைகூட, பஷீர் ஆசாரத்தின் எல்லைகளை மீற முற்பட்டதற்கு எதிர்ப்பை வெளிப்படுத்தினார்.

விமர்சனங்கள் பஷீரை சோர்வடையச் செய்யாமல் இல்லை. அவரில் சினம் கொந்தளிக்கவும் செய்தது. அப்போது மதுபானம் அதிகரித்தது. மதுபானச் சபைகளில் தன் கோபத்தை வெளிப்படுத்தினார். அப்போது அவர், ஆசாரக்காரர்களான திருடர்களை குற்றம் சாட்டுவதற்கு ஏற்ற வார்த்தைகளைப் பயன்படுத்தினார். அத்துடன் கோபம் அடங்கியது. பிறகு அவரால் கேலியுடன் விமர்சனத்தைப் பார்ப்பதற்கு முடிந்தது.

ஆனால் 'சப்தங்கள்' எனும் நூலின் அபூர்வ அழகு என்ன என்பதை வெளிப்படுத்த சிலர் முற்படாமல் இல்லை. குற்றிப்புழா மிகவும் மரியாதை கொண்டிருந்த சகோதரன் ஐயப்பன்தான் முதலாவதாக அந்தப் பொறுப்பை ஏற்றார். 'சகோதரன்' பத்திரிகையில் அவர் வெளியிட்ட விமர்சனம் இப்படி முடிகிறது:

"ஆக மொத்தம் விஷயத்திலும் பாணியிலும் 'சப்தங்கள்' ஒரு புதிய தொடக்கமாகிறது. அது அதிதீரமான ஒரு தொடக்கமுமாகிறது. அதில் நூலாசிரியர் வெற்றி பெற்றிருக்கிறார் என்பதில் சந்தேகம் இல்லை."

அந்த விமர்சனத்தில் சகோதரன், இந்தக் கதை, சமுதாயச் சீரமைப்பு எனும் விஷயத்தில் கொண்டிருக்கிற கடமை என்னவென்று விவரிக்கிறார்:

“சமுதாயச் சீரமைப்பை வெறும் மேல்பூச்சாக மட்டும் முடித்துவிட்டால் போதாது. அது உள்ளாழ்ந்த தீமைகளுக்குத் தீர்வாகப் பரிணமிக்க வேண்டும். சமுதாயச் சீரமைப்பு வேலைகள் முக்கியமாக, மனிதர்களை வேசிகளாகவும் ஆண் வேசிகளாகவும் திருடர்களாகவும் பிச்சைக்காரர்களாகவும் பெரு வியாதிகளின் படிவங்களாகவும் யுத்தத்தின் பெயரால் படுகொலை புரிபவர்களாகவும் மாற நிர்ப்பந்திக்கின்ற சூழ்நிலைகளைப் போக்குவதற்காகவும் நடக்க வேண்டும். அந்த உண்மையின் ஒருபோதும் மறக்காத ஒரு நினைவூட்டல்தான் ‘சப்தங்கள்.’”

கதையின் மையம்வரை செல்கிற, கூர்ந்த கிரகித்தலின் கதிர்களைப் பரவச் செய்கிற அந்த விமர்சனம் பஷீரை மிகவும் உற்சாகப்படுத்தியது.

அக்காலத்தில் ஆலப்புழாவில் ஒரு விவாத மேடை கூடியது. அதில் பொன்குன்னம் வர்க்கி, சமுதாயச் சீரமைப்பில் சப்தங்கள் வகிக்கிற பங்கு என்னவென்று விவரித்ததை நான் நினைத்துப்பார்க்கிறேன். அந்தக் கூட்டத்தில் நானும் ஒரு பேச்சாளராக இருந்தேன் (1948). நிகழ்காலத்தை அவர், தொழுநோய் பாதித்த ஒரு உடலுக்கு ஒப்பிட்டார். அந்த உடல் அழகான பட்டாடையால் மறைக்கப் பட்டிருக்கிறது. பஷீரும் மற்ற முற்போக்கு எழுத்தாளர்களும் அந்தப் பட்டாடையை விலக்கிவிட்டு, சமூக உடலின் ரணங்களை நோக்கி அனைவரின் கவனத்தையும் ஈர்க்கிறார்கள். சிகிச்சை செய்து குணப்படுத்துவது எனும் அறிவியல் பார்வையை வாசகர்களிடம் ஏற்படுத்த அது உதவுகிறது.

அதே கூட்டத்தில்தான் எஸ்.கே. நாயர், பகவத் கீதைக்குச் சமமான ஒரு நூல் ‘சப்தங்கள்’ என்று கருத்துச் சொன்னார். இரண்டுக்கும் இடையிலான ஒப்புமை ஆன்மிகத் தளத்தில் இல்லை என்பதுதான் வித்தியாசம். அன்றைய இளைய தலைமுறையினர் (நான் உட்பட) இதே தன்மையில் அந்தக் கதையைப் பாராட்ட உத்வேகம் கொண்டிருந்தனர். அவர்களின் எண்ணிக்கை கொஞ்சமல்ல. ஆயினும் வசவின் ஓசையே மிகையாகக் கேட்டது.

அப்படித் தொடர அனுமதிக்கக் கூடாதென்று பஷீருக்குத் தோன்றியது. நண்பர்களின் கட்டாயத்தின்படி அவர் கேசரி ஏ.பாலகிருஷ்ணபிள்ளையை நேரில் பார்த்து புத்தகத்தைச் சமர்ப்பித்தார். விரைவிலேயே கேசரியின் எதிர்வினை வெளிவந்தது.

கேசரி, ஆர்தர் ரிம்போ எனும் பிரெஞ்சுக் கவிக்கும் பஷீருக்கும் இடையிலான ஒப்புமையைப் பற்றிச் சொல்லியவாறு விமர்சனத்தைத் தொடங்குகிறார். இரண்டாம் பாராவில் அவர் இப்படி எழுதுகிறார்:

“பழக்கத்தினுடையவும் மரபினுடையவும் மகளான ‘கௌரவம்’ எனும் அர்த்தமற்ற முழக்கத்தின் பலவித பக்கங்களுக்கு பஷீர் தன் ‘பிறந்த நாள்’, ‘ஐஷுக்குட்டி’... முதலான சில கதைகளிலும் ‘நிகரற்ற நொடி’, ‘கதைவித்து’ முதலான படைப்புகளிலும் சவால்விட்டிருக்கிறார்... தோல்வியுற்ற இயக்கத்தில் உட்பட்ட சிறந்த சிறுகதைகளில் ஒன்றான ‘சப்தங்களில்’ இந்த சவால் சிகரத்தை அடைந்திருப்பதைக் காணலாம்...”

கேசரி இந்த நூலை சிறுகதையாகத்தான் காண்கிறார் என்பதைக் கவனிக்க வேண்டும். அடுத்த பாராவில் அந்த விஷயத்தை அவர் மீண்டும் சொல்கிறார்.

“பன்னிரண்டு அத்தியாயங்கள் உண்டு. என்றாலும் மேற்சொன்ன நூல் ஒரு குறுநாவல் அல்ல. மாறாக, ஒரு நீண்ட சிறுகதைதான். இன்றைய உலகம் ஒரு மனநோய் மருத்துவமனை எனும் ஒன்றுபட்ட பிரக்ஞையை (யூனிட்டி ஆஃப் இம்ப்ரஷன்) ‘சப்தங்கள்’ ஏற்படுத்துவதன் காரணமாக இது ஒரு சிறுகதையாக ஆகியிருக்கிறது...”

கேசரி தன் விமர்சனத்தை இப்படி முடிக்கிறார்:

“மேற்சொன்ன நூலில், மகாயுத்தங்களின் அர்த்தமற்ற தன்மையை, யுத்த களங்களின் பயங்கரத்தை, உள்நாட்டு இனப் போர்களின் மிருகத்தனத்தை, கௌரவமானவை என்று சொல்லிவருகின்ற வாழ்க்கைகளில் உள்ள கௌரவமின்மையை - மகிழ்ச்சியின்மையை, கௌரவமானவர்கள் அல்ல என்று சொல்லப்பட்டவர்களின் வாழ்க்கையில் உள்ள உண்மையான கௌரவத்தை - மகிழ்ச்சியை, பிறக்கிற மதத்திலேயே மனிதன் வளர்ந்துவர வேண்டும் என்றுள்ள நிலையின் பொருத்தமற்ற தன்மையை, விபச்சாரம் - கற்புடைமை முதலான பல பிரச்சினைகளை பஷீர் அழகாகக் குறிப்புணர்த்தியிருக்கிறார்.”

தவிர, ‘கௌரவத்திற்கான மிகப் பெரும் சவால்’, ‘கலை மேன்மை’ ஆகிய அம்சங்களைப் பற்றியும் கேசரி சொல்கிறார். பஷீர் ஒன்பது மற்றும் பத்தாம் அத்தியாயங்களில் ‘வழிச் சத்திரக் காட்சியை கனவுத் தன்மையானதாக சித்திரித்திருப்பதில் உள்ள கலைச் சிறப்பும் கேசரியின் கண்ணில் படாதிருக்கவில்லை.

இந்த விமர்சனம் பஷீருக்கு ஆத்ம தைரியத்தைக் கொடுத்தது. ஆயினும் ‘சப்தங்கள்’ எனும் நூலின் மீதான தாக்குதல்கள் நிற்கவில்லை. அதன் மீது பரிகாசத்தைப் பொழிகின்ற குறிப்புகள்

பல முறை பத்திரிகைகளில் வெளிவந்தன. அதற்குள் பஷீர், 'சரி, கௌரவக்காரர்களின் கூச்சல் தொடர்ந்துகொண்டிருக்கட்டும்' எனும் மனோபாவத்திற்குப் பழகிவிட்டிருந்தார்.

எப்படிப்பட்ட தர்க்கங்கள் இருந்தாலும் ஒரு விஷயத்தில் அனைவரும் ஒன்றுபடுவார்கள் - 'சப்தங்கள்', மனதைத் தீவிரமாக தொந்தரவு செய்கிற கதை. அதன் காட்சிகளும் கருத்துகளும் வாசகர்களின் மனதிலிருந்து சுலபமாக அகன்றுவிடாது. சிலவற்றைப் பற்றி நாம், 'மனதைவிட்டு மறையாதது' என்று சொல்வதில்லையா - அதுதான் இந்தக் கதையின் இயல்பு.

தெருவில் கைவிடப்பட்ட ஒரு பச்சிளம் சிசு ஒரு மதகுருவின் பராமரிப்பில் வளர்ந்து இளைஞனானது. அவன் ராணுவத்தில் சேர்ந்தான். போர் முடிந்தவுடன் ராணுவத்திலிருந்து விலக்கப்பட்டான். பயங்கரமான அனுபவங்கள் திணிந்த மனதுடன் அலைகிறான். அந்த அனுபவங்களை எவரிடமாவது சொல்லாமல் சமாதானம் கிடைக்காது என்ற நிலைக்கு வந்துவிடுகிறான். அந்தக் கவலையுடன் (பாவத்தை அல்லது குற்றத்தை அறிக்கையிடும் Confession மனோபாவமும் அதிலுண்டு). அவன் ஒரு இலக்கியவாதியை அணுகுகிறான். அவர்களிடையேயான உரையாடல்தான் பன்னிரண்டு அத்தியாயங்கள் உள்ள இந்தக் கதை. நாம் உரையாடலை மட்டுமே கேட்கிறோம். விவரணமில்லை, கதைகூறல் இல்லை. உரையாடலின் 'குரல்'களை மட்டுமே நாம் கேட்கிறோம் என்பதுதான் அர்த்தம்.

'சப்தங்கள்' எனும் பெயர் மற்றொரு தளத்திற்கும் வியாபிக்கிறது. கீழ்நிலையில் உள்ளவர்களின், புறக்கணிக்கப்பட்டவர்களின் மனங்களில் உறைந்து கிடக்கின்ற உணர்ச்சிகள் இங்கே உரையாடல் களின் மீது உயர்ந்தொலிக்கின்றன. மௌனத்தில் அடங்கிய உணர்வுகள் ஓசைகளாக (குரல்களாக) மாறி புலன்களால் அறியப்படு கின்றன என்று பொருள். 'நூற்றாண்டுகளாக மௌனத்தில் ஆழ்ந்து போன குரல்கள் - அடிமைகளின் குரல்கள், விலைமகளிரின் குரல்கள், நிந்திக்கப்பட்டவர்களின் குரல்கள் - என் மூலம் எழட்டும்' எனும் முழக்கமேற்ற வால்ட் விட்மனையே பஷீர் இந்த நூலில் நினைவூட்டுகிறார். மனிதனைக் கண்டுபிடித்த ஒரு எழுத்தாளனின் துயரமும் எதிர்ப்பும் 'குரல்கள்' எனும் நூலில் முழங்குகின்றன.

குரல்கள் - மனிதன் மனிதனிடம் காட்டுகின்ற குரூரத்தின் குரல்கள், மறுக்கப்பட்ட நீதியில் வெறுப்புகொண்டு கொந்தளிக்கும் கோபத்தின் குரல்கள், கௌரவத்திற்காக அதிகாரப் பேராசை கொண்டவர்கள் ஏற்படுத்துகின்ற அர்த்தமற்ற யுத்தத்திற்கெதிரே எழுகின்ற எதிர்ப்பின் குரல்கள், துன்புற்ற மனிதர்களிலும் அமிர்தமாக

நிறைந்திருக்கின்ற நேசத்தின் குரல்கள் - இந்தச் சிறிய கதையில் சிறுசிறு வாக்கியங்கள் மூலமாக என்னவெல்லாம் குரல்கள் வாசகனின் உட்செவிகளில் சங்கீதம்போலப் பதிகின்றன! நிச்சயமாக 'குரல்கள்' அசாதாரண அழகு முற்றி நிற்கிற ஒரு கதை.'

ஆகமொத்தம் பார்க்கும்போது இந்தக் கதை, பஷீரின் ஆளுமை இரண்டாகப் பிரிந்து பரஸ்பரம் பேசிக்கொள்கிற எண்ணத்தை எழுப்புகிறது. அந்த ஆளுமைப் பிரிவுகள், சம கால சமுதாயத்தின் குரூரமான அநீதிகளைக் குற்றவாளிக் கூண்டிலேற்றி விசாரணை செய்கின்றன.

(இங்கே பஷீர், முற்போக்கு இலக்கிய இயக்கத்தின் முழக்கங்களில் ஒன்றை படைப்பின் மூலமாக நிறுவுவதாகச் சொல்லலாம். அக்காலத்தில் தேவும், பொற்றேகாடும் இதே கடமையை வெவ்வேறு ரீதிகளில் நிறைவேற்றியிருக்கிறார்கள்).

'சப்தங்கள்' எனும் நூலின் சில பகுதிகள் மட்டும் இங்கே எடுத்துக் காட்டப்படுகிறது:

"நான் இந்தப் பூமியில் பிறந்தேன். இங்குள்ளவர்களெல்லாம் என்னுடன் பந்தமுடையவர்கள். எக்கருத்துடையவர்களும் எம்மதம் சார்ந்தவர்களும்... அனைவரையும் நான் நேசிக்கிறேன். நான் ஒரு பட்டாளக்காரன் ஆனேன். பட்டாளக்காரனின் கடமை என்ன? முடிந்தவரை மக்களைக் கொல்வது!... நான் கொன்றேன். இழிவான ஈனப் பிறவிகள் கொஞ்சம் பேர் இந்த நாட்டை அடக்கி ஆள்வதற்காக..."

"... ஏறத்தாழ எல்லா மதங்களும் ஒன்றுதான்; எல்லாம் மனிதனை நல்வழிப்படுத்த முயல்கின்றன."

"... உங்களுடைய உள்ளங்கால் முதல் உச்சந்தலைவரை தோல் முழுதும் பச்சையாக உரிந்துவிட்டது என்று நினைத்துக்கொள்ளுங்கள். ரத்தம் முழுதும் பீறிடுகிறது... தீ பிடித்துவிட்டது என்றுதான் நான் நினைத்தேன். நிர்வாணமான சிவப்பு மனிதன். அந்தக் கண்கள்! கை விரல்களிலிருந்தும் குறியிலிருந்தும் சுட்டுப் பழுத்த கம்பிகள்போல ரத்தம் பீறிடுகிறது..."

"... கதைகளிலோ பேச்சுகளிலோ எதுவும் சொல்லலாம். பச்சையான வாழ்க்கையில் ஒவ்வொருவரும் ஒவ்வொரு அநாதை ஜீவிதான்."

"முடிவற்ற அமைதி. பயங்கரமான குளிர். நான் கண்களைத் திறந்தேன். இருள். அடர்த்தியான இருள் அல்ல. வெளிச்சம் கலந்த அசாதாரணமான ஒரு... கடந்துபோன சரித்திரங்களின் காலத்திற்கு முன்பு, ஆதி இரவு என்று சொல்வதுண்டல்லவா, மனிதர்களும்

மற்றவையும் உருவாவதற்கு முன்பு, என்னமோ ஏதோ அப்படி ஒரு நினைவு வந்தது..."

"அடர்த்தியான இருள் பரப்புதான் கடல்... கலக்கமேற்படுத்தும் ஒரு தனிமை. அது என் ஒவ்வொரு அணுவின் வழியாக இதயத்தின் உள்ளாழம்வரை சென்றது. அப்போது எனக்கு புராதனமான ஒரு கருத்து நினைவு வந்தது: போக்கிடமற்றவர்களின் கடைசிப் புகலிடம்தான் ஈஸ்வரன்!"

பஷீர் இதுபோன்ற விசித்திரமான காட்சிகளையும், கருத்துகளையும் இசைவுடன் ஒன்று சேர்த்து வார்த்தைகளால் உருக்கொடுத்த சுவரோவியமே 'சப்தங்கள்.' அது மலையாளத்தில் ஏகாந்தமான பன்நிற அழகுடன் தனித்துத் திகழ்கிறது.

தனித்தவரின் மனநோய்

புத்தக விற்பனையில் பஷீருக்கு உதவி செய்யப் பலர் இருந்தார்கள். அவர்கள் நம்பிக்கையானவர்கள். அவர்களிடம் பொறுப்பைக் கொடுத்துவிட்டு வெளியே சுற்றப்போக அவர் ஒருபோதும் தயங்கியதில்லை. ஆயினும் பெரும்பாலும் கடையில் இருப்பதுதான் வழக்கம். ஆங்கிலத்திலும் மலையாளத்திலும் உள்ள நல்ல புத்தகங் களைக் காட்சிப்படுத்துவதில் பிரத்தியேகக் கவனம் கொண்டிருந்தார். அவற்றில் அவருக்குப் பிடித்தமான ஆங்கிலப் புத்தகங்கள் இருக்கும். அவற்றின் சிறப்பைப் பற்றி அவர் சொல்வதைக் கேட்டால் மக்கள் தவறாமல் வாங்கிச் செல்வார்கள். பஷீர் நல்ல விற்பனையாளராக இருந்தார்.

புத்தகக் கடையின் மேசைக்கருகே ஒரு நாற்காலி மட்டும் இருக்கும். அதில் பஷீர் அமர்வார். வேறு ஒன்றிரண்டு நாற்காலிகளும் இருந்தன. ஆனால் அவற்றை எப்போதும் அலமாரிக்குப் பின்னால் வைப்பதுதான் வழக்கம். தனக்குப் பிடித்த யாராவது வந்தால் மட்டும், அந்த நாற்காலியை எடுத்து விரித்துப் போடுவார். ஒரு முறை முண்டச்சேரி மாஸ்டருக்கு அப்படி நாற்காலி கொடுப்பதை நான் பார்த்திருக்கிறேன். மரியாதையுடன் அப்படிச் செய்தார். நாற்காலிகளை நிலையாக அங்கே போட்டு வைத்திருந்தால், வீண் பொழுது போக்குபவர்கள் வந்து அமர்ந்துவிடுவார்கள் என்று அனுபவம் சொல்லிக் கொடுத்திருந்தது. அப்படிப்பட்டவர்களைச் சகித்துக் கொள்வது என்பது பயங்கரமானது.

பஷீரின் பேச்சைக் கேட்டு ரசிக்க நீங்கள் அங்கே செல்ல வேண்டியதில்லை. அதெல்லாம் சில சமயங்களில் மட்டுமே நடக்கும். அவர், வியாபாரத்திற்குத் தேவையான கண்டிப்புடன்தான் இருப்பார். வருபவர்கள் எவ்வகையானவர்கள் என்பதை இனங்காண்பதற்கான ஒரு நுட்பமான பார்வை அவருக்கு இருந்தது என்று எனக்குத் தோன்றியிருக்கிறது. எனவே கொஞ்சம் பேர்களையே அவர் விரும்புகிறார். அவர்களை எப்போதும் (நாற்காலி கொடுத்து) வரவேற்கிறார்.

(அப்படி வரவேற்புக் கிடைக்காதுபோன காரணத்தால் சிலர் அவர் மீது இலக்கியத் திருட்டுக் குற்றத்தை சுமத்தக்கூட முயன்றார்கள்).

மக்கள் பொதுவாக, இலக்கியவாதிகளில் வித்தியாசமான ஒருவராகத்தான் பஷீரைப் பார்த்தார்கள். சுய விளம்பரத்தில் சற்றும் ஆர்வமில்லை. உரை நிகழ்த்தச் செல்வதில்லை. இலக்கியவாதிகள் ஒன்று சேரும் இடங்களிலிருந்து எப்போதும் விலகி நிற்கிறார். வேண்டுமென்றே விலகி நிற்பதாகத்தான் பார்த்திருக்கிறேன். ஒரு முறை எரணாகுளத்தில் மகாராஜாஸ் கல்லூரியில், இலக்கியப் பேரவையின் விழா ஆடம்பரமாக நடந்தது. அப்போது பஷீர் மட்டும் அங்கே யாருக்கும் தென்படவில்லை. சில ரசிகர்கள், அவரைச் சும்மா ஒரு முறை பார்ப்பதற்காக சற்றுத் தொலைவில் உள்ள புத்தகக் கடைக்குச் சென்றார்கள். அங்கே அவர், சுவாரஸ்யமாகச் சிலரிடம் பேசிக்கொண்டிருப்பதை அவர்கள் பார்த்தார்கள். பேரவைக் கூட்டத்தில் முதல் நாள் நிகழ்ந்த கேசவதேவின் உரையை துண்டுப்பிரசுரமாக பஷீர் அங்கே விற்றுக் கொண்டிருந்ததையும் அவர்கள் பார்த்தார்கள். (பஷீர் அவற்றை உற்சாகத்துடன் விற்கிறார் என்று பத்திரிகைகளில் செய்தி வந்தது).

அதே நேரம் அவர் இலக்கியவாதிகளின் நண்பராகவுமிருந்தார். யாரையும் தப்பிதமாகப் பேசி நான் கேட்டதில்லை. கேலி செய்வார் என்பது உண்மை. ஆனால் கேலி செய்யப்படுபவர்கள்கூட அதை விரும்புவார்கள். தன் படைப்பின் தனிச் சிறப்புகளை உணர்ந்து கொண்டதன் காரணமாக அவர் பொறாமையிலிருந்து விடுபட்டிருந்தார். ஆயினும், தன் நூல்களுக்கு தகுதியான அங்கீகாரம் கிடைக்காததைப் பற்றி புகார் இல்லாமலிருந்தார் என்று சொல்ல முடியாது. அது மனித இயல்புதான். தன் படைப்புகளுக்கு ஏற்ற அங்கீகாரம் கிடைக்க வேண்டும் என்று விரும்பாத எழுத்தாளர் யார்?

ஏதாவதொரு நோக்கின் தூண்டுதலால்தான் பஷீர், கூட்டங்களில் கலந்துகொள்ளாமல், உரை நிகழ்த்தச் செல்லாமல் தனதான ரீதியில் வாழ்ந்துகொண்டிருந்தார் என்று தோன்றவில்லை. (எம். கோவிந்தனுடன் கொண்டிருந்த ஆழ்ந்த நட்பின் காரணமாகத்தான் பஷீர், அமைப்புகளிலிருந்து ஒதுங்கியிருந்தார் என்று சொல்வதில் உண்மையில்லை. தன் தத்துவத்திற்கேற்றபடி தான் வாழ்வது என்றல்லாமல், மற்றவர்கள் எந்த வழியைச் சார்ந்து நடக்க வேண்டும் என்று அறிவுரை சொல்கிற இயல்பு எம். கோவிந்தனுக்கில்லை. அறிவுரையைக் கேட்டு நடக்கிற பழக்கம் பஷீருக்குமில்லை.) அதன் காரணத்தை, பஷீரில் உறுதியாக நிலைகொண்டிருந்த தனிமை மன நிலையில்தான் பார்க்க வேண்டும். அவர் என்றும் தனித்தவராயிருந்தார்

என்பதுதான் உண்மை. தனிமையின் முடிவற்ற தீரங்களில் ஒரு துறவியைப்போல அவர் எப்போதும் பயணித்துக்கொண்டிருந்தார்.

தனிமையும் தனித்திருத்தலும் இரண்டு வகைப்படும். நீங்கள் தேர்ந்தெடுப்பதுதான் தனிமை. அதற்கு பிரார்த்தனையின் புனிதமுண்டு. சில சமயங்களில் அதில்லாமல் அமைதியை நிலைநிறுத்த முடியாது. ஆனால் தனித்திருத்தல் என்பது உங்கள் ஆன்மாவின் பகுதியான ஒரு சுபாவம். ஜனக் கூட்டத்திலோ, அமைப்பிலோ கலக்க முடியாத விதத்தில் அந்த குணம் உங்களில் ஆதிக்கம் செலுத்துகிறது. பஷீரிடம் அது வலுவுடனிருந்தது. ‘ஜன்ம தினம்’ எனும் கதையையோ, ‘கதா பீஜம்’ எனும் நாடகத்தையோ வாசித்துப் பாருங்கள். அவற்றில், தனித்தவரின் ஆன்மா துடிப்பதை நீங்கள் உணரலாம். இதயத்தின் நுட்பமான தளங்களை வெளிப்படுத்துகிற ‘அனர்க நிமிஷம்’ படித்தால் இது மேலும் விளக்கமாகும். அதில், ‘தனிமையின் பெருங்கரை’ என்று ஒரு பகுதியே இருக்கிறது. இருந்து சில வாக்கியங்கள் கீழே:

“நான் மட்டும் தனிமையின் இந்தப் பெருங்கரையில். நான் மட்டும்.”

“நான் தனித்தவன். எனக்கு யாரும் துணையில்லை. நீ இல்லாதிருந்த ஒரு காலமிருந்தது. அன்று நான் தனிமையின் பெருங் கரையிலிருந்தேன்...”

இதுபோன்ற அனேகப் பகுதிகள் பஷீரின் படைப்புகளில் உண்டு. அவற்றையெல்லாம் சேர்த்து வைத்துப் பார்க்கும்போது, அவரது கதை உலகத்திற்கு ‘தனிமையின் பாடல்’ எனும் பெயர்தான் பொருத்தமாக இருக்கும் என்று தோன்றுகிறது.

மேலே குறிப்பிட்ட ‘அனர்க நிமிஷம்’ வாசகரை மீண்டும் மீண்டும் படிக்கத் தூண்டும் ஒரு உரைநடைக் காவியம். வார்த்தைகளில் அடைபடாத உணர்ச்சிகளை வெளிப்படுத்தும் சக்தியுடைய படைப்புத் திறன், அதை மிகவும் வலுவான ஈர்ப்புடையதாக்குகிறது. கடவுள், மனிதன், வாழ்க்கை, காலம், மரணம் முதலிய தீவிரமான பிரச்சினைகள், தேடலில் ஆவல்கொண்ட ஒரு மனதின் மூலமாக அதில் வெளிப்படுத்தப்பட்டிருக்கின்றன. காரிய காரணப் பொருத்தப்பாடுடைய சிந்தனைகள் வழியே அல்ல, உணர்வடர்த்தியான கற்பனைகளினூடே.

அனைத்திற்கும் மேலாக, படைப்புத் தன்மையான சித்தப் பிரமை பாதித்த ஒரு மனதின் குழம்பிய நிலை அதில் அங்கங்கே பிரதிபலிக்கிறது.

'அனர்க நிமிஷம்' 1946-இல் வெளியானது. அதற்குப் பிறகுதான் 'சப்தங்கள்' வெளியானது. இவற்றின் பல பகுதிகள், முன்பு துறவியைப் போல அலைந்து திரிந்துகொண்டிருந்த காலத்தில் தன் இதய வானில் சோம்பிய மேகங்களாகத் தோன்றியவையென்று பஷீர் பிற்காலத்தில் சொல்லியிருக்கிறார். இரண்டிலுமே தர்க்கத்தின் கட்டுப்பாடு தளர்ந்திருப்பது, கவனமுடையோர் கண்டுகொள்ளத் தக்கது.

பஷீரின் வாழ்க்கையில் அவ்வப்போது, பொதுவான தர்க்கப் பிரக்ஞையையும், லௌகீக நிலையையும் சிதிலமாக்குகிற சந்தர்ப்பங்கள் ஏற்படுவதுண்டு. நிஜத்தில் இல்லாத பலவற்றையும் கண் முன்னால் தெளிவாகக் காண்பதுபோல அவருக்கு அனுபவமாகிற சந்தர்ப்பங்கள். அதிலொன்றுதான் கடற்கரையில் ஆடையற்ற அழகியைக் கண்டது. அறைச் சுவரில் காதை வைத்து அறியாத குரல்களைக் கேட்பது மற்றொன்று.

ஒரு நாள் இரவு பஷீர் வேக வேகமாக பிராட்வேயில் உள்ள பி.கே. பாலகிருஷ்ணனின் அறைக்குச் செல்கிறார். பஷீரின் முகத்தில் பயம் நிறைந்திருப்பதைக் கண்ட பாலகிருஷ்ணன் குழப்பத்துடன் எழுந்தார். (அவர் அப்போது படித்துக்கொண்டிருந்தார்). என்ன நடந்ததென்று கேட்டார் பாலகிருஷ்ணன். பஷீர் தாழ்ந்த குரலில் பதில் சொன்னார். தாக்குதல் நடக்கலாம். பாலகிருஷ்ணன் ஆர்வத்துடன், யாரின் தாக்குதலென்று கேட்கிறார். 'அவர்களின்' என்பது மட்டுமே அதற்கான பதில். யார் 'அவர்கள்?' அறியப்படாத உலகத்தில் உள்ளவர்கள். 'அவர்கள்' தாக்க வருகிறார்கள் என்பதை அறிவிக்க, நண்பராக ஒருவரும் 'அங்கே' இருக்கிறார். அந்த ஒருவர்தான் இப்போது முன்னறிவிப்புக் கொடுத்திருக்கிறார். இந்த நிலை அதிக நேரம் நீடிக்கவில்லை. சாய்வு நாற்காலியில் அமர்ந்தார் பஷீர். நெற்றியில் நிறைந்திருந்தன வியர்வைத் துளிகள். அவர் இயல்பு நிலைக்கு வந்தார்.

அது பஷீருக்கு மனநோய் ஏற்படுவதன் தொடக்கமாக இருந்தது.

பிற்காலத்தில் சென்னையில் பஷீர் வசிக்கிற காலத்திலும் இதுபோன்ற ஒரு அனுபவம் தனக்கு ஏற்பட்டதாக எம்.வி. தேவன் நினைவுகூர்கிறார். ஒரு நாள் தேவனிடம் பஷீர் சொல்கிறார்:

"நேற்று பார்வதி அம்மா வந்திருந்தார்கள்."

"எந்த பார்வதி அம்மா?" தேவன் கேட்கிறார். பஷீர் இயல்பாகப் பதில் சொல்கிறார்.

"ஸ்ரீ பரமேஸ்வரனின் தர்மபத்தினி. வந்த உடனே பார்வதி அம்மா தாம்பூலம் கேட்டார்கள். என்னிடம் பீடிதான் இருக்கிறது என்று

சொன்னபோது 'நீ ஒரு உதவாக்கரையடா' என்று சொல்லிக் கொண்டு திரும்பிச் சென்றார்கள். போகும்போது இன்னொரு விஷயமும் சொன்னார்கள்: 'பெரியவர் (ஸ்ரீபரமேஸ்வரன்) இங்கே வருவார். 'குடிப்பதற்குத்தான்' வருகிறார். கொடுக்காதே..."

பஷீர் முற்றிலும் ஆழ்ந்த தன்மையில் இந்த விஷயத்தை எம்.வி. தேவனிடம் விவரித்தார்.

எரணாகுளத்தில் புத்தகக் கடை நடத்துகிற காலத்தில் பஷீரைச் சரியாக சித்தப்பிரமை பாதித்தது. 'பாத்தும்மாவின் ஆடு' எனும் நூலின் முன்னுரையின் ஒரு பகுதி இந்த நிலையை எட்டிப் பார்க்க நமக்கு உதவுகிறது.

"ஆமாம்... அப்போது என் மனது... நிலையற்ற பெருங்கடலில் மூழ்கத் தொடங்குகிற ஒரு சிறிய தீவுபோல... என்று சொன்னால் சரியாக இருக்குமோ என்னமோ! எதுவானாலும் இருளில், கெட்ட கனவுகள் நிறைந்த இருளில், மனது மூழ்கிப்போயிருந்தது. நான்தான் மனது. பார்க்கும்போது வெளிச்சம் கொஞ்சம் மட்டும். இருளிலும் வெளிச்சத்திலும் - கடவுளே! நான் எங்கே? உண்மை எது? பொய் எது? வெளிச்சம்! வெளிச்சம்! வெளிச்சம் மட்டும்போதும். ஆனால், பயங்கரக் கனவுகள் நிறைந்த கொடூரமான இருட்டு, இதோ எட்டுத் திக்கிலுமிருந்து ஆர்த்தொலித்து நெருங்குகிறது.

"என்றென்றைக்குமாக நான் அதில் மூழ்கிப் போவேனா?

"...ஒன்றுமில்லை. குழம்பிக் கலங்கிய எண்ணங்கள், பெரும் வேலை உள்ள பகல்கள், இரவை வெறுத்தேன், பகலை வெறுத்தேன், இடத்தை வெறுத்தேன். ஆகமொத்தம் ஒரு வெறுப்பு. உணவு இல்லை. உறக்கமில்லை. கனவுகள்; ஆகமொத்தம் கலவரம். சுத்த சுயமான பைத்தியம்!"

தொடக்க காலத்தில், நோயை அவ்வளவு தீவிரமுடையதாக யாரும் நினைக்கவில்லை. பயம்தான் முக்கிய சுபாவமாக இருந்தது. தன்னைத் தாக்குவதற்கு வேற்றுலகிலிருந்து யாரோ வருகிறார்கள் என்ற பயம். அந்த உலகத்தில் நண்பர்கள் இல்லாமலில்லை. அவர்கள்தான் முன்னறிவிப்புக் கொடுக்கிறார்கள் - 'தாக்குபவன் இன்று இரவு வருவான்!' அப்போது அச்சம் தீவிரமடைகிறது. கூர்மையான பிச்சுவா ஒன்றை எடுத்து வைத்துக்கொள்கிறார். உடலைப் போர்வையால் மறைத்து, கையில் பிச்சுவாக்கத்தியுடன், எச்சரிக்கையுடன் காத்திருக்கிறார்.

(அந்தக் கத்தியின் பின்னாலும் ஒரு கதை இருக்கிறது. ஒரு கொல்லர் நல்லதொரு கத்தியைத் தயாரித்தார். கூர்மையான அந்தப்

பிச்சுவாக் கத்தியை அதற்கேற்ற ஒரு உறையில் பாதுகாக்க வேண்டும் என்று முடிவு செய்தார். அதன்படி சிரத்தையாக ஒரு உறை தயாரித்தார். அந்த உறைக்குள் கத்தியை வைத்து அவர் பத்திரமாகப் பாதுகாத்துவந்தார். கொஞ்சம் நாட்களுக்குப் பிறகு அதை எடுத்தபோது ஒரு பிரச்சினை - உறையிலிருந்து கத்தியை வெளியே உருவியெடுக்க முடியவில்லை! அவரும் அவர் நண்பர்களும் எவ்வளவுதான் முயன்றும் கத்தியை வெளியே எடுக்க முடியவில்லை. அப்படியிருக்கும்போதுதான் பஷீர் அவருடன், ஒருவர் கரத்தை ஒருவர் தாழ்த்தும் போட்டி விளையாட்டில் ஈடுபடுகிறார். பஷீர் அதில் வென்றார். பிறகு பஷீர், உடற்பயிற்சி செய்து உறுதிப்படுத்திய தன் தசைக் கட்டுகளை அவரிடம் காட்டினார். அப்போது கொல்லர் பஷீரைத் தோற்கடிப்பதற்கு ஒரு வழி கண்டுபிடித்தார். அவ்வளவு வலுவான உடல் என்றால் ஒரு கேள்வி: "என் பிச்சுவாவை அதன் உறையிலிருந்து உருவ முடியுமா?" அவர் கேட்டார். "ஓ, ரெடி, நான் அதை உருவிக் காட்டுகிறேன்" என்றார் பஷீர். கொல்லர் கத்தியை உறையுடன் பஷீரிடம் கொடுத்தார். பஷீர் பலம் பிரயோகித்து கத்தியை உருவி வெளியே எடுத்து கொல்லரை வியப்பிலாழ்த்தினார். "அப்படியென்றால் இதை நீங்களே வைத்துக் கொள்ளுங்கள்" என்று சொல்லி அவர் அதை பஷீருக்குப் பரிசளித்தார். எப்போதும் அதை வைத்துக்கொண்டிருந்தார் பஷீர்).

அந்தக் கட்டத்தில் பெருன்ன தாமஸ் எப்போதும் பஷீருடன் இருந்தார். பஷீர், அவரையும் மற்ற நண்பர்களையும் தன் மெய்க்காவலர்களாக நினைத்தார். இடையிடையே நல்லவிதமாகப் பேசிக் கொண்டுமிருந்தார். அதனால்தான், முதலில் நண்பர்கள் அவரது நோய் அவ்வளவு தீவிரமுடையதல்ல என்று நினைத்தார்கள்.

ஒரு நாள் இரவு அச்சம் மிகவும் அதிகரித்தது. வேற்றுலகிலிருந்து நிறையப் பேர் ஒன்று சேர்ந்து தாக்க வருவார்கள் என்ற விவரம் கிடைத்திருக்கிறது! மெய்க்காவலர்கள் அதிகம் பேர் இல்லையென்றால் தப்பிக்க முடியாது. பெருன்ன தாமஸ், போஞ்ஞிக்கரை ராபி, தான்னிப்புழா குமாரன் முதலியோர் உடன் இருக்கிறார்கள். அவர்கள் போதாது. பி.கே. பாலகிருஷ்ணன் உடனிருக்க வேண்டும். அதிக வலிமையுடையவர். பாலகிருஷ்ணனின் அறைக்குச் செல்ல வேண்டுமென்று பிடிவாதம். உடனே மெய்க்காவலர்களும் பஷீரும் சேர்ந்து பாலகிருஷ்ணனின் அறைக்குச் செல்கிறார்கள். பஷீர், பளபளக்கும் கத்தியைக் கையில் பிடித்தபடி, பயத்தின் காரணத்தால் சினங்கொண்டு நிற்பதைப் பார்த்து பாலகிருஷ்ணன் அஞ்சுகிறார். "பாலகிருஷ்ணா, நீயும் வா..." என்று பஷீர் சொன்னபோது பாலகிருஷ்ணனும் உடன் புறப்பட்டார். அதற்குள் விவரமறிகிறார்

எம்.பி. கிருஷ்ணபிள்ளை. அவர் ஓடி வந்து சேர்ந்தார். விரைவிலேயே மற்ற நண்பர்களும் இதை அறிந்துகொண்டார்கள். காரியங்கள் விரைவாக நடந்தன.

"இப்படித்தான் நான் வல்லப்புழா பி.சி. கோவிந்தன்நாயர் அவர்களின் சிகிச்சைக்கு ஆட்பட்டேன். எரணாகுளத்தில் உள்ள, கிருஷ்ணன்நாயர் கடிகாரக் கம்பெனி உரிமையாளர் குட்டப்பன்நாயரின் காரில் திருச்சூர் அழைத்துச் சென்றார்கள். குட்டப்பன் நாயர் கார் ஓட்டினார். காரில், நர்மதா பத்திரிகை ஆசிரியர் ஆர்ட்டிஸ்ட் ராகவன்நாயர், எம்.பி. ஸ்டுடியோ உரிமையாளர் எம்.பி. கிருஷ்ணபிள்ளை, பெருன்ன தாமஸ் ஆகியோர் இருந்தார்கள். வைத்யரத்னம் பி.சி. கோவிந்தன்நாயர் அவர்கள் மனநோய் சிகிச்சையில் நிபுணர் என்பதை நினைவில் வைக்க வேண்டும். நான் செல்லும்போது அங்கே இருபது முப்பது மனநோயாளிகள் இருந்தனர். சங்கிலியால் கால்கள் பிணைக்கப்பட்டவர்கள், கைவிலங்கிடப்பட்டவர்கள் - இப்படிப் பல நிலைகளில் படுத்திருப்பவர்கள்..."

அன்றைய சிகிச்சையின் பாணியைப் பற்றியும் பஷீர் விளக்கமாக எழுதியிருக்கிறார்:

"பெட் காபி அருந்திவிட்டுக் கழிவறைக்குச் சென்றேன். அதெல்லாம் முடிந்து, கை கால் முகமெல்லாம் கழுவி வந்தால் உடனே தலையில் எண்ணெய் வைப்பார்கள். நல்ல குளிர்ச்சியானது. (ஒரு முறை பெருன்ன தாமஸ் இந்த எண்ணெயை தேய்த்துவிட்டு, ஐயா மூன்று நாட்கள் உறங்கிவிட்டதாகக் கேள்விப்பட்டிருக்கிறேன்)."

பணிவிடை செய்பவர்களில் சோபனா பரமேஸ்வரனும் இருந்தார். அவர் புகைப்படக்காரரும் நடிகரும் கலை இயக்குநருமாவார்.

"நான் பரமு என்றுதான் அழைப்பது... என் மன நோய்க் காலங்களில் பரமுவின் முக்கியமான வேலை கடிதம் எழுதுவதுதான். நான் சொல்வேன், பரமு எழுதுவார். ஒரு மாதிரி பரிச்சயமுள்ள எல்லோருக்கும் அன்று கடிதம் அனுப்பியிருந்தேன். மன வேதனையை மறப்பதற்குத்தான் அந்தக் கடித வாசகங்களையெல்லாம் சொன்னேன். பிறகு முன்னுரைகள். 'விசப்பு' (பசி), 'ஜீவித நிழல்பாடுகள்' (வாழ்வின் நிழற்தடங்கள்) எனும் இரண்டு புத்தகங்களுக்கு முன்னுரைகள் தயாரானது இப்படித்தான்..."

எண்ணெய் தேய்த்தல், கஷாயதாரை எனும் இந்த சிகிச்சைக் கிரமங்களுக்கு நீண்ட நேரமாகும். அடுத்து நஸ்யம். அது என்ன?

"... பலா இலையைத் தொன்னைபோல மடக்கி என் வலது நாசித் துளையில் வைக்கிறார்கள். பிறகு, மிளகான மிளகும், சர்வமான

இஞ்சியும், துளசி நீரும், வெங்காயமும், மருந்துகளும் அரைத்துக் குழம்பாக்கிய ஓரளவு திரவத்தை அதில் ஊற்றுகிறார்கள். உக்கிரமும் கடுமையும்கொண்ட எரிச்சல் தோன்றியது. 'ப்பூ' என்று பலமாக ஒரு ஊது ஊதினார்கள். வலது மூக்கின் திரவம் முழுவதும் ஆட்டம்பாம் வெடித்துத் தெறிப்பதுபோல என்று சொன்னால், ப்ளுங்கோஸ் டும்! என்று இடது மூக்கின் வழியே வெளியே ஒரு பாய்ச்சல்! அப்போது சூரியன் எரிந்து கருகிப்போயிருக்கிறது. மனிதர்களுடைய, பறவைகளுடைய, கார்களின், எதனுடைய ஓசையும் இல்லை. உலகம் அமைதி. பூமி மட்டும் மிச்சமிருக்கிறது. அப்போது இடது மூக்கில் பலா இலையை வைத்துவிட்டார்கள். மருந்தும் ஊற்றினார்கள். 'ப்பூ' என்ற, புகழ்பெற்ற ஊதுதல். ப்ளுங்கோஸ் டும்! எனும் ஓசையுடன் பூமி உடைந்து நொறுங்கிப்போயிருக்கிறது. எல்லாம் முடிந்தது. ஆதியான எல்லையற்ற கடும் இருட்டு..."

தொடர்ந்து ஜலதாரை, கண்ணெழுதுதல் எனும் செயல்கள் உண்டு. 'எரிச்சல்களின் மகாசமுத்திரம்.' ஓரளவாகக் காய்ச்சியெடுத்து கண்ணில் தீட்டுகிறார்கள் - அதுதான் கண்ணெழுத்து. 'பனிபோன்ற குளிர்ந்த நீரை' ஒரு மணி நேரத்திற்கும் அதிகமான நேரம் தலையில் எடுத்து ஊற்றுவதுதான் ஜலதாரை...

சிகிச்சையைப் பற்றி பஷீர் இப்படியெல்லாம் விவரித்திருக்கிறார். விவரணையில் மூன்று குணங்கள் கவனிக்கப்பட வேண்டியவை. ஒன்று, சுருக்கமான வடிவம். இந்த விஷயங்களை இதைவிடச் சுருக்கமாக விவரிப்பதற்கு யாரால் முடியும்? இரண்டாவது, தெளிவு. அந்த சிகிச்சைக் கிரமங்கள் எவ்வளவு தெளிவாக இதனூடே வெளிப்படுத்தப்பட்டிருக்கின்றன! மூன்றாவது, சகிக்க முடியாத வேதனைக்கு ஆட்படுத்திய அனுபவத்தை பஷீர் நகைச்சுவை உணர்வுடன் காண்பது (அதன் பின்னுள்ள பற்றற்ற தன்மை எத்தனை பேருக்கு வாய்க்கும்?).

நோயைப் பற்றி விவரித்ததற்குப் பிறகு பஷீர் பிற்சேர்க்கையாக சிலவற்றைக் குறிக்கிறார். அதில் இது ஒன்று:

"பஷீருக்குப் பைத்தியம் பிடித்துவிட்டது! எங்களுக்கு ஏன் பிடிக்கவில்லை? சில இலக்கியவாதிகள் இப்படிப் புலம்புவதாகக் கேள்விப்பட்டேன். துயரப்படுவதால் ஏதாவது பலன் இருக்கிறதா? சிலதெல்லாம் யோக்கியர்களுக்குத்தான் வரும்!"

மேற்சொன்ன பகுதியை பஷீர், 'எழுதுவதற்குப் பல தமாஷ்கள் இருக்கின்றன' எனும் முன்னுரையோடுதான் நாம் அறியத் தருகிறார். எரணாகுளத்தில் ஒரு இலக்கியவாதி, பஷீருக்கு அல்ல, எனக்குத்தான் முன்பே பைத்தியம் பிடித்ததென்று பலரிடமும் சொல்லிவந்தார்.

கேட்டவர்கள் எல்லாம் அதை தமாஷாகத்தான் எடுத்துக் கொண்டார்கள். கொஞ்சம்போன பிறகு அவர், பஷீருக்குப் பிடித்த பைத்தியம் ஒரிஜினல் பைத்தியம்தானா எனும் கேள்விக்குச் சென்றார். டி.பி. சாலையில் தினமும் கூடுகின்ற இலக்கியவாதிகளும் பத்திரிகையாளர்களும் இலக்கிய ரசிகர்களும் அதை இன்னும் கொஞ்சம் சிறந்த நகைச்சுவையாகக் கண்டார்கள். அதைக் குறித்து பிற்பாடு ஒரு புத்தகமும் வெளிவந்தது. அதுதான் 'பைத்தியத் திருட்டு.'

நோய்ப் பொழுதில் பஷீருக்குப் பணிவிடை செய்த பெருன்ன தாமஸ்தான் நூலாசிரியர்.

வெட்டப்பட்ட மரத்தைத் திருடுவதற்கு மரத் திருட்டு என்றும், தங்கம் திருடுவதற்கு தங்கத் திருட்டு என்றும் நாம் சொல்வதில்லையா? அதுபோல பெருன்ன தாமஸ், பைத்தியத்தைத் திருடுவதற்கு பைத்தியத் திருட்டு என்று சொல்கிறார். பஷீரையும் பஷீரின் நோய் 'ஒரிஜினல்தானா' என்று சந்தேகித்த இலக்கியவாதியையும் அந்தப் புத்தகத்தில் நேரடியாக வெளிப்படுத்தியிருக்கிறார். அதில் உள்ள உண்மைக் கதாபாத்திரங்களும், அந்தப் புத்தகமேகூட இப்போது யாருடைய நினைவிலும் இல்லை - பஷீரைத் தவிர.

பஷீர் வாழ்கிறார்.

பிற்காலத்தில் கோழிக்கோட்டில் வசிக்கத் தொடங்கிய பிறகும் பஷீர் மீண்டும் இந்த நோயின் தாக்குதலுக்கு ஆட்பட்டார். அதைப் பற்றி எம்.டி. வாசுதேவன் நாயர் விவரிக்கட்டும்:

"ஒரு இரவில் எனக்கொரு தொலைபேசி அழைப்பு வந்தது. பஷீருக்கு மீண்டும் உடல் நலமில்லை. வீட்டைச் சுற்றிலும் ஆட்கள் நிற்கிறார்கள். பிச்சுவாக் கத்தியுடன் அவர்களை விரட்டி நிற்கும் பஷீரை யாரும் நெருங்க முடியவில்லை!

"நான் பட்டத்துவிள கருணாகரனுக்குச் சொன்னேன். நாங்களெல்லாம் பாலாண்ணன் என்று சொல்கிற புதுக்குடி பாலகிருஷ்ணனை அழைத்தேன். கருணாகரனும் நானும் பேப்பூரை அடைந்தோம். உடல் ரீதியாகப் பஷீரைக் கட்டுப்படுத்த வலுவான ஒரு ஆளைத் தேடி முதலில் புறப்பட்ட பாலாண்ணன், அந்த ஆள் தவிர்த்துவிட்டான் என்று சொன்னபடி பின்னால் வந்து இறங்கினார்.

"வீட்டில் நிறைய வெளிச்சம் இருந்தது. முன்புறத்திலும் வாசலிலும் வெளிச்சம். சந்திலும் வேலிக்கு வெளியேயும் மக்கள். கிராமியத் தீரர்கள், பஷீரின் முன்கையில் இரும்புத் தடியால் அடித்து கத்தியைத்

தெறித்து விழச் செய்து பிடித்துக் கட்ட வேண்டிய விதங் குறித்து வேலிக்கப்பாலிருந்து திட்டமிடுகிறார்கள்.

"பக்கத்தில் போக வேண்டாம், எதுவும் நடக்கும்" யாரெல்லாமோ எங்களை விலக்கினார்கள்.

"ஒன்றும் நடக்காததுபோல சாதாரணமாக நாம் போகலாம்" என்று கருணாகரன் சொன்னார். நாங்கள் மூவருமே உடல் ரீதியாக மிகவும் பலவீனமானவர்கள். ஆனால் பயம் இல்லை. இரும்புத் தடியையும் கைக் கோடரியையும் தேடுகின்ற, தந்திரங்களை ஆலோசிக்கின்ற 'இடத்தின் முக்கிய வீரர்'களிடம் இந்த மனிதரை விட்டுக் கொடுத்தால் எதுவும் நடக்கும். நாங்கள் பலமாகத் துடிக்கும் இதயத்துடன், ஆனால் ஒருவிதமான தார்மீக சக்தியின் துணையுடன் மிக நெருங்கிச் சென்றோம். நான் என்றும் செய்வதைப் போல திட்டும் தொனியில் கேட்டேன்:

"என்ன இப்படிச் செய்கிறீர்கள் குரு? அர்த்த ராத்திரியில் ஆட்களை பயமுறுத்துவதற்குத்தானா கத்தியும் கடாரியுமாக நிற்கிறீர்கள்?"

புனலூர் ராஜன் மட்டும்தான் வீட்டிலிருந்தார். நெருங்காமல் கலக்கத்துடன் நிற்கிறார் அவர்.

முன்பே முடிவு செய்ததுபோல கருணாகரனும் அன்புடன் கடிந்து கொண்டார்.

"எங்களை அடையாளங் கண்டுகொண்டார். ஒவ்வொருவராகப் பெயர் சொல்லி அழைத்தார். பிறகு சொன்னார்:

"அவன் பல உருவத்திலும் வருவான்."

"நிலை தவறிய மனதுதான் பேசுகிறது. நாங்கள் மீண்டும் மீண்டும் பேசினோம். சுற்றிலும் அமர்ந்தோம். பஷீரும் அமர்ந்தார்.

"தாகமாக இருக்கிறது."

'ராஜன் இளநீர் கொண்டுவர இருட்டில் மறைந்தார்.

அப்போது எங்களைப் பதற்றமடைய வைத்தது மற்றொரு கூற்று:

"சில சமயம் அவன் புனலூர் ராஜனின் உருவத்திலும் வருவான்!"

"என் கவனம் முழுதும் அந்தப் பெரிய கத்தியின் மீதுதான் இருந்தது. அதைத் தந்திரமாகத் தட்டிப் பறித்துவிடலாமென்ற ஆவலில் ஒரு நொடி கை நீட்டியபோது கத்தி காற்றில் உயர்ந்து தாழ்ந்தது. சட்டென்று கையைப் பின்னால் இழுத்துக்கொண்டு நான்

எரிச்சலும் துக்கமும் கலந்த குரலில் கேட்டேன்: "என்ன இப்படிச் செய்கிறீர்கள்? இது நான் அல்லவா? வாசு அல்லவா?"

"அசையாமல் சற்று நேரம் என்னைப் பார்த்துக் கொண்டிருந்து விட்டுச் சொன்னார்: "என்னைத் தொடாதே வாசு.' சிலசமயம் நான் ஏதாவது செய்துவிடுவேன். அவர்கள் பல உருவத்திலும் வருவார்கள்."

என்ன செய்வதென்று தெரியாமல் நாங்கள் அமர்ந்திருந்தோம்.

"எனக்கு முடியவில்லை. தலயோலப்பரம்புக்குச் செல்ல வேண்டும்."

"போகலாம். சட்டையை எடுத்துப் போட்டுக்கொள்ளுங்கள்."

உடனே கருணாகரன் போகலாமென்று ஏற்றுக்கொண்டார்.

ராஜன் இளநீர் கொண்டு வந்தபோது அதைத் தொலைவில் வைக்கும்படிக் கட்டளையிட்டார்.

"வாருங்கள். சட்டையை எடுத்துப் போட்டுக்கொள்ளுங்கள். நேரம் நிறைய ஆகிவிட்டது" என்று நாங்கள் தூண்டினோம்.

"அல்லாஹுவின் கஜானாவில் மட்டும்தான் நேரம் இருக்கிறது. முடிவற்ற நேரம்."

எதுவும் நடக்காததைப்போல நாங்கள் தமாஷ் பேச முயன்றோம். தன்னம்பிக்கையை வளர்த்துக்கொள்வதற்காக ஓட்டைப் பாத்திரங்களைப்போல சலசலத்துக்கொண்டிருந்தோம்.

கடைசியில் பஷீர் சட்டையை எடுத்துத் தோளில் போட்டுக் கொண்டார்.

"எதற்கு இந்தக் கத்தி? இதைக் கீழே போட்டுவிடுங்கள்."

அவர் சம்மதிக்கவில்லை.

"நாங்கள் மெதுவாக சந்துக்கு வந்தோம். வேலிக்கு அப்புறத்திலிருந்து ஒரு பெண்ணின் மெல்லிய குரல் என்னைப் பெயர் சொல்லி அழைத்தது. திருமதி பாபி பஷீர். குழந்தைகளை அழைத்துக்கொண்டு வெளியே போய் நிற்கும்படி பஷீர் முன்பே சொல்லியிருக்கிறார். கண்ணுக்குத் தெரியாத சக்திகள் தாக்க வருகின்றன...

"பஷீர் பாலாண்ணனின் காரில் ஏறி முன் இருக்கையில் அமர்ந்தார். அகால நேரமானதால் மருத்துவமனையில் முன்னேற்பாடுகள் செய்வதற்காக கருணாகரனும் ராஜனும் புறப்பட்டார்கள். பாலாண்ணன் காரோட்டினார். முன் இருக்கையிலேயே பஷீருடன் நானும் நெருங்கி அமர்ந்திருந்தேன்.

கத்தியை அகற்ற முடியுமா என்று பார்க்கும்படி பாலாண்ணன் ரகசியமாகச் சொல்லியிருந்தார்.

" பெரிய கத்தி பாலாண்ணனின் விலா எலும்புகளையும் சிறிய கத்தி என்னுடைய விலா எலும்புகளையும் உரசிக்கொண்டிருக்கின்றன. ஏதோ ஒரு வழிப் பிறழ்வின் நொடியில், இருட்டின் கட்டுலனாகாத சக்திகளில் யாரோ உருவம் மாறி வந்திருப்பதாக என்னையோ பாலாண்ணனையோ நினைத்துவிட்டால்...

"அசாதாரணமாக ஒன்றும் நடக்கவில்லை என்று காட்டுவதற்காக, நான் அர்த்தமும் தொடர்புமில்லாமல் என்னென்னமோ பேச முயன்றேன். என் கண்கள், கத்தியை இறுகப் பிடித்திருக்கும் கையின் அசைவுகளைக் கவனித்துக்கொண்டிருந்தன. குருவின் பலம் வாய்ந்த உடலைப் பற்றி எனக்குத் தெரியும். முன்பு நாங்கள் தமாஷுக்காக ஒருவர் கையை ஒருவர் தாழ்த்தும் பலப்பரீட்சையில் ஈடுபடுவோம். அவர் பலம் பிரயோகிக்காமலேயே அப்போதெல்லாம் எனக்கு வலித்திருக்கிறது. என்னால் தடுக்க முடியாது. தொண்டையைப் பிடிக்கலாம். ரிப்ளெக்ஸ் கண்ணாடிகளைச் சரிப்படுத்தினேன். மனதின் மூலையிலெங்கோ ஒரு கேள்வி. இது ஒரு வைல்டு வெஸ்ட் காட்சியாகிறதா? வைல்டு வெஸ்டும் அறிவியல் புனை கதைகளும் பஷீர் விரும்பி வாசிப்பார். பஷீரின் சேகரத்தில் உள்ள புத்தகங்கள்தான் என்னை வைல்டு வெஸ்டின் வாசகனாக்கின.

"கொல்ல முடியாது. ஆனால் இறப்பதற்கு எனக்குக் கவலையில்லை. குரு நல்லபடியாக வேண்டும். எனக்குள் நானே பேசி துணிவை வளர்த்தேன். இல்லை, நான் இறந்தாலும் எனக்கு ஒன்றுமில்லை.

"அதிகாலை ஆறரை மணிக்குதான் இந்தக் காவல் முடிகிறது. நரம்புகள் இறுகிப் புடைத்த, ஊர்ந்து நகர்ந்த நீண்ட நேரங்களுக்குப் பிறகு தலயோலப்பரம்பிற்குச் செல்வதுபோல பாலாண்ணன் வெறிச்சோடிய நகரத்தில் கொஞ்சம் நேரம் காரோட்டினார். கடைசியில் ஐந்து மணிக்கு பாலாண்ணனின் வீட்டில். பிறகு ஆஸ்பத்திரியில். ஸெடேட்டிவ் ஊசியில் மயங்கியபோது பெரிய கத்தியை அகற்றினோம். சிறிய கத்தியைக் காணவில்லை! அதை பாலாண்ணனின் வீட்டிலிருக்கிற சோபாவில் ஒளித்து வைத்திருப்பதைப் பிறகு பார்த்தோம்."

எம்.டி., பஷீரின் நெருங்கிய நண்பர் என்பதால் மட்டுமே, விவரணத்தை அவர் இவ்வளவு நீளமாக எடுத்துக்காட்டவில்லை. கதையை உரைநடைக் கவிதையாக்குவதில் பஷீரைப்போன்று வெற்றிபெற்ற ஒரே ஒரு எழுத்தாளர் எம்.டி.தான். அவருடைய இந்த வார்த்தைகள், பஷீரின் அன்றைய நிலையைக் குறித்து ஒரு உட்பார்வையையும் தருகிறது.

பஷீரின் யானைகள்

மனதின் சமநிலை தவறுவதற்கு முன்பு 'முட்டாள்களின் சொர்க்கம்', 'என் தாத்தாவுக்கு ஒரு யானை இருந்தது', 'மரணத்தின் நிழலில்', 'மூன்று சீட்டுக்காரனின் மகள்' முதலிய படைப்புகளை பஷீர் உருவாக்கிவிட்டிருந்தார். அவற்றிற்கு வாசகர்களிடமிருந்து நல்ல வரவேற்பு கிடைத்தது. நிறையப்பேர் பஷீரின் கதைகளைப் படித்து அவரது ரசிகர்களாக ஆனார்கள். அக்காலத்தின் நடைமுறை அதுதான். பத்திரிகைகளில் விளம்பரங்கள் சேர்த்து புகழடைபவர்கள் அரங்கைக் கைப்பற்றும் வழக்கம் பிற்பாடுதான் வந்தது. வாசக சபை அன்று துடிப்புடன் இருந்தது. அந்தச் சபைதான் படைப்பாளிகளுக்கு அங்கீகாரமளிக்கும். அப்படி அங்கீகரிப்பதில் அவர்கள் சில முறை தவறு செய்திருக்கலாம். ரசனைக் குறைவால்தான் அப்படி நடக்கிறது.

அந்தச் சபையின் அங்கமாக விமர்சகர்களும் இருந்தார்கள். ஆத்மார்த்தத்துடனும் பொறுப்புணர்வுடனும் புத்தக விமர்சனம் செய்ய அன்று சிலராவது முயன்றார்கள்.

'முட்டாள்களின் சொர்க்கம்' எனும் கதைத் தொகுப்பைப் பற்றி மங்களோதயத்தில் சி.ஜே. தாமஸ் எழுதிய விமர்சனம் ஒரு உதாரணம். அதைப் பற்றி சி.ஜே, 'வாசித்தே ஆக வேண்டும் என்று உறுதியாகச் சொல்ல வேண்டிய ஒரு தொகுப்பு' என்று எழுதினார். இது பொருளற்ற புகழ்ச்சி அல்ல. தொடர்ந்து அவர், பஷீரின் பிரத்தியேகத் தன்மையைக் குறித்து எழுதுகிறார்:

"இன்றுவரை உலகில் அனேகர் வாழ்ந்திருக்கிறார்கள். சிந்தித்து மிருக்கிறார்கள். அவர்களில் பலர் பலவற்றை எழுதியிருக்கிறார்கள். அதில் கொஞ்சத்தை பஷீர் புரிந்துகொண்டார். ஆயினும் பஷீரின் சுபாவம், ஏதாவதொன்றின் ஒரு கார்பன் பதிப்பைத் தயாரிப்பதால் மட்டும் திருப்தியடைந்துவிடக் கூடியதல்ல... பஷீர் ஒரு இன்டிஜுவலிஸ்ட்..."

சி.ஜே. தாமஸ் கார்பன் காப்பி என்று சொல்வதன் மூலம் குறிப்பிடுவது, உலக இலக்கியத்தின் முக்கியமான படைப்புகளை

போலச் செய்கிற ஏற்பாட்டை மட்டும் அல்ல. சுற்றுச் சூழல்களை அதே போன்று பிரதி செய்வதோ, போலச் செய்வதோதான் கலா தர்மம் என்ற புரிதலையும் அந்தக் குறிப்பு திருத்துகிறது. தனித்துவ மேதமையின் மிக முக்கியத்துவத்திற்கு அவர் அழுத்தம் கொடுக்கிறார். பஷீரில் உள்ள அபூர்வ மேதைமையைத்தான் அவர் தொட்டுக் காட்டுகிறார்.

அக்காலத்தில் பஷீருக்கு, கேசரி ஏ.பாலகிருஷ்ணபிள்ளை, முண்டச்சேரி ஆகியோரிடமிருந்துகூட பாராட்டுகள் கிடைத்தன. இலக்கிய ரகசியங்களில் அழுத்தம் கொண்ட பாராட்டு.

பாராட்டுகள் பஷீரை மிகவும் பணிவுடையவராக ஆக்கின. ஒருபோதும் பாராட்டு அவரை எழுதிக் குவிக்கும்படித் தூண்டவில்லை. அப்படி ஒரு சுபாவம் அவரிடமில்லை. கருத்திற்கு வடிவம் கண்டுபிடிக்க அவர், தியானங்கொண்ட சிந்தனையினூடே நிறைய நேரமெடுத்துக் கொள்கிறார். அதன் பிறகும் அவர் அனுபவிக்கும் துன்பம் பெரிது. எழுதியதைக் கிழித்தெறிவது, பல முறை திருத்தி எழுதுவது, மாற்றி எழுதுவது என்பதுடன் அந்தத் துன்பம் முடிவதில்லை. வார்த்தைகள், வாக்கிய அமைப்பு, பாரா ஆகியவைவரை அவருடைய ஒருமுகப்பட்ட கவனம் பதிகிறது. 'பூவன் பழம்' எனும் கதையின் தொடக்கத்தைப் பாருங்கள். அது முற்றிலும் சாதாரண ரீதியிலிருக்கும்.

"பூவன் பழம் எனும் இந்தக் கதை நான் என் விருப்பப்படி எழுதுவதல்ல. அப்துல் காதர் சாகிபின் உபத்திரவம்தான் காரணம். இதில் ஒரு பெரிய நீதி உண்டென்று அவர் நினைக்கிறார். அந்தக் கனவானின் மனைவியான ஜமீலாபீபியைக் குறித்துதான் கதை."

இப்படிக் கதையைத் தொடங்க எந்தப் படு முட்டாளாலும் முடியும்தானே? இப்படி சிலருக்காவது தோன்றலாம். ஆனால் அவர்கள் அப்படியொன்றை எழுதிப் பார்க்கட்டும். எழுதி முடியும்போது அதிலுள்ள சுவையற்ற தன்மை அவர்களை மரத்துப்போகச் செய்யும். அப்போது அவர்கள் நினைப்பார்கள்: இவ்வளவு சாதாரண வாக்கியங்களுக்கு ஜீவ களையூட்ட பஷீரால் எப்படி முடிகிறது? அந்த நினைவு இப்படியொரு முடிவுக்குக் கொண்டு வரும். அந்த சாதாரணத்துவம்தான் கதை பாணியின் மிகச் சிறப்பான அசாதாரணத்துவத்திற்குத் தொடக்கமிடுகிறது! மேதைமையின் ஜுவாலை அதற்கு ஒளியருள்கிறது.

அனேக நாள் பாடுபட்டதற்குப் பிறகே கதைக்கு இவ்வகையிலொரு தொடக்கத்தைக் கொடுக்க முடிந்ததென்று பஷீர் சொன்னதை நினைத்துப் பார்க்கிறேன்.

தொடக்கம் முதல் கடைசிவரை ஒரு கலைஞனுடையதான தியானத்தையும் சிரத்தையையும் தன் கதைப் படைப்பில் பிரயோகிப்பதற்கு பஷீர் அனுபவிக்கிற துன்பம் அளவற்றது. அந்தத் துன்பம் ஒருபோதும் வீணாவதில்லை. பஷீர் விரும்புகிற ரீதியில் அவரது தரிசனம் வார்த்தைப் படைப்புகளில் நிலைகொள்ளவே செய்தது.

அதற்கு ஒரு நல்ல உதாரணம் ‘என் தாத்தாவுக்கு ஒரு யானை இருந்தது’ என்ற நூல். அது 1951-ஆம் ஆண்டு வெளிவந்தது. பஷீரின் இதர படைப்புகளை ஒப்பிடும்போது பொலிவின் பிரகாசம் மகிழ்ச்சிகரமான விதத்தில் இதில் தங்கி நிற்கிறது.

‘இளம் பருவத்துத் தோழி’ வெளியிட்டபோது எம்.பி. போல் இப்படி எழுதினார்:

“இந்த நூலாசிரியனின் மனச்சூழல் இவ்வளவு இருண்டுபோக காரணம் என்ன? அழுவதற்கு எதார்த்த உலகில் வேண்டுமளவு வழியிருக்கிறதல்லவா; பிறகு கற்பனை உலகிலும் துயரப் புகையைப் பரப்புவது எதற்கு? அல்லது உலகம் இந்தளவு துயரமானதா? மனித இதயத்திற்கு மகிழ்ச்சி என்ற ஒன்று இல்லையா? சிரிப்பின் நாதம் நின்றுவிட்டதா? இப்படிப்பட்ட கேள்விகளும் சந்தேகங்களும் பலருக்குத் தோன்றலாம். என்றாலும், உண்மையில் இதெல்லாம் பொருத்தமற்றவை. கதைஞனின் உலக அனுபவமும் அதன் பலனான பார்வைப் போக்கும் இவ்வளவு அதிகமாகத் துயர் கொண்டிருக்கிறதே என்று பரிதவிப்பதல்லாமல், அதை நிந்திப்பதோ குற்றம் சாட்டுவதோ அர்த்தமற்றதும் கெட்ட திறமையுமாகிறது.”

எம்.பி. போல் சொல்லும் விதமான ‘கேள்விகளையும் சந்தேகங் களையும்’ சிலரல்ல, அன்று பலர் எழுப்பியிருந்தார்கள். முற்போக்கு இலக்கிய இயக்கத்தைச் சேர்ந்த இலக்கியப் படைப்புகளில் வெளிப்படுத்தப்பட்ட துயரம், தோல்வி உணர்வு ஆகியவற்றிற்கெதிராக அன்று இரண்டு பக்கங்களிலிருந்தும் விமர்சனங்கள் எழுந்தன. சங்ஙம்புழாவின் துயரார்ந்த தன்மையை சஞ்ஜயன் கேலி செய்ததையும் விமர்சித்ததையும் இங்கே நினைவுகொள்ளுங்கள். சஞ்ஜயன் முற்போக்கு இயக்கத்திற்கு எதிரானவராயிருந்தார். ஆனால் முற்போக்கு இலக்கியச் சார்புடன் இருந்த விமர்சகர்களும் துயரச்சுவையை கடுமையாக எதிர்க்கத் தயங்கவில்லை. எம்.எஸ். தேவதாஸ், வி.டி. இந்துசூடன் முதலானோர் அவர்களைச் சேர்ந்தவர்கள். அதற்கு பதிலாக சங்ஙம்புழா,

“அழுவேன் நான் அழுவேன் நான்,

அழும் கவிகளை கழுவிலேற்றுவாயோ உலகமே நீ?

அழுவது அத்தனையும் கோழைத்தனமென்றால்

கர்ஜிப்பது எல்லாமும் தைரியம்தானா?"

என்று கேட்டார்.

இதே விமர்சனம் பஷீர் மீதும் எழாமலில்லை. விமர்சனம் பஷீரைத் தீண்டவும் செய்தது. ஆயினும் அவர் அசைந்து கொடுக்கவில்லை. தன் அனுபவங்களை ஆத்மார்த்தத்துடன் வெளிப்படுத்துவது என்ற தர்மத்தையே ஒரு எழுத்தாளன் கடைப்பிடிக்க வேண்டும் என்று அவர் அறிந்திருந்தார். வெளிப்பாட்டை முடிந்தளவு செம்மைப்படுத்துவதில் அவர் கவனம் கொண்டிருந்தார். ஆனால் இலக்கியம், அறிவுறுத்துதல் எனும் தர்மத்தையும் நிர்வகிக்க முடியும் எனும் எண்ணம் அவருக்கு இல்லாமலில்லை. அந்த தர்மத்தையும் உணர்வுப்பூர்வமாகச் செய்யும்போதுதானே எழுத்தாளனுக்கு சமகால சமூகத்துடனான கடமை முழுமையடையும்? அங்கே ஒரு பெரிய ஆபத்து பதுங்கியிருக்கிறது. அறிவூட்டுவது எனும் நோக்கம் எல்லை மீறும்போது கதை மதிப்பிற்கு வறட்சி ஏற்படக்கூடும். எப்போதும் அப்படி நடக்குமென்று சொல்லவியலாது. எழுத்தாளனின் நற்பயிற்சியுடைய படைப்புத்திறன் ஒருமுகப்பட்ட கவனத்துடன் பயன்படுத்தப்பட்டால், இலக்கியச் சிருஷ்டி, அழகில் மதிப்பொளிர்வதாக உருவம் பெறும். இதை நினைவிற்கொண்டுதான் பஷீர் துணிந்த சிந்தனையுடன் 'என் தாத்தாவுக்கு ஒரு யானை இருந்தது' எனும் படைப்பில் ஈடுபட்டார். அவர் அதற்காக மிக அதிக நேரத்தையும் உழைப்பையும் செலவிட்டார். படைப்பைத் தொடர முடியாமல் பலமுறை சிரமப்பட்டிருக்கிறார். மிகவும் சிரமப்பட்டிருக்கிறார். இதை பஷீர் பிற்காலத்தில் பெருமையுடன் நினைவுகூர்ந்தார். ஆனால், நிலையான உறுதியுடன் அவர் படைப்பைத் தொடர்ந்தார். பூர்த்தி செய்தார். இந்தச் சிறிய நூலின் வேலையைத் தொடங்குவதற்கு முன்பு பஷீர் பலமுறை குர்-ஆனை மீண்டும் மீண்டும் வாசித்தார்.

இரண்டு அத்தியாயங்கள் எழுதி முடித்த பிறகு, யாரிடமாவது அதை படித்துக் காட்ட வேண்டும் என்ற விருப்பம் ஏற்பட்டது. அதற்காக, வழக்கமாகச் சந்திக்கிற மூவரை அழைத்தார். கே.கே. தாமஸ், பி.கே. பாலகிருஷ்ணன், போஞ்ஞிக்கரை ராபி. ஒரு இரவில், முழு அமைதியில், அவர்கள் பஷீரின் அறையில் ஒன்று சேர்ந்தார்கள். பஷீர் அதை வாசிக்கத் தொடங்கினார். கதை சொல்லலில் தானே லயித்து வாசித்தார். கேட்டுக்கொண்டிருந்தவர்களும் அதில் லயித்தார்கள். வாசித்து முடித்தவுடன் பி.கே. பாலகிருஷ்ணன் தன்னைக் கட்டுப்படுத்திக் கொள்ள இயலாது, "மிக அருமையான படைப்பு! இது உன் மாஸ்டர் பீஸ் ஆகும்!" என்று சொல்லிவிட்டார்.

கே.கே. தாமஸும், ராபியும் அக்கருத்தோடு உடன்பட்டார்கள். பஷீருக்கு அப்போது ஏற்பட்ட உற்சாகத்திற்கு அளவில்லை.

ஆயினும் படைப்பு இடையில் மீண்டும் முடங்கியது. ஆறாவது அத்தியாயத்தின் நடுவில். இனி எப்படிச் செல்வது? வேறொரு வாழ்க்கைப் பார்வையின் பிரதிநிதியான நிஸார் அகமதை எங்கே, எப்படிக் காட்டுவது? அதற்கு திருப்திகரமான பதில் கிடைக்காமல் முன்னே செல்ல முடியாது. எப்போதும் அதைப் பற்றித்தான் சிந்தனை. கடைசியில், ஒரு பழைய விஞ்ஞானியைப்போல 'யுரேகா!' என்று சொல்வதற்கான சூழ்நிலை வந்து சேர்ந்தது. பிறகு சோம்பலுக்கு இடமில்லை. மனதும் உடலும் ஒன்றாகப் படைப்பில் மூழ்கின. அப்படி ஒரு நல்ல நேரத்தில் உம்மாவின் கண்ணீரில் நனைந்த வார்த்தைகளை ("... பெரிய கொம்பனானை... குழியானையாம் *குழியானை!") எழுதிய பிறகு வழக்கப்படி 'மங்களம்', 'சுபம்' ஆகியவற்றையும் சேர்த்து படைப்பை பூர்த்தி செய்தார். பஷீர் திருப்தியுடன் புன்னகைத்தார்.

அன்று மாலையில் அதன் கொண்டாட்டத்தை நடத்தினார். பிற்பாடுதான் அந்த அழகான சிருஷ்டி வாசகர்களின் உலகத்தில் தோன்றி இதயங்களைக் கவர்ந்தது.

உருவத்தில் சிறியதென்றாலும் உள்ளடக்கத்தைப் பற்றிய விஷயத்தில் விஸ்தாரமான ஒரு கதைதான் 'என் தாத்தாவுக்கு ஒரு யானை இருந்தது' படைப்பழகு மிகுந்த சிறியதொரு வாயிலின் வழியே பெரியதொரு உலகிற்கு அது உங்களை இட்டுச் செல்கிறது. அந்த உலகம் பன்னிற அழகுடையது. அந்த அழகினூடே நமக்கு கடந்துபோன உலகங்களின் தரிசனம்கூட கிடைக்கிறது. குர்ஆனுடைய, இஸ்லாமியத் தத்துவங்களின் விவரிக்க முடியாத ஒரு அழகு அதில் நம்மைத் தீண்டுகிறது. அதில் ரப்புல் ஆலிமீனான கடவுளின் அண்மை அங்கும் இங்கும் உண்டு. மலக்கு, ஜின்னு, இப்ரத்து, இன்ஸ் முதலான அமானுடப் பேய்கள் உண்டு. ஜிப்ரீல் எனும் தெய்வ தூதனை மட்டும் அல்ல, ஹீரா குகையையும் நாம் காண்கிறோம். குஞ்ஞுப்பாத்தும்மாவின் அந்த உலகத்திற்கு வரையறைகள் இல்லை. அது எல்லையற்ற தன்மையை நோக்கி சுகமாக வியாபிக்கிறது.

மற்றொரு தளத்தில், ஒரு முஸ்லிம் குடும்பத்தின் உள்ளபடியான சித்திரம் கதையில் தெளிந்து நிற்கிறது. வாப்பா, உம்மா, ஒரே மகளான குஞ்ஞுப்பாத்தும்மா ஆகியோர் உள்ள குடும்பம்.

---

* குழியானை: முட்டைப்புழுப் பருவத்தில் மணற்குழி செய்து எறும்புகளைப் பொறியிட்டுப் பிடித்துத் தின்னும் சிறகுடைய பூச்சிவகை.

மூவருக்குமிடையே எவ்வளவு பெரிய வித்தியாசம்! எப்போதும் சலசலத்துக்கொண்டிருக்கிற உம்மா. கடந்த கால ஆடம்பரத்தின் மாய உலகத்தில் வாழ்கிற அந்த உம்மாவால், நிகழ்கால உண்மைகளுடன் பொருந்திப்போக முடியவில்லை. வெளியே கடுமையானவராக இருந்தாலும் உள்ளே கனிவான உணர்ச்சிகள் உள்ள வாப்பாவுக்கு உம்மாவுடன் இசைந்துபோவது சிரமம். ஒருமுறை பொறுக்க முடியாமல் வாப்பா, உம்மாவின் கழுத்தைப் பிடித்து நெரிக்கிறார். ஆனால், ‘வாப்பா’ என்று மகள் அழைப்பதைக் கேட்டவுடன் அவரது மனம் உருகிப்போய்விடுகிறது! இப்படியொரு குடும்பம் தெளிவாக நம் முன்னால் உண்டு.

அதில் அனைவரையும் வசீகரிப்பது அந்த மகள்தான் - குஞ்ஞுப்பாத்தும்மா. அவள் மிக அழகி. வயது இருபத்தியொன்று முடிந்து இருபத்தி இரண்டிற்குச் செல்கிறது. ஆனால் தூய்மையின் நிறைகுடமான அவள் ஒரு குழந்தையின் அழகைத் ததும்பச் செய்தவாறு, அனைவரின் நேசபாசங்களையும் கவர்ந்துகொண்டு நாவலில் நிறைந்து நிற்கிறாள்.

கதையின் பிற்பகுதியில் வெளிப்படுகிற முஸ்லிம் குடும்பம் மற்றொரு பார்வையையும் மற்றொரு வாழ்க்கை முறையையும் நமக்குக் காட்சிப்படுத்துகிறது. நாகரிகத்தின் பாணி. அந்தக் குடும்பத்தின் ஆயிஷாவும் சகோதரன் நிசார் அகமதும் நாகரிகமானவர்கள். ஆயிஷாவிடம் குஞ்ஞுப்பாத்தும்மா கேட்கிறாள்:

“நீங்கள் என்ன சாதி?”

ஆயிஷா எனும் ‘பவருக்கார’ புடவைக்காரி சொல்கிறாள்:

“முஸ்லிம்.”

அப்போது ‘யாரப்புல் ஆலமீன்’ என்று குஞ்ஞுப்பாத்தும்மா வியப்புடன் சொல்லிவிடுகிறாள். பிறகு கேட்கிறாள்:

“எங்களப் போலவா?”

“இல்லை, நாங்கள் உண்மையான முஸ்லிம்கள்!”

குஞ்ஞுப்பாத்தும்மாவின், ஆயிஷாவின் குடும்பங்களுக்கிடையே உள்ள வித்தியாசத்தை கதை சொல்லல் வெளிப்படுத்துகிறது. கடைசியில் நிசார் அகமதும் குஞ்ஞுப்பாத்தும்மாவும் ஒன்றாகும் இடத்தில் அந்த இடைவெளி குறையத் தொடங்குவதாக நாம் பார்க்கிறோம்.

ஆயினும் அங்கே நகைச்சுவை மயமான ஒரு கருமை மறையாமல் நிற்கிறது. உம்மாவின் கொம்பனானையை வெறும் குழியானைதான்

என்று பிள்ளைகள் உரக்கச் சொல்கிறார்கள். ஆனால், 'மூக்குச் சளி ஒழுகும் முகத்தோடும் சொறிபிடித்த கைகளோடும் கூடிய கறுப்பான, ஒரு முழம் உயரமுள்ள ஒரு அடிமை'யும் மற்ற பிள்ளைகளும்தான் அப்படிச் சொல்கிறார்கள் என்பதைக் கவனிக்க வேண்டும்! அவர்களின் வீண் பேச்சைப் புறக்கணிக்க உம்மாவுக்கு முடியவில்லையா?

கதையின் மற்றொரு தளம் இயற்கை. காளிதாசரின் படைப்புகளில் உள்ள இயற்கையின் அண்மையை நினைவூட்டும் விதத்தில் இங்கே கிராமிய இயற்கையும் மனித வாழ்வும் ஒன்றுடன் ஒன்று பிணைப்புக் கொண்டிருக்கின்றன. அந்தக் கிராமத்தில் உள்ள தாமரைக் குளம் எவ்வளவு அழகானது! அதில் அட்டை உண்டு; அட்டையை விழுங்குகிற வரால் மீன் உண்டு. தங்கத் துணுக்குகளாக வரால் குஞ்சுகள் உண்டு. நீர்ப் பாம்பும் பரல் மீனுமுண்டு. பக்கத்தில் உள்ள மரத்தில் குருவிகள். கணவன் குருவியும் மனைவி குருவியும்! அவற்றின் சச்சரவு நம்மையும் பாதிக்கிறது. இயற்கைக்கும் அதிலுள்ள உயிர்களுக்கும் குஞ்ஞுப்பாத்தும்மாவுக்கும் இடையே பிரிக்க முடியாத உறவு எந்தளவு ஏற்பட்டிருக்கிறது! அதனால் அவள் சைவ உணவுக்கு மாறக்கூடச் செய்கிறாள்.

இந்த எளிய விவரணத்தில், வெளிப்படையான சில குணச் சிறப்புகளைப் பற்றி மட்டுமே குறிப்பிடப்பட்டிருக்கிறது. கதையின் உள் உலகிற்குள் சென்றால் அபூர்வ எழிலுடைய மற்றொரு உலகின் வியப்புகளுக்கு நாம் ஆட்படுவோம். அந்த வியப்பை வார்த்தைகளால் விவரிப்பது சிரமம்.

மற்ற எந்தக் கதையிலும் பஷீர் தன் கதைக் கருவியிலிருந்து இந்த அளவு அகன்று நிற்பதாக எனக்குத் தோன்றியதில்லை. படைப்பாளியின் பற்றற்ற தன்மையுடன் அனைத்தையும் பொருத்தப்பாட்டு அழகுடன் தொகுத்துக்கொண்டு, முன்பே முடிவான இலட்சியத்தை நோக்கி செயலை நடத்திச் செல்கிறார். செவ்வியல் கட்டுப்பாட்டின் பலனாக ஏற்படுகிற ஒரு கம்பீரம் இந்தப் படைப்பை முழுதுமாகச் சூழ்ந்து நிற்கிறது.

முண்டச்சேரி மாஸ்டர், 'என் தாத்தாவுக்கு ஒரு யானை இருந்தது' நூலைப் படித்து முடித்த மகிழ்ச்சியை நேரடியாகச் சொல்ல ஒரு நாள் எரணாகுளத்திற்கு வந்தார். அவர் பஷீரை அணைத்துக்கொண்டு சொன்னார்:

"அருமையாக இருக்கிறதடா!"

பல பகுதிகளிலிருந்து பாராட்டுக் கடிதங்கள் வந்தன. வாசகர்களின் கடிதங்கள். விமர்சகர்களின் எழுத்துகளைவிட பஷீர் வாசகர்களின் கடிதங்களைத்தான் உயர்வாக மதித்தார்.

இலக்கியவாதிகளில் முதலில் எம். கோவிந்தன் கடிதம் எழுதினார். கையெழுத்துப் பிரதியின் முக்கால் பாகத்தையும் அவர் முன்பே படித்திருந்தார். புத்தகமாக முழுமையான வடிவத்தில் பார்த்தபோது கதைப்படைப்பு, தான் நினைத்ததைவிட அழகாக வந்திருப்பதைக் கண்டு மகிழ்ந்தார். கே. பாலகிருஷ்ணன் 'கௌமுதி' வார இதழில் கதைச் சுருக்கத்துடன் ஒரு வாசிப்பு அனுபவத்தை வெளியிட்டிருந்தார். பஷீருக்கு இந்த நூலிலிருந்துதான் எழுத்தாளர் என்ற நிலையில் மிகப் பெரிய மகிழ்ச்சி கிடைத்தது என்று சொல்லலாம்.

நகைச்சுவையும் கம்யூனிசமும்

அப்போதும் பஷீர்ஸ் புக் ஸ்டால் ஊக்கத்துடன் செயல்பட்டுக் கொண்டிருந்தது. புத்தகம் வாங்க வருகின்றவர்களின் எண்ணிக்கை அதிகரித்ததா? அப்படியொன்றும் சொல்ல முடியாது. ஆயினும் 'பிசினஸ்' தொடர்ந்து நடைபெறும் வகையில் புத்தகங்கள் விற்றுக்கொண்டிருந்தன. பஷீர் முயன்றிருந்தால் அதை மேலும் விரிவாக வளர்த்திருக்கலாம். ஆனால், வியாபாரத்தில் ஒரு எல்லைக்கப்பால் கவனம் செலுத்துவது என்பது இயல்பு ரீதியாகவே அவருக்குச் சாத்தியம் அல்ல. ஊர் சுற்றுவதை விரும்பக்கூடிய இயல்பான குணம் அவரது ரத்தத்தில் ஊறியிருந்தது. அன்பைப் பகிர்ந்துகொள்வதற்கான ஆவல் பெரிது. தன்னை நேசிப்பவர்களை மறக்க பஷீரால் இயலாது. அவர்களைப் பார்ப்பதிலும் அவர்களுடன் தமாஷாகப் பேசிக்கொண்டிருப்பதிலும் அவருக்கு மகிழ்ச்சி. அங்கே லாபநோக்கிற்கு இடமில்லை. அவர்களின் பதவியும் தொழிலும் பஷீருக்குப் பிரச்சினையில்லை. அவர்களுடன் நேரத்தைச் செலவிடுவதில் அவர் இன்பம் காண்கிறார்.

சிலரைத் தன் அறையில் தங்க வைப்பதும் உண்டு. ராமு காரியாட்டு, சோபனா பரமேஸ்வரன் நாயர் முதலானோர் பஷீருடன் தங்கியிருந்தவர்களில் சிலர். அவர்கள் இருக்கின்றபோது பஷீர், புத்தகக் கடையில் தலையைக் காட்டிவிட்டு திரும்ப அறைக்குச் செல்வது வழக்கம். சில முறை அவர்களுக்கு உணவு சமைத்துக் கொடுப்பதும் உண்டு. ஞாரய்க்கல் மீன் வளர்ப்பு மையத்தில் பஷீருக்குச் சீடர்கள் இருக்கிறார்கள். அவர்களிடம் சொல்லி நல்ல மீன் வரவழைப்பார். திருத, கணம்பு, கரிமீன், இறால் முதலியவை அதிகம் பிடிக்கும். அவற்றில் ஏதாவது ஒன்றைத்தான் சமைப்பார். சமையலிலும் பஷீர் கலைஞரே.

அடிக்கடி அவர் பல இடங்களுக்குப் பயணம் செய்வது, வியாபாரம் சலிப்பூட்டுவதாலாயிருக்கலாம். சிலபோது ஏதாவது காரணம் இருக்கலாம். பெரும்பாலும் சும்மா போவதுதான் வழக்கம். அன்புடையோரைப் பார்க்கிறார். அவர்களுடன் மகிழ்ச்சியைப்

பகிர்ந்து கொள்கிறார். அப்போது கிடைக்கும் மகிழ்ச்சி, பணத்திலிருந்தோ, புகழிலிருந்தோ கிடைக்காத மகிழ்ச்சி.

அப்போதெல்லாம் புத்தக விற்பனையைக் கவனித்துக் கொள்வதற்கு வேறு யாராவது இருப்பார்கள். ஒரே ஆள்தான் இருப்பார் என்றில்லை. நெருக்கமுடையோர்கள் - நம்பிக்கைக்கு உரியவர்கள் விற்பனையைப் பார்த்துக்கொள்வார்கள். பஷீர் அவர்களுக்கு சன்மானமளிக்க மறப்பதில்லை. ஆனால் அது சன்மானம் எனும் நிலையிலிருக்காது. அதற்கு 'நன்கொடை', 'தானம்' என்றெல்லாம் அவர் பெயர் கொடுக்கிறார்.

அப்படி புக் ஸ்டால் செயல்பட்டுக் கொண்டிருக்கிறது. மாலையையும் பத்துப் பன்னிரண்டு மணி வரையிலான இரவையும் நட்பை நுகர்வதற்காக ஒதுக்கி வைக்கிறார். ஆயினும் எழுத்து முடங்கவில்லை. (அதற்கேற்ற நேரம் இரவுப் பொழுதுதான்) மகிழ்ச்சியளிக்கின்ற பல நிகழ்ச்சிகள் மனதிலுண்டு. சுவையான கதாபாத்திரங்களும் உண்டு. அவற்றையெல்லாம் பொருத்தமான உருவ அமைப்பில் பிரதி செய்ய வேண்டும். சுற்றுச் சூழலில் உள்ள அசைவுகளை - குறிப்பாக அரசியல் சலனங்களை பஷீர் நகைச்சுவை உணர்வுடன் பார்த்தார். அதிகாரத்திற்கான காங்கிரஸ்காரர்களின் போட்டிகளில் மட்டுமல்ல, இடது சாரிகளின் செயற்பாட்டு ரீதியிலும் அவர் தமாஷ்களைக் கண்டுபிடித்தார். அவர்களின் பிரச்சாரப் பாணிகளில் அதிகமான நகைச்சுவையைக் கண்டார். அவற்றைக் கதைகளாக மாற்றுவதற்கான உழைப்பில் உற்சாகமாக ஈடுபட்டார்.

அவ்வப்போது வீட்டுக்குச் செல்கிற வழக்கம் ஒருபோதும் தடைப்படவில்லை. உம்மா, உடன்பிறப்புகள், பழைய நண்பர்கள், தெரிந்தவர்கள் - அவர்களையெல்லாம் பார்த்து நேசத்தையும் தோழமையையும் புதுப்பிப்பார். நண்பர்களோடு சேர்ந்து சீட்டாட்டத்தில் ஈடுபடுவதிலும் தயக்கமில்லை. தயக்கமில்லை என்று சொன்னால் போதாது. அது மகிழ்ச்சியானது. அவர்களில் பலவிதமானவர்கள், நகைச்சுவை உணர்வுக்கேற்ற நடத்தையுடையவர்கள் எல்லோரும் உண்டு. அவர்களோடு சேரும்போது பஷீரின் அவதானிக்கும் தன்மை துடிப்புடனிருக்கும். விளையாட்டில் கலந்திருக்கும்போதும் அவரின் கண்கள் ஒவ்வொருவர் மீதிலும் மாறிமாறிப் பதிகின்றன. கோட்டுச் சித்திரங்களுக்கு ஏற்ற வகையில், தான் கவனித்தவற்றை வரிசைப்படுத்தி வைக்கிறார். அவர்களிடையே, திருட்டு, ஜேப்படி முதலான கலைகளில் நிபுணத்துவம் பெற்றவர்களும் உண்டு என்று நினைவுகொள்ள வேண்டும்.

தலயோலப்பரம்பில் அன்று மூன்று சீட்டு விளையாட்டு நன்றாக நடந்துகொண்டிருந்தது. அதிலும் பஷீர் பங்குகொண்டிருந்தார்.

வெறுமனே பொழுதுபோக்கிற்காக மட்டும். இது சூது விளையாட்டு, எனவே இதில் ஆர்வங்கொள்ளக் கூடாதென்று பஷீருக்குத் தெரியும். ஆர்வம் ஏற்பட்டுவிட்டால் சிக்கலாகிவிடும் என்றும் தெரியும். தன் காரியத்தில் மட்டுமே பஷீர் இந்த அறிவைப் பயன்படுத்தினார் என்றில்லை. விளையாட்டில் ஈர்க்கப்பட்டு களங்கமற்ற பையன்கள் வருவதுண்டு. நல்ல குடும்பங்களைச் சேர்ந்த பிள்ளைகள். அவர்களைக் கண்டால் பஷீர் உடனே பிடித்துவிடுவார். திட்டித் திருப்பி அனுப்புவார். வைக்கத்தைச் சேர்ந்த டாக்டர். எம்.எம். ரவீந்திரனின் அனுபவம் முன்பே குறிப்பிடப்பட்டிருந்ததல்லவா.

பிள்ளைகள் நல்லவர்களாக வளர்ந்து வரவேண்டுமென்று பஷீர் பெரிதும் ஆசைகொண்டிருந்தார். என் மூத்த மகனுக்குப் பரிசாக ஒரு நீதிக்கதைப் புத்தகத்துடன் அவர் என் வீட்டுக்கு ஒரு முறை வந்தார். டால்ஸ்டாயின் கதைகளை எளிமைப்படுத்தி அமைத்து, சித்திரங்களுடன் வெளிவந்த ஒரு புத்தகம். அந்தப் பாலகனுக்கு, ‘படித்துப் புத்திசாலியாக வா’ எனும் அறிவுரையும் சொன்னார்.

தலயோலப்பரம்பில் நடந்த மூன்று சீட்டு விளையாட்டுதான் ‘மூன்று சீட்டுக்காரனின் மகள்’ (1951) எனும் கதையின் மையம். அதில் வரும் ‘ஒற்றைக் கண்ணன் போக்கர்’ உண்மையில் இருந்த ஒருவர்தான். பெயரை மட்டுமே பஷீர் மாற்றியிருந்தார். டாக்டர் ரவீந்திரன் அந்த ஒற்றைக் கண்ணனை இப்போதும் அழகாக நினைவுகூர்கிறார்.

இந்தக் கதையையும், தொடர்ந்து பிரசுரமான ‘இடத்தின் பிரதான புனிதன்’ (1953), ‘ஆனவாரியும் பொன் குரிசும்’ (1953), ‘உலகப் புகழ்பெற்ற மூக்கு’ (1954) (உலகப் புகழ் பெற்ற மூக்கு, கௌமுதி இதழில் வெளிவந்தது) ஆகிய கதைகளையும் பஷீர் நகைச்சுவைத் தன்மையுடன் எழுதியிருக்கிறார். (புத்தகமாக வெளிவந்த வருடம்தான் கொடுக்கப்பட்டிருக்கிறது. முதலில் இவையெல்லாம் மாத்ருபூமி வார இதழில், கதைக்கேற்ற கோட்டுச் சித்திரங்களுடன், தொடர்கதையாகப் பிரசுரமாயின. கதையைப்போலவே, எம்.வி. தேவனின் சித்திரங்களும் அனேகரை மிகவும் வசீகரித்திருக்கின்றன). இவற்றில், சமகால அரசியலைக் கேலி செய்கிற பகுதிகள் அதிகம். அன்றைய கம்யூனிஸ்ட் பாணியை நையாண்டியாகப் போலி செய்வதுதான் பெரும்பாலும் இடம் பெற்றிருக்கிறது. அது விவரணையில் பிரத்தியேகமான ஒரு சுவை சேர்க்கிறது.

‘மூன்று சீட்டுக்காரனின் மகள்’ எனும் இந்த சரித்திரக் கதையின் அழகான நீதியை உங்களுக்கு முதலிலேயே சொல்லிவிடுகிறேன், என்ற வாக்கியத்துடன் கதை தொடங்குகிறது. கதை சொல்வது யார்? ‘பணிவார்ந்த இந்த வரலாற்றாசிரியன்.’

இந்தக் கதையிலும் தொடர்ந்து இதே ரீதியில் வரப்போகின்ற 'சரித்திரக் கதை'களிலும் வெளிப்படுகின்ற பெரும்பாலான கதா பாத்திரங்களின் பெயர்களையும் இரண்டாம் பாராவில் சொல்லி வைக்கிறார். ஒற்றைக் கண்ணன் போக்கர், இந்தக் கதையின் துயரார்ந்த முக்கியமான தலைவன். முட்டாள் முத்தபா வில்லன். ஒற்றைக் கண்ணன் போக்கரின் மகளான ஸைனபா நாயகி. பிறகு யாரெல்லாம் இருக்கிறார்கள்? அந்த இடத்தைச் சேர்ந்த பூர்ஷ்வாக்களான இரண்டு போலீஸ்காரர்கள், தொரப்பன் அவரான், டிரைவர் பப்புண்ணி, ஆனவாரி ராமன் நாயர், பொன் குரிசு தோமா, எட்டுக்காலி மம்மூஞ்ஞு, இவர்களின் 'ரசிகர்களான அனுதாபிகள்'... விவரணம் முடியவில்லை. 'இவர்களைத் தவிர அந்த இடத்தைச் சேர்ந்தவர்களான இரண்டாயிரத்து இருநூறுக்கும் அதிகமான பொதுமக்கள் - அவர்கள் எல்லோருமே சமாதானத்தின் ஆட்கள், சண்டை விரும்பிகளான பூர்ஷ்வாக்கள் அல்ல.'

(சமாதான இயக்கம் வலுவுடன் செயல்பட்டுக்கொண்டிருந்த காலத்தில் இதை எழுதுகிறார் என்று நினைவிலிருத்த வேண்டும். அதன் பாணிகளையே இங்கே நகைச்சுவை கலந்து வெளிப்படுத்தியிருக்கிறார்).

கதாபாத்திரங்களை இப்படித்தான் அறிமுகப்படுத்துகிறார்:

"...பொதுமக்கள் பக்கமிருந்து வேலை செய்கிற இரண்டு கலைஞர்கள்தான் மூன்று சீட்டுக்காரன் ஒற்றைக் கண்ணன் போக்கரும், ஜேப்படிக்காரன் முட்டாள் முத்தபாவும்."

"நாற்பத்தி ஒன்பது வயதுடைய ஒற்றைக் கண்ணன் போக்கரின் மகள், பத்தொன்பது வயதுக்காரி ஸைனபா. அவளைத் திருமணம் செய்துகொள்ள விரும்பும் முட்டாள் முத்தபாவுக்கு இருபத்தி ஒரு வயது. (கடைசியில் ஸைனபாவும் முட்டாள் முத்தபாவும் திருமணம் செய்துகொள்கிறார்கள். காதல் திருமணம்). முட்டாள் முத்தபாவின் வாப்பா, 'ஏதோ பெரிய திருட்டு வழக்கில் சிக்கி போலீஸ் பூர்ஷ்வாக்களுடன் பயங்கரமாகப் போராடி' இறந்தவர். அங்குள்ள பொதுமக்கள் 'புரட்சி வீர்யமும் போராட்டப் பாரம்பரியமும் உள்ளவர்கள்' என்று வரலாற்றாசிரியர் பிரத்தியேகமாகக் குறிப்பிடுகிறார். அவர்களுக்கு மகத்தான தலைமை கொடுப்பது வேறு யாருமல்ல, ஜேப்படி எனும் கலையில் பெருந் திறமை பெற்ற முட்டாள் முத்தபாதான்! 'ஸைனபா யார் பக்கம்?' என்பதுதான் பொதுமக்களின் கேள்வி. (தந்தை பக்கமா? காதலன் பக்கமா?)

முட்டாள் முத்தபாவும் ஸைனபாவும் தம்பதியானார்கள் என்று சொன்ன நிலையில், யார் வென்றார்கள் என்று தனியாகச் சொல்ல

வேண்டியதில்லை. 'முட்டாள் முத்தபாவின் வெற்றி பொது மக்களின் வெற்றி' என்று வரலாற்றாசிரியர் குறிக்கிறார். புரட்சி வீர்யமுள்ள மக்கள், போராட்டத்தில் தோற்ற ஒற்றைக் கண்ணன் போக்கருக்கு அத்துடன் 'கருப்புச் சந்தைக்காரன், பதுக்கல்காரன், வெளிநாட்டு அரசின் அடிவருடி, பூர்ஷ்வா' எனும் வெகுமதிகளைக் கொடுக்கிறார்கள். அத்துடன் அவன் 'அழுகி நாற்றமெடுத்த சமூக நிலை'யுடன் முரண் கொள்கிறான்.

முன்பு சொன்னதுபோல, அக்காலத்தில் கம்யூனிச செயல்பாடுகளில் மீண்டும் மீண்டும் பயன்படுத்தி வந்த பாணிகள் இதில் பரிகாசத்தின் நிறத்துடன் பயன்படுத்தப்படுகின்றன. 'இடத்தின் முக்கியப் புனிதன்' எனும் பாகத்திற்குத் திரும்பும்போது இந்த பரிகாசத்தில் நிறக் கலவைகள் அதிகமாகச் சேர்கின்றன. ஆனவாரி ராமன்நாயர், பொன் குரிசு தோமா, எட்டுக்காலி மம்மூஞ்ஞு எனும் வீரர்கள் இங்கே தொடர்ந்து செயல்பட்டுக்கொண்டிருக்கிறார்கள். இதில் புனிதன் யார்? கண்டம்பரயன். புலிக்குன்றின் உச்சியில் தனியாக வசிக்கிற அந்தப் புனிதன், கரும்பன் சேன்னனின் சீடன். கரும்பன் சேனன் என்று சொல்லக் கூடாது. 'வீரத் தியாகி கரும்பன் சேன்னன்' என்றுதான் சொல்ல வேண்டும். அவருடைய வீர வரலாறு இதோ:

"கூடு விட்டுக் கூடு பாய்வது, கண்கட்டு வித்தை ஆகியவற்றில் அபாரத் திறமை கொண்டவர் கரும்பன் சேன்னன். வெளி நாடுகளில் அவர் நிறையத் திருட்டுகளை நிகழ்த்தியிருக்கிறார். எல்லோரும் அவருக்குப் பயப்பட்டார்கள். ஆட்கள் பார்த்துக்கொண்டிருக்கும் போதே எந்த வீட்டுக்குள் அவர் புகுந்து திருடினாலும் யாராலும் அவரை எதுவும் செய்ய முடிந்ததில்லை. கர்ப்பிணிகளின் வயிற்றைக் கிழித்து எடுத்த குழந்தைகளை உருக்கிச் சேகரித்த நெய்யில் திரி நனைத்து எரிய வைத்தபடிதான் அவர் திருடச் செல்வார்... தன் இரண்டு மனைவிகள் கர்ப்பமாக இருக்கும்போது கரும்பன் இதே தேவைக்காக அவர்கள் இருவரையும் ஆகுதியாக்கினார்".

இந்த வீர வரலாற்றின் முடிவு 'உணர்ச்சிகர'மாயிருந்தது. அது இவ்வாறு:

"அடிவருடிப் பிற்போக்கு அரசும், போர் விரும்பிகளான வெளிநாட்டாரும் சேர்ந்து அவரை ஊர் முழுதும் விட்டுத் துரத்தியடித்தார்கள்... அவர் தன் சொந்த ஊருக்கு ஓடிவந்தார். பின்னால் போலீஸ் பூர்ஷ்வாக்களும் துரத்தி வந்தார்கள்.

"அந்த இடத்தின் போலீஸ் நிலையத்திலிருந்து ஒரு நாழிகை தொலைவில் சமச் சதுரத்தைப்போன்ற வெண்மணல் மைதானத்தில் குன்றுபோல வைக்கோல் குவிக்கப்பட்டிருந்தது... போலீஸ்

பூர்ஷ்வாக்களிடமிருந்து தப்புவதற்காக கரும்பன் சேன்னன், அந்த வைக்கோல் குன்றில் தவழ்ந்து புகுந்து ஒளிந்தார்... அதைச் சுற்றிலும் பூர்ஷ்வாக்களான போலீஸ்காரர்கள்... அவர்கள் அதற்குத் தீயும் வைத்தார்கள்!

“வெப்பத்தையும் புகையையும் தாங்க முடியாமல் கரும்பன் சேன்னன் கத்தியுடன் வெளியே பாய்ந்தார். போலீஸ் பூர்ஷ்வாக்களுடன் வீரதீரமாக மோதினார். போராட்டம் அதிபயங்கரமாக நடந்தது. கடைசியில் கரும்பன் சேனன் வீர சொர்க்கமடைந்தார்.”

விவரணை இந்த இடத்தில் முடியவில்லை. அந்த இடத்திற்கு ஊர்க்காரர்கள் ஒரு பெயரும் சூட்டுகிறார்கள். ‘தியாகத் திடல்’ என்று பெயர். கரும்பன் சேன்னனின் மண்டையோடு இப்போது, அடுத்த வாரிசான கண்டம்பரயனின் புனித சன்னிதியில். (இது பிற்பாடு, கரும்பன் சேன்னனின் ‘வீரத் தலையோடு’ என்று குறிப்பிடப்பட்டது). ‘கரும்பன் சேன்னனின் தத்துவத் திரட்டும் கண்டம்பரயனின் விளக்கமும்’ எனும் பிரயோகத்தைக் காணலாம். (அன்று கேரள சோஷலிஸ்ட் கட்சி, ‘காரல் மார்க்ஸின் தத்துவத் திரட்டும் லெனினின் விளக்கமும்’ எனும் பாணியை மீண்டும் மீண்டும் புழங்கிக்கொண்டிருந்தது). அக்காலத்தில் கம்யூனிஸ்ட் இயக்கத்தில் நடைமுறையிலிருந்த அனேக பாணிகள் இதுபோல நையாண்டியுடன் இந்தக் கதையில் இடம் பிடித்திருக்கின்றன. ‘சமத்துவ அழகு’, ‘சமாதானம்’ முதலான பதங்களை, அதற்கு நேர்மாறான பொருள்தரும் பாணியில்தான் பஷீர் வெளிப்படுத்தியிருக்கிறார்.

இப்படியெல்லாமிருந்தாலும், அன்று வலுப்பெற்றிருந்த கம்யூனிஸ்ட் இயக்கத்திலிருந்து பஷீருக்கு எதிராக நிந்தனையோ எதிர்ப்போ ஏற்படவில்லை. கம்யூனிஸ்ட்காரர்களும் இந்தக் கதைகளை வாசித்து மகிழ்ந்தார்கள் என்பதுதான் உண்மை. (உங்களுடைய பிடிவாதத்தையும் வெறுப்பு மற்றும் இன்ன பிறவற்றையும் உறைந்து போகச் செய்தபடிதான் இலக்கியம் உங்களை எப்போதும் ரசனை எனும் அனுபவத்திற்கு ஆட்படுத்துகிறது. இது எப்போதும் நினைவில் கொள்ள வேண்டியது.) இந்த உண்மை, ‘இடத்தின் பிரதான புனிதன்’ முதலிய கதைகளின் கலைரீதியான மேன்மையையே அறிவிக்கிறது.

அன்று பஷீரின் நண்பர்களில் பெரும்பாலானோர் கம்யூனிஸ்ட் கட்சியில் தலைவர்களாக இருந்தார்கள். இயக்கத்தின் செயல் பாட்டாளர்களும் நண்பர்களாக இருந்தார்கள். இலக்கியவாதியான பஷீர் மீது அவர்கள் மரியாதை கொண்டிருந்தார்கள். இந்தக் கதைகள் மூலம் இயக்கத்திற்கு ஏதேனும் தீங்கு ஏற்படுமென்று

அவர்களுக்குத் தோன்றவேயில்லை. அவர்கள் பஷீரின் நகைச்சுவையை ரசித்தார்கள். அவரை நேசித்தார்கள். அவர்களை பஷீர் கேலி செய்தபோதும் அவர்களால் சிரிக்காமலிருக்க முடியவில்லை. நல்ல நகைச்சுவையின் குணம் இதுதான்.

இதர பிரிவைச் சேர்ந்தவர்களும் அவரது நகைச்சுவைக்குக் கருப்பொருளானார்கள். இந்து - கிறிஸ்தவ - முஸ்லிம் சமுதாயங்களைச் சேர்ந்தவர்களின் ஆசாரங்கள், வாழ்க்கைப் போக்குகள் முதலியவற்றைக் கேலி செய்கிற பகுதிகளும் இந்தக் கதைகளில் உண்டு. ஆன்மத் தூய்மைக்காக நடத்துகிற சத்தியாக்கிரகத்தையும் அவர் சும்மாவிடவில்லை. தன் முக்கியத்துவத்தை நிலைநிறுத்துவதற்கு ஒருவருக்கு சத்தியாகிரகம் உதவி செய்கிறது. பிறகு அற்ப சொற்ப பண வசூலுக்கான வாய்ப்பும் கிடைக்காதிருக்காது.

நகைச்சுவைக் கதைகளில் இன்னொரு பக்கத்தையும் நாம் காண வேண்டும். களவு, சூதாட்டம், ஜேப்படி முதலிய கலைகளில் திறமை பெற்றவர்கள்தானே இந்தக் கதை உலகத்தில் உல்லாச நடைபோடுகிறார்கள். (சாத்தங்கேரி மனய்க்கல் நம்பூதிரிப்பாடு, முழயன் நாணு என்று மற்ற ஆட்களும் உண்டு). ஆனால், அவர்களை நாம் சமூக விரோதிகளாகப் பார்த்து வெறுக்கின்றோமா? இல்லை. அவர்களின் அந்தப் பக்கத்தை நாம் கவனிப்பதேயில்லை. அவர்களை வெறுமனே அப்படி நாம் விரும்புகிறோம். (முதலாளித்துவ நிலையின் செல்வாக்கும் அதன் பின்னால் உண்டு). அந்த எட்டுக்காலி மம்மூஞ்ஞைப் பார்ப்பதுகூட நமக்கொரு சுவாரஸ்யம். கண்டம்பரயனின் ‘ஹலிஹலியோ ஹலிஹுலாயோ’ எனும் மந்திர உச்சாடனமும், ‘ஹந்தந்து, ஹந்தந்தந்து’ எனும் தீர்க்க தரிசனங்களும் நம்மை ஈர்க்கின்றன. நாம் சிரிக்கிறோம். ‘உள்ளதைச் சொன்னால் உறியும் சிரிக்கும்’ எனும் பழமொழி இங்கே நிரூபணமாகிறது. கோஷமிடுவதற்கு உதவுகின்ற விசித்திர வார்த்தைகளும் அலங்காரப் பிரயோகங்களுமாக உலாவருகிற கலாசார நாயகர்களைப் பார்க்கும்போது நாம் கண்டம்பரயனை நினைக்கிறோம். பஷீர் இதையெப்படி முன்பே உணர்ந்தார்? அப்படிக் கேட்க வேண்டியதில்லை. அக்காலத்திலும் கபட வேடதாரிகள் இருந்தார்கள் என்று நினைத்துக்கொண்டால் போதும். அவர்கள் எக்காலத்திலும் இருப்பார்கள் அல்லவா.

அந்தக் கதைகளில் உள்ள ஒவ்வொருவரையும் நாம் இனம் பிரித்துக் காண்கிறோம். அவர்களின் உரையாடல்களோ? அடடா! அவற்றின் அழகே தனிதான். அவற்றில் இசைகூட உண்டு!

அக்கதைகள் காரணமின்றி பெரும் புகழடையவில்லை. அவை நமது சமூகத்தின் ஒரு மூலையின் வெளிச் சித்திரங்கள் மூலமாக,

உள்ளே உள்ள உண்மைகளுக்கு வாசகர்களை இட்டுச் செல்கின்றன. பஷீரை, வாசகர்களின் அன்பிற்குரியவராக ஆக்குவதில் அந்தக் கதைகள் பெரும் பங்காற்றியிருக்கின்றன.

அந்தக் கதைகள் பஷீருக்கு நிறைய நண்பர்களைப் பெற்றுத் தந்தன. அறிமுகமற்ற வாசகர்களிடமிருந்து அவருக்கு எண்ணற்ற கடிதங்கள் வந்தன. பஷீர் அவற்றை வாசித்து, நம் இலக்கியவாதிகள் சொல்வதுபோல நினைத்து நினைத்துச் சிரித்தார்!

அப்படிப்பட்ட சிரிப்பு அதிக நேரம் நிலைப்பதில்லை. வாழ்க்கை எப்போதும் பிரச்சினைகள் நிறைந்ததுதானே. அதில் ஏதாவது ஒன்று நம்மை அதன் வழிக்குக் கொண்டு செல்கிறது. அங்கே சிரிப்புக்கு இடமில்லை. முக்கியமான பிரச்சினை பணம்தான். அப்புறம்? புத்தக வியாபாரம் எனும் ஏற்பாட்டிற்குள், பஷீரின் படைப்புணர்வு சலிப்படைந்து வந்தது. அந்தச் சலிப்பு மனக் கலக்கமாக அனுபவமானது.

நாம் தொடாமல் விட்ட ஒரு விஷயமுண்டு. கொஞ்சம் காலம் பஷீர் ஒன்றன் பின் ஒன்றாகத் தொடர்ந்து இரண்டு பத்திரிகைகளில் பத்தி எழுதிவந்தார். அது கேள்வி பதில் பகுதி. பெயர் - 'உண்மையும் பொய்யும்.' 'ஜெயகேரளம்' வார இதழில்தான் அது தொடங்கியது. பிறகு எரணாகுளத்தில் ஆர்ட்டிஸ்ட் ராகவன் நாயர் நடத்திக்கொண்டிருந்த 'நர்மதா' எனும் நகைச்சுவை மாத இதழிலும் கொஞ்சம் நாள் தொடர்ந்தது. ஒரு கேள்வியையும் அதற்கான பதிலையும் பாருங்கள்:

"நோய்களில் எது மிகவும் நல்ல நோய்?"

"அப்படியொன்று இல்லையென்று நினைக்கிறேன். வேண்டுமானால் பயங்கர அரிப்பெடுக்கும் வறட்டுச் சொறியைக் கொஞ்சம் முயன்று பாருங்கள்."

பஷீருக்கு விருப்பமான ஒரு கற்பனை வறட்டுச் சொறி. உலகத்தில் சமாதானம் ஏற்படுவதற்கு ஒரே ஒரு வழிதான் அவரிடம் இருந்தது. எல்லா ஆட்சியாளர்களுக்கும் வறட்டுச் சொறி ஏற்பட வேண்டும். வறட்டுச் சொறியைச் சொறிந்துகொள்ளும் இன்பத்தில் லயித்து அவர்கள் சும்மா இருப்பார்கள்! சொறிந்துகொள்ளும் சுகத்தின் காரணமாக யுத்தத்தைப் பற்றி யோசிக்க முடியாது! (ஐயப்பப் பணிக்கரின் கவிதையிலும் சொறி எனும் கற்பனைக்கு இடமுண்டென்று இங்கே நினைவுகொள்ளலாம்).

விவாத காலம் விவாக காலம்

இலக்கியத்தில் பெருங் கூச்சல் ஏற்பட்ட ஒரு கட்டத்தினூடே பஷீர் கடந்து சென்றார். 1937-ஆம் ஆண்டில் 'ஜீவன் சாகித்ய சங்கம்' தொடங்கப்பட்டது. 1944-ஆம் ஆண்டில் அது விரிவான அடிப்படையுடன் 'முற்போக்கு இலக்கியச் சங்கம்' எனும் பெயரில் புதுப்பிக்கப்பட்டது. எம்.பி. போல், சங்கத்தின் தலைவராக இருந்தார். செயலாளர் சி. அச்சுதக்குருப்பு. அந்தச் சங்கத்தில், வள்ளத்தோள், இ.எம்.எஸ், முண்டச்சேரி, கேசவதேவ், தகழி, வைலோப்பிள்ளி, ஜி. சங்கரக்குருப்பு முதலானோர் இருந்தார்கள். அந்தச் சங்கத்திற்குள் 1947-ஆம் ஆண்டு கடுமையான கருத்து வேறுபாடுகள் வளர்ந்தன. அதன் மூலமாகப் பெரிய கூச்சல்கள் எழுந்தன. அது இலக்கியவாதிகளை மிகவும் பாதித்தது என்று சொல்லலாம். பத்திரிகைகளில் தொடர்ந்து அறிக்கைகள் வெளிவந்தன. எண்ணற்ற கூட்டங்களில் தீர்மானங்கள் நிறைவேற்றப்பட்டன. சொற்பொழிவுகள் நிகழ்த்தப்பட்டன. எதிராளிகளின் மீது குற்றச்சாட்டுகளை சுமத்த அனைவரும் உற்சாகத்துடன் பாடுபட்டார்கள். வசைபாடலும் நிறைய நடந்தது.

இதுவொன்றும் பஷீரை பாதிக்கவில்லையா? இல்லையென்றுதான் சொல்ல வேண்டும். அமைப்பின் தலைவர், அவர் மரியாதை கொண்டிருக்கிற எம்.பி. போல் என்பதை நினைவுகொள்ள வேண்டும். பஷீர், முண்டச்சேரியைத் தன் நண்பராக மட்டுமல்ல, தன் காப்பாளராகவும் கருதியிருந்தார். தேவ், தகழிபோன்றவர்கள் நண்பர்கள். நண்பர்களான இந்த இலக்கியவாதிகள் விவாதப் பொருளைப் பற்றிப் பேசிக் கொண்டார்கள். இவ்வளவு நடந்தாலும் பஷீர் அதிலொன்றிலும் ஆர்வம் காட்டவில்லை. தன் கதையில் புழுவின் உச்சரிப்பைப் பற்றி 'புயு', 'புஷு' என்று விவாதம் நடப்பதை அவர் விவரித்திருக்கிறார் அல்லவா - அந்த நிலையில்தான் பஷீர் இந்த விவாதங்களையும் பார்த்தார்.

'கலை கலைக்காகவா, கலை வாழ்க்கைக்காகவா?' அன்றைய ஒரு விவாதப் பொருள் இது. இன்னொன்று, இலக்கியவாதி எந்தப் பக்கம்

என்பதும். பஷீர் இரண்டிலும் நகைச்சுவையைக் கண்டார். மூன்று சீட்டுக்காரனின் மகள் எந்தப் பக்கம்? என்று 'போராட்டப் பாரம்பரியமுள்ள' பொதுமக்கள் கேட்டதை இங்கே நினைத்துப் பார்க்கலாம். இந்தக் கதைச் சந்தர்ப்பத்தில் பஷீரின் பார்வை பிரதிபலிக்கிறது. தொடர்ந்து இலக்கியத்தின் ஐக்கிய முன்னணி என்பதைப் பற்றியும் சர்ச்சைகள் நடந்தன. பக்கத்தில் உள்ள ஸீ வியூ ஹோட்டலில்தான் அந்தத் தீவிரமான விவாதங்கள் நடந்தன. பஷீர் அந்தப் பக்கமே திரும்பிப் பார்க்கவும் இல்லை. அவரை யாரும் அழைக்கவும் இல்லை. சர்ச்சைகளில் ஈடுபடுபவர்களை அவர் வறட்டுச் சொறியைச் சொறிந்து சுகம் காண்பவர்களாகப் பார்த்து ரசித்தார். விவாதம் முடிந்து வெளியே வந்த கே. பாலகிருஷ்ணன் நேராக பஷீர்ஸ் புக் ஸ்டாலுக்கு வந்தார். முதலில் பஷீர், 'இவன் கையில் முன்னணி இருக்கிறது, ஜாக்கிரதை' என்று சொன்னார். 'ஜாக்கிரதை தேவையில்லை. நல்ல முன்னணிதான் கொண்டு வந்திருக்கிறேன்' என்று சொல்லியவாறு பாலகிருஷ்ணன், காரிலிருந்து 'பாட்டிலை' எடுக்கச் செய்தார். அந்தச் சமயத்தில் இன்னும் இரண்டு பேர் அங்கே வந்து சேர்ந்தார்கள். சி.ஜே. தாமஸும், பி.கே. பாலகிருஷ்ணனும். அவர்கள் இருவரும் இலக்கியத்தின் ஐக்கிய முன்னணியைப் பற்றிக் கேலியாகப் பேசினார்கள். நல்ல புத்தகங்கள் எழுதுவதற்குப் பதிலாக இத்தகைய ஸ்டண்டுகள் செய்து பத்திரிகைகளில் காட்சிப்பட்டுக்கொண்டிருப்பதால் ஒரு பெரிய பயன் உண்டென்று பி.கே. பாலகிருஷ்ணன் சொன்னார். என்ன அது? நான் இப்போதும் உயிருடன் வாழ்ந்து கொண்டிருக்கிறேனென்று மக்களுக்கு உணர்த்தலாம். சி.ஜே. தாமஸ் அதற்கு அடுத்தபடியைச் சொன்னார், முன்னணியல்ல படைப்புதான் வேண்டும். கே. பாலகிருஷ்ணன் சொற்பொழிவு மேடையில் வெளிப்படுத்தும் துணிவை இத்தகைய சபைகளில் காட்டுவதில்லை. விவாதிப்பதும் இல்லை. அவர் ஒன்றுதான் சொன்னார் - விவாதித்தவர்கள் தங்கள் கருத்துகளை எழுதிக் கொடுக்க வேண்டும். சி.ஜே. அவற்றை எழுதிக் கொடுக்கத் தயங்கவில்லை. அவை, 'முன்னணியல்ல படைப்பு' எனும் தலைப்பில் 'டெமாக்ரட்டிலும்' பிறகு 'கௌமுதி'யிலும் வெளிவந்தன.

பஷீர் அப்போது மூவரையும் கேலி செய்வதில் ஆர்வம் கொண்டிருந்தார்.

அக்காலத்தில் கிறிஸ்டோபர் கால்டுவெல் எனும் விமர்சகரின் 'இல்யூஷன் அன்டு ரியாலிட்டி' எனும் புத்தகத்தைப் பற்றி எல்லோரும் பேசிக்கொண்டிருந்தார்கள். பலர் அந்தப் புத்தகத்தைப் பற்றி, மார்க்சிய விமர்சனத்தின் சிறந்த உதாரணம் என்று பாராட்டினார்கள். ஒரு நாள் பஷீர்ஸ் புக் ஸ்டாலுக்கு வந்த முண்டச்சேரியிடம் பஷீர்

சொன்னார்: "இல்யூஷன் ஒரு பாட்டில் வந்திருக்கிறது. வறுத்த கரிமீன்தான் ரியாலிட்டி. சற்று நேரத்தில் அதுவும் வந்துவிடும். இரண்டையும் சாப்பிட்டு நீங்கள் நல்ல விமர்சகராக மாறிச் சென்றால் போதாதா?"

அரசியலில் ஏற்படுகின்ற விவாதங்களின் மீதும் பஷீர் இதே மனநிலையைக் கொண்டிருந்தார்.

சி.ஜே. தாமஸின் கட்டுரையின் கருத்தை நடைமுறைப்படுத்துவதில் மட்டுமே பஷீர் கவனம் கொண்டிருந்தார். இரவின் தனிமையான பொழுதுகளில் அவர் வார்த்தைகளின் மூலம் தன் அக வாழ்வை படைப்பாக்க ஒருமித்த கவனத்துடன் முயன்று வந்தார்.

1956-ஆம் ஆண்டில் கேரளம் பிறந்தது. முதலாவது தேர்தலில் கம்யூனிஸ்ட் அரசு ஆட்சியமைத்தது. இவை இரண்டிற்கும் வரலாற்றில் பெரிய முக்கியத்துவமுண்டு. அவற்றையும் பஷீர் அவ்வளவு பெரிய விஷயமாகப் பார்க்கவில்லை. திரு-கொச்சியிலும், தொடர்ந்து கேரளத்திலும் ஏற்பட்ட அரசுகளின்மீது அவர் அதிருப்தி கொண்டிருந்தார் என்று தோன்றுகிறது. ஜனநாயக ஆட்சியைக் குறித்து ஒரு பத்திரிகை நிருபர் கேட்டபோது அவர் சொன்ன பதில் சுவையுடனிருந்தது: "பழைய ராஜா ஆண்டால் போதும், அதுதான் நல்லது.'' ராஜா அழகன் எனும் ஒரு நியாயத்தையும் பஷீர் சொன்னார்.

எப்படியானாலும், முதலாவது கம்யூனிஸ்ட் அரசின் காலம் பஷீரைப் பாதிக்கவே செய்தது. முண்டச்சேரி மாஸ்டர் மந்திரியானார் என்பது ஒரு காரணம். அவர் வெகுகாலமாக பஷீரின் நண்பர். தோழமையை மறக்காதவர் முண்டச்சேரி. மந்திரியானதற்குப் பிறகும் பழைய உணர்வின் கதகதப்புடன் அவர் பஷீருடன் உறவைத் தொடர்ந்தார். அது குறித்து பஷீர் மகிழ்ச்சியடைந்தார். அந்தச் சமயத்தில் நடந்த ஒரு நகைச்சுவை சம்பவத்தை, அதன் சாட்சிகள் இப்போதும் நினைவு கூர்கிறார்கள். அந்த சாட்சிகள் வேறு யாருமல்ல, கம்யூனிஸ்ட் கட்சியினர்தான்.

ஒரு நாள் பஷீர், அவர்களிடம் ஒரு தகவலை அறிவிக்கிறார்: "எச்சரிக்கையாக இருங்கள். இன்று உங்கள் மந்திரியின் காரை நான் சாலையில் வழிமறிக்கப்போகிறேன். காரணம் இருக்கிறது. புக் ஸ்டாலிலிருந்து புத்தகம் கடனாக வாங்கிய வகையில் உங்கள் மந்திரி எனக்கு முப்பத்தேழு ரூபாய் எழுபது பைசா தர வேண்டியிருக்கிறது. பலமுறை கேட்டுப் பார்த்தும் தரவில்லை. அதனால் இன்று நான்கிற்கும் நான்கரைக்கும் இடையில் இந்த டி.பி. சாலையில் மந்திரியின் காரை வழிமறித்துத் தொகையை வாங்குவேன் -

கட்டாயம்." விவரமறிந்த கே.ஏ. ராஜன் (அவர் தொழிற்சங்கத் தலைவராகவும் கட்சித் தலைவராகவும் இருந்தார்), பி.எஸ். தாமோதரன் முதலான பலரும் அந்த நேரத்தில் புக் ஸ்டாலுக்கு வந்தார்கள். ஆச்சரியம், நான்கரை மணியை நெருங்கியபோது, ஒரு அரசுக் கார் அதோ வருகிறது. பஷீர் தாவி இறங்கினார். இரண்டு கைகளையும் விரித்துக்கொண்டு சாலையின் நடுவில் நின்றார். கார் சட்டென்று நின்றது. கல்வித் துறை அமைச்சர் சாட்சாத் முண்டச்சேரி பின் இருக்கையிலிருக்கிறார்! பஷீர் அவரிடம் கண்டிப்பாகச் சொல்கிறார்:

"முப்பத்தேழு ரூபாய் எழுபது பைசா கடனை வசூலிக்காமல் மந்திரியை விடப்போவதில்லை."

சிறிய புன்னகையுடன் முண்டச்சேரி காரின் கதவைத் திறந்தார். அவர் சொன்னார்: "ஏறடா."

மடக்கிக் கட்டியிருந்த வேட்டியை இறக்கிவிட்டுக்கொண்டு பஷீர் காரில் ஏறினார். கார் முன்னோக்கிச் சென்றது. நேராக கெஸ்ட் ஹவுஸுக்குச் சென்றார்கள். பார்த்துக்கொண்டிருந்த சாட்சிகள் ஆர்த்துச் சிரித்தார்கள்.

அவ்வளவு நெருக்கமான உறவு இருந்தது என்றாலும், பஷீரிடம் கேட்காமல் முண்டச்சேரி ஒரு காரியம் செய்தார். பஷீரின் நூலை - என் தாத்தாவுக்கு ஒரு யானை இருந்தது - அவர் பாடநூலாக்கினார். (கல்வியமைச்சர் மனம் வைத்தால், சுலபமாகச் செய்யக்கூடிய விஷயம்தானே இது. குறிப்பாக முண்டச்சேரியைப்போன்ற ஒருவரால்.)

ஆனால் ஒரு சிக்கல். தன் புத்தகத்தை எஸ்.எஸ்.எல்.சி.க்குப் பாடநூலாக ஆக்குவதற்கு பஷீர் அனுமதியளிக்க வேண்டும். அரசியல் எதிரிகள் வலுவானவர்கள். செல்வாக்குள்ளவர்கள். பிரச்சினை ஏற்படுத்த வாய்ப்பிற்காகக் காத்திருப்பவர்கள். அதனால் பஷீரின் அனுமதி எழுத்து மூலமாகக் கிடைத்தே ஆகவேண்டும். முண்டச்சேரி அந்தப் பொறுப்பை குற்றிப்புழா கிருஷ்ணபிள்ளையிடம் கொடுத்திருந்தார். அவர் விரைவில் பஷீரைச் சந்தித்து அனுமதிப் பத்திரத்தில் கையெழுத்து வாங்கினார்.

அப்போது குற்றிப்புழா ஒரு பழைய சம்பவத்தை நினைவுகூர்ந்தார். அந்த நூலை கல்லூரியில் பாடப் புத்தகமாக்க முன்பே அவர் ஒரு முயற்சி செய்திருந்தார். அது வெற்றி பெறவில்லை. கல்விக் குழுவின் உறுப்பினர்கள் - பிரசிடென்டின் தலைமையில் - கடுமையாக எதிர்த்தார்கள். எதிர்ப்பதற்கான காரணங்களாக அவர்கள் இரண்டு விஷயங்களைச் சொன்னார்கள். ஒன்று, புத்தகத்தில் அசிங்கமான

வார்த்தைப் பிரயோகங்கள் உண்டு. இரண்டு, ஆபாசமும் உண்டு. 'கக்கூஸ்', 'கக்கூசில் இருப்பது' முதலானவைதான் அசிங்கமான பதங்கள். 'முலை' எனும் சொல் ஆபாசம். இந்தக் காரணங்களைச் சொல்லி புத்தகத்தைக் குற்றம் சாட்டியவர்களை எதிர்த்து நிற்க குற்றிப்புழாவுக்கு சக்தியிருக்கவில்லை என்பதை முன்பே குறிப்பிட்டிருந்தோம். தான் அன்று வெற்றி பெறாத இடத்தில், நண்பரான முண்டச்சேரி வென்றதில் அவர் மகிழ்ந்தார்.

'என் தாத்தாவுக்கு ஒரு யானை இருந்தது' பாடப் புத்தகமானபோது, எதிர்க்கட்சி அதற்கெதிராக ஒரு பெரிய தாக்குதலையே தொடங்கியது. தாக்குதலுக்குத் தேவையான சக்தியைப் பத்திரிகைகள் கொடுத்தன. பிஞ்சுக் குழந்தைகளின் மனங்களில் மாசு கலப்பதுதான் இந்தப் புத்தகம். இது மொழிச் சுத்தம் இல்லாதது; கண்ணியமான உணர்வுக்கு ஏற்றதல்ல - அப்படியிப்படி என்று பத்திரிகைகளிலும் மேடைகளிலும் அன்று ஆட்கள் என்னவெல்லாம் பேசினார்கள்! அது குறித்து, விவரமற்றவர்களின் விளையாட்டு என்றுதான் சொல்ல வேண்டும். (நமது ஞானம் பெற்ற நாட்டில் இதுபோன்ற அர்த்தமற்ற 'விவாதங்'களை காலாகாலத்தில் பத்திரிகையாளர்களும் அறிவு ஜீவிகளும் தோற்றுவிப்பார்கள்தானே).

இந்தக் களேபரங்கள் பஷீரை மிகவும் பாதித்தன. அவர் மிகவும் கொந்தளிப்பதை நான் பார்த்திருக்கிறேன். ஆயினும் அவற்றிற்குப் பின்னால் இஸ்லாமிய விரோதம்தான் உள்ளது எனும் கூற்றை அவர் அங்கீகரிக்கவில்லை. அரசியல் விரோதம் மனிதர்களுக்குப் பைத்தியம் பிடிக்கச் செய்யும் என்று அவர் புரிந்துகொண்டார். சட்ட சபையில் சில எம்.எல்.ஏ.க்கள் நிகழ்த்திய உரைகள் அவருக்குக் கோபத்தையும் துயரத்தையும் ஏற்படுத்தின. அப்படிக் கூச்சலிட்டவர்களில், பஷீரை நேரடியாக அறிந்தவர்கள்கூட இருந்தார்கள்.

அதைத் தொடர்ந்து என்ன நடந்தது என்பதை அந்தப் புத்தகத்தின் வெளியீட்டாளரான டி.சி. கிழக்கேமுறி சொல்லட்டும்:

"சில சமுதாயங்களும் அவர்களின் பத்திரிகைகளும் 'என் தாத்தாவுக்கு ஒரு யானை இருந்தது' நூலுக்கெதிராகக் கிளர்ச்சியைக் கட்டவிழ்த்துவிட்டன. அவர்களின் வாதம், இவ்வகையான நூல்கள் மாணவர்களை 'வழிதவறச் செய்யும்' என்பதாயிருந்தது. அதனால் பல்லாயிரக்கணக்கான மாணவர்கள் புத்தகம் வாங்கவில்லை.

"ஆயினும் ஆர்டர் தந்ததன்படி புத்தகங்களை வாங்க சட்டப்படி அரசு கடமைப்பட்டது. வழக்குப் போடுவதைத் தவிர வேறு வழியில்லை எனும் நிலை வந்தது. சமாதானப் பேச்சு வார்த்தை நடத்திப் பார்க்கலாம் எனும் என் யோசனையை சங்கக் குழு ஏற்றுக்

கொண்டது. நான் பல முறை மந்திரி முண்டச்சேரியையும் துறைத் தலைவரையுமெல்லாம் சந்தித்துப் பேசிப் பார்த்தேன். பயனொன்றும் ஏற்படவில்லை.

"1956-ஆம் ஆண்டு ஜூலை மாதம் இ.எம்.எஸ். மந்திரி சபை கலைக்கப்பட்டது. சங்கம், அரசைப் பிரதிவாதியாக்கி வழக்குப் பதிவு செய்ய முடிவெடுத்தது. தலைமைச் செயலருக்கு நோட்டீஸ் அனுப்பப்பட்டது. அதற்குமேல் போக வேண்டிய அவசியம் ஏற்படவில்லை. மொத்தப் பிரதிகளையும் வாங்கிக்கொண்டு, கொடுக்க வேண்டிய மொத்தத் தொகையையும் தந்து, கொடுக்கல் வாங்கலை முடிப்பதற்கான அறிவு அரசுக்கு ஏற்பட்டது."

(அன்று பள்ளிப் பாடப் புத்தகங்கள் அரசின் நேரடியான பொறுப்பில் விற்கப்பட்டன. மேலே டி.சி. கிழக்கேமுறி, சங்கம் என்று குறிப்பிடுவது இலக்கியச் செயல்பாட்டு கூட்டுறவு சங்கத்தைத்தான்).

முன்பே பஷீர், புக் ஸ்டாலை மூடுவதற்கு முடிவு செய்திருந்தார். இலக்கியச் செயல்பாட்டு கூட்டுறவுச் சங்கத்திற்கு புக் ஸ்டாலை விட்டுக் கொடுத்தார். வசூலாக வேண்டிய தொகைகள் உண்டு. அதெல்லாம் போகட்டும் என்று நினைத்தார். பஷீர் தலயோலப் பரம்புக்குத் திரும்பினார். அங்கே வசிக்கும்போது ஒரு புதிய சந்தர்ப்பம் பிறக்கிறது. வாழ்க்கைப் போக்கில் மாற்றம் ஏற்படுத்திய சந்தர்ப்பம்.

கோழிக்கோட்டிலிருந்து ஒரு குழு பஷீரைப் பார்ப்பதற்காக தலயோலப்பரம்பிற்கு வருகிறது. திக்கோடியன்தான் குழுத் தலைவர். அவர் பஷீரின் நெருங்கிய நண்பர். மற்றும் சோபனா பரமேஸ்வரன் நாயர், அப்துர்ரஹ்மான் முதலான நண்பர்களும் இருந்தார்கள். வழக்கப்படி தமாஷ்களும் நல விசாரிப்புகளும் முடிந்த பிறகு அவர்கள் விஷயத்திற்கு வருகிறார்கள்.

கேரள சங்கீத நாடக அகாதெமி கோழிக்கோட்டில் ஒரு கலைவிழா நடத்தவிருக்கிறது. அதன் நிறைவுக் கூட்டத்தில் ஒரு நாடகமும் நடத்த வேண்டும். பஷீரின் 'என் தாத்தாவுக்கு ஒரு யானை இருந்தது' கதையை நாடகமாக நிகழ்த்த வேண்டுமென்று அவர்கள் முடிவு செய்திருந்தார்கள். பஷீர் நாடகமெழுதி உதவி செய்ய வேண்டும். அதைக் கேட்டபோது பஷீர் மறுத்தார். ஆனால் நண்பர்களா விடுவார்கள்? கடைசியில் பஷீர் அவர்களின் அன்பிற்கு இசைந்தார். கோழிக்கோட்டுக்கு வருவதாகவும் நாடகம் அரங்கேறுவதுவரை அங்கே தங்குவதாகவும் அவர் சம்மதித்தார்.

கோழிக்கோட்டில் பஷீர் தங்குவதற்காக ஒரு நல்ல இடத்தை திக்கோடியன் ஏற்பாடு செய்தார். எஸ்.கே. பொற்றேகாடின் 'சந்திர காந்தம்' எனும் வீடு. (அப்போது பொற்றேகாடு மய்யழியில் உள்ள

மனைவி வீட்டில் தங்கியிருந்தார். விரைவிலேயே 'சந்திர காந்தம்' இலக்கியவாதிகளின் சங்கமஸ்தலமாக மாறியது. என்.பி. முகம்மது, வி.கே.என், திக்கோடியன், எம்வி. தேவன், எம்டி. வாசுதேவன் நாயர் முதலானோர் அங்கே தினந்தோறும் வந்தார்கள். பலரும் சந்திர காந்தத்தில் அடிக்கடி தங்குவதும் உண்டு.

அங்கே முதன் முதலாகச் சென்றதைப் பற்றி எம்டி. வாசுதேவன் நாயர் எழுதுகிறார்:

"என்.பி. முகம்மதின் துணையோடுதான் நான் செல்கிறேன். பழைய பயங்களெல்லாம் எனக்கு அப்போதுமுண்டு. போதாக்குறைக்கு ஒரு மன நோய்க் காலம் முடிந்துதான் அந்தப் பயங்கரன் வந்திருக்கிறார். என் அச்சத்தையும் பதற்றத்தையும் வெளியே காட்டிக் கொள்ளாதிருக்க முயன்றேன்.

மல்யுத்தக்காரனின் பாணியில் வயிற்றை முதுகெலும்போடு சேர்த்து ஒட்ட வைத்து, கோதாவில் இறங்கும்படி உலகத்திடம் சொல்வதுபோல நிற்கிறார் பஷீர்.

என்பி. என்னை அறிமுகப்படுத்தினார்.

"இந்தப் பையனா? தெரியும். ஆனால் ஆள் நூலைப்போல இருக்கிறானே. ஏதோ ஒரு பெரிய ஆஜானுபாகு நாயராக இருப்பான் என்று நினைத்தேன்.'

அப்போது வெறும் நூற்றுப்பன்னிரண்டு பவுண்டு எடையை மட்டும் எலும்புக் கூட்டுக்குள் அடக்கி வைத்திருந்த மிக ஒல்லியனாக இருந்தேன் நான்.

'அடேய், நீங்கள் இருவரும் இங்கேயே நில்லுங்கள். துண்டாக்கணும், அரைக்கணும், லொட்டு லொசுக்கெல்லாம் செய்யணும். நல்ல ஆகாரம் ஃப்ரீ."

என் கழுத்தில் துருத்திக் கொண்டிருக்கிற எலும்பில் விரலால் தட்டியபடி பஷீர் சொன்னார்: "உன் உடம்பைத் தேற்றுகிற விஷயத்தை நான் கவனித்துக் கொள்கிறேன்."

..."

(முன்பு எம்.டி. வாசுதேவன்நாயரின் விவரணத்தை மேற்கோள் காட்டியது, பஷீருக்கு இரண்டாவது முறையாக மன நோய் வந்ததைக் குறித்துதான். இன்னும் கொஞ்சம் வருடங்களுக்குப் பிறகுதான் அது நடக்கிறது).

அப்படி, பொற்றேகாடின் சந்திரகாந்தத்திலிருந்து (வேடிக்கைப் பொழுதுபோக்குகளுக்கு இடையே) பஷீர் நாடகம் எழுதினார்.

நாடகத்தின் ஒத்திகைகளும் மற்ற ஆயத்தங்களும் நடக்கும்போதுதான், திருமணம் செய்துகொண்டு 'ஞானி'யாகிவிடுவது எனும் ஆலோசனை வருகிறது. அப்துர்ரஹ்மான் ஒரு ஆலோசனையைச் சமர்ப்பித்தார். செருவண்ணூர் தொடக்கப் பள்ளித் தலைமை ஆசிரியரான கோயாக்குட்டி மாஸ்டருக்கு ஒரு மகள் இருக்கிறாள். நல்ல பெண். அந்தப் பெண்ணை பஷீர் திருமணம் செய்துகொள்ள வேண்டும். பஷீர் அந்த ஆலோசனையை நிராகரிக்கவில்லை. பெண்ணைப் பார்க்கலாம் என்று சம்மதித்தார். முதலில் புகைப்படத்தைப் பார்த்தார். பிற்பாடு தன் பரிவாரங்களுடன் பெண் பார்க்கச் சென்றார். அப்துர்ரஹ்மானின் சகோதரர் டாக்டர் முகமதின் செருவண்ணூர் வீட்டில்தான் 'பெண் பார்த்தல்' எனும் சடங்கு நடந்தது. திருமதி பாபி பஷீர் அந்த நிகழ்ச்சியை அழகாக விவரித்திருக்கிறார். அது கீழே கொடுக்கப்பட்டிருக்கிறது:

"... அவர் அறைக்குள் வந்தபோது நான் எழுந்து, திறந்திருந்த சன்னலருகே சென்றேன். என் ஒரு கை சன்னல் கம்பியைப் பற்றியிருந்தது. மறு கையால் நான் சன்னல் படியில் கிடந்த சீப்பைத் தொட்டேன். அச்சத்தாலும் தடுமாற்றத்தாலும் நான் சீப்பால் சன்னலில் தீட்டிக்கொண்டிருந்தேன். நேராகப் பார்ப்பதற்குத் தைரியமில்லை. அவரின் முகத்தைப் பார்க்கத் திராணியில்லை. ஏதாவது செய்ய வேண்டுமே என்று நினைத்து சீப்பால் சன்னல் கம்பியில் உரசிக்கொண்டிருந்தேன்...

அப்போது அவர் சொல்கிறார்:

"சீப்பை அங்கே வைத்துவிட்டு, தைரியமாக நில். நான் யாரையும் தின்னப்போவதில்லை."

பிறகு அவர் சாந்தமாகக் கேட்டார்:

"என்னைத் தெரியுமா?'

நானா பேசப் போகிறேன்!

உடனே அவர் அப்துர்ரஹ்மான் சாகிபை அழைத்துச் சொல்கிறார்:

"அடே, அப்துர்ரஹ்மானே, இவளொரு கோல்டன் கேர்ள் அல்லவா! இவள் கருப்பாக இருப்பாள் என்றல்லவா நான் நினைத்திருந்தேன்."

"பிறகு அவர் என்னை நோக்கித் திரும்பினார்: 'பார், என்னைப் பார், பிடித்திருக்கிறது என்றால் சொல். எனக்கு வயது அதிகம். நீ

நினைப்பதுபோல நான் சிறுவயதுக்காரன் அல்ல. என்னைப் பிடித்திருக்கிறதென்றால் சொல்...”

“வெளியே அவரின் நண்பர்கள் இருந்தார்கள். எம்.வி. தேவனும் மற்றவர்களும். அவர் வெளியே பார்த்து தேவனை அழைத்தார்: ‘அடே தேவா, இங்கே வா, நாங்கள் சேர்ந்து நிற்பதுபோன்று ஒரு படம்வரை...’ அப்போதுதான் அவர் நான் ஆபரணங்கள் ஒன்றும் அணிந்திருக்கவில்லை என்பதைக் கவனிக்கிறார். பிறகு சொன்னார்:

“ஓ, உன் கையில் வளையல்கள் இல்லையல்லவா? வாட்ச்கூட கட்டவில்லை. பரவாயில்லை. ஒன்றும் வேண்டாம். நாம் அதையெல்லாம் சம்பாதிக்கலாம். தேவா, நீ வரையும்போது அவள் கையில் வளையல், கடிகாரம், கழுத்தில் தங்கச் சங்கிலி எல்லாம் வரை.”

“இப்படிச் சொல்லிவிட்டு அவர் என் பக்கத்தில் வந்து நின்றார். தேவன் வரையத் தொடங்கினார்.

“இவ்வளவெல்லாம் ஆனாலும் நான் ஒரு வார்த்தையும் பேசவில்லை. முகத்தைப் பார்க்கவில்லை. உள்ளங்காலிலிருந்து உச்சந்தலைவரை நடுக்கமுற்றிருந்த நான், எப்படித் தப்புவோம் என்ற சிந்தனையிலிருந்தேன். உடல் முழுதும் வியர்த்துக் கொட்டியது.

“அப்போது தேவன் எங்கள் இருவரின் படத்தையும் ஒரு காகிதத்தில் வரைந்து முடித்திருந்தார். அதை அவர் வாங்கி என் கையில் தந்து, பெயரும் முகவரியும் எழுதிக் கையெழுத்திடும்படிச் சொன்னார். நான் நடுங்கியபடியே கையெழுத்திட்டுக் கொடுத்தேன். அதற்குப் பிறகு கே.ஏ. கொடுங்கல்லூர், எம். அப்துர்ரஹ்மான், வி. அப்துல்லா, என்.பி. முகம்மது, எம்.டி. வாசுதேவன் நாயர், எம்.வி. தேவன், சோபனா பரமேஸ்வரன் நாயர், திக்கோடியன் ஆகியோரை, வரைந்த காகிதத்தில் கையெழுத்திட வைத்தார். அது முடிந்து அவர் வெளியே சென்றார். பிறகு டாக்டரின் மனைவி தேநீரும் பலகாரங்களும் கொடுத்தார்கள். முடிந்தது, பெண் பார்ப்பதும் - படம் வரைவதும் - கையெழுத்திடுவதும்!”

படம் வரைந்த பிறகு செருப்பின் அளவுக்காக கால் அளவை வரையும்போது தேவனின் விரல், பாபியின் காலில் பட்டுவிட்டது! அப்போது பஷீர் கேட்டார்: “எதற்கடா நீ என் பட்டத்து ராணியின் காலைத் தொட்டாய்?”

வயது வித்தியாசம் பிரச்சினையாக இல்லை. 1958-ஆம் ஆண்டு டிசம்பர் மாதம் 18ஆம் தேதி நிக்காஹ் நடந்தது.

பாபி எனும் பெயர், பஷீர் வைத்தது. பாத்திமா பிபி என்பதுதான் உண்மையான பெயர். அதன் முதல் எழுத்தையும் கடைசி எழுத்தையும் இணைத்தால் பாபி என்றாகும். அழைப்பதற்கும் சுலபம். அந்த ஓசையில் இசையும் உண்டு.

தம்பதியர் தலயோலப்பரம்புக்குத் திரும்பினார்கள். குடும்ப வாழ்வைத் தொடங்கினார்கள்.

பாத்தும்மாவின் ஆடு - ஒரு உண்மைக் கதை

'ஒரு யதார்த்தக் கதை' - இப்படித்தான் பஷீர் 'பாத்தும்மாவின் ஆடு' எனும் நூலைக் குறித்துச் சொல்வார். உண்மையில் நடந்த கதை என்று அர்த்தம். இந்தக் கதையை, அவர் வாழ்க்கையின் ஓர் ஏடு என்றே சொல்ல வேண்டும். ஆனால் அது எல்லோரையும் வசீகரிக்கிறது. பஷீர் எனும் மனிதரிடம் எந்த அக்கறையும் இல்லாதவர்கள்கூட அதைப் படித்து ரசிக்கிறார்கள். உண்மைகளின் அடிப்படையில் அல்லாது இந்தக் குணம் கைவராது.

இந்தக் கதை எப்போது எழுதப்பட்டதென்று அதன் முன்னுரையில் பஷீர் கூறியிருக்கிறார். "ஆயிரத்தித் தொள்ளாயிரத்தி ஐம்பத்து நான்கு ஏப்ரல் இருபத்தியேழாம் தேதி எழுதி முடித்ததுதான் 'பாத்தும்மாவின் ஆடு' எனும் இந்தக் கதை." அதாவது கேரளம் பிறப்பதற்கு முன்பு. உடனே பிரசுரிப்பதில் சிக்கல் ஏதும் இல்லை. பஷீரிடமிருந்து புதிய கதை கிடைப்பதற்காக 'இலக்கியச் செயற்பாட்டு கூட்டுறவுச் சங்கம்' காத்துக்கொண்டிருந்தது. ஆயினும் 1959-ஆம் ஆண்டு ஏப்ரல் மாதத்தில்தான் இந்தக் கதை புத்தக வடிவில் வெளிவருகிறது. சரியாக ஐந்து வருடத்திற்குப் பிறகு.

அந்தப் புத்தகம் வெளிவருவதற்கு இவ்வளவு தாமதமானது ஏன்? குறிப்பிட்டுச் சொல்லக்கூடிய காரணங்கள் எதுவுமில்லை. பஷீர் சொல்கிற காரணம் இதுதான்:

"இதைக் கொஞ்சம் பிரதியெடுத்து மேலும் அழகுபடுத்தி முகவுரையுடன் வெளியிட வேண்டும் என்று நினைத்தேன். நாளை நாளையென்று நாட்கள் கடந்து சென்றன... ஐந்து வருடம்!"

பிரதியெடுப்பது என்று சொல்வதில், பொருத்தமான மாற்றங்களைச் செய்வது எனும் செயலும் அடங்கியிருக்கிறது. ஆனால் மீண்டும் வாசித்தபோது இந்தக் கதைக்கு ஏதேனும் திருத்தங்கள் தேவையென்று பஷீருக்குத் தோன்றவில்லை. அதை அவரே எழுதுகிறார்:

"இதுவரை இந்தக் கதையைத் திரும்ப எழுதவில்லை. இதற்கு முன்பு பிரசுரமான எல்லாமும் ஒன்றுக்கு மேற்பட்ட முறை

திருத்தப்பட்டவை. செம்மைப்படுத்தப்பட்டவை. இது மீண்டும் எழுதாமல், திருத்தாமல், முதலில் எழுதியபடியேதான் வருகிறது. நான் வாசித்துப் பார்த்தேன் - திரும்ப எழுத வேண்டுமென்று தோன்றவில்லை - திருத்த வேண்டுமென்றும் தோன்றவில்லை."

கதையை எழுதிக்கொண்டிருந்த நேரத்தில் 'நான் முற்றிலும் வெந்து சாம்பலாகிக் கொண்டிருந்தேன்' என்றும் முன்னுரையில் எழுதியிருக்கிறார். வெந்து சாம்பலாவதற்கு என்ன காரணம்? அந்தக் குறிப்பை பஷீர் பின்னால் தருகிறார். 'பயங்கரக் கனவுகள் நிறைந்த கொடூரமான இருட்டு இதோ, எட்டுத் திக்கிலுமிருந்து ஆர்த்தொலித்து நெருங்குகிறது.' இந்த வாக்கியம் முன்பே எடுத்துக் காட்டப்பட்டிருக் கிறது. அந்த மையிருட்டு, அசுர சக்தியுடன் அவர் மனதை விழுங்கிய மனநோய் எனும் நோயன்றி வேறொன்றுமில்லை. அதன் பின்னால், 'எனக்குக் குணமாகவேண்டும்' என்ற வார்த்தைகளும் உண்டு. கவனம் அனைத்தையும் நன்மையில் மட்டும் மையப்படுத்த வேண்டும் எனும் ஆவலும் வெளிப்படுகிறது. நன்மை என்பது இங்கே தெளிந்த அறிவுதான். அது, மன நோய்க்குச் சிகிச்சை நடக்கிற காலம் என்று நினைவுகொள்ள வேண்டும். (இப்படியான பயங்கரமான சிகிச்சைக்கு இடையில்தான் 'பாத்தும்மாவின் ஆடு' எனும் தமாஷ் நாவலை நான் எழுதுகிறேன்).

'எதார்த்தக் கதை' என்பதை, முன்னுரையின் கடைசிப் பாகத்தில் இன்னும் கொஞ்சம் விளக்குகிறார்:

"'பாத்தும்மாவின் ஆடு' சும்மா ஒரு கதையல்ல. அதன் கதாபாத்திரங்களெல்லாம் கடவுளருளால் இப்போதும் வாழ்ந்து கொண்டிருக்கிறார்கள். இது என் வீட்டு உண்மைக் கதை என்பதால் ஞாபகத்தில் வைக்க வேண்டும்."

அப்படியென்றால், இது பஷீர் வீட்டின் 'உண்மைக் கதை.' வீட்டில் யார்யாரெல்லாம் வசிக்கிறார்கள் என்று முதற் பகுதியில் சொல்கிறார். சும்மா சொல்கிறார் அவ்வளவுதான். விவரணமில்லை. அவர்களின் பட்டியலால் ஒரு பாரா நிறைந்திருக்கிறது. பஷீரை நேரடியாக அறிந்தவர்களுக்கு அதைப் படிக்க ஆர்வம் ஏற்படலாம். கதாசிரியரான பஷீரின் வீடும் சூழ்நிலையும் என்னவென்றறிய அக்கறை கொண்டவர்களுக்கும் ஆர்வம் ஏற்படும். இந்த இரண்டு பிரிவைச் சேர்ந்தவர்களும் குறைவானவர்கள்தான். ஆனால், 'பாத்தும்மாவின் ஆடு' படித்து ரசிப்பவர்கள் மிக அதிகமானவர்கள். சுவையற்றுப் போகக்கூடிய விஷயங்கள்கூட பஷீரின் ஆசீர்வதிக்கப் பட்ட பேனாவின் தீண்டலில், எப்படியோ சுவையளிப்பதாக மாறுகின்றன.

தொடக்கத்தில் ஒரு வாக்கியத்தால் வீட்டை விவரிக்கிறார்: "இரண்டு அறைகளும் ஒரு சமையலறையும் இரண்டு வராந்தாக்களும் உள்ள ஒரு சிறிய கட்டடம்தான் என் வீடு."

இதற்கு அதிகமாகச் சொல்லத் தேவையில்லை. அந்த வீட்டை நாம் நேரடியாகக் காண்பதற்கு இது போதும்.

ஒரு ஊர் சுற்றலுக்குப் பிறகு 'அமைதி தேடி'தான் பஷீர் இங்கே வந்திருக்கிறார். அங்கே என்ன அமைதி கிடைக்கும்? இரண்டு சகோதரர்கள், அவர்களது குடும்பங்கள், ஒரு சகோதரியும் அவள் கணவரும் பிள்ளைகளும், மிகவும் இளைய சகோதரன் - இவ்வளவு உறுப்பினர்கள் அந்த வீட்டிலிருக்கிறார்கள். மனித குலத்தைச் சேராதவர்களும் அங்கே உறுப்பினர்களாக உண்டு.

"எங்கிருந்தோ வந்து குடியேறி உம்மாவின் அகதிகளாக வசிக்கின்ற கொஞ்சம் பூனைகள், அவற்றிற்குப் பயந்து மாடியில் எப்போதும் ஓடித் திரிகிற எண்ணற்ற எலிகள், கூரை மீதிருந்துக் கத்தி களேபரம் செய்கின்ற சற்றதிகமான காக்கைகள்; இவையனைத்திற்கும் மேலாக என் உம்மாவுக்குச் சொந்தமானவையும் வீட்டை ஆள்பவையுமான பத்து இருபது கோழிகள்; அவற்றின் எண்ணற்ற குஞ்சுகள்; இவற்றை கவ்விக்கொண்டுபோய் தின்று வாழ்கின்ற கழுகுகளும் பருந்துகளும் மரங்களில்."

அங்கே எப்போதும் 'சந்தைக் கூச்சல்'தான்.

அந்த அமளிகளின் நடுவே அதோ, வருகிறது சுறுசுறுப்பான ஒரு ஆடு. தவிட்டு நிறமுள்ள பெண் ஆடு அது. அது யாருக்கும் அஞ்சாமல் வீட்டுக்குள் சென்று அனைத்து விதமான சுதந்திரமும் காட்டுகிறது! யாரும் அதைக் கட்டுப்படுத்துவதில்லை. அதற்கு யாருக்கும் உரிமையில்லை. காரணம், அது பாத்தும்மாவின் ஆடு! பஷீரின் சகோதரியான பாத்தும்மாவின் ஆடு.

எப்போதும் வீட்டுச் சூழ்நிலையில் குழந்தைகளின் அழுகையும் பெண்களின் சச்சரவும் பேச்சும் நிறைந்து நிற்கின்றன.

சந்தடிகளின் நடுவில்தான் பஷீர் வந்திருக்கிறார். அமைதி தேடி!

இன்னும் பல அனுபவங்கள் உள்ளன. சகோதரிகள் ரகசியமாக பஷீரை அணுகுகிறார்கள். பெரியண்ணன் (பஷீர்) தனக்கு கம்மல் செய்து கொடுக்க வேண்டும் என்பது ஒரு சகோதரியின் வேண்டுகோள். இன்னொரு சகோதரியின் தேவை, பெரியண்ணன் தனக்குப் பாத்திரங்கள் வாங்கிக் கொடுக்க வேண்டும் என்பது. அடிக்கடி உம்மாவும் வந்து கேட்கிறார்கள்: 'நீ எனக்குக் கொஞ்சம் பணம் தா.'

அபுபக்கர் (அபு) ஒரு சிறிய விஷயத்தைத்தான் சொல்வார்: "பெரியண்ணா, நாம் இந்த வாசலை எடுத்துக் கட்ட வேண்டும். வீட்டுக் கூரையை மாற்றிவிட்டு ஓடு போடவேண்டும்."

இப்படி நிறையத் தேவைகள் உள்ளன. உம்மா, சகோதரர்கள், சகோதரிகள், அவர்களின் பிள்ளைகள் - இவர்கள் எல்லோரும் அடிக்கடி பஷீரை அணுகுகிறார்கள். ஒவ்வொருவரும் தங்களின் தேவையைச் சொல்கிறார்கள். அவற்றை நிறைவேற்றுவதில் சிரமமில்லை. ஆனால் பணம் வேண்டும். நிறையப் பணம் வேண்டும். அது எங்கிருந்து கிடைக்கும்? (பஷீர் பெரும் பணக்காரராக வந்திருக்கிறார் என்பதுதான் அவர்களின் எண்ணம்).

இத்தகைய காட்சிகளுக்கும் சித்திரங்களுக்குமிடையில்தான் பஷீர் எனும் எழுத்தாளரின் உருவம் தெளிந்துயர்ந்து பிரகாசிக்கிறது. குழந்தைகளின் சச்சரவுகளையும் பெரியவர்களின் வேண்டுகோள் களையும் ஆட்டின் குறும்புகளையும் பறவைகளின் அசைவுகளையும் சாம்பங்காய்களின் அழகையும் மற்றவற்றையும் ரசித்து மகிழ்ந்து கொண்டு, பஷீர் ஒரு மெல்லிய புன்னகையுடன் ஒரு யோகியைப் போல ஒளிர்வதை நாம் காண்கிறோம். உயிர்ப் பிராணிகளின் பலவிதமான அசைவுகளையும் தோற்றங்களையும் லீலையாகத் தரிசிக்கிற சிருஷ்டி கர்த்தாவை பஷீர் இங்கே நினைவுபடுத்துகிறார். சாம்பங்காய்கள் பறிக்க வருகின்ற சிறுமிகளை சித்திரிக்கும்போது பஷீர் தன்னைத் தானே கேலி செய்துகொள்கிறார். எம். கோவிந்தன், அவர் மனைவி டாக்டர் பத்மாவதி, மகள் பாலா, கே.ஏ. கொடுங்ஙல்லூர் முதலானவர்கள்கூட இந்த உலகத்தில் கடிதங்கள் வழியே இடம் பெறுகிறார்கள். முக்கியக் கதாபாத்திரமான ஆடு, சகலத்தையும் மீறி இந்தச் சித்திரத்தில் ஒரு குறியீடாக வளர்ந்து வருவதாக நமக்கு அனுபவப்படுகிறது.

அது ஒரு சிறிய நூல்தான் என்றாலும், உண்மைகளைப் பரப்பி வைக்கிற நூல்தான் என்றாலும் இது நம் அகக் கண்களின் முன்னால் ஒரு பிரத்தியேக உலகத்தைத் திறந்து காட்டுகிறது. மனிதர்களும் இயற்கையும் பிராணிகளுமெல்லாம் ஊகிக்க முடியாதவிதத்தில் ஒன்றோடொன்று தொடர்புகொள்கிற ஒரு உலகம். முழுமையான உலகம் இது.

வாசகர்களைச் சிறிய விஷயங்களினூடே பெரிய உலகத்தின் வியப்புகளுக்கு இட்டுச் செல்கிற இந்த 'நகைச்சுவைக்' கதையின் மேன்மையை விவரிக்க தனிப்பட்ட ஆய்வே செய்ய வேண்டியிருக்கிறது. இங்கே அதற்கு முற்படவில்லை.

எதிர்காலத் தலைமுறை, பஷீரின் படைப்பாற்றலிலிருந்து மலையாளத்திற்குக் கிடைத்த ஒரு வைரமாக இந்த நூலைப்

போற்றுமென்பது என் நம்பிக்கை. வாழ்க்கைச் சூழ்நிலைகள் மாறிக் கொண்டிருக்குமென்பது நமக்குத் தெரியும் (இப்போதே மாறியிருக்கிறது). மனித உறவுகளின் தன்மையும் மாறும். இயற்கையுடன் மனிதர்களுக்கான உறவும் இல்லாமல் போகலாம். அப்படியெல்லாம் இருந்தாலும் இந்தச் சிறிய படைப்பின் ஆழம், தேர்ந்த வாசகர்களை என்றும் வசீகரித்துக் கொண்டிருக்கும் என்பது உறுதி.

இந்தக் கதையின் விவரணையில், தன் சுற்றுச் சூழல்களையும் அனுபவங்களையும் முடிந்தவரை அகன்று நின்று பற்றற்ற தன்மையுடன் பார்க்கிற ஒரு நோக்கு ஆதிக்கம் செலுத்துகிறது. பக்குவமான கலைத்திறன் கொண்டிருந்தால் மட்டுமே ஒரு எழுத்தாளருக்கு தன் கருப்பொருளை அகன்று நின்று பார்க்கவும் பற்றற்ற தன்மையோடு சித்திரிப்பதற்குமான சக்தி சித்திக்கும். நூற்றாண்டுகளின் இலக்கிய ஆவணங்கள் இந்த விஷயத்தை அழுத்தமாகச் சொல்கின்றன.

எழுதி முடித்த பிறகு பிரசுரிப்பதற்கு எதற்காக ஐந்து வருடங்கள் காத்திருந்தார்? இப்படி ஒருவர் கேட்கலாம். இதற்கு பஷீரிடம் ஏதாவது பதில் இருக்குமென்று தோன்றவில்லை. நூலைப் பூர்த்தி செய்து வைத்திருக்கிற சந்தர்ப்பத்தில் நான் பஷீரை பலமுறை சந்தித்ததுண்டு. அப்போது நான் சும்மா ஒரு கேள்வி கேட்டேன்: "ஏதாவது புதிய கதை எழுதிக்கொண்டிருக்கிறீர்களா?" ஆம் என்றோ இல்லையென்றோ சொல்லவில்லை. "இங்குள்ள பன்றிகளுக்கு நல்ல இலக்கியம் தேவையில்லைதானே!'' என்ற கூர்மையான வார்த்தைகளைத்தான் அவர் சொன்னார்.

அதன் சூழ்நிலை எத்தனை பேருக்குத் தெரியுமென்று எனக்கு நிச்சயமில்லை. அந்த சந்தர்ப்பத்தில்தான், பஷீரின் படைப்புகள் உலக இலக்கியத்திலிருந்து திருடப்பட்டவை என்ற குற்றச்சாட்டு எழுந்தது. அது, நண்பரான கே. பாலகிருஷ்ணனின் 'கௌமுதி'யில் (கௌமுதி, இலக்கிய உலகில் மிகவும் கவனிக்கப்படுகிற வார இதழாக இருந்தது) வெளிவந்தது. இதனால் பஷீர் சினமூட்டப்பட்டவரானார். வாழ்க்கை அனுபவங்களை வெளிப்படுத்துவது என்பதுதான் பஷீரின் பொதுவான ரீதி. 'பிறந்த நாள்', 'இளம் பருவத்துத் தோழி' முதலான கதைகள் அவரது சொந்த அனுபவமல்லாது வேறில்லை. உலகில் அனைவருக்கும் அது, தெரியும். தன் அனுபவத்தைச் சொல்வதனால் மட்டுமே கதை சிறந்ததாகிவிடும் என்பதில்லை. பஷீர் வெளிப்படுத்தும்போது, எந்தவித அனுபவங்களும் உயர்ந்த கதைகளாக மாறுகின்றன என்பதுதான் முக்கியம். மேதமையின் மந்திரத் தீண்டல் அவற்றிற்கு கலையழகை அணிவிக்கிறது.

அப்படித் தன் வாழ்வின் உதிரத்திலிருந்து வார்த்தெடுத்த கதைகளைத் திருட்டு என்று யாராவது உரக்கச் சொன்னால் கோபமோ, துயரமோ ஏற்படாதிருக்குமா? (அந்தக் குற்றச்சாட்டு பிரசுரமானதும் ஒரு ஆத்ம நண்பனின் வார இதழில்தான்).

அந்தச் சூழ்நிலையில் பத்திரிகைகள் கேசவதேவின் பேச்சை முக்கியத்துவத்துடன் வெளியிட்டிருந்தன. 'எந்த உலக இலக்கிய வாதிக்கும் நான் கடமைப்பட்டவன் அல்ல. என் கதைகள் என்னுடையவை மட்டுமே'-இதுதான் செய்தியின் தலைப்பு. கேசவதேவ் வழக்கமாகச் சொல்கிற ஒரு விஷயம்தான் அது. (ஒரு முறை ஒரு பேச்சாளர் தன் வரவேற்புரையில் கேசவதேவைக் குறித்து 'மலையாளத்தின் மாக்சிம் கார்க்கி' என்று சொன்னார். உடனே கேசவதேவ் துள்ளியெழுந்து, 'இல்லை. நான் மலையாளத்தின் கேசவதேவ்' என்று திருத்தத் தயங்கவில்லை). ஆனால், பத்திரிகைகள் அந்த வாக்கியத்திற்கு அவ்வளவு பெரிய முக்கியத்துவம் கொடுத்ததில் ஒரு கெட்ட நோக்கம் இருப்பதாக பஷீருக்குத் தோன்றியது (பத்திரிகையாளர்களுக்கு அப்படிச் சில குறும்புகள் உண்டு அல்லவா). தன் கதைகள் உலக இலக்கியத்திலிருந்து திருடப்பட்டவை எனும் குற்றச்சாட்டு எழுந்த பின்னணியில் அப்படித் தோன்றத்தானே செய்யும்? என்னிடம் சொன்ன வார்த்தைகள் அதிலிருந்துதான் புறப்பட்டன. சுரணையுள்ள ஒரு எழுத்தாளர் அப்படிச் சொல்லத்தான் செய்வார்.

அவரது அந்த வார்த்தைகளின் பின்னால் மற்றொரு உண்மை இருக்கிறது. படைப்புகளின் நன்மை தீமைகளை நிர்ணயிப்பதற்குப் புறப்பட்ட ஒரு குறிப்பிட்ட வகையானவர்கள், அன்று இலக்கியத் துறையில் கொசுக்களைப்போலப் பெருகிக்கொண்டிருந்தார்கள் (இன்றைய நேர்காணல்காரர்களைப்போல). அவர்கள் பத்திரிகை ஊடகங்களைச் சார்ந்து வாழ்பவர்கள். அப்படி ஒரு கூட்டத்தினரை, குரைக்கும் நாய்களைக் காப்பதுபோலக் காப்பாற்றி உற்சாகமூட்டுவதில் ஊடகங்களுக்கு ஒரு சுவாரஸ்யம். அவர்களில் சிலர் அன்று ஊக்கம் கொண்டார்கள். பஷீர் கதைகளில் திருட்டு உண்டு என்று உரத்துச் சொல்வதில் உற்சாகம் காட்டினார்கள் (ஊடகங்களின் அன்பிற்குரியவராக பஷீர் மாறுவது பிற்பாடுதான்). அவர்களையும் அவர்களது பிதற்றல்களையும் நினைத்துதான் அவர் 'பன்றிகள்' என்று சொன்னார். அவர் கதைகளை நெஞ்சில் வைத்துச் சீராட்டும் இலக்கிய ரசிகர்களுக்கும் இதற்கும் தொடர்பில்லை.

ஊடகப் பிழைப்பாளிகளாகிவிட்டதில் ஆணவங்கொண்டு மற்றவர்களை நோக்கிக் குரைக்கின்ற எழுத்தாளர்களைப்பற்றி கேசவதேவ், 'இலக்கியக் கங்காணிகள்' என்றும், தகழி 'நாற்றமெடுத்த

ஜந்துக்கள்' என்றும் சொல்லியிருக்கின்றார்கள். இப்படிப்பட்டவர்களை ஷெல்லி தன் காவியம் ஒன்றின் முன்னுரையில் 'இலக்கிய வேசிகள்' என்று குறிப்பிட்டிருப்பதும் இங்கே நினைவுகூரத்தக்கது. சங்ஙம்புழா, தான் கவிதை எழுதுவதை நிறுத்தவேண்டும் என்று வந்த கருத்திற்கு எதிர்வினையாக எழுதிய கவிதையிலும், அதில் சேர்ந்திருக்கிற குறிப்பிலும் இதே ரீதியில் கடும் பிரயோகம் உண்டு. இலக்கியத்தின் மதிப்பைக் குறித்த பிரக்ஞையில்லாமல் ஊடகங்களில் ஒவ்வொரு விதமாகப் 'பராக்கிரமம்' காட்டுகின்ற 'ஊடக வீரர்'களைக் குறித்து, உண்மையான இலக்கியவாதிகள்-படைப்பாற்றலுடைய இலக்கியவாதிகள் - இப்படிச் சொல்வது இயல்பானதுதான்.

பஷீர் அன்று அப்படிச் சொல்கிற சமயத்தில் 'பாத்தும்மாவின் ஆடு' எனும் கதையின் கையெழுத்துப் பிரதி வீட்டிலிருந்தது. ஒரு வாரத்திற்குள், அதைத் தெரிந்துகொள்வதற்கான வாய்ப்பு எனக்கு ஏற்பட்டது. எம். கோவிந்தன் எரணாகுளத்திற்கு வந்து சேர்ந்தார். வழியில் சந்தித்தபோது அவர் கேட்டார்: "பஷீரைப் பார்க்கப் போகிறேன். வருகிறாயா?"

நானும் அவருடன் சேர்ந்துகொண்டேன். பஷீரும் கோவிந்தனும் ஒருவரை ஒருவர் சந்தித்ததில் மிகவும் மகிழ்ச்சியடைந்தார்கள். ஆழ்ந்த நட்பின் அந்தக் காட்சிக்கு சாட்சியானதில் எனக்கும் மகிழ்ச்சி ஏற்பட்டது. பிறகுதான் 'பாத்தும்மாவின் ஆடு' பற்றி பேச்சு வருகிறது. அவர்கள் அதைப் பற்றித் தங்களுக்கிடையே முன்பே பேசியிருந்தார்கள். அப்போது பஷீர், கதையின் சில பகுதிகளை வாசித்துக் காட்டினார். அப்போதுதான் நான், வாசித்துக் காட்டுவது எனும் செயலை மிக அழகாகச் செய்வதில் பஷீர் திறமை பெற்றவரென்று நேரடியாகப் புரிந்துகொண்டேன். அந்தக் குரலில் நாடகப் பாங்கு கலந்திருப்பதாக கேட்பவர்களுக்குத் தோன்றும். கதையின் சுவையில் மூழ்கி நாங்கள் மூவரும் மகிழ்ச்சியிலாழ்ந்துபோனோம்.

கடைசியில் பஷீர், கையெழுத்துப் பிரதியை எம். கோவிந்தனிடம் கொடுத்தார். புதிதாகத் தொடங்குகிற 'கோபுரம்' பத்திரிகையில் பிரசுரிப்பதற்காகக் கொடுத்தார். அது குறித்து முன்பே பேசியிருந் தார்கள். விரைவிலேயே சி.ஜே. தாமஸூம் பி.கே. பாலகிருஷ்ணனும் கே.கே.தாமஸூம் வந்து சேர்ந்தார்கள். 'இதை பாலனிடம் கொடுக்கிறேன்' என்று சொன்னபடியே கோவிந்தன், கையெழுத்துப் பிரதியை பி.கே. பாலகிருஷ்ணனிடம் கொடுத்தார். பி.கே. பாலகிருஷ்ணன் முன்பே கதையைப் படித்து பஷீரை மகிழ்ச்சியடையச் செய்திருந்தார் என்று தோன்றுகிறது.

எல்லோருடனும் தோழமையுடன் பழகினார் என்றாலும் சிலரின் அபிப்பிராயங்களை மட்டுமே பஷீர் மதித்தார். இந்த மூவரும் அந்தச்

சிலரைச் சேர்ந்தவர்கள். அவர்கள் சாதாரண வாசகர்கள் அல்ல. இலக்கியப் படைப்புகளின் மதிப்பை இனங்காண மிகச் சிலருக்குத்தான் முடியும். இந்த மூவரும் அத்தகையவர்கள். உள்ளொன்று வைத்துப் புறம் வேறு பேசுகிறவர்கள் அல்ல. தங்களுக்குத் தோன்றியதைத்தான் சொல்வார்கள். மனித உறவுகளில் அவர்களுக்கு ஆத்மார்த்தம் உண்டு. இதையெல்லாம் அறிந்ததால்தான் பஷீர் அந்தக் கதையை கோபுரம் மாதப் பத்திரிகைக்குக் கொடுத்தார்.

பிறகு ஒரு நாள் அவர் என்னிடம் சொன்னார்: "பெரிய எண்ணிக்கையில் விற்பனையாகும் பத்திரிகைகளைச் சேர்ந்தவர்கள் கதை கேட்டு வரத்தான் செய்கிறார்கள். அவர்களில் எவரிடம் கொடுத்தாலும் பணம் கிடைக்கும். கதையும் நிறைய வாசகர்களைச் சென்றடையும். ஆனால் கோபுரத்திற்குக் கொடுப்பதில்தான் எனக்கு திருப்தி. குறைவான வாசகர்கள்தான் அதைப் படிப்பார்கள் என்று தெரிந்தே கொடுத்தேன்."

பணம், புகழ், பாராட்டு-இவையொன்றும் மோசமான விஷயங்கள் அல்ல. ஆனால் இவற்றிற்கு அப்பாற்பட்டு சில விஷயங்கள் உள்ளன. அவற்றையே பஷீர் மிக அதிகம் மதித்தார்.

பிரபஞ்சத்தின் கைதி

'என் அனுபவங்களைப் பிரதி செய்துதான் நான் கதைகள் எழுதுகிறேன்' எனும் பஷீரின் வார்த்தைகள் இங்கும் திரும்ப வருகின்றன. அனுபவங்களைப் பிரதி செய்வது எல்லோராலும் முடியாது. முடிந்தவர்கள் அவற்றைப் பிரதி செய்தார்கள் என்றிருக்கட்டும். அவையெல்லாம் கதையாக அல்லது இலக்கியமாக உருப்பெறுமா? இல்லையென்று நமக்குத் தெரியும். மிகச் சிலரின் அனுபவ விவரணமே இலக்கியமாகப் பரிணமிக்கிறது. அவர்கள் பெற்ற சிறப்பான மேதைமைதான் அந்தப் பரிணாமத்திற்குப் பின்னால் உள்ள மந்திர சக்தி. இன்னொரு கருத்தையும் இதோடு சேர்க்க வேண்டும். அனுபவம் தொடர்பான கருத்து.

அனுபவம் என்ற வார்த்தையில் உள் அனுபவங்களும் உட்படுகின்றன. காரிய காரணத் தொடர்பிற்கு அங்கே இடம் இருக்க வேண்டும் என்ற அவசியம் இல்லை. மனோராஜ்ஜியங்கள், கனவுகள், கற்பனைச் சஞ்சாரம் முதலியன தர்க்கத்திற்கு ஆட்பட்டதில்லை. அவை வெளி அனுபவங்களுக்கு இணையான செயல்பாடு கொண்டவை. மிகப் பெரும்பாலும், வெளி எதார்த்தங்களுக்கு ஆழமும் கவிதார்த்த அழகும் தருவது அவைதான். எழுத்தாளருக்குத் தெரிந்தோ தெரியாமலோ எப்போதும் அவரது படைப்புகளில் இந்த உள் அனுபவங்கள் நுழைகின்றன. இடம் பிடிக்கின்றன. அப்போது மட்டுமே வடிவ அமைப்பை மீறிய வலிமையால் அவை ஒளியுறுத்தப்படுகின்றன.

பஷீரின் கதைகளில் இந்த உள் அனுபவங்கள் கரைந்திருப்பதால்தான், அவரது கதைகளைக் குறித்து நாம் சிந்திக்க வேண்டி வருகிறது. அவற்றின் அர்த்த தளங்களைத் தேட வேண்டி வருகிறது.

சிறந்த கதையென்ற தகுதி பெற்றிருக்கிற 'மதிலுகள்' உண்மையில் அவருடைய சொந்த அனுபவம்தான். அந்த விஷயத்தை பஷீர் நேரில் சொல்லியிருக்கிறார். அனேகர் அதை மீண்டும் மீண்டும் மேற்கோள் காட்டியிருக்கிறார்கள்.

கதையின் இடப் பின்னணி சிறைச்சாலை. திருவனந்தபுரம் பூஜப்புர மத்தியச் சிறையில் பஷீர் கைதியாக வாழ்ந்திருந்தார். அந்தக்

காலத்து அனுபவம்தான் ‘மதிலுகள்.’ பல வருடங்களுக்குப் பிறகுதான் அவர் அதைக் கதையாக வெளிப்படுத்தினார். தற்காலிகமான ஒரு அழுத்தத்தின் விளைவாக அதை வெளிப்படுத்தினார்!

சிறைச்சாலை, சிறையறை முதலியவற்றோடு தொடர்புடைய பல கருத்துகள் பஷீரின் மனதில் நிழல் உருவாக எப்போதுமிருந்தன. சொல்லின் பொருளை மீறிய உணர்வுச் சிறப்புகள் அவற்றோடு சேர்ந்திருக்கின்றன. பிரபஞ்சத்தின் ஒரு துகளாகத்தான் அவர் இந்தப் புவிக் கோளத்தைப் பார்க்கிறார். தளைபட்ட துகள். இதிலிருந்து விடுதலை உண்டா? இல்லை.

‘புவிக்கோளம்’

‘ஆகாயமென்ற முட்டைக்குள் உள்ள கரு. இதில் நான் பிறந்தேன். இதில் நான் இறக்கவும் வேண்டும்.’

‘முழுமையின் மிகச் சிறந்த உதாரணம்’ தான்தான் எனும் நம்பிக்கை தொடக்க காலத்தில் இருந்ததாக அவர் சொல்கிறார். அது அல்ல உண்மை

‘அனைத்து உயிரினங்களையும்போல நானும் ஒரு கைதி. கை விலங்கும் காற்சங்கிலியும் எனக்குண்டு. கண்ணுக்குப் புலனாகாதது. எல்லோருக்குமுண்டு. இன்று வாழ்ந்துகொண்டிருப்பவர்கள் தாங்களாகவே ஏற்படுத்தியவைதானா இவை? மண் மறைந்து போனவர்களின் சன்மார்க்க நியதிகளும் ஆசார நம்பிக்கைகளும்தான் இவற்றின் கண்ணிகள் என்றாகுமோ?

‘இந்த உலகமாகிற மாபெரும் சிறையின் கைதிகளுக்கு கை விலங்குகளும் காற்சங்கிலிகளும் அத்தியாவசியம்தான்.’

பஷீரின் ‘நிகரற்ற நொடி’ (அனர்க நிமிஷம்) என்ற நூலிலிருந்தே நான் இந்த வாக்கியங்களை மேற்கோள் காட்டினேன். 1946-ஆம் ஆண்டு வெளிவந்த அந்தப் புத்தகத்தின் விஷயங்கள் எப்போதும் தன் இதய வானில் சிதில மேகங்களைப்போல மிதந்துகொண்டிருந்தன என்று பஷீர் சொல்லியிருக்கிறார். அவற்றில் சிலவற்றை மட்டுமே வார்த்தைகளில் அடக்க அவரால் முடிந்தது. மற்றவை? அவற்றை உட்கொள்வது வார்த்தைகளுக்குச் சாத்தியமல்ல.

இதய வானில் நிலைத்திருந்த தெளிவற்ற கற்பனைகளில் ஒன்றுதான், ‘மதிலுகள்’ எனும் அனுபவ விவரணத்தினூடே வெளிப் பட்டது. சிறை அதன் சட்டகம் மட்டுமே. ‘கௌமுதி’ சிறப்பிதழில் அது முதலில் வெளிவந்ததென்று முன்பே குறிப்பிட்டிருந்தேன்.

பஷீர் அந்தக் கதையை எந்தச் சூழ்நிலையில் எழுதி முடித்தார் என்று கவிஞர் பழவிள ரமேசன் விவரித்திருப்பதை முன்பே

சொல்லியிருந்தேன். அன்று அவர் கௌமுதியின் ஆசிரியர் குழு உறுப்பினராக இருந்தார்.

சிறப்பிதழுக்குத் தேவையான படைப்புகளைச் சேகரிப்பதற்காக ஒரு 'கேரளப் பயணம்' செய்வது கே. பாலகிருஷ்ணனின் வழக்கம். வழக்கப்படி அந்த வருடப் பயணம் ஒரு வார காலம் தொடர்ந்தது. திரும்பி வந்தபோது கே. பாலகிருஷ்ணன் ஒரு பெரிய பொதியை எங்களிடம் கொடுத்துவிட்டுச் சொன்னார்: "பஷீரின் ஸ்கிரிப்ட். சரி பார்ப்பதற்கு ஒன்றுமில்லை. இன்றே அச்சகத்தில் கொடுத்து எழுத்துக் கோர்க்கச் சொல்லுங்கள்." (இதில் உள்ள 'எங்களிடம்' என்பதில் பழவிள ரமேசன் உட்பட்ட ஆசிரியர் குழு உறுப்பினர்கள் அடங்குவார்கள்).

கதை கையில் கிடைத்தபோது, பழவிளயும் மேலாளரும் 'அரிதினும் அரிதான ஒன்றைப் பெற்றதைப்போல பொதியை அவிழ்த்து பக்கம் தவறாமல் வாசிக்கத் தொடங்கினார்கள்.' கொஞ்சம் காலம் முன்பு, பஷீர் எழுதி வெளியானது 'நீல வெளிச்சம்' எனும் சிறுகதை. அதை 'பார்கவீ நிலையம்' எனும் தலைப்பில் திரைப்படமாக்குவதற்காக பஷீர் எழுதிய திரைக்கதை அந்தப் பொதியிலிருந்தது. அதை அவர்கள் படித்து ரசித்தார்கள். சிறப்பிதழில் சேர்ப்பதற்கு அது கிடைத்ததில் அவர்களுக்கு ஏற்பட்ட மகிழ்ச்சிக்கு அளவில்லை. முடிந்தவரை விரைவாக அச்சுக்கோர்ப்பதற்காக உடனே அதை அச்சகத்திற்கு அனுப்பினார்கள். பஷீரின் பிரதி கிடைத்ததில் அச்சகத் தொழிலாளிகளுக்கும் பெரிய சந்தோஷம். 'பார்கவீ நிலைய'த்தின் அச்சுக் கோர்ப்பு, பிழை திருத்துதல், பக்கம் கட்டுதல் ஆகிய பணிகளை அவர்கள் துரித கதியில் செய்தார்கள். வி.எம். பாலனின் சித்திரங்கள் உட்பட நாற்பது பக்கம்வரை வரும்.

அதற்கிடையே எதிர்பாராத ஒரு சம்பவம் ஏற்படுகிறது. 'கௌமுதி' அலுவலகத் தொலைபேசி வழக்கம்போல் ஒலிக்கிறது. அதை எடுத்தபோது, பழவிள ரமேசனின் காதில் கடுமையான குரலொன்று ஒலித்தது.

'நான் வைக்கம் முகம்மது பஷீர்'

எங்கிருந்து அழைக்கிறீர்கள் என்று கேட்டபோது,

'இங்கே பாளையத்தில் உள்ள சிவராம் ஸ்டுடியோவிலிருந்துதான். இப்போதுதான் வந்தேன். பாலன் எங்கே?' என்று பஷீர் கேட்டார்.

கே. பாலகிருஷ்ணன் அலுவலகத்தில் இல்லை. அதனால் பழவிளயும் டி.ஜே. சந்திரசூடனும் உடனே ஒரு டாக்சியில் சிவராம்

ஸ்டுடியோவுக்குச் சென்றார்கள். அவர்கள் இருவரும் அதுவரை பஷீரை நேரில் பார்த்ததில்லை. பஷீர் எதற்கு வந்திருக்கிறாரோ? அவர் நம்மிடம் எப்படி நடந்துகொள்வாரோ? என்று பல சந்தேகங்களை அவர்கள் ஒருவருக்கொருவர் பகிர்ந்துகொண்டார்கள். பழவிள தொடர்கிறார்:

"சந்தேகங்களைப் பரிமாறிக்கொண்டிருந்தபோது வண்டி சிவராம் ஸ்டுடியோவின் முன்னால் வந்துவிட்டது. பஷீரின் உருவத்தை அப்படியே மனதில் சுமந்துகொண்டு கொஞ்சம் தயக்கத்துடன் வண்டியிலிருந்து இறங்கினோம். செய்யக் கூடாதது எதையோ செய்துவிட்டதைப்போன்ற, சொல்ல முடியாத ஒரு பயம் எங்கள் இருவரையும் பீடித்திருந்தது. ஸ்டுடியோவில் தொலைபேசி வைத்திருந்த இருண்ட மூலையில் பஷீர் நின்றுகொண்டிருந்தார். நாங்கள் அறிமுகம் செய்துகொண்டோம். நாங்கள் அறிமுகப்படுத்திக் கொள்வதில் ஆர்வமில்லாததுபோன்று பஷீர் கனத்த குரலில் கேட்டார்:

'பாலன் எங்கே போயிருப்பதாகச் சொன்னீர்கள்? அவன் என்னிடம் ஒரு மோசமான வேலை காட்டிவிட்டு வந்திருக்கிறான். நான் பரீக்குட்டிக்காக எழுதிய திரைக்கதையை எடுத்துக்கொண்டு வந்தது இருக்கட்டும், சிறப்பிதழில் அதை வெளியிடப் போவதாக விளம்பரம் வேறு செய்திருக்கிறான். கௌமுதி வார இதழில் விளம்பரத்தைப் பார்த்த ஒருவர் நேற்று போன் செய்தபோதுதான் எனக்கு விவரம் தெரியும். என்ன மாதிரி ஆள் இவன்? பரீக்குட்டி என்னைச் சும்மாவிடமாட்டார். நான் ஸ்கிரிப்டை வாங்கிக்கொண்டு போகத்தான் வந்தேன். இன்றே திரும்பிப் போக வேண்டும்.'

"விஷயத்தின் தன்மை எங்களுக்குப் புரிந்தது. சிக்கல்தான். அச்சுக் கோர்த்துக்கொண்டிருக்கும் விஷயத்தைச் சொல்ல வேண்டாம். ஆசிரியர் வந்து சரிப்படுத்திக்கொள்ளட்டும். அதுவரை பெரியவரின் நேரத்தைக் கடத்துவதில்தான் எங்கள் அக்கறை. ஆசிரியரை எங்கே போய்த் தேடுவது? பஷீர் ஸ்டுடியோவின் மூலைக்குச் சென்று, எங்களைத் தொட அனுமதிக்காமல் சற்றுப் பெரிய ஒரு சூட்கேசை எடுத்துக்கொண்டு காரில் ஏறினார். நாங்கள், இங்கு வந்து சேர்ந்த அவரின் பயணத்தைப் பற்றி விசாரித்தோம். ஆசிரியர் விளம்பரம் செய்துவிட்டாலும், இந்த விஷயத்தின் தீவிரத்தைப் புரிந்துகொண்டு தீர்ப்பார் என்றெல்லாம் சொல்லி, நாங்கள் பெரியவரைச் சமாதானப்படுத்த முயன்றோம். எங்கள் முயற்சி பலித்ததென்று தோன்றியது. ஓடும் வண்டிக்குள் அமர்ந்து, சிந்தனைகளில் அலைகிற மனதுடன் அவர் புறக்காட்சிகளைப் பார்த்தபடிச் சொன்னார்:

“பாலனால்தான் நான் மீண்டும் திருவனந்தபுரத்திற்கு வர முடிந்தது. பத்து இருபது வருடங்களுக்கு முன், திருவனந்தபுரம் மத்தியச் சிறைக்கு ஒரு கைதியாக வந்தேன். பாலன் எங்கே இருப்பார்? எப்படியானாலும் இந்த நகரத்திற்கு உள்ளேதானே இருப்பார்?”

“எங்கிருந்தாலும் கௌமுதி அலுவலகத்திற்குச் சென்ற அரை மணி நேரத்திற்குள் ஆசிரியரைச் சந்திக்க வைத்துவிடுவதாக நாங்கள் ஏற்றுக் கொண்டோம். அவர் திருப்தியடைந்தார். பேட்டை நெருங்கத் தொடங்கியபோதுதான் எங்களைப் பற்றியான விவரங்களையெல்லாம் கேட்கிறார். எல்லாவற்றையும் தெரிந்துகொண்டபோது அவர் மிகவும் மகிழ்ச்சியடைந்தார்.

“அதிசயம் என்றுதான் சொல்ல வேண்டும். நாங்கள் கௌமுதி அலுவலகத்தின் வாயிலை அடைந்தபோது சாட்சாத் கே.பாலகிருஷ்ணன் எங்களை எதிர்பார்த்து அங்கே நின்று கொண்டிருந்தார். பப்ளிக் ஹெல்த் லேபிலிருந்த ஆசிரியர் ஏதோ விஷயத்திற்காக அலுவலகத்திற்கு போன் செய்திருக்கிறார். அப்போது காசாளர் மாமாவிடமிருந்து விவரத்தைத் தெரிந்துகொண்டாராம். அலுவலகத்தின் எல்லா அசைவுகளும் காசாளர் மாமாவிடமிருந்துதான் தொடங்கியிருந்தது. பிறகு பேசியபோது இவையெல்லாம் தெரிய வந்தன.

“ஆசிரியர் எங்களைக் கொஞ்சம் கண்டிப்பான தொனியில்தான் வரவேற்றார். பஷீர் வந்ததன் நோக்கத்தை முன்பே புரிந்து கொண்டிருந்தார். தன்னைக் குற்றம் சாட்டுவதற்கான வழியை அடைப்பதுதான் இந்தக் கண்டிப்பின் அர்த்தம். தொடர்ச்சியான பழக்கத்தால் எனக்கும் சூடனுக்கும் இது தெரியும். காரிலிருந்து பஷீரைக் கைப்பிடித்து இறக்கியபடியே முகம் திருப்பி, பக்கத்திலிருந்த மானேஜர் பி. பாலகிருஷ்ணனிடம் கண்டிப்புத் தொனியிலேயே ஆசிரியர் சொன்னார்:

‘ஒரு நல்ல ஹோட்டலில் வசதியான ஒரு அறை ஏற்பாடு செய்யுங்கள். மஸ்கட், அரிஸ்டோவாக இருந்தாலும் பரவாயில்லை.’

“இந்தக் கட்டளையைச் செவிமடுத்த பஷீர் கேட்டார்:

‘எதற்கு? எனக்கா? முடியாது. நான் இன்றே செல்ல வேண்டும். எரணாகுளத்தில் நிறைய வேலைகள் இருக்கின்றன. ஆயினும் பாலா, நீ என்னை ஏமாற்றிவிட்டாயே? அந்தப் பரீக்குட்டியும் வின்சென்டும் எவ்வளவு பேஜாராகிவிட்டார்கள் தெரியுமா?’

“ஆசிரியர் இதையொன்றும் கவனிக்கவில்லை. டிரைவர் வெளியே எடுத்த பஷீரின் பெரிய சூட்கேசைப் பார்த்துக்கொண்டு சொன்னார்:

'ஓ, இதில் திருவனந்தபுரத்தில் கொஞ்சம் நாட்கள் தங்குவதற்கான பொருட்கள் உண்டல்லவா.'

பஷீர் அவசரமாகப் புறப்பட்டு வந்திருப்பது எதற்கு என்று முன்பே பாலகிருஷ்ணனுக்குப் புரிந்திருந்தது. இனி அடுத்த நடவடிக்கையைக் குறித்து சிந்திக்க வேண்டியிருக்கிறது. அதற்கிடையில் பஷீரைக் கொஞ்சம் குளிர்வித்தார். அன்று திருவனந்தபுரத்தில் சிறந்த ஹோட்டல்களில் ஒன்றாயிருந்தது அரிஸ்டோ. அதில் வசதியான விசாலமான ஒரு அறையை உடனே ஏற்பாடு செய்தார்கள். அதற்குள் பஷீர் நேசத்தின் பலவீனம் காரணமாக, இன்னொரு கதை எழுதிக்கொடுப்பதாக ஒப்புக்கொண்டிருந்தார். அதற்காகத்தான் அறை ஏற்பாடு செய்யப்பட்டிருந்தது. பழவிள ரமேசனும் குழுவினரும் சேர்ந்து பஷீரை அந்த ராஜபோக அறையில் தங்க வைத்தார்கள். அப்போது பஷீர் குளிர்ந்துவிட்டிருந்தார். அவர் பழைய அனுபவக் கதைகளைச் சொல்லி அனைவரையும் சுவாரஸ்யப்படுத்தினார். அதில் ஒன்றைக் கதையாக எழுதிக் கொடுக்கும்படி கே. பாலகிருஷ்ணன் கேட்டுக் கொண்டார். பஷீர் சொன்ன விஷயங்களில், அவர் திருவனந்தபுரம் மத்திய சிறையில் இருக்கும்போது பெண்கள் சிறையில் இருந்த ஒரு பெண் கைதியுடன் ஏற்பட்ட காதல் தொடர்பும் ஒன்று.

எழுதுவதற்காக ஐநூறு காகிதங்கள் (அச்சகத்தில் அழகாக வெட்டப்பட்ட வெண் காகிதங்கள்). பஷீரிடம் கொடுக்கப்பட்டது. நல்ல உணவையும் ஊக்கமூட்டுவதற்குத் தேவையான பானத்தையும் எல்லோரும் சேர்ந்து அனுபவித்தார்கள். பஷீர் மிகவும் மகிழ்ச்சியடைந்தார். இரவு மிகவும் நேரமானபோது எல்லோரும் பிரிந்து சென்றார்கள்.

அடுத்த நாள், பழவிள ரமேசனும் குழுவினரும் பஷீரின் அறைக்கு வந்தார்கள். அவர்கள் கண்ட காட்சி இதுதான்:

"எழுதிக் கிழித்த காகிதங்கள் ஒரு குன்றளவு குப்பைக் கூடையில் கிடக்கின்றன. அழகாக எழுதி முடித்த மூன்று நான்கு காகிதங்கள் மேசை மீது இருக்கின்றன. அது கொஞ்சம் பணி முடிந்த பகுதி. அதை பஷீர் என்னிடம் படித்துக் காட்டினார்..."

அவர்கள் விரைவில் திரும்பினார்கள். பிற்பாடு நண்பர்கள், பஷீரின் சுக சௌக்கியங்களைப் பார்ப்பதற்காக மட்டுமே அந்த அறைக்குச் சென்றார்கள். அவர்கள் ஒவ்வொரு நாளும் ஒரே காட்சியையே மீண்டும் மீண்டும் பார்த்தார்கள். எழுதிக் கிழித்துப் போட்ட காகிதங்கள் நிறைய. எழுதி நகாசு வேலைகள் செய்து முடித்து வைத்திருக்கிற காகிதங்கள் கொஞ்சம். அது அப்படியே தொடர்ந்துகொண்டிருந்தது. நான்காம்நாள், கதையெழுதி முடித்த

திருப்தியுடன் எல்லோரையும் வரவேற்றார். தான் எழுதிய கதையை ஈர்ப்பான குரலில் படித்துக் காட்டினார். கேட்டவர்கள் அதில் லயித்து அசைவற்றுப் போனார்கள்.

படித்து முடித்த பின்பும் அமைதி தொடர்ந்தது. பஷீர் அப்போது உரத்த குரலில் சொன்னார்:

"மதிப்பிற்குரிய மகாஜனங்களே, கதையை நீங்கள் ஏற்றுக் கொண்டீர்கள் என்று தோன்றுகிறது. இனி நாம், கே. பாலகிருஷ்ணன் எனும் பறங்கியிடம், உங்களைச் சாட்சியாக வைத்துக் கொடுத்துவிடுகிறோம். அவன் எடுத்துச் சென்று என்ன வேண்டுமானாலும் செய்துகொள்ளட்டும்."

அவ்வாறு கதையைக் கொடுத்த பிறகு அடுத்த நாள் காலையில் பஷீர் எரணாகுளத்திற்குத் திரும்பினார். கதைக்குச் சன்மானமாக பாலகிருஷ்ணன், தொகை குறிக்கப்படாத ஒரு வெற்றுக் காசோலையைக் கொடுத்தார். பஷீரின் கதை விலை மதிக்க முடியாதது என்று பாராட்டவும் செய்தார். இரண்டு மூன்று நாட்களுக்குள் பஷீரின் பதில் பாலகிருஷ்ணனை வந்தடைந்தது.

"திருவனந்தபுரத்தில் பேட்டை எனும் மகாராஜ்ஜியத்தில் சந்திரிகா எனும் பெயருடைய இளம் பெண், உடை வாங்க வழியின்றி அலைவதாக நாம் அறிகிறோம். அவளுக்கு ஒரு புடவை வாங்கிக் கொடுப்பதற்காக, இந்தக் கடிதத்துடன் பின் செய்து இணைக்கப் பட்டுள்ள காசோலையைப் பயன்படுத்துக.

உங்கள் பஷீர்."

(இதில் வருகிற சந்திரிகா கே. பாலகிருஷ்ணனின் மனைவி).

'மதிலுகள்' என்ற கதை, விலை மதிக்க முடியாததென்று தோன்றியது பாலகிருஷ்ணனுக்கு மட்டும் அல்ல. அந்த விஷயத்தில் ஆசிரியர் குழு உறுப்பினர்களும் அச்சகப் பணியாளர்களும் ஒரே கருத்தைக் கொண்டிருந்தார்கள். பஷீரின் அந்தக் கதை இடம் பெற்றிருந்ததால் கௌமுதி சிறப்பிதழுக்கு ஒரு இரண்டாம் பதிப்பும் தேவைப்பட்டது. கதை, வாசகர்களையும் மிகவும் கவர்ந்தது என்று சொல்ல வேண்டியது இல்லையல்லவா.

நேரடியாகப் பார்த்தால் 'மதிலுகள்' ஒரு காதல் கதை. உடைந்துபோன காதலின் கதை. பஷீரின் சொந்த வாழ்க்கையின் உண்மைகள் அதில் உண்டு. ஆயினும் அந்த உண்மைகளை மங்கச் செய்தபடிதான் கதைப் படைப்பு தெளிந்து பிரகாசிக்கிறது. எல்லையற்ற பிரபஞ்சத்தில் நொடி நேரம் மட்டுமே வாழ்கிற மனித

ஜீவியின் தனிமை இதிலும் உண்டு. அந்தத் தனிமையிலிருந்து விடுபட அவன் நேசம் எனும் உணர்ச்சியை - காதலைச் - சார்கிறான். கடைசியில் அவனில், அதுவும் நிலையில்லை எனும் பிரக்ஞை விழிக்கிறது. அந்த நிலையிலும் அவன் சிந்திக்க முயல்கிறான். இத்தகைய ஒரு அழிவற்ற புதிரைத்தான், அன்றாட வாழ்வின் சாதாரண சம்பவங்களின் வழியே பஷீர் இங்கே வெளிப்படுத்துகிறார் (இது, பாத்தும்மாவின் ஆடு எனும் கதையின் பாதி அளவே உள்ளது என்று நினைவிலிருத்த வேண்டும்).

படைப்பின் தூய லகரியில் ஆழ்ந்த நிலையில்தான் பஷீர், இந்தப் படைப்பிற்கு உருவம் கொடுத்திருப்பார் என்று நான் கருதுகிறேன்.

மற்ற படைப்புகளில் உள்ளதைப்போல இதிலும் இயற்கை, மன மகிழ்வுடன் தெளிந்து நிற்கிறது. ரோஜாத் தோட்டம், அதில் 'மலர்ந்து மணம் பரப்புகின்ற பூக்கள், மரங்கள், செடிகள், அணில்' முதலானவை கதையின் பின்னணியல்ல; கதையின் பகுதி. ஆனால், அதெல்லாம் மதில்களுக்கு உள்ளேதான். சிறைக்கு உள்ளே. மதிலுகள் என்பவை உயிர்ப் பிராணிகள் அனைத்திற்குமான தளையா என்று தோன்றும்படி எப்போதும் அங்கேயிருக்கின்றன.

'நாங்கள் பல இரும்புக் கதவுகளையும் கடந்துகொண்டிருந்தோம். மதில்கள்! மதில்கள்!'

'மதில்களின், மதில்களின், அனேகமனேகம் மதில்களின் உள்ளேதான் நான்.'

'பயங்கரமானதும் பைசாசமானதுமான மதில்.'

அவ்வாறு மதில் மனித விருப்பத்தின் தன்னிச்சைக்குத் தடையாக எங்கும் கரும் பாறையின் வலிமையுடன் நிலை நிற்கிறது. அப்போது மதில், திருவனந்தபுரம் மத்தியச் சிறையின் மதில் எனும் நிலையிலிருந்து வளர்கிறது. அது கால தேசங்களின் மதில்களாக அடிவானத்தை நோக்கி வளர்கிறது. நாம் கண்முன்னால் காண்கிற ஸ்தூல வடிவமான சிறை அங்கே தளை எனும் நுட்பமான கருத்தாகப் பரிணாமம் பெறுகிறது.

'... வார்டன் சென்றார். பிரபஞ்சமாகிற மகா சிறையின் உள்ளே உள்ள சிறிய சிறையில் நான் தனியாக.'

'நானும் முடிவிலியும்!'

'புவிக்கோளமே ஒரு பெரிய சிறைச்சாலை அல்லவா?'

'... இவ்வளவு கஷ்டப்பட்டு சிறைச்சாலையிலிருந்து தப்பித்து என்ன செய்ய? வெளியே என்பது பெரிய சிறைதானே?'

புவிக்கோளம், பிரபஞ்சம், முடிவிலி ஆகியவற்றோடு தொடர்புபடுத்தும் போதுதான் மனிதனின் தனிமை எனும் உணர்ச்சி தெளிவாகிறது.

'இந்தப் பேருலகில் நான் தனித்தல்லவா....?'

இதையறியும்போது கதையின் ஆரம்பத்தில் சில வாக்கியங்கள் விவரிக்க முடியாத எண்ணங்களை ஏற்படுத்துவதாக நாம் உணர்கிறோம். அவற்றை இங்கே மீண்டும் எடுத்துக்காட்டுகிறேன்.

"நாம் பொதுவாக காலம் என்றெல்லாம் சொல்வதுண்டல்லவா. அந்த மகாகாலத்தின் அக்கரையிலிருந்தானதுதான் (இந்த சம்பவம்). நான் இப்போது இக்கரையில் என்பதை நினைவுகொள்ள வேண்டும். தனிமையான இதயம். அதன் மகாதீரத்திலிருந்து வந்து சேர்கிற ஒரு துயர கானம் இது."

தனிமையான இதயம் என்பதற்கு இங்கே, தனிமையை அனுபவிக்கிற இதயம் என்று பொருள். அதிலிருந்து சோக கானம் தவிர வேறென்ன எழும்? ஆனால் அந்த சோகம் கதையில் நகைச்சுவையாகத்தானே அனுபவப்படுகிறதென்று சிலராவது சொல்லலாம். அப்படியா? நகைச்சுவையாகத்தானா உங்களுக்கு அனுபவமாகிறது? என் அனுபவம் அப்படியல்ல. இதில் நகைச்சுவை என்பது, கண்ணீர் நதியின் மேற்புறத்தில் உள்ள திரையும் நுரையும் சூரியப் பிரகாசத்தில் ஒளிர்வதுபோல்தான். அடியோட்டமாகச் செல்கிற நதிதான் உண்மை.

ஐயப்ப பணிக்கரின் கவிதை ஒன்றில் இந்த வரிகள் இடம் பெற்றிருக்கும். 'அழுவதற்கானதல்லவே மனித ஜென்மம். எதையும் சிரிப்புடன் பாருங்கள். சிரிப்புடன் அனுபவியுங்கள்.' பஷீரின் பார்வைப் பாணி இதுதான்.

தூக்கிலேற்றிக் கொல்லப்படுவதற்காக அழைத்துச் செல்லப்படும் கைதிகளிடம் சொல்வதற்கு பஷீரிடம் உள்ளது இதுதான்:

'எப்படியானாலும் இறக்கத்தான்போகிறீர்கள். ஆகவே சிரித்துக்கொண்டே மரணத்தை எதிர்கொள்ளுங்கள். மங்களம்'

அப்போதும் அழுகையின் ஆழத்திலிருந்து எழுந்து வருகிற ஒரு குமிழே சிரிப்பு எனும் உண்மை நிலை நிற்கிறது. முடிவிலியின் ஆகாயத்தை நோக்கி பிரார்த்தனைப்பூர்வம் கைகளுயர்த்தும்போதும் நிலையற்றதிலிருந்து புனிதமான அழுகை எழாதிருக்காது - சில தனிமையான நேரங்களில்.

ஆழ்ந்த முறையில் படிக்க வேண்டிய ஒரு பகுதி இந்தக் கதையிலுண்டு. அது கீழே கொடுக்கப்பட்டிருக்கிறது. கதையின் 'நான்' ஆகாயம் காண்கிற காட்சி.

'கழுவித் தூயதாக்கிய நீல ஆகாயம்.

'முழு நிலவும் நட்சத்திரங்களும்.

'மிகப் பெரிதாக ஒளிர்கின்ற நட்சத்திரங்கள். கோடி... அனந்த கோடி... எண்ணற்ற நட்சத்திரங்கள்.

'முழு வட்டத்தில் சந்திரன்.

'நிசப்த பிரபஞ்சம்... ஆனால்... ஏதோ... ஏதோ... புனிதமான நிசப்த சங்கீதம்போல... நாதப் பிரம்மத்தில் முடிவற்ற சுழற்சி... எல்லாம் அதில் முழுகிப்போயிருக்கிறது. ஆனந்தப் பெரு வியப்புடன் நான் நின்றேன். என் வியப்பும் ஆனந்தமும் கண்ணீராக மாறின. நான் அழுதேன். எதுவும் செய்வதற்கியலாமல் நான் அழுதுகொண்டே மனிதர்களிடையே ஓடினேன்.

"உலக உலகங்களின் சிருஷ்டிகர்த்தாவே... என்னைக் காப்பாற்று. இதை என்னில் உட்கொள்ள என்னால் முற்றிலும் முடியவில்லை. உன் பெருஞ் சிறப்பு... இந்தப் பெருவியப்பு... நான் மிகச் சிறிய ஒரு உயிரல்லவா. என்னால் முடியவில்லை. என்னைக் காப்பாற்று!"

யாரிடமிருந்து காப்பாற்ற வேண்டும், எதிலிருந்து காப்பாற்ற வேண்டும் என்ற கேள்விகளுக்கும் பிற கேள்விகளுக்கும் இங்கே இடமில்லை. என் அன்பான நண்பரே, இதுபோன்ற பகுதிகள், பொதுவான தர்க்கம் எட்ட முடியாத கூரறிவின் பூடகமான தளங்களிலிருந்து எழுகின்றன என்பதைப் புரிந்துகொள்ள வேண்டும்! அவைதான் மத்தியச் சிறைச்சாலையின் அந்தச் சிறிய காதலை பிரபஞ்ச எல்லைகளளவு வியாபிக்கச் செய்கின்றன.

பரபரப்பான ஒரு இறுதிக்காலம்

தலயோலப்பரம்பில் வசிப்பது என்பது பஷீரின் பெரிய ஒரு ஆசையாக இருந்தது. அந்த ஆசை நிறைவேறியது. சாதகமான சூழ்நிலை வந்தபோது அவர் தலயோலப்பரம்பில் சற்றுப் பெரிய இடத்தை வாங்கினார். பன்னிரண்டு சென்ட். ஒரு இடத்தையும் வீட்டையும் சேர்த்து வாங்குவதற்குத்தான் முதலில் முயன்றார். அதற்குத் தேவையான பணம் அந்த நேரத்தில் கைக்கு வரவில்லை. விரைவிலேயே இந்த பன்னிரண்டு சென்ட் இடத்தை வாங்கினார். அங்கே ஒரு பெரிய பள்ளம் இருந்தது. பள்ளத்தைத் தூர்த்தார். ஒரு புதிய வீட்டைக் கட்டினார். அன்றைய நிலையில் அது ஒரு நல்ல வீடுதான். நிறையக் கஷ்டப்பட்டு சொந்தமாகக் கட்டிய அந்த வீட்டில் பஷீர் குடும்பத்துடன் வசிக்கத் தொடங்கினார்.

இடையிடையே உம்மாவை அழைத்து வந்து தன்னுடன் தங்க வைப்பார். கடைசிக் காலத்தில் உம்மா கஷ்டப்படக் கூடாது; தன்னுடன் தங்கி ஓய்வெடுக்க வேண்டும் என்று பஷீர் விரும்பினார். ஆனால் முதுமையில் எல்லோரும் செய்வதுபோல உம்மாவும் தன் வீட்டிற்குத் திரும்பிச் சென்றார்கள். தொடர்ந்து இரண்டு நாட்கள் பஷீருடன் தங்கினால் பிறகு திரும்பிச் செல்ல வேண்டும் என்று உம்மா அவசரப்படுவார்கள். தான் வாழ்ந்து பழகிய வீட்டுக்குத் திரும்புவார்கள். அங்குதான் நினைவுகள் தங்கியிருக்கின்றன. அங்குதான் உயிரையும் வைத்திருக்கிறார்கள். பஷீர் அதைத் தடுக்கவில்லை. உம்மாவின் மகிழ்ச்சிதான் பெரிது.

தலயோலப்பரம்பு புதிய வீட்டில் அதிகக் காலம் வசிக்க முடியவில்லை. அதைப் பற்றி பஷீர் எழுதுகிறார்:

“தலயோலப்பரம்பில் பன்னிரண்டு சென்ட் இடத்தில் பொதுப் பார்வைக்கு அழகான ஒரு வீட்டைக் கட்டி பாபி பஷீரும், மகள் ஷாகினாவும், நானும் வாழ்ந்துகொண்டிருந்தோம். அந்தச் சமயத்தில் மனைவியின் தாய்தந்தை திடீரென்று இறந்ததால் நாங்கள் கோழிக்கோட்டுக்கு அருகில் உள்ள செருவண்ணூரையடைந்தோம். என் மனைவிக்கு அடுத்ததாகப் பிறந்த அவள் உடன்பிறப்புகள் நாலைந்து பிள்ளைகள் இருக்கிறார்கள்.

"தலயோலப்பரம்பிலிருந்த புது வீட்டை விற்றுவிட்டு பேப்பூரில் உள்ள இந்தப் பழைய வீட்டையும் இடத்தையும் வாங்கி வசிக்கத் தொடங்கினோம். இது மிக அமைதியான இரண்டு ஏக்கர் இடம். தென்னைகளும் மாமரங்களும் பலா மரங்களும் மற்ற அனேக மரங்களும் உண்டு. இந்த இடம் பஸ் போக்குவரத்து உள்ள பிரதான சாலைக்கு அருகில் இருக்கிறது. இங்குள்ள மரங்களில் பறவைகள் உண்டு. கீழே நாகப் பாம்புகள், சேரகள்*, பெரிய கருந்தேள்கள், எண்ணற்ற எலிகள், காட்டுப் பூனைகள், வெருகுப் பூனைகள், நரிகளும் உண்டு. நரிகளும் காட்டுப் பூனைகளும் இரவு நேரத்தில்தான் வரும். மேலும் கோழிகள், ஆடுகள், பசுக்கள், பூனைகள், நாய் - எல்லாமும் உண்டு. இரண்டு வாத்துகளும் இருந்தன. இப்போது காணவில்லை. நரிகளோ மற்றவையோ சாப்பிட்டிருக்குமோ?"

பஷீர் இதை 1981-ஆம் ஆண்டு எழுதுகிறார். இறுதிவரை (1994-ஆம் ஆண்டுவரை) அவர் இங்குதான் தங்கியிருந்தார். சுற்றுச் சூழல்கள் அவருக்கு இசைவானதாக இருந்தன. மரங்களும் பிராணிகளும் நிறைந்த வீட்டு வளாகத்தில் வாழத்தான் அவர் என்றும் விரும்பினார். பாம்பின் உருவத்திலும் பிற வகையிலும் ஆபத்து மிக நெருங்கி நின்ற சந்தர்ப்பங்கள் உண்டு. இரண்டு அழகான நேரங்களைப் பற்றி பஷீர் விவரித்திருக்கிறார்.

"ஒரு நாள் சாப்பிட்ட பிறகு நான் இந்த சாய்வு நாற்காலியில் இந்த வராந்தாவில் அமர்ந்திருக்கிறேன். அன்று வராந்தாவுக்கு அரை மதில் இல்லை. கருப்புச் சிமெண்டு இட்ட வராந்தா. நான் அப்படி அமர்ந்திருக்கும்போது தெற்குப் பக்கம் கோழிகள் கத்துவதைக் கேட்டேன். ஏதாவது சேரயாக இருக்கும். பாம்பென்றால் இங்கே வரட்டும் பார்க்கலாம்! வந்தது. நாகப் பாம்புதான். அது எனக்கு மிக அருகில் முன்னால் வராந்தாவோடு ஒட்டிக் கிடந்தது."

இதைவிட அழகானது அடுத்தது.

"ஒருநாள் இரவு விருந்தினர்கள் கொஞ்சம் பேர் இருந்தார்கள். நாங்கள் அனைவரும் விருந்தினர் அறையிலிருந்து பேசினோம். பத்து மணிக்கு அவர்கள் விடைபெற்றுச் சென்றார்கள். நான் விருந்தினர் அறையின் சன்னல்களையும் கதவுகளையும் சாத்திவிட்டு வீட்டுக்குள் சென்று கதவைச் சாத்தினேன். அப்போது முன்புறக் கதவின் ஒரு விளிம்பு சரியாக அடைபட்டுப் பொருந்தவில்லை! நான் பலப் பிரயோகம் செய்து அழுத்திச் சாத்தினேன். தாழ் போட்டு பக்கத்திலேயே ரீடிங் லாம்பை போட்டுக் கொண்டு அமர்ந்து படிக்கத் தொடங்கினேன். அப்போது மனைவி வந்தாள். வந்தவுடனே

* சேரகள்: ஒருவகை விஷமற்ற பாம்புகள்

அதிர்ச்சியுடன் சொன்னாள்:

"எழுந்திருங்கள்!"

நான் பார்த்தேன். ஒரு பாம்பு அருகே கிடக்கிறது! முன்பு என் காலில் சுற்றிய இனத்தைச் சேர்ந்தது. கதவின் விளிம்பு அதன் தலைப் பகுதியை நசுக்கியிருந்தது. வால் பகுதியை நசுக்கியிருந்தால்..."

இப்படி ஆபத்துகள் அருகிலிருந்தன (எங்கேதான் அவை இல்லை?) ஆயினும், அன்னையான இயற்கையை பஷீர் எப்போதும் நேசித்தார். இயற்கையின் அண்மையை அவர் மகிழ்ச்சியான அனுபவமாக உணர்ந்தார். அதில் அவர் சமாதானமடைந்தார். உற்சாகம் பெற்றார். அந்த இயற்கையின் குறியீடுதான் மிகப் புகழ் பெற்ற மாங்கோஸ்ட்டைன் மரம். பிரத்தியேகமான பச்சை நிறத்திலிருக்கும். அது கொடுக்கும் நிழல் அடர்த்தியானது. அந்த மரத்தடியில் அமர்ந்திருப்பது பஷீருக்கு ரசனைப் பூர்வமான அனுபவமாக இருந்தது. அங்கே அமர்ந்து பார்வையாளர்களுடன் நகைச்சுவைப் பேச்சில் மூழ்குவதில் அவர் மகிழ்ச்சியடைந்தார். அந்த மகிழ்ச்சியைக் கடவுள் அளித்த மகிழ்ச்சியாக அவர் நுகர்ந்தார்.

பார்வையாளர்களாக பலவகையானவர்கள் வந்துகொண்டிருந்தனர். சாதாரணமானவர்கள் முதல் அகில இந்தியப் புகழ்பெற்றவர்கள்வரை. ரசிகர்கள், நண்பர்கள், பத்திரிகையாளர்கள், புகைப்படக்காரர்கள், திரைப்படத் துறையைச் சேர்ந்தவர்கள், இலக்கியவாதிகள், சமூகத் தலைவர்கள், அரசியல் தலைவர்கள் - வாழ்வின் பல்துறையைச் சேர்ந்தவர்களும் அவரைப் பார்க்க வந்தார்கள். பார்வையாளர்களுக்கு ஆசி வழங்குவது பஷீருக்கு வழக்கமானதாக இருந்தது. விடை பெறுகின்றவர்களுக்கெல்லாம், ஒரு புனிதரைப் போல கையுயர்த்தி ஆசி வழங்குவார்: "சர்வ மங்களம் பவ" ஒரு புனிதரிடமிருந்துதான் ஆசி கிடைக்கிறது என்ற நம்பிக்கை, பார்வையாளர்களிடமும் உறுதியாக இருந்தது.

அவ்வகையில் பார்வையாளர்கள் உருவாகும்போது எந்த ஒருவரும் பத்திரிகைச் செய்திகளில் இடம்பெறுவது இயல்பானதுதானே. அப்போது நீங்கள் ஊடகங்களின் இரையாக ஆகிறீர்கள் என்றுதான் சொல்ல வேண்டும். முற்காலத்தில் விளம்பரத்தைத் தவிர்ப்பதில் சுவை கண்ட பஷீரால் இப்போது அதன் வெளிச்சமல்லாது இருக்க இயலாதுபோயிற்று. எப்போதும் வெளிச்சத்திலிருப்பது நல்ல விஷயம் ஒன்றும் அல்லவே! இடையிடையே இருட்டும் அவசியம். தனிப்பட்ட சொந்த விஷயத்திற்கு, அதனுடையதான மகிழ்ச்சி உண்டு. பஷீர் அதை பெரும்பாலும் இழந்தார். அது அவரின் அக வாழ்க்கையையும் பாதித்திருக்குமோ? பிற்பாடான அவரது படைப்புகள் அப்படி

நினைக்கத்தான் தூண்டுகின்றன. புதுப்புது உணர்வுப் பழக்கமுடைய பிரக்ஞையின் பளபளப்பு அவற்றில் மங்கலாகியிருப்பதாக வாசகர்களுக்கு அனுபவப்படுகிறது.

அப்போதும் பஷீரின் பேனாத் தீண்டல் அவற்றில் சிறப்பான அழகுடன் பிரகாசிக்கிறது என்பது மட்டும்தான்.

அந்தக் கட்டத்தில் பஷீரின் வாழ்க்கையில் வேறொரு நிலையும் வந்து சேர்ந்தது. பரந்த அளவில் அவர் பேப்பூர் சுல்தான் என்று அறியப்படத் தொடங்கினார். முதலில் அவரேதான் தமாஷுக்காக அப்படிச் சொன்னார் என்று தோன்றுகிறது. உடனே ஊடக உலகம் அதைக் கையிலெடுத்துக் கொண்டது. அவர்கள் ஒரு புதிய பிம்பத்தை பஷீருக்குக் கொடுத்தார்கள். ஒரு தமாஷ்காரர் எனும் பிம்பம்தான் அது. 'வைலாலில்' (வீட்டுப் பெயர்) வீட்டு வராந்தாவில் அரை மதிலில் அமர்ந்திருக்கிற சுல்தானிடமிருந்து பொழிகிற நகைச்சுவையைக் கேட்டு ரசிப்பதற்கு அதிகமானோர் அங்கே சென்று குழுமினார்கள். அந்தப் பிம்பத்திற்கு நியாயமாக நடந்துகொள்ளாதிருப்பதற்கு அவருக்கு வழிற்றுப்போனது. அவர் நகைச்சுவைகள் சொல்லிக்கொண்டிருந்தார்.

ஆனால், தன் நிலை என்னவென்று அவர் இப்படி எழுதுகிறார்:

"நான் ஐந்தாறு சிறந்த நோய்களின் உரிமையாளரானேன், பலவீனமானேன், தளர்ந்த முதியவனாக வாழ்கிறேன். வயதும் நிறைய ஆகிவிட்டது."

அதோடு சேர்த்து, 'எப்படியாவது சிரிக்க முடியும்' என்று அவர் சொல்கிறார். உலகம் அந்த சிரிப்பைத் தன்னிடமிருந்து எதிர்பார்க்கிறது என்று அவர் உணர்ந்தார். அந்த எதிர்பார்ப்பிற்கு ஏற்ற விதத்தில் நடந்துகொள்வது என்பது தனது கடமை. அதை அவர் கடைப்பிடித்தார். அப்படிக் கடைப்பிடிப்பதற்கு ஏற்ற வாழ்க்கைப் பார்வையை அவர் என்றும் கொண்டிருந்தார். அது அந்தக் கடமைக்கு ஆழம் கொடுத்தது. அந்தப் பார்வை என்னவென்று அவர் ஒரு தனிப்பட்ட கடிதத்தில் இப்படி எழுதினார்:

"மனிதனாகப் பிறந்ததில் மகிழ்ச்சி கொள்ளுங்கள், வாழ்க்கை ஒரு தமாஷ். துயரப்படுவதால் என்ன பயன்?"

மற்றொரு கடிதத்தில், "சிரிக்க முடிகிற, அறியப்படுகிற ஒரே உயிரினமாகிறான் மனிதன்" என்றும் குறித்திருப்பதைக் காணலாம். பஷீரின் படைப்புகளில் மீண்டும் மீண்டும் வருகிற ஒரு கருத்து இது.

அந்த உண்மைக்கேற்றபடி வாழ்ந்த பெருமையுடன் அவர் உலகத்திடம் விடைபெற்றார். அதற்கிடையில் அவர்

பார்வையாளர்களிடம் எப்போதும் தகுதியான முறையிலும், விசால மனதுடனும் நடந்துகொண்டார். அனைவருக்கும் அவர் கொடுத்த சுலைமானி புகழ்பெற்றது. உயரிய தயாளத்தின் அட்சயப் பாத்திரமாக அவர் இருந்தார்.

அவர் பேப்பூரில் வசிக்கத் தொடங்கிய பிறகு நான் நான்கைந்து முறைதான் அவரைப் பார்த்திருக்கிறேன். ஒவ்வொரு முறையும் பழைய நண்பர்களைப் பற்றி அவர் விசாரித்தார். அந்த நட்பு வட்டத்தில் பி.கே. பாலகிருஷ்ணனுக்கு பெரிய இடமுண்டு. 'பாலனை நான் விசாரித்ததாகச் சொல்ல வேண்டும்' என்று சொல்ல அவர் ஒருபோதும் மறந்ததில்லை. அந்த வார்த்தைகளில் நிலையான நேசம் துடித்துக்கொண்டிருந்தது. உரையாடலுக்கிடையில் அவர் சுவாசக் கோளாறால் சிரமப்பட்டார். அவர் அதைப் பொருட்படுத்தவில்லை. அப்போதும் சிறிய நகைச்சுவைகள் உதிர்ந்துகொண்டிருந்தன.

வாழ்வின் அந்தியில் பஷீருக்குக் கிடைத்த நண்பர்களுக்குக் கணக்கில்லை. எரணாகுளத்திலோ தலயோலப்பரம்பிலோ இருந்திருந்தால் இந்த பாக்கியம் அவருக்குக் கிடைத்திருக்குமா? கிடைத்திருக்காது என்று உறுதியாகச் சொல்லலாம். இலக்கியவாதிகளின் ஒரு கூட்டம் எப்போதும் அவரைத் தோழமைகொண்டு உபசரித்து வந்தது. திக்கோடியன், என்.பி. முகம்மது, பட்டத்துவிள கருணாகரன், எம்டி., எம்.எம். பஷீர் - அப்படி எத்தனை எத்தனை எழுத்தாளர்கள்! களங்கமற்ற நேசத்திற்குச் சொந்தக்காரர்கள். அதுபோன்று சமூகச் செயற்பாட்டாளர்களும் பத்திரிகையாளர்களும் மருத்துவர்களும் அவருக்குப் பணிவிடை புரிய எப்போதும் தயாராயிருந்தார்கள். அவரிடம் சிகிச்சைக்குப் பணம் பெற்றுக்கொள்ள மருத்துவர்கள் விரும்பவில்லை. அவர்கள் மருந்துகளும் கொடுத்தார்கள். தன் சந்தோஷத்திற்காக பஷீர், அவர்களில் சிலருக்கு தன் முழுத் தொகுப்புகளைப் பரிசளித்தார். அப்படிக் கிடைத்த இரண்டு தொகுதிகளை, மருத்துவர் சி.கே. ராமச்சந்திரன், பஷீரின் ஞாபகார்த்தமாகப் பாதுகாத்துவருவதை நான் பார்த்தேன் புனலூர் பாலனைப்போன்ற ஒரு நல்ல (பெரிய) நண்பர் உலகத்தில் எங்கே கிடைப்பார்?

பஷீர் பேப்பூரில் வசிக்கிற காலத்தில் அவரைத் தேடி விருதுகள், ஃபெல்லோஷிப்புகள், டாக்டரேட், பத்மஸ்ரீ முதலான பலவிதமான வெகுமதிகள் வந்தன. அவர் ஒரு அளவுக்கு மேல் அவற்றிற்கு முக்கியத்துவம் கொடுத்ததில்லை. சுதந்திரப் போராட்டத்தில் பங்கு பெற்றதற்காக தனக்குக் கிடைத்த தாமிர நினைவுப் பத்திரம் பற்றி 'நரியின் மீது வீசியடிப்பதற்கு ஏற்றது' என்று அவர் சொன்னதை வெறும் நகைச்சுவையாக மட்டும் பார்க்கக் கூடாது. அதில் அவரது மனோபாவமும் அடங்கியிருக்கிறது.

ஆனால், தன் படைப்புகள் வேற்று மொழியில் பெயர்க்கப்படுவதில் அவர் மிகவும் பெருமைகொண்டார். அதைப் பற்றி பல சமயத்தில் சொல்லவும் செய்தார். மத்திய சாகித்ய அகாதெமியும், நேஷனல் புக் டிரஸ்ட் இந்தியாவும் பஷீரின் 'பாத்தும்மாவின் ஆடு', 'இளம்பருவத்துத் தோழி', 'என் தாத்தாவுக்கு ஒரு யானை இருந்தது' ஆகிய மூன்றையும் ஏறத்தாழப் பதினெட்டு இந்திய மொழிகளில் மொழிபெயர்த்து வெளியிட்டன.

மேற்குறிப்பிட்ட மூன்று நூல்களையும் எடின்பரோ பல்கலைக்கழகத்தைச் சேர்ந்த டாக்டர் ரொனால்ட் ஆஷரும் மற்ற சிலரும் ஆங்கிலத்தில் மொழிபெயர்த்தார்கள். இதை எடின்பரோ பல்கலைக்கழக அச்சகம் ஒரே நூலாக அழகாக வெளியிட்டிருக்கிறது.

அதுபோல தன் வாழ்வின் அந்தியில் பஷீருக்கு, 'மதிலுகள்' மிகச் சிறந்த திரைப்படமாகப் புகழ்பெறுவதைப் பார்ப்பதற்கான பாக்கியமும் ஏற்பட்டது. ('நீலவெளிச்சம்' எனும் கதையை 'பார்கவீ நிலையம்' எனும் திரைப்படமாகத் தயாரிப்பதைப் பற்றி கடந்த அத்தியாயத்தில் குறிப்பிட்டிருந்தோமல்லவா, அது தரத்திலும் மக்கள் ஆதரவிலும் ஒரேபோல வெற்றியடைந்தது). எம்.டி.யும், பி.வி. கங்காதரனும் ஒன்றிணைந்து உருவாக்கிய 'மதிலுகள்' திரைப்படத்தின் முதற்காட்சி, அழைக்கப்பட்ட பார்வையாளர்கள் முன்னால் கோழிக்கோடு சங்கம் திரையரங்கில் நடந்தது. இயக்குநர் அடூர் கோபாலகிருஷ்ணன் எழுதுகிறார்:

"திரையிடல் முடிந்துவிட்டது. ஹாலில் விளக்குகள் பிரகாசித்தன. எல்லோரும் எழுந்தார்கள். பஷீர் மட்டுமே அப்படியே அமர்ந்திருக்கிறார்! நான் மிகவும் குழப்பத்துடன் அருகே சென்றேன். அவரது எதிர்வினை என்னவாக இருக்குமோ? முகத்தினருகே குனிந்தேன். சில நொடிகள் அமைதி. பிறகு மெதுவாகச் சொன்னார்: 'நாட் எ டல் மொமண்ட்.'

மனதில் பட்டதைத்தான் பஷீர் சொன்னார். அப்படியல்லாமல் அவர் சொல்ல மாட்டார்."

பல வகைகளிலும் அபூர்வ பாக்கியங்கள் பஷீருக்கு வந்து சேர்ந்தன. தன் மருமகனின் (மகளின் கணவர்) மரணம் அவருக்கு மிகவும் வேதனையளித்தது. மனைவியையும் பிள்ளைகளையும் உயிருக்கிணையாக நேசிக்கிற பஷீரை அது எப்படிப் பாதித்தது என்று ஊகிக்கத்தான் முடியும். (பிள்ளைகள் இருவர். ஷாகினா எனும் மகளும், அனீஸ் எனும் மகனும்.) ஆயினும் அதைப் பகிர்ந்துகொள்ள மனைவியும் பிள்ளைகளும் நண்பர்களுமிருந்தார்கள். பிள்ளைகள் அவரை 'டாட்டா' என்றுதான் அழைத்தார்கள். அந்த

அழைப்பில் அன்பு ததும்பி நிற்கிறது. பேரளவான இந்த அன்பு உலகத்தில் சிலருக்கே கிடைத்திருக்கும்.

நல்ல பருவத்தில் பஷீர் தனித்தவராக துன்பங்களில் மூழ்கிக் கடந்த பின்னணி இங்கே நினைவுகூரத் தக்கது. அக்காலத்தில் ஒரு முறை வக்கம் அப்துல்காதரிடம் பஷீர் சொன்னார்:

"நான் இந்த அறையிலிருந்து தற்கொலையைப் பற்றி பல இரவுகளில் சிந்தித்திருக்கிறேன். ஆன்மிக ரீதியாகவோ, சிந்தனை ரீதியாகவோ சமாதானம் காணாததால் அல்ல-பசிதாங்க முடியாமல்தான்! நாட்கணக்காகவோ, மாதக் கணக்காகவோ அல்ல - வருடக்கணக்காக நான் சரியாகச் சாப்பிட்டதில்லை."

(1945-ஆம் ஆண்டு வக்கம் அப்துல்காதர் வெளியிட்ட 'பேனாச்சித்திரங்கள்' எனும் நூலிலிருந்து இந்த வார்த்தைகள் இங்கே மேற்கோள் காட்டப்பட்டிருக்கின்றன.

இந்த அந்திப் பொழுதிலும் பஷீர் செல்வந்தர் அல்ல. ஆனால் ஏழையும் அல்ல. நல்ல வகையில் வாழ்வதற்கான சூழ்நிலையுண்டு. அவர் இப்போது முன்பு இருந்ததைப்போல தனித்தவர் அல்ல. (தனிமை கிடைப்பதில்லை என்ற புகாருக்குத்தான் இப்போது மனதில் இடம் இருந்திருக்க வேண்டும்.) சமூகம், சாதி, மத அரசியல் பேதம் எதுவுமில்லாமல் அவரை மதிக்கிறார்கள். ஆசி பெறுவதற்காக மட்டுமே அவரிடம் வருபவர்கள் உண்டு. அவருடைய அண்மையில் அவர்கள் ஆசுவாசமடைகிறார்கள். எந்த எழுத்தாளரும் ஆசைப்படுகிற புகழைப் பற்றிய விஷயத்திலோ, அவர் இப்போது குபேரன்.

எழுத்தாளர் என்ற நிலையில் இந்தச் சூழ்நிலை அவருக்கு எந்தளவு திருப்தியளித்தது என்று சொல்ல முடியாது. அந்தரங்கத்தில் அலையடிக்கின்ற ஆயிரம் எண்ணங்களையும் முழுதாக வார்த்தைகளில் வெளிப்படுத்துவதற்கான நல்லதிர்ஷ்டத்தை, விதி எந்த எழுத்தாளருக்கும் தருவதில்லை.

பாட நினைத்த இனிய பாடலை
பாட முடியவில்லையே,

என்ற எண்ணம் அவர்களில் கடைசி மூச்சுவரை தங்கி நிற்கிறது. அதற்கு பஷீர் விதிவிலக்கானவர் அல்ல. ஆயினும் அந்தராத்மாவின் நுட்ப அனுபவங்கள் அனேகத்தை பொருத்தமான வடிவங்களில் வெளிப்படுத்தி உலகிற்குச் சமர்ப்பித்தோம் எனும் மன நிறைவு பஷீரிடமிருந்தது.

அந்த திருப்தியை எப்படி அனுபவித்தார்? தனக்கு விருப்பமான இயற்கைக்கும் உயிர்ப்பிராணிகளுக்கும் மிக நெருக்கமாக அமர்ந்து கொண்டுதான்.

அல்லாவின் படைப்புகளைக் கருணையுடன் பார்க்க வேண்டும் என்று உம்மாவும் வாப்பாவும் கற்றுக்கொடுத்திருந்தார்கள். அவற்றின் மீது அன்பு செலுத்தவும் சொல்லிக் கொடுத்திருந்தார்கள். அந்த அறிவுரை மனதில் கலந்திருந்தது. சுபாவமான விருப்பம் அதற்கு அனுகூலமாக இருந்தது. பஷீர், ஆசீர்வதிக்கப்பட்டவராக இருந்தார்.

பொன்குன்னம் வர்க்கி, ஒரு பழைய சம்பவத்தை நினைவுகூர்கிறார்:

"எங்கு நடந்ததென்று நினைவில்லை. ஒருமுறை நாங்கள் ஒரு பார்சல் சாப்பாடு வரவழைத்து அறையில் வைத்துவிட்டு ஊர் சுற்றப் போனோம். திரும்பி வரும்போது ஒரு நாய், 'நான் சாப்பாட்டை ஒருகை பார்த்துவிட்டேன்' என்று முனகிக்கொண்டு வெளியே வருகிறது. பஷீர் ஒரு குவளை தண்ணீரெடுத்து நாயிடம் நீட்டியவாறு சொன்னார். 'நீ தண்ணீர் குடிக்கவில்லையேடா நாய் மகனே!...'"

இது பழைய கதை. இதோடு சேர்த்துப் பார்க்க வேண்டிய இப்போதுள்ள புராணம் ஒன்று உண்டு. பஷீரே அதைச் சொல்லட்டும்:

"கொஞ்சம் நாட்கள் முன்பு எங்களுடைய, அதாவது என் மனைவியின் கோழிக்கூட்டுக்குள் ஒரு நல்லபாம்பு நுழைந்து நான்கு ஒயிட்லகான் கோழிகளைக் கொன்றது. இரவு இரண்டு மணி. கோழிகள் கத்துவதைக் கேட்டு வீடு விழித்தது. நான் செல்லும்போது மாதரசிகள் லைட்டுகளைப் போட்டு, நல்லபாம்பைக் கொல்வதற்கான முயற்சியிலிருந்தார்கள். வேலி தாண்டி அண்டைவாசிகள் வந்திருந்தார்கள். ஐந்தாறு பெண்கள். நான் உட்பட இரண்டு ஆண்கள். ராஜ்ய பாரத்தை சுந்தரிகள் ஏற்றிருக்கிறார்கள். மண்ணெண்ணெய் டின்னிலிருந்து மண்ணெண்ணெய் எடுக்கிற சிரிஞ்சுபோன்ற இயந்திரத்தால் மண்ணெண்ணெயை பாம்பின் முகத்தில் பீய்ச்சுகிறார்கள். கூடு ரொட்டி போன்றிருக்கும். சுற்றிலும் மூன்று பக்கம் கல். மேலே பலகை. ஒரு புறம் கம்பி வலை. முன் பக்கம் கதவு. கம்பி வலையின் வழியே சர்ப்ப வதத்தை நான் ஒரு பதினைந்து நிமிடம் கவனித்தேன். பாம்புக்கு வெகு மகிழ்ச்சி. மண்ணெண்ணெயில் குளிக்கிறது. அழகாக சீறவும் செய்கிறது. நான் சொன்னேன் : "சேகரா, சைக்கிளில் சென்று குட்டி ராமனை அழைத்துக் கொண்டு வா. பெரியவர் குடத்தில் கொண்டு போகட்டும்."

“குட்டி ராமன் இறந்துவிட்டார். அவர் மகன் இருக்கிறார். அவர் முதலாளி. வியாபாரம் செய்கிறார்.”

‘போய்க் கூப்பிடு. நான் சொன்னதாகச் சொல்.’

சேகரன் சென்றான். அரை மணி நேரத்திற்குள் குட்டி ராமனின் மகனான முதலாளியுடன் வந்தான். ஆள் ஆறடி உயரம் இருந்தார். அவ்வளவு நீளமான டார்ச் வைத்திருந்தார். அவர் ஓலைத் தண்டால் ஒரு அலக்கு செய்து, கதவைத் திறந்து பாம்பை வெளியே இழுத்து குடத்திற்குள் போட்டார். கோயில் வளாகத்தில் விடுவதற்காக. நான் இருபத்தைந்து ரூபாய் கொடுத்தேன்.”

தன் வீட்டுக் கோழிக் கூட்டுக்குள் நுழைந்து கோழிகளைக் கொன்ற பயங்கரப் பாம்பின் மீதும் ஜீவகாருண்யம்! குழந்தையாக இருந்தபோது கருந்தேளின் மீது கருணை காட்டிய அதே மனது எந்த மாற்றமும் இல்லாமல் அந்த ஆளுமையில் இப்போதும் தீபமாக ஒளிர்கிறது. உயிர்ப் பிராணிகளில் அல்லாவின் படைப்புகளைக் காண்கிற அந்த மனதுக்கு, வைலாலின் சுற்றுச்சூழல் - அதன் மென்மையுடனும் கடினத்துடனும் சேர்த்து - எப்போதும் அன்பிற்குரியதாக இருந்தது. அவற்றிலெங்கும், உலகைக் காப்பவனின் இருப்பை பஷீர் தரிசித்தார்.

அப்படி வாழ்வின் அந்தி நேர அமைதியில் இருக்கும்போது, கடவுளால் நிச்சயிக்கப்பட்ட அந்த நேரம் வந்து சேர்ந்தது.

1994-ஆம் ஆண்டு ஜூலை நான்காம் தேதி பஷீர், வழக்கத்தைவிட அதிகமான களைப்பை உணர்ந்தார். மூச்சுவிடுவதற்குச் சிரமமாக இருந்தது. அன்று பஷீரின் உரையாடலைப் பதிவு செய்ய வேண்டுமென்று வானொலி நிலையத்தார் முன்பே முடிவு செய்திருந்தார்கள். உடல் நலமில்லை. இன்னொரு நாள் வைத்துக்கொள்வோம் என்று சொல்லி பஷீர் அவர்களைத் திருப்பி அனுப்பினார். சற்று நேரத்திற்குள் பிரக்ஞை தெளிவற்றுப்போனது. சற்று நேரம் தெளிவற்ற தன்மையில் ஏதோ பேசினார். மாலை நேரம் ஆனபோதுகூட சோர்வு குறையவில்லை. இரவில் பஷீர் சுவாசத் தடையின் காரணமாக மிகவும் சிரமப்பட்டார். பிராண வாயு கொடுக்கப்பட்டது. நாடித் துடிப்பு பலவீனமடைவதாக அறிந்தார்கள். உடனே மருத்துவரை அழைத்தார்கள். புனலூர் ராஜனுக்கும் விவரம் அறிவித்தார்கள். அவர் (தோழமையின் ஒரு தேவதூதன்) நொடி நேரத்திற்குள் வந்தார். மருத்துவருடன் தொடர்பு கொண்டார். விரைவாக மருத்துவமனைக்குக் கொண்டு செல்லும்படி மருத்துவர் அறிவுறுத்தினார். நேசத்தின் செல்வமான புனலூர் ராஜன் செயல்திறனுடன் எல்லா விஷயங்களையும் கவனித்துக்கொண்டார்.

ஆம்புலன்ஸில் பஷீரை ஆர்.எம். மருத்துவமனைக்கு அழைத்துச் சென்றார். பாபி பஷீரும், அனீஸூம், புனலூர் ராஜனும் அச்சத்துடனும் வேதனையுடனும் அருகிலிருந்து பணிவிடை செய்தார்கள்.

அவர்களின் நேசக் குளிர்ச்சியான தீண்டலை அனுபவித்துக் கொண்டிருக்கும்போதே, வைக்கம் முகம்மது பஷீர் எனும் ஆசீர்வதிக்கப்பட்ட கதைக்காரர், சாந்தியின் தீரத்தை அடைந்தார். மனித குலத்தை மட்டுமல்ல, உயிர்களனைத்தையும் புவிக்கோளத்தையும் பிரபஞ்சத்தையும் நேசித்த அந்த இதயத்தின் துடிப்பு நின்றது.

முடிவுரை

ஒருவர் பஷீரின் குடையை எடுத்துக்கொண்டு சென்ற கதை புகழ் பெற்றது. தவறுதலாக மாற்றி எடுத்திருக்கலாம். வேண்டுமென்றேவும் எடுத்திருக்கலாம். அதை பஷீர் பார்த்துவிட்டார். உடனே அவர், குடையை எடுத்துச் செல்கிற மனிதரை நெருங்கினார். பணிவுடன் கேட்டார்:

"நீங்கள் வைக்கம் முகம்மது பஷீரா?"

"இல்லையே." என்று அவர் பதில் சொன்னார்.

"அப்படியென்றால்," பஷீர் சாந்தமாகச் சொல்கிறார், "இந்தக் குடை வைக்கம் முகம்மது பஷீருடையது. குடையின் உட்புறம் அந்தப் பெயர் எழுதியிருக்கிறது. அது மட்டுமல்ல, நான்தான் வைக்கம் முகம்மது பஷீர் என்பதையும் நீங்கள் தெரிந்துகொள்ள வேண்டும்."

அவர் புன்னகையுடன் அந்தக் குடையை பஷீரிடம் கொடுத்தார். பஷீர், குடையை விரித்து எல்லோரிடமும் காட்டிவிட்டுச் சொன்னார்:

"மதிப்பிற்குரிய பொதுமக்களே, இந்தப் பெயரைப் படித்துப் பாருங்கள்."

குடைத் துணியின் உட்புறம் அழகான எழுத்துகளில் 'வைக்கம் முகம்மது பஷீர்' என்று பொறிக்கப்பட்டிருப்பதை எல்லோரும் பார்த்தார்கள். சிரித்தார்கள்.

குடையில் அந்தப் பெயர், அழியாதபடி பொறிக்கப்பட்டிருந்தது. பஷீர் தனிப்பட்ட முறையில் எழுதச் செய்ததல்ல அது. குடை தயாரிப்பாளர்கள் அவ்வப்போது பஷீருக்கு அன்பளிப்பாகக் கொடுக்கின்ற குடைகளில் Specially Made for Vaikom Muhammed Basheer என்று அச்சிடுவார்கள். அவர்களின் குடை விற்பனைக் கடை, பஷீர்ஸ் புக் ஸ்டாலின் அடுத்த அறையிலிருந்தது.

பஷீரின் கதைகளில் மட்டுமல்ல, அவர் எழுதுகிற எதிலும் அந்தப் பெயர் முத்திரையாகப் பதிந்திருந்தது. அக விழிகளால் அதைக் காணாதிருக்க எந்த வாசகராலும் இயலாது. அவ்வளவு தெளிவான எழுத்துகளில் அந்தப் பெயர் அந்தப் படைப்புகளில் எங்கும் பதிந்திருக்கிறது. பஷீர் எழுதியதை, இன்னார் எழுதியது என்று பெயர் குறிப்பிடாமல் பிரசுரித்தால்கூட, அதைப் படிக்கிற எந்த வாசகரும் 'இது பஷீருடையது அல்லவா!' என்றறிந்துகொள்வார்கள்.

அவர் சிறியதொரு கடிதம் எழுதினாலும் அதிலும் பஷீரின் ஸ்பரிசம் கலந்திருக்கிறது என்று வாசகர்கள் அனுபவித்தறிகிறார்கள்.

எழுத்தாளரான பஷீரின், ஆசி பெற்ற சிறப்புத் தன்மை இது. அவர் அசாதாரண சம்பவங்களையோ, கருக்களையோ ஏற்க முற்பட்டதில்லை. வெளிப்பாட்டு முறையில் வடிவ ரீதியான பரிசோதனையின் அடையாளங்களொன்றும் தெரியவில்லை. ஆனால் அவை, விவரிக்க முடியாத அபூர்வத் தன்மையால் வாசகர்களை வசீகரிக்கின்றன. வாசித்து முடிப்பதுவரை அந்த ஈர்ப்பிலிருந்து அவர்கள் விடுபடுவதில்லை. நாம் மனோவசியம் என்று சொல்வதுண்டு அல்லவா, அதுபோன்ற ஒன்றுதான் அந்தக் கதைகளில் இருக்கிறது. அந்தக் குணச் சிறப்பு நம் பகுப்பாய்விற்கு ஆட்படுவதல்ல. மகிழ்ச்சியாகப் படித்துச் செல்வதற்கான தூண்டுதலாக அது வாசகர்களில் செயல்படுகிறது.

பொதுவாக, கதைகளின் வெற்றிக்குக் காரணம் - அடுத்து என்ன நடக்கும் என்று அறிவதற்கான உத்வேகத்தை வாசகர்களில் ஏற்படுத்துகிறது என்பதுதான். பஷீர் கதைகளுக்கு அப்படியொரு சுபாவமில்லை. நாவல்களுக்குக்கூட அந்த சுபாவமில்லை என்றுதான் நான் கருதுகிறேன். ஆனால் அவை படிப்பதற்கு எவ்வளவு சுவையாக இருக்கின்றன! சுவை தரும் அந்த சுபாவத்தில் மொழிப் பாணிக்கு கணிசமான பங்கு உண்டு. நன்கு பழக்கமான சொற்களையே பஷீர் பிரயோகிக்கிறார். பெரும்பாலானவை அன்றாட வாழ்க்கையில் நாம் பயன்படுத்துகிற சொற்கள். சிறு சிறு வாக்கியங்கள். அவை எப்போதும் நேரடியானவை. சுற்றி வளைப்பதில் பஷீருக்கு நம்பிக்கையில்லை. அறிந்த சொற்களும் நேரடி வாக்கியங்களும் சேர்ந்து உருவாகிற ஒரு பாரா சிலபோது ஒரு பால்வீதிப் பகுதியைப்போல எழிலுடையதாகிறது.

கதைகளிலும் நாவல்களிலும் பஷீர் வெளிப்படுத்துகிற மனிதர்களும் இயற்கையும் சம்பவங்களும் கண்முன்னால் காண்பதுபோலவே வாசகர்களுக்கு அனுபவமாகின்றன எனும் இயல்பும் அந்த விவரணைக்கு உண்டு. காட்சி எதுவாக வேண்டுமானாலும் இருக்கலாம்.

மஜீதின் வாப்பாவும் உம்மாவும் பேசிக்கொள்கிறார்கள். குழந்தைகளான மஜீதும் ஸுஹ்றாவும் சச்சரவிடுகிறார்கள், சேர்ந்துகொள்கிறார்கள். குஞ்ஞுப்பாத்தும்மா அன்புடன் குருவிக்கு அறிவுரை சொல்கிறாள். உரக் குவியல் என்று நினைத்து யானையை அள்ளியெடுக்க ராமன் நாயர் முற்படுகிறார். பிரசவ வேதனைக்கிடையிலும் "தாக்கித்தரைக் கொண்டு வா..." என்று ஐஷுக்குட்டி அலறுகிறாள். ஓடும் நதியும் கரை மரங்களும் பறவைகளும் மற்றவையும் பலவற்றிற்கும் பின்னணியை உருவாக்குகின்றன. அனைத்தையும் நாம் நேரில் காண்கிறோம். அதிகமாகச் சொல்வானேன்? அந்த எட்டுக்காலி மம்மூஞ்ஞின் பெரிய மீசையின் கூர்முனை சந்தையில் செல்கிற பெண்களைத் தீண்டத் துடிப்பதைக்கூட நாம் காண்கிறோம். இலக்கியச் சிந்தனையில் காட்சிப்படுதல் எனும் இந்தத் தன்மை, பஷீரின் கதை உலகத்தை எப்போதும் மகிழ்ச்சியாகத் தழுவி நிற்கிறது.

ஆனால் காட்சிப்படுதலுக்கு அப்பால் மறைவான ஏதோ ஒரு அம்சமும் அதில் இல்லையா? புலனாகாத ஏதோ ஒரு அம்சம்? உண்டு. அப்படியொன்றை வாசகர்கள் எப்போதும் அந்தக் கதைகளில் அனுபவிக்கிறார்கள். கதையைப் படித்து முடித்த பிறகும், பிற்பாடு எதிர்பாராமல் கதையைப் பற்றி நினைவுகூரும்போதும் அந்த அம்சம் அவர்களின் இதயங்களை மிகவும் மனப்பூர்வமாக வருடுகிறது. ஒரு மலரின் நறுமணம்போல அது அவர்களை வருடுகிறது. அந்த நறுமணம் கண்ணுக்குத் தெரியாது அவ்வளவுதான். பஷீரின் கதைகளில் கரைந்திருக்கிற நறுமணம் புலன்களுக்கு அப்பாற்பட்ட மனப்பகுதியைத்தான் தீண்டுகிறது.

மற்ற எவரின் கதைகளிலும் இல்லாத நகைச்சுவை, அந்தக் கதைகளின் அழகில் கரைந்து சேர்ந்திருக்கிறது.

அந்த நகைச்சுவைகளோ, அன்பிலும் கருணையிலும் ஊறியவை. கருணையின் கிளைகளில்தான் உண்மையான நகைச்சுவையின் நறுமணப் பூக்கள் மலர்கின்றன என்ற உண்மையை, பஷீர் கதைகள் வாசகர்களுக்கு மௌனமாகக் கற்றுக்கொடுக்கின்றன.

கொல்லும் விஷத்தின் சினத்துடன் படம் விரித்து நிற்கிற பாம்பிடம்கூட, "மகனே, படத்தைச் சுருக்கிப் பொந்திற்குப் போ!" என்று சொல்கிற பஷீரிடமிருந்து உத்தமமான நகைச்சுவையே பிறக்கும். அதுவும் எவ்வளவு இயல்பாகப் பிறக்கிறது! செயற்கைத் தனத்தின் தூசுகூட அதில் கலப்பதில்லை. வெறுப்பின் தீண்டல் அதை மாசுபடுத்துவதும் இல்லை. கரும்பன் சேன்னனையும், கண்டம்பரயனையும், தொரப்பன் அவரானையும், பொன்குரிசு தோமாவையும்... அப்படிக் கொடுஞ் செயல்கள் பலவும் செய்திருக் கின்றவர்களைக்கூட

அனுதாபத்துடன் பார்க்க உதவும் விதமாக ரசிகர்களின் நோக்கில் மாற்றத்தை ஏற்படுத்துகிற நகைச்சுவை அது.

*உபகுப்தனைப்போல பஷீரும் குற்றவாளியிடம் சொல்வது என்னவெனில், "- துர்விதியால் கொடுஞ்செயல் புரிந்துவிட்டாயே." என்பதுதான். வேறொரு மொழியில் சொல்கிறார் என்பதுதான் வித்தியாசம்.

தன் புத்தகங்களை நக்கி மென்று தின்று தீர்க்கிற (பாத்தும்மாவின்) ஆட்டைப் பார்ப்பதுபோலவே பஷீர் மானுட சகோதரர்களைக் காண்கிறார். மனிதர்களை மட்டுமல்ல, உலகிலுள்ள உயிரினங்களை எல்லாம். அதனால்தான், டாக்டரேட் பட்டம் கிடைக்கிற அரிதான நேரத்தில்கூட அவர் உலக முடிவின் அடையாளங்கள் தென்படத் தொடங்குகின்றன எனும் சந்தேகத்தில், "செவிகொள்ளுங்கள், இறுதி எச்சரிக்கையின் முரசொலி!" எனும் முன்னறிவிப்புக் கொடுத்தார். உயிரின் முழுமையைச் சார்ந்திருக்கிற தரிசனத்திலிருந்து வடிவம் பெற்றதால்தான் பஷீர் கதைகளில் அழகு, உயிர்களின் மீதான நேசத்தின் தீபச்சுடராக விளங்குகிறது என்று சொல்லலாம்.

'நம்பிக்கையின் நிறைவேற்றம்தான் படைப்பு' என்று ஒரு தத்துவ ஞானி சொல்கிறார். அது மிகவும் உண்மையானது. படைப்புச் செயலிலும், அதற்கு ஆதாரமான அறியப்படாத ஏதுக்களிலும் ஊன்றி நிற்கிற கலைஞனிடமிருந்தல்லாமல், அழகான படைப்புகள் உரிந்து வருவதில்லை. அந்த விஷயத்தில் கலைஞன் தீர்க்கதரிசிக்குச் சமமானவன். ஒரு அர்த்தத்தில் கலைஞனும் தீர்க்கதரிசிதானே? தீர்க்கதரிசியின் நம்பிக்கை உறுதியும், செயல்திறனும், நன்மையின் பாற்பட்ட நோக்கும் கலைஞனிடம் ஒன்றிணைகின்றன. தான் அந்த உன்னத வர்க்கத்தைச் சேர்ந்த ஒரு உறுப்பினர் என்று பஷீர் சுயமரியாதை கொண்டிருந்தார். கடும் துன்பமான சூழ்நிலைகளில் உமிழ்நீரை மட்டும் உணவாக்கிக்கொண்டு படைப்புச் செயலில் ஆழ்ந்திருக்க, அந்த உணர்வு அவருக்குச் சக்தியளித்தது. 'நீ கதையெழுதி இந்த உலகத்தை மகிழ்ச்சிப்படுத்து' என்று அல்லாவிடமிருந்து வந்த கட்டளையை பஷீரின் கூர்மையான காதுகள் செவிமடுத்தன. அந்தக் கட்டளையை பஷீர் பிரார்த்தனையின் தூய்மையுடன் ஏற்றுக்கொண்டார். அதனால் பயனும் விளைந்தது.

உதய அஸ்தமன வடிவமான காலக் கடலுக்கு அப்பால் அறியப்படாத முடிவற்ற தீரங்களில் அவர் என்றும் ஒரு தேவதூதனாக உலவுகிறார்.

■

---

* உபகுப்தன்: புகழ்பெற்ற புத்த துறவி. புத்தரின் சீடர்.

சித்திரங்களில் பஷீர்

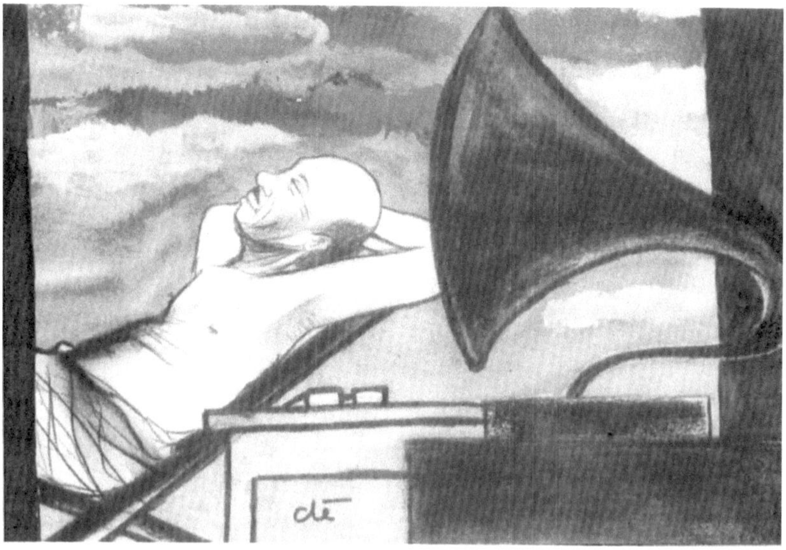

Prakash

de va
prakash

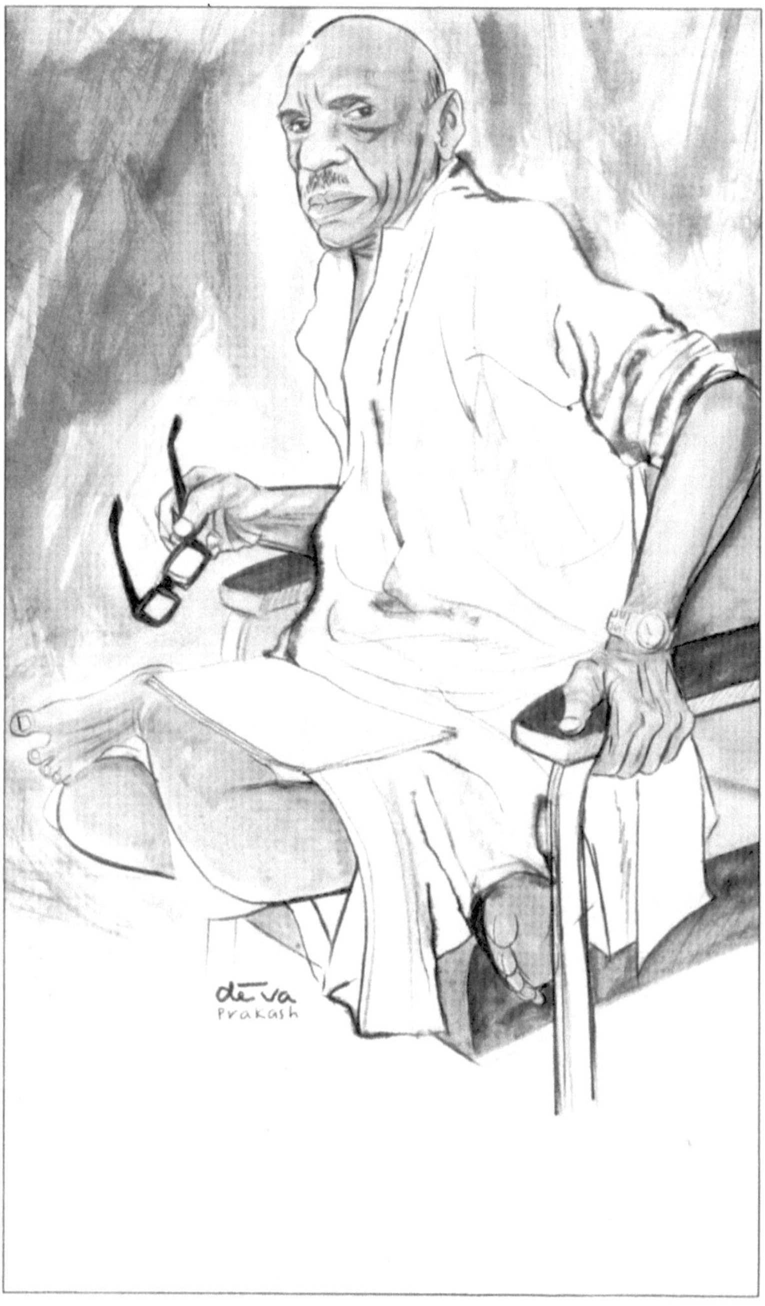
deva
Prakash

Prakash

பிற்சேர்க்கை 1

பஷீர் - வழுவாத மைல் கல்

பி.கே. பிரதாபச்சந்திரன்

வைக்கம் முகம்மது பஷீரின் வாழ்க்கை வரலாறு. 'பஷீர் - தனி வழியிலோர் ஞானி'. பேராசிரியர் ஸாநு எழுதியது எக்காரணம் கொண்டும் மிகப் பொருத்தமானது.

பஷீரைப் பற்றி, அவரது நூல்களின் எண்ணிக்கையைவிட அதிகமான புத்தகங்கள் வந்துவிட்டன. பலர், பஷீரின் படைப்புகளை வாசித்ததிலிருந்து கிடைத்த துணுக்குகளையும், சொல்லக் கேட்ட கதைகளையும், 'வைலாலில்' வீட்டில் மாங்கோஸ்டைன் மர நிழலின் சபையில் அனுபவித்த ஈரமான நினைவுகளையும் கண் காது மூக்கு வைத்து புத்தகங்களாக்குகிறார்கள். வாழுங் காலத்திலேயே இதிகாசமாயிருந்த ஒருவரைப் பற்றி இதுபோன்றவை வரவில்லை என்றால்தான் வியப்பு. பஷீரைப் பற்றியதாக இருந்தால், என்ன கிடைத்தாலும் வாசகர்களுக்குச் சந்தோஷம்தான். இதனால்தான் இவ்வகையான நூல்கள் தொடர்ந்து வருகின்றன. ஆனால் அதிகாரப்பூர்வமான ஒரு வாழ்க்கை வரலாறு இல்லாதது முற்றிலும் ஒரு குறையாகவே இருந்தது. நிரப்ப முடியாத பள்ளம் என்று நம்மிடையே ஒரு சொற்பிரயோகம் உண்டல்லவா, அப்படிப்பட்ட ஒரு பள்ளத்தைத்தான் இந்தப் புத்தகம் நிரப்புகிறது. "ஒரு கற்பனைக் கதாபாத்திரம்போல வாழ்ந்த வைக்கம் முகம்மது பஷீரின் ஆளுமையையும் அவருக்குக் கேரளத்தில் உள்ள இடத்தையும் ஓரளவாவது புரிந்துகொள்ள இந்த நூல் உதவுமென்றால் நான் மன நிறைவு கொள்வேன்" - என்றுதான் ஸாநு மாஸ்டர் முன்னுரையில் சொல்கிறார். இந்த நூல் பஷீரைப் பற்றிய முழுமையான வாழ்க்கை வரலாறு என்றும் ஸாநு மாஸ்டர் மன நிறைவு கொள்வதற்கு முழு உரிமை உண்டு. இதை முதல் வாசகனாகிய என்னால் உறுதியாகச் சொல்ல முடியும்.

மலையாள உரைநடை இலக்கியத்தின் கடந்த காலத்தைத் திரும்பிப் பார்த்தால் சில பெரிய மைல் கற்கள் எழுந்து

நிற்பதைப் பார்க்கலாம். அப்பு நெடுங்காடி, சி.வி. ராமன்பிள்ளை, ஓ.சந்துமேனோன், சி.வி. குஞ்ஞிராமன், வைக்கம் முகம்மது பஷீர், தகழி, ஓ.வி. விஜயன் ஆகியோர் அந்த முக்கியமானவர்களில் சிலர் (சி.வி.குஞ்ஞிராமனின் கதைகளையல்ல, அவரது வியப்பூட்டும் தெளிந்த மொழியழகைத்தான் கணக்கிலெடுத்துக் கொண்டேன்). இவர்களெல்லாம் தங்களுடைய கொடைகளை அளித்து மலையாளத்திற்கு மறக்க முடியாதவர்கள் ஆனார்கள். இவர்களின் எழுத்து மலையாளத்தின் உரைநடைப் பாணியின், படைப்புச் சக்தியின் வளர்ச்சியைக் காட்டுகிறது. சி.வி. ராமன்பிள்ளையின் 'கண்டகண்டார டிம்டீரவ' மொழியிலிருந்து, பஷீரின் 'வெளிச்சத்திற்கு எவ்வளவு வெளிச்சம்' என்பதை அடையும்போது மொழிக்கு ஒரு புது வெளிச்சத்தின் காலம் வந்ததென்று புரிந்துகொள்ளலாம்.

பஷீரின் சமகால எழுத்தாளர்களான தேவ், தகழி, பொற்றேகாடு, உரூபு, காரூர் - இவர்கள் யாரும் தரம் தாழ்ந்தவர்கள் அல்ல. அரண்மனைகளிலிருந்து இலக்கியத்தைப் பறித்து குடிசைகளில் நட்டவர்கள் இவர்கள். ஆனால், அன்றும் இன்றும் இலக்கியச் சந்தையில் சிறப்பு குறையாத, எழுதிய எல்லாப் படைப்புகளும் அச்சிடப்பட்டுக்கொண்டிருக்கிற, எல்லா தலைமுறையிலும் வாசகர்கள் உள்ள ஒரே ஒரு ஆள் பஷீர்தான். மற்றவர்களின் முக்கியமான நூல்களுக்கு மட்டுமே வாசகர்கள் இருக்கிறார்கள். வழுவாத மைல் கல்தான் பஷீர். மலையாள மொழி உள்ள காலம்வரை பஷீர் வாழ்வார். அவரது படைப்புகள் வாழும்.

பஷீர் கதைகளின் பிரத்தியேகத் தன்மை என்ன? பஷீரே சொல்வதுபோல 'தமாஷ் கதைகள்' என்பதா? தமாஷ் கதைகள் மட்டும் எழுதி மக்கள் கவனத்தை ஈர்த்த பி.கே. ராஜராஜவர்மாவின் படைப்புகள் ஒன்றையும் ('பஞ்சுமேனோனும் குஞ்சியம்மாவும்' கதைகள் புகழ்பெற்றவை). இன்று காணவில்லையே. பஷீரின் தமாஷ் கதைகள் எல்லாமே - எம்.பி. போல் சொன்னதைப்போல - 'வாழ்க்கையிலிருந்து கிழித்தெடுத்த ஏடுகள்'தான். 'ஓரத்தில் ரத்தம் துளிர்த்திருக்கும்.' ஸாநு மாஸ்டரும் 'மதிலுகள்' எனும் கதையை விவரிக்கும்போது எழுதுகிறார் - உடைந்த காதலின் "... அந்த சோகம் கதையில் நகைச்சுவையாகத்தானே அனுபவப்படுகிறதென்று சிலராவது சொல்லலாம். அப்படியா? நகைச்சுவையாகத்தானா உங்களுக்கு அனுபவமாகிறது? என் அனுபவம் அப்படியல்ல. கண்ணீர் நதியின் மேற்புறத்தில் உள்ள திரையும் நுரையும் சூரியப்பிரகாசத்தில் ஒளிர்வதுபோல்தான் இதில் நகைச்சுவை. அடியோட்டமாகச் செல்கிற நதிதான் உண்மை."

சமீபத்தில் வார இதழொன்றில் ஒரு திரைப்பட விமர்சனம் வாசிக்க நேர்ந்தது. விமர்சகர் அதை இயக்குநருக்கான ஒரு

அறிவுரையோடு நிறைவு செய்திருந்தார். அது இவ்வாறு: "தீவிரமும் கூர்மையானதுமான வாழ்க்கை அனுபவங்கள் உள்ளதால்தான் தஸ்தயேவ்ஸ்கியினுடையவும், பஷீரினுடையவும் படைப்புகள் என்றும் நிலைநிற்கின்றன." விமர்சகர் சுட்டுகிற இரண்டு எழுத்தாளர்களின் பெயர்களைக் கவனியுங்கள். எந்த உண்மைக்கு அழுத்தம் கொடுக்கிறார் என்று பாருங்கள். அனுபவத் தீவிரமும் கற்பனை வரமும் ஒரு யோகியைப்போலவோ ஒரு சூஃபி துறவியைப் போலவோ வாழ்க்கையை அகன்று நின்று பார்த்து ரசிப்பதற்கான திறமையும்தான் பஷீர் கதைகளை அனைவரும் விரும்பச் செய்கின்றன.

'பாத்தும்மாவின் ஆடு' எனும் கதையைப் பற்றி ஸானு மாஸ்டர் எழுதுகிறார்: "எதிர்காலத் தலைமுறை, பஷீரின் படைப்பாற்றலிலிருந்து மலையாளத்திற்குக் கிடைத்த ஒரு வைரமாக இந்த நூலைப் போற்று மென்பது என் நம்பிக்கை வாழ்க்கைச் சூழல்கள் மாறிக் கொண்டிருக்குமென்று நமக்குத் தெரியும் (இப்போதே மாறியிருக்கிறது). மனித உறவுகளின் தன்மையும் மாறும். இயற்கையுடன் மனிதர்களுக்கான உறவும் இல்லாமல் போகலாம். அப்படியெல்லாம் இருந்தாலும் இந்தச் சிறிய படைப்பின் ஆழம், தேர்ந்த வாசகர்களை என்றும் வசீகரித்துக்கொண்டிருக்கும் என்பது உறுதி." இந்த மதிப்பீடு பொதுவாக பஷீரின் மற்றெல்லா படைப்புகளைக் குறித்ததானாலும் பொருத்தமானதுதான்.

இந்த வாழ்க்கை வரலாற்றை எழுத இன்று கேரளத்தில் மிகத் தகுதியானவர் ஸானு மாஸ்டர்தான். புகழ் பெற்ற மொழியாசிரியர். உரைநடைப் படைப்பாளி, பேச்சாளர் என்பது மட்டுமல்ல, மிகச் சிறப்பான வாழ்க்கை வரலாற்றாசிரியர் எனும் அவரின் திறமையையும் நாம் இதற்கு முன்பு பார்த்திருக்கிறோம். அந்த வாழ்க்கை வரலாறுகள், ஸ்ரீ நாராயணகுரு, சகோதரன் ஐயப்பன், எம்.சி. ஜோசப், சங்ஙம்புழா, எம். கோவிந்தன் ஆகியோருடையவை. சங்ஙம்புழாவின் வாழ்க்கையும் கவிதை வாழ்க்கையும் 'நட்சத்திரங்களின் நேசம் வசிக்குமிட'த்தில் எவ்வளவு அழகாக இதழ் விரிக்கின்றன. பஷீரைப் பற்றிய விஷயத்தில் அவர்களுக்கிடையிலான நீண்ட கால அன்புறவையும் ஆன்ம உறவையும் நினைவுகொள்ள வேண்டும். எரணாகுளத்தில் பஷீரின் சபை கூடலில் (கே. பாலகிருஷ்ணன், பி.கே. பாலகிருஷ்ணன், போஞ்ஞிக்கரை ராபி, எம்.பி. கிருஷ்ணபிள்ளை, பெருன்ன தாமஸ் முதலானோர்) என்றும் கலந்துகொள்பவராயிருந்தார் ஸானு மாஸ்டர். பஷீரும் ஸானு மாஸ்டரும் தனித்து அனேக முறை ஆழ்ந்த உரையாடலில் ஈடுபட்டிருக்கிறார்கள். இதனுடன், ஸானு மாஸ்டருடன் இரண்டறக் கலந்திருப்பது என்று குறிப்பிட்டுச் சொல்லக்கூடிய இலக்கிய ஞானமும் சேர்ந்தமைந்தால், மகிழ்ச்சியளிக்கும் ஒரு நூல் சாத்தியமாவதென்பது இயல்புதானே!

பேச்சு மொழியின் வெறும் சாதாரண வார்த்தைகளைக் கொண்டுதான் பஷீர் இலக்கிய மாயாஜாலம் காட்டுகிறார். 'பூவன் பழம்' எனும் கதையின் மிக எளிய தொடக்கத்தைப் பற்றி ஸாநு மாஸ்டர் எழுதுகிறார்: "இப்படிக் கதையைத் தொடங்க எந்தப் படுமுட்டாளாலும் முடியும்தானே? இப்படி சிலருக்காவது தோன்றலாம். ஆனால், அவர்கள் அப்படியொன்றை எழுதிப்பார்க்கட்டும். எழுதி முடியும்போது அதிலுள்ள சுவையற்ற தன்மை அவர்களை மரத்துப்போகச் செய்யும். அப்போது அவர்கள் நினைப்பார்கள்: இவ்வளவு சாதாரண வாக்கியங்களுக்கு ஜீவகளையூட்ட பஷீரால் எப்படி முடிகிறது? அந்த நினைவு இப்படியொரு முடிவுக்குக் கொண்டுவரும். அந்த சாதாரணத்துவம்தான் கதை பாணியின் மிகச்சிறப்பான அசாதாரணத்துவத்திற்குத் தொடக்கமிடுகிறது! மேதைமையின் ஜுவாலை அதற்கு ஒளியருள்கிறது."

இதேபோல ஸாநு மாஸ்டரின் படைப்பைப் பற்றியும் சொல்லலாம். அப்பாவியான வார்த்தைகள். சிறுசிறு எளிய வாக்கியங்கள். கடும்நிறச் சேர்க்கைகள் இல்லாமல் மாஸ்டர் வரைகிற பஷீர் ஓவியமும் மேதமையின் ஜுவாலையால் பிரகாசத்துடன் திகழ்கிறது. பால்ய காலத்திலேயே பஷீருடன் பழகவும், அந்த உறவை கடைசிவரை காப்பதற்குமான நல்லதிர்ஷ்டம் பெற்ற ஒருவர்தான் இதை எழுதுகிறார். அவர் என் அன்பிற்குரிய எழுத்தாளர்தான். ஆனால் அதைவிட அதிகமாக என்னை ஈர்த்தது, அவரின் வசீகரமான ஆளுமைச் செழுமைதான்.-"சிக்கலான ஒரு தனித்தன்மைதான் பஷீருடையது. மேல் தளத்தில் தெரிகிற குறும்புகளுக்கும் தமாஷ்களுக்கும் கீழே, நிறைய நன்மையும் ஆன்மிகமும் கருணையும் அவரில் மலர்ச்சியுடனிருந்தன.'' (நூலிலிருந்து). அந்த சிறப்புகள் முற்றிலும் சரியாக இந்த நூலில் வெளிப்படுத்தப்படுகின்றன. பஷீரின் வாழ்க்கையைப் பற்றி, உண்மையைவிட அதிகமாக கதைகள்தான் பரவியிருந்தன. அந்த வாழ்க்கைக் கதைகளில் பல இடைவெளிகள் இருந்தன. ஆனால் இந்த நூலில் பஷீரின் கதை அதன் தொடர்ச்சிப் போக்கில் முழுமையை அடைகிறது. ஒரு காலகட்டத்தின் புகழ்பெற்ற அறிவாளர்கள் அனைவரும் இதனூடே மின்னி மறைகிறார்கள். பஷீரின் கதைகள் தருவதைப்போலவே இந்த வாழ்க்கை வரலாறு தருவதும் நல்ல வாசிப்பனுபவமாக இருக்கும்.

இன்னொரு விஷயம், பஷீரின் படைப்புகளை திரும்பத் திரும்ப படித்து மகிழ்ந்தவர்கள்கூட இந்த நூலை வாசித்தபிறகு புதிய ஒரு உட்பார்வையுடன் அவற்றை மீண்டும் படிக்க விருப்பங்கொள்வார்கள் என்பதுதான் அது.

பிற்சேர்க்கை 2

மதிராசி நாட்கள்

எம்.வி. தேவன்

மதிராசியில் உள்ள 'ஜெயகேரளம்' வார இதழ் அலுவலகத்தில்தான் நான் பஷீரை முதன்முதலாகப் பார்க்கிறேன். அன்று பஷீர் மதிராசிக்கு வந்தால் பி. பாஸ்கரனுடன்தான் தங்குவார்.

நான் அக்காலத்தில் மதிராசியில் படித்துக்கொண்டிருந்தேன். மாலை நேரங்களில் ஜெயகேரளம் அலுவலகத்திற்குச் செல்வேன். பஷீர் சில நாட்கள் ஜெயகேரளம் அலுவலகத்தில் தங்குவார். பாஸ்கரனின் அறையில் இடவசதி குறையும்போதுதான் இந்த மாற்றம் நடக்கும்.

பஷீருக்குச் சொந்தமாக ஒரு ஸ்டவ் உண்டு. அவர் எங்கே சென்றாலும் அவருடன் அதுவுமிருக்கும். தானே தேநீர் தயாரிப்பார். ஒரு தகரப் பாத்திரத்தில்தான் தேநீர் கொதிக்க வைப்பார். சிசர்ஸ் சிகரெட்டின் சிறிய காலி டப்பாவில்தான் தேநீர் குடிப்பார். தேநீரில் இனிப்பு இருக்காது. ஆயினும் நல்ல தேநீராக இருக்கும். இதை அடிக்கடி குடிப்பார். ஜெயகேரளம் அலுவலகத்திற்கு வருகின்ற சீடர்களுக்கும் சிகரெட் டின்னில் தேநீர் கொடுப்பார். பஷீர் பேச்சுப் பிரியர். இலக்கியம் பேச்சுப் பொருளாவதில்லை. பொது விஷயங்கள், சமூகப் பிரச்சினைகள் பற்றிதான் பேசுவார். அதைக் கேட்டுக் கொண்டிருப்பது சுவையாக இருக்கும். அவர் பேச்சுக்கு ஒரு லயம் உண்டு.

ஜெயகேரளம் அலுவலகத்தில் ஒன்றிரண்டு முறை பார்த்த பிறகு எங்களுக்கிடையே பழக்கம் ஏற்பட்டது. பிற்பாடு என் மீது பஷீர் ஒரு பிரத்தியேக அன்பையும் பாசத்தையும் காட்டத் தொடங்கினார். பஷீர் விடுதியில் தங்கியிருக்கும்போது, நான் நேரம் கிடைக்கும்போதெல்லாம் விடுதிக்குச் செல்வேன். அங்கே பி. பாஸ்கரன் இருப்பார். உடன் மற்ற நண்பர்களும் இருப்பார்கள். அவர்களெல்லாம் பஷீரைப் பற்றி இட்டுக்கட்டி நிறையக் கதைகள் சொல்வார்கள். அவற்றில் சிலவற்றில் உண்மையின் அம்சங்கள் இருக்கும்.

நான் அக்காலத்தில் கதர் ஜிப்பாவும் பைஜாமாவும்தான் அணிந்திருப்பேன். மீசை, குறிப்பிட்டுச் சொல்லும்படி இருக்காது. இருந்தாலும் என் கருநிறத்தோடு சேர்ந்திருப்பதால் அது தெளிவாகவும் இருக்காது. நான் ஒரு ஆண் எனும் அகந்தையில் கிருதாவை நீளமாக வளர்த்து வைத்திருந்தேன். ஒரு நாள் விடுதிக்குச் சென்றபோது பஷீர் என்னை உற்றுப் பார்த்துவிட்டுச் சொன்னார்: "இந்த தேவனின் அலங்காரத்தைப் பார்த்தீர்களா?"

அந்த அலங்காரம் பஷீருக்குப் பிடிக்கவில்லை என்று தோன்றியது. பிறகு சவரக் கத்தியுடன் வந்தார். பின்புறமாகப் பிடித்து நிறுத்தி கிருதாவை எடுத்துவிட்டார். அவ்வாறு பஷீர், என்னை அழகனாக்குவதற்காக பியூட்டிஷியனாக ஆனார். இது நடந்தது நாற்பத்தி ஏழோ அல்லது நாற்பத்தி எட்டோ என்று நினைக்கிறேன். பஷீரைப் பார்ப்பதற்கு முன்பே அவரது படைப்புகளைப் படித்திருந்தேன். அக்காலத்தில் பள்ளியிலிருந்து புத்தகங்கள்தான் பரிசாகக் கிடைத்தன. புகழ்பெற்ற எழுத்தாளர்களின் புத்தகங்கள். இப்படிக் கிடைத்தவற்றில் பஷீரின் இளம் பருவத்துத் தோழியும் ஒரு சிறுகதைத் தொகுப்பும் பொன்குன்னம் வர்க்கியின் வசன கவிதைகளும் பி. கேசவதேவின் ஒரு கதைத் தொகுப்பும் இருந்தன. பஷீர் பேசும்போது நிறையக் கதைகள் சொல்வார். தனக்கு ஏற்பட்ட அபத்தங்களைப் பற்றியதாகத்தான் பெரும்பாலான கதைகள் இருக்கும்.

பஷீர் செப்படி வித்தைக்காரராக ஆந்திரப்பிரதேசத்தில் எங்கோ அலைகிற காலம். அன்று அவர் மக்களுக்கிடையில் நின்றுகொண்டு வித்தை காட்டுகிறார். அங்கே இன்னொரு செப்படி வித்தைக்காரனும் உண்டு. பஷீர் அவனை அடையாளங் கண்டுகொண்டார். பஷீரின் வித்தைகளைப் பார்த்துக்கொண்டிருந்த மக்களுக்கு வித்தையின் ரகசியங்கள் புரிந்துவிட்டன. அவர்கள் கூச்சலிட்டார்கள். விஷயம் அடிதடிவரை போய்விட்டது. அப்போது மக்கள் கூட்டத்திலிருந்து இன்னொரு வித்தைக்காரன் வந்து பஷீரைக் காப்பாற்றிக் கொண்டு சென்றான்.

தான், சோப்பு சீப்பு கண்ணாடி விற்கிற தெருவோர வியாபாரியாக இருந்ததைப் பற்றியும் பஷீர் சொன்னார். சைக்கிளில்தான் வியாபாரம். அங்கும் பஷீருக்குப் பிரச்சினை ஏற்பட்டது. ஆட்கள் பஷீரைத் தாக்கத் தயாரானார்கள். கூச்சல் தொடங்கியபோது சைக்கிளைத் தள்ளிக்கொண்டு ஓடினார் பஷீர். ஓடும்போது வேட்டி அவிழ்ந்துவிட்டது. பஷீர் இவற்றையெல்லாம் சொல்லும்போது செயற்கையான விஷயமாகத் தோன்றாது. அவருடைய பேச்சுப் பாணி அதுதான். பஷீரின் உரையாடல் அந்தளவு மனப்பூர்வமானது.

பஷீர் பிற்பாடு மதிராசியில் பணிபுரிபவர்களும் நண்பர்களுமான கொஞ்சம் பேருடன் ஒரு விடுதியில் தங்கியிருந்தார். அங்கு நடக்கும் சமையலுக்கு பஷீர்தான் தலைவர். அங்கு நாராயணன்குட்டி எனும் பெயருடைய ஒரு நண்பன் இருந்தான். கொட்டும் மழைபோன்று பேசும் சுபாவமுள்ளவன்.

கேட்பவர்களுக்கு ஆர்வம் இருக்கிறதா, அவர்களுக்கு நேரம் இருக்கிறதா என்றெல்லாம் அவன் பார்க்க மாட்டான். அப்படிப்பட்ட நாராயணன்குட்டியின் வாயடைத்தார் பஷீர். ஒரு சிறிய, கத்திப் பிரயோகம் என்று சொல்லலாம்.

நாராயணன்குட்டி தன்னை ஒரு அறிவாளி என்று நினைத்துக் கொண்டிருந்தான். அதனால்தான் மற்றவர்கள், அவனை சலிப்பூட்டுபவனாகக் கருதினார்கள். நாராயணன்குட்டி தொடர்ந்து பேசிக்கொண்டிருக்கிறான். அப்போது வெறும் வேஷ்டி மட்டும் உடுத்தியிருந்த பஷீர், அதை மடித்துக் கட்டிக்கொண்டு வெளியே வந்தார். மலையாள இலக்கியவாதிகளில் பஷீர், ஆரோக்கியமும் உடலழகும் உள்ள ஒருவர். மல்யுத்தம் கற்று உறுதியான உடல். ராணுவ வீரன் நடை. வேட்டியை மடித்துக் கட்டுவதெல்லாம் தனி ஸ்டைல். அன்று பஷீர் ஒரு பெரிய கத்தியுடன் நாராயணன்குட்டியின் எதிரே வந்து நின்றார். நாராயணன் குட்டி தொடர்ந்து பேசிக்கொண்டிருந்தான். திடீரென்று பஷீர் கத்தியை நாராயணன் குட்டியின் கையில் கொடுத்தார். கத்திக்குக் கீழே தலைகுனிந்து நின்றார். விஷயம் புரியாமல் நாங்கள் திகைத்து நின்றோம். பஷீர் சொன்னார்:

“நாராயணன்குட்டி, இந்தா என்னைக் கொன்றுவிடு!”

அப்போதுதான், பஷீர் கேலி செய்கிறார் என்று எங்களுக்குப் புரிந்தது. எல்லோரும் சிரிக்கத் தொடங்கினார்கள். நாராயணன்குட்டி அப்படியே கலங்கி நின்றுவிட்டான். அத்துடன் அவனது வெற்றுச் சலசலப்பும் நின்றது.

இப்படிப் பஷீரிடம் பல தந்திரங்கள் உண்டு. எரணாகுளத்தில் புத்தக வியாபாரம் செய்கிற காலத்தில் பஷீர் அடிக்கடி மதிராசிக்கு வருவார். அக்காலத்தில் கம்யூனிஸ்ட் கட்சி செயல்பாட்டாளர்களில் பலரும் தலைமறைவாக இருப்பதற்காக மதிராசிக்கு வந்தார்கள். போலீஸ், திருவிதாங்கூரிலும் மலபாரிலும் கம்யூனிஸ்ட்காரர்களைக் கைது செய்து சிறைக்கனுப்பிக்கொண்டிருந்தது. ஜெயகேரளம், இடதுசாரி சார்புள்ள பத்திரிகையாகத்தான் அறியப்பட்டிருந்தது.

ஜெயகேரளத்தின் நிறுவன ஆசிரியர் பி.ராமன்மேனோன் ஒரு முழுமையான கம்யூனிஸ்டாக இருந்தார். கம்யூனிஸ்ட்காரர்களுக்கு

இப்படியொரு மறைவிடம் இருக்கிறதென்று கேள்விப்பட்ட போலீஸ், ஜெயகேரளம் பத்திரிகை அலுவலகத்தைச் சோதனையிட்டது. அன்றைய மலையாளி மந்திரி கே.பி. மாதவமேனோனின் கட்டளைப் படிதான் அது நடந்ததென்று சிலர் கருதினார்கள். எவ்வாறாயினும் அன்று அங்கிருந்தவர்களையெல்லாம் போலீஸ்காரர்கள் அள்ளிக்கொண்டு சென்றுவிட்டார்கள். அவர்களில் பஷீரும் இருந்தார்.

காவல் நிலையத்தை அடைந்த பஷீர் உடனேயே வெளியே வந்தார். எஸ்.ஐ. பஷீரை சும்மாவிட்டுவிட்டார். எவரின் பரிந்துரையின்படியும் அவர் அப்படி விடவில்லை. பஷீர் அங்கே தன் சொந்த நிலைப்பாட்டை விளக்கினார்.

'நான் இந்தக் கூட்டத்தைச் சேர்ந்தவன் அல்ல. நான் புரட்சியோ பயங்கரவாதச் செயல்களோ நிகழ்த்த வேண்டுமென்றால், அதற்கு எனக்கு இவர்கள் யாரின் உதவியும் வேண்டாம். அதற்கு என்னிடம் என் வழி இருக்கிறது' பஷீர் பேசியதன் பாணி இதுதான்.

இக்காலத்தில் பஷீர், ஜெயகேரளம் அலுவலகத்திலிருந்து கதைகள் எழுதியிருக்கிறார். ஆனால், கதைகள் பிரசுரமானது ஜெயகேரளத்தில் அல்ல. ஜெயகேரளத்தின் முதலாம் ஆண்டு நிறைவு இதழில்தான் பஷீரின் ஒரு கதை முதலில் வெளியாகியது - 'பூவன் பழம்.' மதிராசியில் வைத்தே அந்தக் கதையை எழுதி, படித்துக்காட்டியிருக்கிறார். அன்று ஜெயகேரளத்தின் ஆசிரியர் எஸ்.கே. நாயர். அன்று அவர் டாக்டர் ஆகியிருக்கவில்லை. நான்தான் 'பூவன்பழம்' கதைக்குச் சித்திரங்கள் வரைந்தேன்.

பஷீருக்கு சித்திரங்களின் மீது ஆர்வம் உண்டு. அவற்றைக் குறித்து கருத்துச் சொல்வார். 'ஆனவாரியும் பொன்குரிசும்' எனும் கதை எழுதுகிற காலத்திலும் பஷீர் மதிராசியில்தான் இருந்தார். கலாநிலையம் எனும் விடுதியில் தங்கியிருந்தார். அந்த விடுதி, மதிராசி கேரள சமாஜத்தின் செயற்பாட்டாளர்கள் வசிக்கிற முக்கிய மையமாக இருந்தது. பத்மநாபன்நாயர், நாடன் என்று அழைக்கப்படுகிற எம்.ஆர். நாயர், அவரின் உறவுக்காரரான அப்ப, பத்திரிகையாளரும் கலை விமர்சகருமான ராம்ஜி எனும் ராமச்சந்திரன் என்று நிறையப்பேர் அங்கே தங்கியிருந்தார்கள். இவர்களில் கே.பி.எஸ். பணிக்கரின் ஜூனியரான சுசீர் குமார் சௌதரியும் இருந்தார்.

அன்றெல்லாம் நான் பெரும்பாலும் மாலை நேரங்களில், எம். கோவிந்தன் வீட்டுக்கோ, இல்லையென்றால் பஷீர் வசிக்கிற விடுதிக்கோ செல்வேன். சில சமயம் பஷீர் 'ஆனவாரியும் பொன்குரிசும்' கதை எழுதிய நாலைந்து காகிதங்களைப் படித்துக் காட்டுவார்.

பஷீர் அதை ஒரு பிரத்தியேகத் தன்மையில்தான் வாசிப்பார். கேட்பதற்குச் சுவாரஸ்யமாக இருக்கும். மறுநாள் சென்றால் நேற்று எழுதியிருந்தபடி இருக்காது. அதை மாற்றி எழுதியிருப்பார். அந்தப் படைப்பை ஏறத்தாழ ஆறுமுறை மாற்றி எழுதியிருப்பார் என்று தோன்றுகிறது.

பஷீரின் 'ஆனவாரியும் பொன்குரிசும்' எனும் அந்தப் படைப்புடன்தான் நான் மதிராசியில் படிப்பு முடிந்து ஊருக்கு வந்தேன். என்.வி. கிருஷ்ணவாரியர்தான் 'மாத்ரு பூமி' வார இதழின் ஆசிரியர். கிருஷ்ணவாரியர் பஷீருக்கு கடிதம் எழுதியபோது, அந்தக் கதையை என் சித்திரங்களுடன் 'மாத்ரு பூமி'யில் பிரசுரிப்பதாக தெரிவித்திருந்தார். நான் விடுமுறைக் காலத்தில் வீட்டுக்கு வந்து கதைக்குத் தேவையான படங்களை வரைந்தேன்.

எம். கோவிந்தனின் 'ப்ரொலிட்டேரியன் தேவதைகள்' எனும் படைப்பையும் நான் 'மாத்ரு பூமி'க்காக மதிராசியிலிருந்து கொண்டு வந்திருந்தேன். வீட்டிலிருந்து அதற்கும் படங்கள் வரைந்தேன். அதற்கிடையே 'மாத்ரு பூமி'யில் சேர்வதற்கான கடிதம் எனக்குக் கிடைத்தது.

'ஆனவாரியும் பொன்குரிசு'டனும், 'ப்ரொலிட்டேரியன் தேவதை'களுடனும் அவற்றின் சித்திரங்களுடனும் நான் 'மாத்ரு பூமி'யில் சேர்வதற்காகச் சென்றேன். கதையும் சித்திரங்களும் பிரசுரமாயின. பஷீருக்குப் படங்கள் பிடித்திருந்தன. ஆனால் பஷீர் ஆசிரியருக்கு ஒரு கடிதம் எழுதினார். அந்தக் கடிதத்தில் 'எட்டுக்காலி மம்மூஞ்ஞிற்கு மீசை எங்கே?' என்று வினாவெழுப்பியிருந்தார்.

பஷீர் முதலில், கதாபாத்திரங்களின் சரித்திரத்தை எழுதியிருந்தார். அதில் எட்டுக்காலி மம்மூஞ்ஞிற்கு உடல் ரீதியான விவரணைகள் இருந்தன. நான் அதைக் கவனிக்கவில்லை. பிற்பாடு மீசையும் சேர்த்து வரைந்தேன்.

'மாத்ரு பூமி'யில் சேர்ந்ததற்குப் பிறகு தெற்கே போகவேண்டி வந்தால் எரணாகுளம்வரை செல்வேன். அன்று பஷீர் எரணாகுளத்தில் இருந்தார். பஷீர் தங்குவதற்கு, புக் ஸ்டாலுக்கு வெளியே ஒரு பிரத்தியேகமான அறை இருந்தது. இக்காலத்தில் 'இடத்தின் முக்கியப் புனிதன்' எனும் கதையை எழுதினார். அதற்கான படங்களையும் நான்தான் வரைந்தேன்.

முற்போக்கு இலக்கியத்தின் பேரிலான பெரிய விவாதங்களெல்லாம் நடந்துகொண்டிருந்த சமயத்தில் பஷீரின் 'என் தாத்தாவுக்கு ஒரு யானை இருந்தது' எனும் நாவல் வெளியானது. இடதுசாரி சிந்தனைப்

போக்குடையோர்களிடம் அந்த நாவலைப் பற்றி மிக மோசமான கருத்து இருந்தது. அது மிகவும் பிற்போக்கான நூல் என்று பிரச்சாரம் செய்தார்கள். நாவலில், எம்.ஏ. தேர்ச்சி பெற்ற இளைஞன் ஒருவன் குழிக் கழிப்பிடம் அமைப்பதைப் பற்றிப் பேசுகிறான். 'எல்லோரும் புரட்சிக்கு அழைப்பு விடுக்கின்ற காலத்தில் இந்தக் கருத்து பிற்போக்கானது' என்று வாதிட்டார்கள். பஷீர், எதற்கும் பதில் சொல்லவோ, கூட்டத்தில் பேசவோ தயாராக இல்லை.

தனிப்பட்ட உரையாடல்களில் எவ்வளவு நேரம் வேண்டுமானாலும் ஈடுபட பஷீருக்குத் தயக்கமில்லை. ஆனால் அவர் எந்தக் கூட்டத்திற்கும் போகமாட்டார். அந்த வழக்கம் ஒரு முறை தவறியது. மதிராசியில் உள்ள காலத்தில்.

மதிராசியில் ஜெயகேரளமும் கேரள சமாஜமும் கம்யூனிஸ்ட்காரர் களின் மையமாக இருந்தன. அதற்கு எதிராக ஒரு கருத்து வந்தது. கேரள சமாஜத்தை கம்யூனிஸ்ட் தலைமையிலிருந்து விடுவிக்க வேண்டும் என்று சிலர் அபிப்பிராயப்பட்டார்கள்.

அன்று பஷீர் எழும்பூரில் தங்கியிருந்தார். அங்கே நாங்கள் ஒன்று சேர்ந்தோம். எட்டு அல்லது பத்து பேர் இருந்தோம். பஷீர் தயாரித் தளித்த சுலைமானி குடித்தோம். கேரள சமாஜத்தைக் கைப் பற்றத் தீர்மானித்தோம். அந்தத் தீர்மானம் நிறைவேறவும் செய்தது. கேரள சமாஜத்திற்குப் புதிய கமிட்டி உருவானது. கே.ஏ. கொடுங்கல்லூர்தான் புதிய கமிட்டியின் இலக்கியப் பிரிவுச் செயலாளர். அன்று பஷீர் எங்கள் பக்கமிருந்தார். களத்தில் ஊக்கமாகச் செயல்படவில்லை. தான் தீவிரவாத இயக்கத்தில் செயல்பட்ட கதைகளை அப்போது சொன்னார்.

கேரளத்தின் முதலாவது கம்யூனிஸ்ட் மந்திரி சபையில் ஜோசப் முண்டச்சேரிதான் கல்வியமைச்சர். அவர் பஷீரின் 'என் தாத்தாவுக்கு ஒரு யானை இருந்தது' நாவலைப் பாடநூலாக அங்கீகரித்தார். அதற்கு அனைத்துப் பகுதிகளிலிருந்தும் எதிர்ப்புக் கிளம்பியது. எம்.எல்.ஏ.க்களும் சில இலக்கிய நாயகர்களும், இது பள்ளிகளில் நுழையக்கூடாத புத்தகமென்றும், பள்ளிகளில் என்றல்ல, எந்த இடத்திலும் அனுமதிக்க முடியாத புத்தகமென்றும் பேசினார்கள். இது குறித்து சட்ட சபையில் கேள்விகளும் விவாதங்களும் எழுந்தன. வாசிக்கத் தெரிந்தவர்களிடமிருந்து அன்று முக்கியமான எதிர்விவாதங்களோ, பஷீருக்கு ஆதரவான எதிர்வினையோ ஏற்படவில்லை. இரண்டு மூன்று முக்கியமான இலக்கியவாதிகளைத் தவிர மற்ற எவரும் இதைப் பற்றிக் குறிப்பிடும்படிப் பேசவில்லை. இது பஷீரின் மனதை மிகவும் பாதித்த சம்பவம்.

மத்திய கலா சமிதியின் நாடகப் போட்டி தொடர்பாக பஷீர் கோழிக்கோட்டுக்கு வந்து தங்குகிறார். அன்று நான் பஷீரின் உருவப் படம் ஒன்றை வரைந்திருக்கிறேன். அக்காலத்தில்தான் பஷீரின் திருமணம் நடக்கிறது. பெண் பார்க்கப் போகும்போது நானும் உடனிருந்தேன். அன்று பஷீர் சொன்னார்:

“டேய் தேவன், ஒரு படம் வரை!”

பெண்ணிடம் சொன்னார்:

“அப்படியே நில். தேவன் வரையட்டும்.”

திருமணம் முடிவு செய்யப்பட்டிருக்கவில்லை. ஆயினும் அங்கே நான் பாபியைப் படம் வரைந்தேன். வெகுகாலம் அது பஷீரின் வீட்டிலிருந்தது. பிற்பாடு, பஷீரைப் பற்றிய சினிமாவில் பயன்படுத்துவதற்காகக் கொண்டு சென்றார்கள் என்றறிந்தேன்.

மணவாட்டியின் செருப்பிற்கு அளவெடுக்க வேண்டும். பாதத்தைச் சுற்றி வரைந்து அளவெடுத்தேன். இந்த இடத்தில் பஷீர் என்னை ஆட்சேபித்தார். தர்மபத்தினியின் பாதத்தைத் தொட்டுவிட்டேன் என்பதுதான் காரணம்.

திருமணம் முடிந்து பஷீர் தலயோலப்பரம்புக்குச் சென்றார். அங்கிருந்து கோட்டயத்திற்கும் பிறகு தேக்கடிக்கும் தேனிலவுப் பயணம். கோட்டயத்தில் சி.என். ஸ்ரீகண்டன்நாயர்தான் பஷீர் தம்பதியரை உபசரித்தார்.

என்னைப் பொறுத்தவரை பஷீரின் அண்மை, எப்போதும் உயிர்த் துடிப்பான ஒரு அனுபவமாக இருந்தது. அந்தத் தலைமுறையைச் சேர்ந்த எழுத்தாளர்களில் நான் பஷீருடன் மட்டும்தான் மிக நெருக்கமாகப் பழகினேன். பிறருடன் சேர்ந்து பழக வாய்ப்புக் கிடைத்திருக்கிறது. ஆனால் பஷீரிடம் இருந்த அளவு தனிப்பட்ட நெருக்கம் வேறு யாரிடமும் ஏற்படவில்லை.

பஷீர் படைப்புகளின் முக்கிய அம்சம் துயரம். அவற்றை மீறுவதுதான் அவற்றின் நகைச்சுவை. பஷீரின் வழி அதுதான். அதனால்தான், மரச் சிலுவையில் இறந்த ஏசுவிற்கு எதற்கு தங்கச் சிலுவை என்று பொன்குரிசு தோமா கேட்கிறான். இது கிறிஸ்து மதத்திற்கு மட்டுமான கேள்வியில்லை. பற்றற்றுப் போகிற சங்கராச்சாரியாருக்கு தங்கக் குடை எதற்கு?

மொழிக்குள் மொழியை உருவாக்கிய இலக்கியவாதி பஷீர். எல்லா அளவிலும் அர்த்தத்திலும் பஷீர் படைப்புகளில் கலைத்துவம் நிறைந்திருப்பதைப் பார்க்க முடியும். அந்த வாழ்க்கைதான் அதன் அடிப்படை.

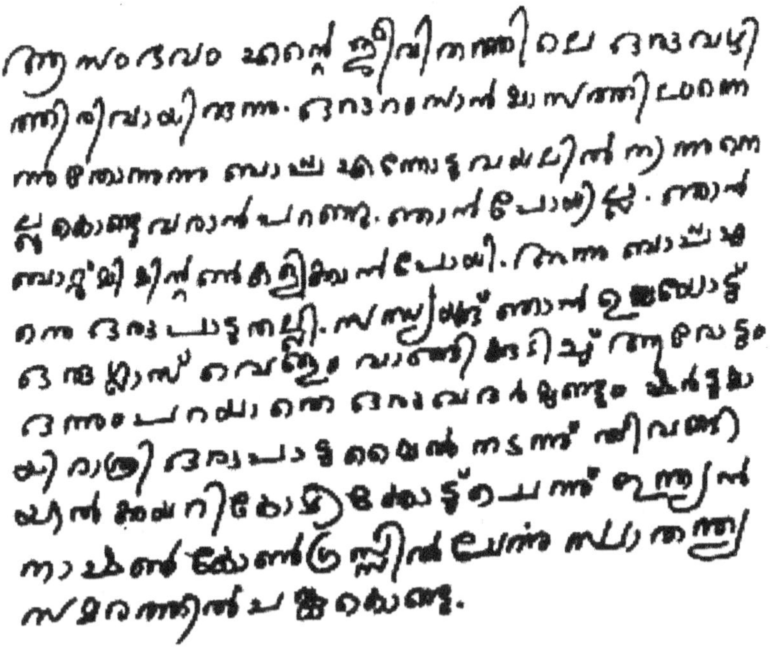

பஷீரின் கையெழுத்து

பஷீரின் படைப்புகள்

1. பிரேமலேகனம் (காதல் கடிதம்) 1943
2. பால்யகால ஸகி (இளம் பருவத்துத் தோழி) 1944
3. கதாபீஜம் (கதை வித்து) 1945
4. ஜன்மதினம் (பிறந்த நாள்) 1945
5. ஓர்மக்குறிப்பு (நினைவுக் குறிப்பு) 1946
6. அனர்க நிமிஷம் (நிகரற்ற நொடி) 1946
7. சப்தங்கள் (குரல்கள்) 1947
8. விட்டிகளுடெ ஸ்வர்கம்
   (முட்டாள்களின் சொர்க்கம்) 1948
9. ன்றுப்பூப்பாக்கோரானேண்டார்னு!
   (என் தாத்தாவுக்கு ஒரு யானை இருந்தது) 1951
10. மரணத்தின்டெ நிழலில் (மரணத்தின் நிழலில்) 1951
11. முச்சீட்டு களிக்காரன்டெ மகள்
    (மூன்று சீட்டாட்டக்காரனின் மகள்) 1951
12. பாவப்பெட்டவருடெ வேச்ய
    (ஏழைகளின் வேசி) 1952
13. ஸ்தலத்தெ ப்ரதானதிவ்யன்
    (இடத்தின் முக்கியப் புனிதன்) 1953
14. ஆனவாரியும் பொன்குரிசும் 1953
15. ஜீவித நிழல்பாடுகள்
    (வாழ்வின் நிழற்தடங்கள்) 1954
16. விச்வ விக்யாதமாய மூக்கு
    (உலகப் புகழ்பெற்ற மூக்கு) 1954
17. விசப்பு (பசி) 1954
18. பாத்தும்மாயுடெ ஆடு (பாத்தும்மாவின் ஆடு) 1959
19. மதிலுகள் (சுவர்கள்) 1965
20. ஒரு பகவத் கீதயும் குரெ முலைகளும்
    (ஒரு பகவத் கீதையும் சில முலைகளும்) 1967
21. தாராஸ்பெஷ்யல்ஸ் 1968
22. மாந்த்ரீகப் பூச்ச
    (மந்திரப் பூனை) 1968
23. நேரும் நுணையும்
    (உண்மையும் பொய்யும்) 1969
24. ஓர்மையுடெ அறகள்

(நினைவின் அறைகள்) 1973

25. ஆனப்பூட (யானை முடி) 1975
26. சிரிக்குன்ன மரப்பாவ (சிரிக்கும் மரப்பாச்சி) 1975
27. பூமியுடெ அவகாசிகள் (பூமியின் வாரிசுகள்) 1977
28. அநுராகத்தின்டெ தினங்கள் (காதலின் நாட்கள்) 1983
29. பார்கவீநிலயம் 1985
30. எம்.பி. போல் 1991
31. சிங்கிடிமுங்கன் 1991
32. செவியோர்க்குக! அந்திமகாஹளம் (செவிகொள்ளுங்கள்! இறுதி எச்சரிக்கையின் முரசொலி) 1992
33. பஷீர் படைப்புகளின் முழுத் தொகுப்புகள் 1992

பிற்சேர்க்கை - 5

விருதுகளும் சிறப்புகளும்

1. மத்திய சாகித்ய அகாடமி ஃபெல்லோஷிப் 1970
2. சுதந்திரப் போராட்ட வீரருக்கான செம்புக் கேடயம் 1972
3. கேரள சாகித்ய அகாடமி ஃபெல்லோஷிப் 1981
4. பத்மஸ்ரீ 1982
5. அபுதாபி மலையாள சமாஜ விருது 1983
6. கோழிக்கோடு பல்கலைக்கழகத்தின் டாக்டர் ஆஃப் லெட்டர்ஸ் விருது 1987
7. ஸம்ஸ்காரதீபம் விருது (கலாச்சார தீபம் விருது) 1987
8. லலிதாம்பிகா அந்தர்ஜனம் சாகித்ய விருது 1992
9. பிரேம் நசீர் விருது 1992
10. முட்டத்துவர்க்கி விருது 1993
11. வள்ளத்தோல் விருது 1993
12. ஜித்தா அரங்கு விருது 1994

எம்.எஃப் ஹுஸைன் வரைந்த பஷீர் சித்திரம்

பாபி பஷீரை பெண் பார்க்கச் சென்றபோது பஷீரின் சொற்படி எம்.வி. தேவன் வரைந்த சித்திரம். அப்போது பஷீருடன் இருந்த கே.ஏ.கொடுங்கல்லூர், எம்.அப்துர்ரஹ்மான், வி.அப்துல்லா, என்.பி.முகம்மத், எம்.டி. வாசுதேவன்நாயர், சோபனா பரமேஸ்வரன் நாயர், திக்கோடியன் ஆகியோர் சித்திரத்தில் கையெழுத்திட்டிருப்பதைக் காணலாம்.

பிற்சேர்க்கை - 6

உதவிய நூல்கள்

1. பேரா.எம்.கே.ஸானு (Editor)
"பஷீர் - நிகழ்காலத்தின் எதிர்காலம்"

2. டாக்டர் எம்.எம். பஷீர்
"பஷீரின் உலகம்"

3. இ.எம்.அஷ்ரப் (Editor)
"பஷீரின் ஐராவதங்கள்"

4. பேரா. டாக்டர். இ.எம். ஆஷர்
"பஷீர் - மலையாளத்தின் படைப்பதிசயம்"

5. போல் மணலில்
"மலையாளத்தின் பஷீர்"

6. போல் மணலில்
"முன்னே நடந்த பஷீர்"

7. பேரா. எம். என். விஜயன்
"பாலைவனங்கள் பூக்கும்போது"

8. எம்.ஏ. ரஹ்மான்
"பஷீர் த மான்"

9. **பஷீரின் கடிதங்கள்**

10. T.N. JAYACHANDRAN
"BOOK ON BASHEER"

○

www.ingramcontent.com/pod-product-compliance
Lightning Source LLC
LaVergne TN
LVHW101403051026
849519LV00005BC/1631
* 9 7 8 9 3 8 3 6 6 1 4 4 2 *